GIÁO HỘI PHẬT GIÁO VIỆT NAM THỐNG NHẤT
ỦY BAN PHIÊN DỊCH TRUNG ƯƠNG

ĐẠI TẠNG KINH VIỆT NAM

THANH VĂN TẠNG

Tập 39

LUẬN BỘ XI

A-TÌ-ĐẠT-MA PHÁT TRÍ LUẬN

Abhidharma-jñāna-prasthāna sāstra

Tạo luận: **Tôn giả Ca-đa-diễn-ni Tử**
Phụng chiếu dịch: **Tam tạng Pháp sư Huyền Tráng**
Việt dịch & chú thích: **Thích Thái Hòa**

QUYỂN 2

HỘI ĐỒNG HOẰNG PHÁP

PL. 2569 - DL. 2025

ĐẠI TẠNG KINH VIỆT NAM
THANH VĂN TẠNG - Tập 39 – LUẬN BỘ XI
A-TÌ-ĐẠT-MA PHÁT TRÍ LUẬN - QUYỂN 2
Việt dịch & chú thích: Thích Thái Hòa

Ban Báo Chí & Xuất Bản Hội Đồng Hoằng Pháp
Ấn hành lần thứ nhất, quý IV/2025

Trách nhiệm xuất bản: Thích Nguyên Siêu
Chuyết văn: Tâm Huy
Trình bày & sửa bản in: Quảng Hạnh Tuệ, Nhật Bảo
Thiết kế bìa: Quảng Pháp, Nhuận Pháp

https://hoangphap.org

MỤC LỤC PHÂN TÍCH

GIỚI THIỆU CÔNG TRÌNH PHIÊN DỊCH ĐẠI TẠNG KINH VIỆT NAM

Yo vo, ānanda,

mayā dhammo ca vinayo ca desito paññatto,

so vo mamaccayena satthā.[*]

I. SƠ LƯỢC QUÁ TRÌNH PHIÊN DỊCH

Trước khi nhập Niết-bàn, đức Phật có di giáo tối hậu cho các chúng đệ tử: "Pháp và Luật mà Ta đã thuyết và quy định, là Đạo Sư của các ngươi sau khi Ta diệt độ." Phụng hành di giáo của đức Thế Tôn, các vị Trưởng lão A-la-hán đã thực hiện cuộc kiết tập lần thứ nhất tại thành Vương Xá, cùng hòa hiệp phúng tụng tất cả những điều đã được Phật giảng dạy trong suốt bốn mươi lăm năm giáo hóa; nền tảng của văn hiến Phật giáo mà về sau được gọi là Tam tạng được thành lập từ đó.

Kể từ đó, giáo pháp của đức Thích Tôn theo bước chân du hóa của các Thánh đệ tử lan tỏa khắp bốn phương. Nơi nào Giáo pháp được truyền đến, nơi đó bốn chúng đệ tử học tập và hành trì theo phương ngôn của bản địa, như điều đã được đức Phật chỉ giáo: *anujānāmi, bhikkhave, sakāya niruttiyā buddhavacanaṃpariyāpuṇitun"ti.* "Này các tỳ-kheo, Ta cho phép các ngươi học Phật ngôn bằng chính phương ngữ của mình." Y cứ theo lời dạy này, ngay từ khởi thủy Phật ngôn đã được chuyển thể qua nhiều phương ngữ khác nhau. Khi các bộ phái Phật giáo phát triển, mỗi bộ phái cố gắng thành lập Tam tạng Thánh điển theo phương ngữ của địa phương được xem là căn cứ địa. Khi

---

[*] Này *Ānanda!* Pháp và Luật mà Ta đã thuyết và qui định, là Đạo Sư của các ngươi sau khi Ta diệt độ.

mà hệ thống văn tự tại cổ Ấn Độ chưa phổ biến, sự lưu truyền Thánh điển bằng khẩu truyền là phương tiện chính. Do khẩu truyền, những biến âm do khẩu âm của từng địa phương khác nhau thỉnh thoảng cũng ảnh hưởng đến một vài thay đổi nhỏ trong các văn bản. Những biến thiên âm vận ấy trong nhiều trường hợp dẫn đến những giải thích khác nhau về một điểm giáo nghĩa giữa các bộ phái. Tuy nhiên, nhìn từ đại thể, các giáo nghĩa trọng yếu vẫn được hiểu và hành trì như nhau giữa tất các các truyền thống, nam phương cũng như bắc phương. Điều có thể được khẳng định qua các công trình nghiên cứu tỉ giảo về văn bản trong hai nguồn văn hệ Phật giáo hiện tại: Pali và Hán tạng. Các bản Hán dịch xuất xứ từ A-hàm, và các bản văn Pali hiện đọc được, đại bộ phận đều tương ưng với nhau. Do đó, những điều được cho là dị biệt giữa hai truyền thống nam và bắc phương, mà thường hiểu lệch lạc là Tiểu thừa và Đại thừa, chỉ là sự khác biệt bởi môi trường lịch sử văn minh theo các địa phương và dân tộc. Đó là sự khác biệt giữa nguyên thủy và phát triển. Phật pháp truyền sang phương nam, đến các nước Nam Á, nơi đó sự phát triển văn minh và các định chế xã hội chưa đến mức phức tạp, nên giáo pháp của Phật được hiểu và hành gần với nguyên thủy. Về phương bắc, tại các vùng đông bắc Ấn, và tây bắc Trung Quốc, nhiều chủng tộc dị biệt, nhiều nền văn hóa khác nhau, và do đó cũng xuất hiện nhiều định chế xã hội khác nhau. Phật pháp được truyền vào đó, một thời đã trở thành quốc giáo của nhiều nước. Thích ứng theo sự phát triển của đất nước ấy, từ ngôn ngữ, phong tục, định chế xã hội, giáo pháp của đức Phật cũng dần dần được bản địa hóa.

Thánh điển Tam tạng là nguồn suối cho tất cả nhận thức về Phật pháp, để học tập và hành trì, cũng như để nghiên cứu. Kinh tạng và Luật tạng là tập đại thành Pháp và Luật do chính đức Phật giảng dạy và quy định, là sở y cho tri thức và hành trì của Thánh đệ tử để tiến tới thành tựu cứu cánh Minh và Hành. Kinh và Luật cũng bao gồm những diễn giải của các Thánh đệ tử được thân truyền từ kim khẩu của đức Phật. Luận tạng, theo truyền thống Thượng tọa bộ nam phương, và cũng theo truyền thống Hữu bộ, do chính đức Phật thuyết. Nhưng các đại luận sư như Thế Thân (*Vasubandhu*), cũng như hầu hết các nhà nghiên cứu Phật học trên thế giới hiện đại, đều không công nhận truyền thuyết này, mà cho rằng đó là tập đại thành các công trình phân tích, quảng diễn, và hệ thống hóa những điều đã được Phật thuyết trong Pháp và Luật. Kinh và Luật tạng được thành lập trong một khoảng thời gian nhất định, trực tiếp hoặc gián tiếp từ kim khẩu của Phật, và là sở y chung cho tất cả các bộ phái Phật giáo, bao gồm cả Phật giáo Đại thừa, mặc dù có những sai biệt do vấn đề truyền khẩu với các khẩu âm và phương ngữ khác nhau, theo thời gian và địa vức.

Luận tạng là bộ phận Thánh điển phản ánh lịch sử phát triển của Phật giáo, bao gồm các phương diện tín ngưỡng tôn giáo, tư duy triết học, nghiên cứu khoa học, định chế và tổ chức xã hội chính trị. Tổng quát mà nói, đó không chỉ là phản ánh lịch sử phát triển của nội bộ Phật giáo, mà trong đó cũng phản ánh toàn bộ văn minh tại những nơi mà giáo lý của đức Phật được truyền đến. Điều này cũng được chứng minh cụ thể bởi lịch sử Việt Nam.

Mỗi bộ phái Phật giáo tự xây dựng cho mình một nền văn hiến Luận tạng riêng biệt, tập hợp các luận giải giáo nghĩa, bảo vệ kiến giải Phật pháp của mình, bài trừ các quan điểm dị học. Đây là nền văn hiến đồ sộ, liên tục phát triển trên nhiều khu vực địa lý khác nhau. Cho đến khi Hồi giáo bành trướng tại Ấn Độ, Phật giáo bị đào thải. Một bộ phận văn hiến Phật giáo được chuyển sang Tây Tạng, qua các bản dịch Phạn Tạng, và một số lớn nguyên bản Phạn văn được bảo trì. Một bộ phận khác, lớn nhất, gần như hoàn chỉnh nhất, văn hiến Phật giáo được chuyển dịch sang Hán tạng, bao gồm hầu hết mọi xu hướng tư tưởng dị biệt của Phật giáo phát triển trong lịch sử Ấn Độ, từ Nguyên thủy, Bộ phái, Đại thừa, cho đến Mật giáo.

Truyền thuyết ghi rằng Phật giáo được truyền vào Trung Hoa dưới đời Hán Minh Đế, niên hiệu Vĩnh bình thứ 10 (Tl. 65), và bản kinh Phật đầu tiên được dịch sang Hán văn là Kinh Tứ thập nhị chương, do Ca-diếp Ma-đẳng và Trúc Pháp Lan. Nhưng truyền thuyết này không được nhất trí hoàn toàn giữa các nhà nghiên cứu lịch sử Phật giáo Trung Quốc. Điều chắc chắn là Khương Tăng Hội, quê quán Việt Nam, xuất phát từ Giao Chỉ (Việt Nam), đã đưa Phật giáo vào Giang Tả, miền Nam Trung Hoa. Các công trình phiên dịch và chú giải của

Khương Tăng Hội đã chứng tỏ rằng trước đó, tức từ năm thứ 247 kỷ nguyên Tây lịch, thời gian được nói là Tăng Hội vào đất Kiến nghiệp, quy y cho Tôn Quyền, Phật giáo đã phát triển đến một hình thái nhất định tại Việt Nam, cùng một số kinh Phật được phiên dịch. Điều này cũng được củng cố thêm bởi những điều được ghi chép trong Mâu Tử Lý Hoặc Luận. Có lẽ do hậu quả của thời kỳ Bắc thuộc, hầu hết những điều được tìm thấy trong hành trạng của Khương Tăng Hội và trong ghi chép của Mâu Tử đều bị xóa sạch. Chỉ tồn tại những gì được ghi nhận là truyền từ Trung Quốc.

Dịch giả Phạn Hán đầu tiên tại Trung Quốc được khẳng định là An Thế Cao (đến Trung Quốc trong khoảng Tl. 147 – 167). Tất nhiên trước đó hẳn cũng có các dịch giả khác mà tên tuổi không được ghi nhận. Lương Tăng Hựu căn cứ trên bản Kinh lục xưa nhất của Đạo An (Tl. 312 – 385) ghi nhận có chừng 134 kinh không rõ dịch giả; và do đó cũng không xác định trước hay sau An Thế Cao.

Sự nghiệp phiên dịch Phật kinh Phạn Hán liên tục từ An Thế Cao, cho đến các đời Minh, Thanh được tập thành trong 32 tập của Đại Chánh, bao gồm Thánh điển Nguyên thủy, Bộ phái, Đại thừa, Mật giáo, 1692 bộ. Những trước tác của Trung Hoa, từ sớ giải, luận giải, cho đến sử truyện, du ký, v.v., tập thành từ tập 33 đến 55 trong Đại Chánh, gồm 1492 tác phẩm. Số tác phẩm được ấn hành trong Tục tạng chữ Vạn còn nhiều hơn thế nữa. Đây là hai bản Hán tạng tương đối đầy đủ nhất, trong đó tạng Đại Chánh được sử dụng rộng rãi trên quy mô thế giới.

Sự nghiệp phiên dịch Kinh điển ở nước ta được bắt đầu rất sớm, có thể trước cả thời Khương Tăng Hội, mà dấu vết có thể tìm thấy trong *Lục độ tập kinh*. Ngôn ngữ phiên dịch của Khương Tăng Hội là Hán văn. Hiện chưa có phát hiện nào về các bản dịch Kinh Phật bằng tiếng quốc âm. Suốt trong thời kỳ Bắc thuộc, do nhu cầu tinh thông Hán văn như là sách lược cấp thời để đối phó sự đồng hóa của phương bắc, Hán văn trở thành ngôn ngữ thống trị. Vì vậy công trình phiên dịch Kinh điển thành quốc âm không thể thực hiện. Bởi vì, công trình phiên dịch Tam tạng tại Trung Hoa thành tựu đồ sộ được thấy ngay, chủ yếu do sự bảo trợ của triều đình. Quốc âm chỉ được dùng như là phương tiện hoằng pháp trong nhân gian.

Cho đến thời Pháp thuộc, trước tình trạng vong quốc và sự đe dọa bởi văn hóa xâm lược, văn hóa dân tộc có nguy cơ mất gốc, cho nên sơn môn phát động phong trào chấn hưng Phật giáo, phổ biến kinh điển bằng tiếng quốc ngữ qua ký tự La-tinh. Từ đó, lần lượt các Kinh điển quan trọng từ Hán tạng được phiên dịch theo nhu cầu học và tu của Tăng già và Phật tử tại gia. Phần lớn các Kinh điển này đều thuộc Đại thừa, chỉ một số rất ít được trích dịch từ các A-hàm. Dù Đại thừa hay A-hàm, các Kinh Luận được phiên dịch đều không theo một hệ thống nào cả. Do đó sự nghiên cứu Phật học Việt Nam vẫn chưa có cơ sở chắc chắn. Mặt khác, do ảnh hưởng ngữ pháp Phạn, các bản dịch Hán hàm chứa một số vấn đề ngữ pháp Phạn Hán khiến cho ngay cả các nhà chú giải Kinh điển lớn như Cát Tạng, Trí Khải cũng phạm phải rất nhiều sai lầm. Chính Ngạn Tông, người tổ chức dịch trường theo lệnh của Tùy Dạng đế đã nêu lên một số sai lầm này. Cho đến Huyền Trang, vì phát hiện nhiều sai lầm trong các bản Hán dịch nên quyết tâm nhập Trúc cầu pháp, bất chấp lệnh cấm của triều đình và các nguy hiểm trên lộ trình.

Ngày nay, do sự phát hiện nhiều bản Kinh Luận quan trọng bằng tiếng Sanskrit, cũng như sự phổ biến ngôn ngữ Tây Tạng, mà phần lớn Kinh điển Sanskrit được phiên dịch, nên nhiều công trình chỉnh lý được thực hiện cho các bản dịch Phạn Hán. Thêm vào đó, do sự phổ biến ngôn ngữ Pali, vốn được xem là ngôn ngữ Thánh điển gần với nguyên thuyết nhất, một số sai lầm trong các bản dịch A-hàm cũng được chỉnh lý, và tỉ giảo, khiến cho lời dạy của Đức Thích Tôn được thọ trì một cách trong sáng hơn.

Trên đây là những nhận thức cơ bản để Ban phiên dịch Đại Tạng Kinh Việt Nam y theo đó mà thực hiện các bản dịch. Trước hết, là bản dịch các kinh A-hàm đang được giới thiệu ở đây. Các kinh thuộc bộ A-hàm được dịch sang Hán rất sớm, kể từ thời Hậu Hán với An Thế Cao. Nhưng phần lớn các truyền bản này đều phát xuất từ Tây vực, từ các nước Phật giáo thịnh hành thời đó như Quy-tư, Vu-điền. Do khẩu âm và phương ngữ nên trong các truyền bản được nói là Phạn văn đã hàm chứa khá nhiều sai lạc. Điều này có thể thấy rõ qua sự so sánh các đoạn tương đương Pali, hay các dẫn chứng trong Đại Tì-bà-sa, Du-già sư địa. Thêm vào đó, các dịch giả hầu hết đều học Phật và học tiếng Sanskrit tại các nước Tây Vực chứ không trực tiếp tại Ấn Độ như La-thập và Huyền Trang, nên trình độ ngôn ngữ Phạn có hạn chế. Các vị ấy khi vừa đặt chân lên Trung Hoa, do khát vọng thâm thiết của các Phật tử Trung Hoa, muốn có thêm kinh Phật để học và tu, cho nên trong khi chưa tinh thông tiếng Hán, mà công trình phiên dịch lại được thôi thúc cần thực hiện. Vì không tinh thông Hán ngữ nên công tác phiên dịch luôn luôn qua trung gian một người chuyển ngữ. Quá trình phiên dịch đi qua nhiều giai đoạn mà chính người chủ dịch không thể quán triệt, cho nên trong các bản dịch hàm chứa những đoạn văn rất tối nghĩa, và nhiều khi nhầm lẫn. Trong tình hình như vậy, một bản dịch Việt từ Hán đòi hỏi rất nhiều tham khảo để hy vọng tiếp cận với nguyên bản Sanskrit đã thất lạc, và cũng từ đó mà hy vọng có thể tiếp cận với lời Phật dạy hơn, điều mà các bản Hán dịch do trở ngại ngôn ngữ đã không thể thực hiện được.

Đại Tạng Kinh Việt Nam chủ yếu căn cứ trên Đại Chánh Đại Tạng Kinh, Nhật Bản, gồm 100 tập, được biên tập khởi đầu từ niên hiệu Đại Chánh (Taisho) thứ 11, Tl. 1922, cho đến niên hiệu Chiêu Hòa (Showa) thứ 9, Tl. 1934, tập hợp trên 100 nhà nghiên cứu Phật học hàng đầu của Nhật Bản, dưới sự chủ trì của Cao Nam Thuận Thứ Lang (Takakusu Junjiro) và Độ Biên Hải Húc (Watanabe Kaigyoku). Để bản sử dụng là bản in của chùa Hải Ấn, Triều Tiên, được gọi là bản Cao-lệ. Công trình chỉnh lý văn bản căn cứ các khắc bản Tống, Nguyên, Minh, cùng một số khắc bản và thủ bản tại Hoa và Nhật khác như tả bản Thiên Bình, bản Liêu của Cung nội sảnh, bản chùa Đại Đức, bản chùa Vạn Đức, v.v. Một số bản văn được phát hiện tại các vùng trong Tây Vực như Vu Điền, Đôn Hoàng, Quy Tư, Cao Xương, cũng được dùng làm tham khảo. Nhiều đoạn văn từ Pali và Sanskrit cũng được dẫn dưới cước chú để đối chiếu đoạn Hán dịch mà người biên tập nghi ngờ là không chính xác hoặc thuộc về dị bản nào đó.

Nội dung Đại tạng Đại Chánh được phân làm ba phần chính: phần thứ nhất, gồm 32 tập, là các bản dịch Phạn Hán bao gồm Kinh, Luật, Luận, được thuyết bởi chính kim khẩu của Phật, hay được kiết tập bởi các Thánh đệ tử, hoặc được trước tác bởi các Luận sư. Phần thứ hai, từ Đại Chánh tập 33 đến tập 55, trước tác của Trung Hoa, bao gồm các số giải Kinh, Luật, Luận, và luận thuyết riêng biệt của các tông phái Phật giáo Trung Hoa, các sử truyện, truyện ký, du ký, truyền kỳ; các bản Hán dịch thuộc ngoại giáo như Thắng luận, Số luận, Ba tư giáo, Thiên chúa giáo, các tập ngữ vựng Phạn Hán, giáo khoa Phạn Hán, các Kinh lục. Phần thứ ba, từ tập 56 đến 85, tập họp các trước tác của Nhật Bản, gồm các sớ giải Kinh, Luật, Luận, phần lớn căn cứ trên các bản sớ giải Trung Hoa mà giải nghĩa rộng thêm, và các luận thuyết của các tông phái tại Nhật Bản. Còn lại 12 tập sưu tập các đồ tượng, tranh ảnh, phần lớn là các đồ hình mạn-đà-la của Mật tông. 3 tập cuối, tổng mục lục, liệt kê nội dung các bản Đại tạng lưu hành.

Ban phiên dịch Đại Tạng Kinh Việt Nam chọn Đại Chánh tạng làm để bản, phiên dịch tất cả tác phẩm được ấn hành trong đó. Phàm lệ để thực hiện bản dịch tạm thời được quy định như sau:

1. Đại Tạng Kinh Việt Nam bao gồm tất cả các bản dịch tiếng Việt của Tam Tạng Kinh Điển Phật giáo đã xuất hiện ở nước ta từ trước đến nay, qua các thời kỳ với nhiều dịch giả khác nhau, để cho thấy quá trình hình thành Đại Tạng Kinh Việt Nam qua lịch sử.

2. Về bản đáy, bản dịch Việt căn cứ trên ấn bản Đại Chánh Tân Tu Đại Tạng Kinh 100 tập, mỗi tập trên dưới 1000 trang chữ Hán cỡ 10pt và sẽ được đánh số theo thứ tự của số ghi trong bản in Đại Chánh. Mỗi trang của bản in Đại chính được chia làm ba cột: a, b, c. Số trang và cột này đều được ghi trong bản dịch để tiện tham khảo.

3. Vì thế, một bản kinh chữ Hán có thể có nhiều bản dịch tiếng Việt, nên sau số thứ tự của Đại Chánh, sẽ đánh thêm các mẫu tự A, B, C... để phân biệt các bản dịch tiếng Việt khác nhau của cùng một bản kinh chữ Hán đó.

4. Về xử lý văn bản trong khi phiên dịch, phần lớn căn cứ công trình hiệu đính và đối chiếu của bản Đại Chánh. Ngoài ra, tham khảo thêm các công trình hiệu đính và đối chiếu khác.

5. Giữa các ấn bản có những điểm khác nhau, bản Việt sẽ lựa chọn hoặc hiệu đính theo nhận thức của người dịch.

6. Trong bản Hán, nếu chỗ nào xét thấy văn dịch hay từ ngữ không phù hợp với giáo nghĩa truyền thống phổ biến, người dịch sẽ tham khảo các Kinh, Luật, Luận cần thiết để hiệu chính. Những hiệu chính

này được giải thích ở phần cước chú.

7. Bản Hán dịch thực hiện căn cứ phần lớn trên sự truyền khẩu. Do đó những từ phát âm tương tự dễ đưa đến ngộ nhận, như *sam* Pāli hay *sama* và *samyak*; *cala* và *jala*; *muti* và *muṭṭhi*, v.v… Trong những trường hợp này, người dịch sẽ tham chiếu các kinh tương đương, các bản Hán biệt dịch, suy đoán tự dạng nguyên thủy có thể có trong Phạn bản để hiệu chính. Những hiệu chính này đều được ghi ở phần cước chú.

8. Do các truyền bản khác nhau giữa các bộ phái, để có nhận thức về giáo nghĩa nguyên thủy, chung cho tất cả, cần có những nghiên cứu đối chiếu sâu rộng. Công việc này ngoài khả năng hiện tại của các dịch giả. Tuy nhiên, trong trường hợp có thể, những điểm dị biệt giữa các truyền bản sẽ được ghi nhận và đối chiếu. Những ghi nhận này được nêu ở phần cước chú.

9. Bản Hán dịch được phân thành số quyển. Bản dịch Việt không chia số quyển như vậy, nhưng sẽ ghi ở phần cước chú mỗi khi bắt đầu một quyển khác.

10. Các từ Phật học trong một số bản Hán dịch nếu không phổ biến, do đó có thể gây khó khăn cho việc đọc và nghiên cứu, trong các trường hợp như vậy, tuy vẫn giữ nguyên dịch ngữ của bản Hán, nhưng dịch ngữ tương đương thông dụng hơn sẽ được ghi trong phần cước chú. Trong trường hợp có thể, sẽ ghi luôn dịch giả của những dịch ngữ này và xuất xứ của chúng từ bản dịch nào để tiện việc tham khảo.

11. Các kinh sách tham khảo trong cước chú đều được viết tắt theo quy định phổ thông của giới nghiên cứu quốc tế; xem quy định về viết tắt ở cuối mỗi tập của Đại tạng kinh Việt Nam.

II. PHƯƠNG ÁN THỰC HIỆN

Dự án thực hiện bao gồm các công trình phiên dịch, biên tập, và ấn hành, một Hội Đồng phiên dịch Đại Tạng Kinh Việt Nam được thành lập, được điều phối bởi Tổng biên tập, với các nhiệm vụ được phân phối như sau:

1. Ủy ban Phiên dịch. Để hoàn tất một bản dịch, các công tác sau đây cần được thực hiện:

a. Phiên dịch trực tiếp: Các văn bản lần lượt được phân phối đến các vị có trình độ Hán văn tương đối, kiến thức Phật học cơ bản, và khả năng ngôn ngữ cần thiết, phiên dịch trực tiếp từ Hán sang Việt.

b. Hiệu đính và chú thích: nhiệm vụ chủ yếu của phần hiệu chính là đọc lại bản dịch thô và bổ túc những sai lầm có thể có trong bản dịch. Trong thực tế, người hiệu đính còn phải làm nhiều hơn thế nữa.

Trước hết là phần chỉnh lý văn bản. Phần này đáng lý phải thực hiện trước khi phiên dịch. Việc chỉnh lý văn bản thoạt tiên có vẻ đơn giản, vì người dịch chỉ lưu ý một số nhầm lẫn trong việc khắc bản của để bản. Những điểm khác nhau giữa các bản khắc hầu hết được ghi ở cước chú trong ấn bản Đại Chánh, người dịch chỉ cần hiểu rõ nội dung đoạn dịch thì có thể lựa chọn những từ thích hợp trong cước chú. Tuy nhiên, do hạn chế về trình độ Phật pháp và khả năng tham khảo nên đa số người dịch không chọn được từ chính xác. Mặt khác, ngay cả các từ trong cước chú không phải hoàn toàn chính xác. Ngay cả Đại sư Ấn Thuận cũng phạm phải một số sai lầm khi chọn từ, vì không tìm ra các đoạn Pali hoặc Sanskrit tương đương nên phải dựa trên ức đoán. Những ức đoán phần nhiều là sai. Mặt khác, nhiều sai lầm không phải do tả bản hay khắc bản, mà do chính từ truyền bản. Bởi vì, kinh điển từ Ấn Độ truyền sang hầu hết đều do khẩu truyền. Những biến đổi trong khẩu âm, phát âm, khiến nhầm lẫn từ này với từ khác, làm cho ý nghĩa nguyên thủy của giáo lý sai lạc. Người dịch từ Hán văn mà không có trình độ Phạn văn nhất định thì không thể phát hiện những sai lầm này. Điều đáng lưu ý những sai lầm này xuất hiện rất nhiều và rất thường xuyên trong nhiều bản dịch Phạn Hán.

Phần hiệu đính tập trung trên cú pháp Phạn mà ảnh hưởng của nó trong các bản dịch khiến cho nhiều khi ngay cả những vị tinh thông Hán, ngay cả các nhà chú giải kinh điển nổi tiếng cũng phải nhầm lẫn. Để hiểu rõ nội dung bản dịch Hán, cần thiết phải tìm lại nguyên bản Phạn để đối chiếu. Đại sư Cát Tạng đã vấp phải sai lầm khi không có cơ sở để phân tích mệnh đề Hán dịch là năng động hay thụ động, do đó đã nhầm lẫn người giết với kẻ bị giết. Đó là một đoạn văn trong *Thắng man* mà nguyên bản Phạn của kinh này đã thất lạc, nhưng đoạn văn tương đương lại được tìm thấy trong trích dẫn của *Siksasamuccaya* của *Sāntideva*. Nếu không tìm thấy đoạn Sanskrit được trích dẫn này thì không ai có thể biết rằng Cát Tạng đã nhầm lẫn.

Rất nhiều kinh điển trong nguyên bản Phạn đã bị thất lạc. Ngay cả những tác phẩm quan trọng như Đại Tì-bà-sa chỉ tồn tại trong bản dịch của Huyền Trang. Nhiều đoạn được trích dẫn trong bản dịch *Câu-xá*, mà Phạn văn đã được phát hiện, cũng giúp người đọc Đại Tì-bà-sa có manh mối để đi sâu vào nội dung. Đọc một bản văn mà không nắm vững nội dung của nó, nghĩa là chính dịch giả cũng không hiểu, hoặc hiểu sai, sao có thể hy vọng người đọc hiểu được đoạn văn phiên dịch? Do đó, công tác hiệu đính không đơn giản chỉ bổ túc những khuyết điểm trong bản dịch về lối hành văn, mà đòi hỏi công phu tham khảo rất nhiều để nắm vững nội dung nguyên tác trong một giới hạn khả dĩ.

Đại Tạng Kinh Việt Nam là bản dịch Việt từ Hán tạng, do đó không thể tự tiện thay đổi nội dung dù phát hiện những sai lầm trong bản Hán. Những sai lầm mang tính lịch sử, do đó không được phép loại bỏ tùy tiện. Tuy vậy, bản dịch Việt cũng không thể bỏ qua những nhầm lẫn được phát hiện. Những phát hiện sai lầm cần được nêu lên, và những hiệu đính cũng cần được đề nghị. Những điểm này được ghi ở phần cước chú để cho bản Việt vẫn còn gần với bản Hán dịch.

Trên đây là một số điều kiện tất yếu để thực hiện một bản dịch tương đối khả dĩ chấp nhận. Trong tình hình hiện tại, chúng ta chỉ có rất ít vị có thể hội đủ điều kiện yêu cầu như trên. Do đó, dự án thực hiện hướng đến chương trình đào tạo, không đơn giản chỉ là đào tạo chuyên gia dịch thuật, mà là bồi dưỡng những vị có trình độ Phật học cao với khả năng đọc và hiểu các ngôn ngữ chuyển tải Thánh điển, chủ yếu các thứ tiếng Pali, Sanskrit, Tây Tạng và Hán. Trong tình hình nghiên cứu Phật học hiện tại trên thế giới, người muốn nghiên cứu Phật học mà không biết đến các ngôn ngữ này thì khó có thể nắm vững giáo nghĩa căn bản. Và đây cũng là điều mà Ngạn Tông đã nêu rõ trong các điều kiện tham gia dịch thuật trong viện phiên dịch bảo trợ bởi Tùy Dạng Đế, mặc dù Ngạn Tông chỉ yêu cầu hiểu biết Phạn văn nhưng đồng thời cũng yêu cầu kiến thức uyên bác, không chỉ tinh thông Phật điển mà còn cả thư tịch ngoại giáo.

Chi tiết chương trình đào tạo cần được trình bày trong một dịp khác.

2. Ủy ban Ấn hành. Công tác ấn hành gồm các phần:

a. Sửa lỗi chính tả của các bản dịch. Hiện tại lỗi chính tả trong các bản dịch do các Thầy, Cô, và Phật tử tự nguyện chỉnh sửa. Nhưng chỉ là công tác nghiệp dư, do không chuyên trách, và do đó cũng thiếu kinh nghiệm trong việc phát hiện lỗi, nên các bản in phổ biến tồn tại khá nhiều lỗi chính tả.

b. Trình bày bản in. Công tác này tùy thuộc điều kiện kỹ thuật vi tính. Sơ khởi, ban ấn hành chưa đủ điều kiện để có những vị thành thạo sử dụng kỹ thuật vi tính trong việc trình bày văn bản. Công việc này hiện tại do các Thầy, Cô phụ trách, với trình độ kỹ thuật do tự học, và tự phát. Vì vậy, trong nhiều trường hợp không khắc phục được lỗi kỹ thuật nên hình thức trình bày của bản văn chưa được hoàn hảo như mong đợi.

Sự nghiệp phiên dịch được định khoảng 15 năm, hoặc có thể lâu hơn nữa. Hình thức Đại Tạng Kinh do đó không thể được thiết kế một lần hoàn hảo. Trong diễn tiến như vậy, tất nhiên trình độ kỹ thuật được cải tiến theo thời gian, khiến cho hình thức trình bày cũng cần thay đổi cho phù hợp với thời đại. Hậu quả sẽ khó tránh khỏi là sự không đồng bộ giữa các tập Đại Tạng Kinh ấn hành trước và sau.

c. Ấn loát. Sau khi hình thức trình bày được chấp nhận, bản dịch được đưa đi nhà in. Trách nhiệm ấn loát được giao cho nhà in với các khoản được ghi thành hợp đồng. Vấn đề ấn loát như vậy tương đối ổn định. Tuy nhiên, cũng cần có người chuyên trách để theo dõi quá trình ấn loát, hầu tránh những sai sót kỹ thuật có thể có do nhà in.

d. Phát hành, phổ biến và vận động. Một nhiệm vụ không kém quan trọng là phát hành và phổ biến Đại Tạng Kinh. Công việc này đáng lý do một ban phát hành chuyên trách. Nhưng trong điều kiện nhân sự hiện tại, một Ban như vậy chưa thể thành lập, do đó ban ấn hành kiêm nhiệm. Thêm nữa, công trình phiên dịch là sự nghiệp chung của toàn thể Phật tử Việt Nam, không phân biệt Giáo hội, hệ phái, do đó cần có sự tham gia và cống hiến của chư Tăng Ni, Phật tử, bằng hằng sản và hằng tâm, bằng tâm nguyện cá nhân hay tập thể dưới các hình thức hỗ trợ và bảo trợ bằng vật chất hoặc tinh thần, cống hiến bằng tất cả khả năng vật chất và trí tuệ. Công việc vận động này để cho được hữu hiệu với sự tham gia tích cực của nhiều chúng đệ tử cũng cần được chuyên trách bởi một ban vận động. Trong điều kiện nhân sự hiện tại, ban ấn hành kiêm nhiệm.

<h2 style="text-align:center">HẬU TỪ</h2>

Trải qua trên dưới 2 nghìn năm du nhập, những giáo nghĩa căn bản mà đức Phật đã giảng được học và hành tại Việt Nam, đã đem lại nhiều an lạc cho nhiều cá nhân và xã hội, đã góp phần xây dựng tình cảm và tư duy của các cộng đồng cư dân trên đất nước Việt. Thế nhưng, sự nghiệp phiên dịch cũng như ấn hành để phổ biến Thánh điển, làm nền tảng sở y cho sự học và hành, chưa được thực hiện trên quy mô rộng lớn toàn quốc.

Sự nghiệp phiên dịch tại Trung Quốc trải qua gần hai nghìn năm, với thành tựu vĩ đại, tập đại thành và bảo tồn kho tàng Thánh điển thoát qua nhiều trận hủy diệt do những đức tin mù quáng, quàng tín. Sự nghiệp ấy đại bộ phận do các quốc vương Phật tử tích cực bảo trợ, đã là sự nghiệp chung của toàn thể nhân dân theo từng giai đoạn đặc biệt của lịch sử. Việt Nam tuy cũng có các minh quân Phật tử, nhưng do tác động bởi các yếu tố chính trị xã hội nên chưa từng được tổ chức quy mô dưới sự bảo trợ của triều đình. Chỉ do yêu cầu thực tế học và hành mà một số kinh điển được phiên dịch, nhưng chưa đủ để lập thành nền tảng tương đối hoàn bị cho sự nghiên cứu sâu giáo nghĩa.

Gần đây, vào năm 1973, một Hội đồng phiên dịch Tam tạng lần đầu tiên trong lịch sử được thành lập. Chủ tịch: Thượng tọa Thích Trí Tịnh, Tổng thư ký: Thượng tọa Thích Quảng Độ, với các thành viên quy tụ tất cả các Thượng tọa và Đại đức đã có công trình phiên dịch và có uy tín trên phương diện nghiên cứu Phật học, dưới sự chỉ đạo của Viện Tăng Thống, Giáo hội Phật giáo Việt Nam Thống nhất. Chương trình phiên dịch được soạn thảo trên quy mô rộng lớn, nhưng do bởi hoàn cảnh chiến tranh cho nên chỉ mới thực hiện được một phần nhỏ. Một phần của thành quả này về sau được ấn hành năm 1993 bởi Viện Nghiên cứu Phật học Việt Nam, trực thuộc Giáo hội Phật giáo Việt Nam, dưới danh hiệu "Đại Tạng Kinh Việt Nam." Thành quả này là các Kinh thuộc bộ A-hàm được phân công bởi Hội đồng Phiên dịch Tam tạng, trong đó, *Trường A-hàm* và *Tạp A-hàm* do TT Thiện Siêu, TT Trí Thành và ĐĐ Tuệ Sỹ thuộc Viện Cao đẳng Phật học Hải đức Nha Trang; *Trung A-hàm* và *Tăng nhất A-hàm* do TT Thanh Từ, TT Bửu Huệ, TT Thiền Tâm thuộc Viện Cao đẳng Phật học Huệ Nghiêm Saigon.

Ngoài ra, một phần phân công khác cũng đã được hoàn thành như:

TT Trí Nghiêm: Đại Bát Nhã (Huyền Trang dịch, 600 cuốn) thuộc bộ Bát-nhã. TT Trí Tịnh: Kinh *Ma-ha Bát-nhã-ba-la-mật* (Đại phẩm) thuộc bộ Bát-nhã; Kinh *Diệu pháp Liên hoa* (La-thập dịch), thuộc bộ Pháp hoa; Kinh Đại phương Quảng Phật Hoa nghiêm (bản Bát thập) thuộc bộ Hoa nghiêm, và toàn bộ Đại bảo tích.

Các bản dịch này cũng đã được ấn hành nhưng do bởi đệ tử của các Ngài chứ chưa đưa vào Đại Tạng Kinh Việt Nam.

Những vị được phân công khác chưa thấy có thành quả được công bố.

Mặc dù với nỗ lực to lớn, nhưng do hoàn cảnh nhiễu nhương của đất nước nên thành tựu rất khiêm nhượng. Thêm nữa, các thành tựu này cũng chưa hội đủ điều kiện và thời gian thuận tiện được hiệu đính và biên tập theo tiêu chuẩn nghiên cứu và phiên dịch Phật điển trong trình độ nghiên cứu Phật giáo hiện đại của thế giới, do đó cũng chưa thể được dự phần trong sự nghiệp phiên dịch và nghiên cứu Phật học trên quy mô quốc tế, như cống hiến của Phật giáo Việt Nam cho cộng đồng nhân loại trong sự nghiệp hoằng dương Chánh pháp chung của toàn thể Phật tử thế giới vì lợi ích và an lạc của hết thảy mọi loài chúng sanh.

Sự nghiệp như vậy không thể là cống hiến cá biệt của một cá nhân hay tập thể, của một Giáo hội hay hệ phái, mà là sự nghiệp chung của toàn thể Tăng tín đồ Phật giáo Việt Nam, không chỉ một thế hệ, mà liên tục trong nhiều thế hệ, cùng tồn tại và tiến bộ theo đà thăng tiến của xã hội và nhân loại. Trên hết là báo đáp ân đức của Phật Tổ, đã vì an lạc của chúng sanh mà trải qua vô vàn khổ hành, qua vô số a-tăng-kỳ kiếp. Thứ đến, kế thừa sự nghiệp hoằng pháp lợi sanh của Thầy Tổ để cho ngọn đèn Chánh pháp luôn luôn được thắp sáng trong thế gian.

Vì vậy, chúng tôi khẩn thiết, trên nương nhờ uy thần nhiếp thọ của Chư Phật và Thánh Tăng, cùng với sự tán trợ của chư vị Trưởng lão hiện tiền trong hàng Tăng bảo, kêu gọi sự hỗ trợ cống hiến bằng tất cả tâm nguyện và trí lực, bằng tất cả hằng sản và hằng tâm, của bốn chúng đệ tử Phật, cho sự nghiệp hoằng pháp đệ nhất tối thắng này được tiến hành vững chắc và liên tục từ thế hệ này cho đến nhiều thế hệ tiếp theo, duy trì ngọn đèn Chánh pháp tồn tại lâu dài trong thế gian vì lợi ích và an lạc của hết thảy chúng sanh.

Mùa Phật đản Pl. 2552 – Mậu Tý 2008
Trí Siêu – Tuệ Sỹ
cẩn bạch

GIÁO HỘI PHẬT GIÁO VIỆT NAM THỐNG NHẤT
HỘI ĐỒNG PHIÊN DỊCH TAM TẠNG LÂM THỜI

DUYÊN KHỞI

Kể từ phong trào chấn hưng Phật giáo vào thập niên 1930, chư vị dịch giả đã cố gắng phiên âm và phiên dịch Kinh điển từ Hán văn hay chữ Nôm sang chữ quốc ngữ để sử dụng trong sinh hoạt thiền môn Việt Nam cũng như để đem giáo lý Phật đi vào quần chúng. Những nỗ lực như vậy rất đáng trân trọng, nhưng vẫn còn là những đóng góp từ cá nhân, mang tính cấp thời, chưa có sự phối hợp đồng bộ, và chưa đủ tầm mức học thuật để giới thiệu Thánh điển Phật giáo tiếng Việt đến với cộng đồng dân tộc.

Vài thập niên sau đó thì chữ quốc ngữ qua ký tự La-tinh mới được phổ cập trong thiền môn, và kinh sách Phật giáo bằng tiếng Việt, phiên dịch cũng như trước tác, mới được bừng khai, không những tạo nên các phong trào tu học của quần chúng khắp nước, mà còn là sự dẫn đạo tư tưởng của Phật giáo Việt Nam đối với các thế hệ trưởng thành trong chiến tranh qua sự thành lập Giáo Hội Phật Giáo Việt Nam Thống Nhất (GHPGVNTN), đồng thời kiến lập Đại Học Vạn Hạnh, một viện đại học tư thục Phật giáo đầu tiên tại Nam Việt Nam vào năm 1964.

Từ nguồn nhân lực dồi dào với nhiều vị pháp sư, học giả được đào tạo trong và ngoài nước, cũng như các cơ sở giáo dục Phật giáo được trải rộng khắp miền Trung và Nam Việt, Viện Tăng Thống GHPGVNTN đã có nền tảng vững chắc về học thuật để quyết định thành lập Hội Đồng Phiên Dịch Tam Tạng; và qua Hội nghị Toàn thể Hội đồng Phiên dịch Tam Tạng tổ chức tại Viện Đại Học Vạn Hạnh vào các ngày 20, 21,

22 tháng 10 năm 1973, hội nghị đã đưa ra dự án phiên dịch với mục lục tổng quát các Kinh điển truyền bản Hán tạng cần phiên dịch, phân chia công việc, cũng như giới thiệu thành viên của Hội đồng Phiên dịch Tam Tạng gồm 18 vị Pháp sư như sau:

HỘI ĐỒNG PHIÊN DỊCH TAM TẠNG 1973

A. *Ủy Ban Phiên Dịch:*

1. Hòa thượng Trưởng lão Thích Trí Tịnh   (1917 – 2014)
Trưởng Ban

2. Hòa thượng Trưởng lão Thích Minh Châu   (1918 – 2012)
Phó Trưởng Ban

3. Hòa thượng Trưởng lão Thích Quảng Độ   (1928 – 2020)
Tổng Thư Ký

4. Hòa thượng Trưởng lão Thích Trí Quang   (1923 – 2019)

5. Hòa thượng Trưởng lão Thích Đức Nhuận   (1924 – 2002)

6. Hòa thượng Trưởng lão Thích Bửu Huệ   (1914 – 1991)

7. Hòa thượng Trưởng lão Thích Trí Thành   (1921 – 1999)

8. Hòa thượng Trưởng lão Thích Nhật Liên   (1923 – 2010)

9. Hòa thượng Trưởng lão Thích Thiện Siêu   (1921 – 2001)

10. Hòa thượng Trưởng lão Thích Huyền Vi   (1926 – 2005)

B. *Thành Viên Bổ Sung:*

1. Hòa thượng Trưởng lão Thích Đức Tâm   (1928 – 1988)

2. Hòa thượng Trưởng lão Thích Huệ Hưng   (1917 – 1990)

3. Hòa thượng Trưởng lão Thích Thuyền Ấn   (1927 – 2010)

4. Hòa thượng Trưởng lão Thích Trí Nghiêm   (1911 – 2003)

5. Hòa thượng Trưởng lão Thích Trung Quán   (1918 – 2003)

6. Hòa thượng Trưởng lão Thích Thiền Tâm   (1925 – 1992)

7. Hòa thượng Trưởng lão Thích Thanh Từ   (1924 –)

8. Hòa thượng Thích Tuệ Sỹ   (1943 – 2023)

Sau gần 50 năm kể từ khi Hội đồng Phiên dịch Tam Tạng được thành lập, nhiều Kinh điển đã được phiên dịch, góp phần đáng kể vào kho tàng Thánh điển Phật giáo Việt Nam, nhưng có thể nói rằng dự án phiên dịch đưa ra thời ấy, vẫn chưa hoàn tất. Lý do thứ nhất, do hoàn cảnh chiến tranh và bất toàn xã hội, các Kinh điển được dịch rồi vẫn không có đủ thời gian thuận tiện để được hiệu đính và nhuận sắc lại theo đúng tiêu chuẩn Phật điển hàn lâm. Thứ nữa, với nguồn tài liệu cổ ngữ, sinh ngữ dồi dào hiện nay cùng với phương tiện kỹ thuật vi tính, thông tin liên mạng, chư vị dịch giả có rất nhiều cơ hội để truy cập, tham khảo, đối chiếu các truyền bản khác nhau để có được định bản tiếng Việt đáng tin cậy, theo chuẩn mực quốc tế. Ngoài ra, chư vị thành viên Hội đồng Phiên dịch đã theo thời gian, tuần tự viên tịch khi công trình phiên dịch còn dang dở. Nay chỉ còn 2 trong số 18 vị dịch giả còn đương tiền, nhưng một vị đang trong tình trạng bất hoạt; vị duy nhất còn lại có thể tiếp tục đảm đương trọng nhiệm là Hòa thượng Thích Tuệ Sỹ. Xét thấy, đây cũng là phước duyên hy hữu cho Phật giáo Việt Nam cũng như cho công trình phiên dịch Tam Tạng do Viện Tăng Thống đề ra nửa thế kỷ trước:

a) Về phương diện học thuật, Hòa thượng Tuệ Sỹ là một trong số ít học giả uy tín trong việc nghiên tầm, phiên dịch, chú giải và giảng thuật về Tam Tạng Kinh điển từ nhiều thập niên qua; đã và đang đào tạo, nâng đỡ nhiều thế hệ Tăng Ni và Cư sĩ có trình độ Phật học và cổ ngữ có thể phụ trợ công trình phiên dịch;

b) Về phương diện điều hành, Hòa thượng Tuệ Sỹ chính thức tiếp nhận ấn tín Viện Tăng Thống từ Đức Đệ ngũ Tăng Thống, hàm nghĩa kế thừa sự nghiệp hoằng pháp của GHPGVNTN, đồng thời kế thừa công trình phiên dịch của Hội đồng Phiên dịch Tam Tạng được Hội đồng Giáo phẩm Trung ương Viện Tăng Thống thành lập năm 1973.

Từ những nhân duyên và điều kiện kể trên, công trình phiên dịch dang dở của chư vị tiền hiền tất yếu phải được Hòa thượng Tuệ Sỹ đưa vai gánh vác, không thể để cho gián đoạn. Đó là lý do, từ danh nghĩa Viện Tăng Thống GHPGVNTN, Hội Đồng Phiên Dịch Tam Tạng Lâm Thời (HĐPDTTLT) đã được thành lập vào ngày 03 tháng 12 năm 2021, theo Thông Bạch số 11/VTT/VP, nhằm kế thừa sự nghiệp phiên dịch Tam Tạng của chư vị Trưởng lão Hội Đồng Phiên Dịch Tam Tạng Viện Tăng Thống, với thành phần nhân sự như sau:

HỘI ĐỒNG PHIÊN DỊCH TAM TẠNG LÂM THỜI 2021[*]

Cố Vấn:	Giáo sư Trí Siêu Lê Mạnh Thát (Việt Nam)
Chủ Tịch:	Hòa thượng Thích Tuệ Sỹ (Việt Nam)
Chánh Thư Ký:	Hòa thượng Thích Như Điển (Đức quốc)
Phó Thư Ký Quốc Nội:	Hòa thượng Thích Thái Hòa (Việt Nam)
Phó Thư Ký Hải Ngoại:	Hòa thượng Thích Nguyên Siêu (Hoa Kỳ)

Ủy Ban Duyệt Sách:

Hòa thượng Thích Tuệ Sỹ; Giáo sư Trí Siêu Lê Mạnh Thát.

Ủy Ban Phiên Dịch:

Hòa thượng Thích Đức Thắng (Việt Nam); Hòa thượng Thích Thái Hòa (Việt Nam); Thượng tọa Thích Nguyên Hiền (Việt Nam); Thượng tọa Thích Nhuận Châu (Việt Nam); Đại đức Thích Nhuận Thịnh (Việt Nam); Cư sĩ Đạo Sinh Phan Minh Trị (Việt Nam); Cư sĩ Trí Việt Đỗ Quốc Bảo (Đức quốc).

Ủy Ban Chứng Nghĩa Chuyết Văn:

Hòa thượng Thích Thiện Quang (Canada); Thượng tọa Thích Nguyên Tạng (Úc); Đại đức Thích Nhuận Thịnh (Việt Nam); Cư sĩ Tâm Huy Huỳnh Kim Quang (Hoa Kỳ); Cư sĩ Tâm Quang Vĩnh Hảo (Hoa Kỳ).

Những thành viên khác tùy theo nhu cầu sẽ được thỉnh cử sau.

Xét thấy công hạnh tu trì cũng như kiến văn của thành viên chưa thể sánh ngang với chư Tôn túc Trưởng lão Hội đồng Phiên dịch Tam Tạng 1973, do đó chỉ có thể thành lập Hội đồng Lâm thời để kế thừa việc phiên dịch Kinh-Luật-Luận theo khả năng. Trong điều kiện như thế, HĐPDTTLT sẽ không phiên dịch theo thứ tự lịch sử hình thành Thánh điển như Đại Chánh, mà theo phương pháp các Kinh Lục cổ điển, phân Thánh giáo thành Ba thừa: Thanh Văn Tạng, Bồ-tát Tạng và Mật Tạng. Cho đến khi nào sở học và đạo hạnh được nâng cao, đủ để xác định tín tâm trong hàng bốn chúng đệ tử, bấy giờ Hội đồng Phiên dịch Tam Tạng Lâm thời sẽ chuyển thành chính thức, và sẽ tuần tự thực hiện chương trình phiên dịch đúng theo đề xuất của Hội đồng Phiên dịch Tam Tạng 1973.

---

[*] Xem thêm chú thích cuối bài.

Sự nghiệp phiên dịch Đại Tạng Kinh là sự nghiệp chung, hệ trọng và trường kỳ, của Tăng tín đồ Phật giáo Việt Nam trong và ngoài nước. Hình thành Đại Tạng Kinh tiếng Việt không những tạo điều kiện thuận lợi cho việc nghiên cứu và thực hành Phật Pháp đúng đắn cho tứ chúng đệ tử, khẳng định vị thế của Phật giáo Việt Nam đối với nhân loại và cộng đồng Phật giáo quốc tế, mà còn là sự phục hưng những giá trị văn hóa dân tộc nhằm góp phần vào việc xây dựng và phát triển đất nước. Nhận thức được tầm quan trọng này, chư vị lãnh đạo các Giáo hội Phật giáo Việt Nam Thống Nhất tại hải ngoại đã vận động thành lập Hội Đồng Hoằng Pháp vào ngày 08 tháng 5 năm 2021, với sự tán trợ của Viện Tăng Thống, nhằm mở rộng con đường hoằng pháp ngoài nước theo tiêu hướng của GHPGVNTN, cũng như để vận động yểm trợ và thúc đẩy công trình phiên dịch và ấn hành Đại Tạng Kinh Việt Nam tiến đến thành tựu viên mãn.

Để tri niệm ân sâu của chư lịch đại Tổ sư và chư vị Tôn túc trong Hội Đồng Phiên Dịch Tam Tạng 1973 trong sự nghiệp hoằng truyền chánh đạo, Hội Đồng Hoằng Pháp nguyện góp phần công đức, toàn tâm ủng hộ, cúng dường tâm lực, trí lực và tài lực để Đại Tạng Kinh Việt Nam chuẩn mực được lần lượt ấn hành, khởi đầu từ Thanh Văn Tạng, tháng 01 năm 2022, cho đến khi hoàn tất Bồ-tát Tạng và Mật Tạng trong thập niên tới.

Nguyện đem công đức Pháp thí này hồi hướng chánh pháp cửu trụ, tứ chúng an hòa, phát Bồ-đề tâm tiến tu đạo nghiệp; lại nguyện nhân loại được an vui, phúc lạc; sớm chấm dứt thiên tai dịch bệnh, khắp loài chúng sinh đều được lạc nghiệp an cư.

Ngưỡng vọng chư tôn Trưởng lão, chư Hòa thượng, Thượng tọa, Đại đức Tăng Ni cùng bốn chúng đệ tử trong và ngoài nước chứng minh và liễu tri.

Nam mô Công Đức Lâm Bồ-tát.

Phật lịch 2565, năm Tân Sửu
Ngày 01 tháng 01 năm 2022

Hội Đồng Phiên Dịch Tam Tạng Lâm Thời
Cẩn bạch

CHÚ THÍCH *(cập nhật 15/09/2024):*

Tham chiếu Quyết định số: 07.VTT/CTK/QĐ do Hòa Thượng Thích Tuệ Sỹ ký 21/09/2023; đồng thời tham chiếu Biên bản kỳ họp Ủy Ban Phiên Dịch Trung Ương mở rộng vào ngày 15/08/2024 và 29/08/2024, từ 9/2024 có những thay đổi về tổ chức và nhân sự sau:

- Tên gọi mới:

ỦY BAN PHIÊN DỊCH TRUNG ƯƠNG

- Nhân sự:

Chủ tịch:	Hòa Thượng Thích Như Điển
Chánh Thư Ký:	Hòa Thượng Thích Thái Hòa
Phó Thư Ký:	Hòa Thượng Thích Nguyên Siêu
Phụ tá đặc trách Giáo nghĩa Tiểu Ban Phiên Dịch Chuyên Trách:	Tỳ-kheo-ni TN. Thanh Trì

PHÀM LỆ

1. Đại Tạng Kinh Việt Nam bao gồm tất cả các bản dịch tiếng Việt của Tam Tạng Kinh Điển Phật giáo đã xuất hiện ở nước ta từ trước đến nay, qua các thời kỳ với nhiều dịch giả khác nhau, để cho thấy quá trình hình thành Đại Tạng Kinh Việt Nam qua lịch sử.

2. Về bản đáy, bản dịch Việt căn cứ trên ấn bản Đại Chánh Tân Tu Đại Tạng Kinh 100 tập, mỗi tập trên dưới 1000 trang chữ Hán cỡ 10pt và sẽ được đánh số theo thứ tự của số ghi trong bản in Đại Chánh. Mỗi trang của bản in Đại chính được chia làm ba cột: a, b, c. Số trang và cột này đều được ghi trong bản dịch để tiện tham khảo.

3. Vì thế, một bản Kinh chữ Hán có thể có nhiều bản dịch tiếng Việt, nên sau số thứ tự của Đại Chánh, sẽ đánh thêm các mẫu tự A, B, C... để phân biệt các bản dịch tiếng Việt khác nhau của cùng một bản Kinh chữ Hán đó.

4. Về xử lý văn bản trong khi phiên dịch, phần lớn căn cứ công trình hiệu đính và đối chiếu của bản Đại Chánh. Ngoài ra, tham khảo thêm các công trình hiệu đính và đối chiếu khác.

5. Giữa các ấn bản có những điểm khác nhau, bản Việt sẽ lựa chọn hoặc hiệu đính theo nhận thức của người dịch.

6. Trong bản Hán, nếu chỗ nào xét thấy văn dịch hay từ ngữ không phù hợp với giáo nghĩa truyền thống phổ biến, người dịch sẽ tham khảo các Kinh, Luật, Luận cần thiết để

hiệu chính. Những hiệu chính này được giải thích ở phần cước chú.

7. Bản Hán dịch thực hiện căn cứ phần lớn trên sự truyền khẩu. Do đó những từ phát âm tương tự dễ đưa đến ngộ nhận, như *sam* Pāli hay *sama* và *samyak*; *cala* và *jala*; *muti* và *muṭṭhi*, v.v... Trong những trường hợp này, người dịch sẽ tham chiếu các Kinh tương đương, các bản Hán biệt dịch, suy đoán tự dạng nguyên thủy có thể có trong Phạn bản để hiệu chính. Những hiệu chính này đều được ghi ở phần cước chú.

8. Do các truyền bản khác nhau giữa các bộ phái, để có nhận thức về giáo nghĩa nguyên thủy, chung cho tất cả, cần có những nghiên cứu đối chiếu sâu rộng. Công việc này ngoài khả năng hiện tại của các dịch giả. Tuy nhiên, trong trường hợp có thể, những điểm dị biệt giữa các truyền bản sẽ được ghi nhận và đối chiếu. Những ghi nhận này được nêu ở phần cước chú.

9. Bản Hán dịch được phân thành số quyển. Bản dịch Việt không chia số quyển như vậy, nhưng sẽ ghi ở phần cước chú mỗi khi bắt đầu một quyển khác.

10. Các từ Phật học trong một số bản Hán dịch nếu không phổ biến, do đó có thể gây khó khăn cho việc đọc và nghiên cứu, trong các trường hợp như vậy, tuy vẫn giữ nguyên dịch ngữ của bản Hán, nhưng dịch ngữ tương đương thông dụng hơn sẽ được ghi trong phần cước chú. Trong trường hợp có thể, sẽ ghi luôn dịch giả của những dịch ngữ này và xuất xứ của chúng từ bản dịch nào để tiện

việc tham khảo.

11. Các Kinh sách tham khảo trong cước chú đều được viết tắt theo quy định phổ thông của giới nghiên cứu quốc tế; xem quy định về viết tắt ở cuối mỗi tập của Đại Tạng Kinh Việt nam.

12. Quy ước các danh từ viết hoa

* *Các từ gốc Sanskrit/Pāli:*

a. Từ thường phiên âm: tất cả viết thường với gạch nối. Như *śūnyatā* = thuấn-nhã-đa tính, *kṣatriya* = sát-đế-lợi. Trừ các từ tôn kính, theo ngữ cảnh; như: *Nirvāṇa* = Niết-bàn; *Ācārya* = A-xà-lê; *Bhikṣu* = Tỳ-kheo v.v...

b. Từ đặc hữu (nhân danh, địa danh): Chữ đầu hoa, còn lại thường, với gạch nối. Như *Śariputra* = Xá-lợi-phất, *Śrāvastī* = Xá-vệ, *Kapilavastu* = Ca-tì-la-vệ.

c. Trường hợp vừa âm vừa nghĩa, phần phiên âm chữ đầu hoa, còn lại thường với gạch nối; phần nghĩa viết Hoa, như *Śariputra* = Xá-lợi Tử.

* *Các từ thuần Việt,* chưa có quy tắc chính thức, nhưng theo cách viết phổ thông hiện nay:

a. Từ phổ thông: tất cả không hoa, trừ trường hợp tôn kính hay đặc biệt.

b. Từ đặc hữu, nhân danh, địa danh: tất cả viết hoa.

Vạn Hạnh, Pl. 2550 - Dl. 2006
Trí Siêu và **Tuệ Sỹ** cẩn chí

BẢNG VIẾT TẮT

A	*Aṅguttara-Nikāya* – Tăng chi bộ kinh
Câu-xá	A-tỳ-đạt-ma-câu-xá luận, T 29 No 1558
Cf.	*confer*, Tham chiếu, so sánh
Cđ., Chân Đế	bản dịch của Chân Đế
cht.	chú thích
Ch.	Chương
...cho đến	Lặp lại nguyên văn đoạn trên
D	*Dīgha-nikāya*, Trường bộ kinh
Đại.	Đại Chánh Tân Tu Đại Tạng Kinh, Taisho
đd	đã dẫn
Dh, Dhp	*Dhammapada*, kinh Pháp cú
Du-già	Du-già sư địa luận, T 30 No 1579
ff.	following, tiếp theo
Ht., Huyền Trang	bản dịch của Huyền Trang
ibid.	*ibidem*, cùng chỗ đã dẫn, đã dẫn, dẫn thượng
M	*Majjhima-Nikāya* – Trung bộ kinh
n.	number, số hiệu
Ngũ A	Ngũ phần Tỳ-kheo giới bổn A
Ngũ B	ngũ phần Tỳ-kheo giới bổn B
Niss.	*Nissaggiya*, Ni-tát-kỳ
NM	bản in đời Nguyên Minh
nt	như trên
Ntk	Ni-tát-kì ba-dật-đề
Pl.	Pāli
S	*Samyutta-Nikāya* – Tương ưng bộ kinh
Pāc.	*Pācittiya*, Ba-dật-đề

Sdt.	sách dẫn trên
Sđd.	Sách đã dẫn
Skt.	Sanskrit
Sn	*Sutta-nipāta* – Kinh tập
T	Taisho (大正), Đại chánh tân tu Đại tạng kinh, dẫn theo số sách, số trang, cột và dòng.
Tập dị	Tập dị môn túc luận
Th 1	*Theragāthā* – Trưởng lão kệ
Th 2	*Therīgāthā* – Trưởng lão ni kệ
thc.	tham chiếu
thk.	tham khảo
Tì-bà-sa	A-tì-đạt-ma Đại tì-bà-sa luận
Tl.	Tây lịch
TNM	bản in các đời Tống Nguyên Minh
tr.	Trang
TVT	Thanh Văn Tạng, Đại Tạng Kinh Việt Nam
vd.	ví dụ
Vin.	*Vinaya*, Luật tạng Pāli
Vsm.	*Visuddhimagga* – Thanh tịnh đạo luận
x.	xem
X.	Xuzang (續藏), Tục tạng, Vạn.
Wogihara	Phạn Hòa từ điển, Địch Nguyên Vân Lai (Wogihara Unrai)

Quyển mười một
Chương bốn: Nghiệp Uẩn

PHẨM MỘT: LUẬN VỀ HÀNH ÁC[1]

Ba hành đối ba căn
đối với mười nghiệp đạo
Ba nghiệp đối mười Đạo
Chín môn nghiệp tương nhiếp
Thân tâm thọ bốn câu
Ba chướng thể thế nào?

---

[1] Ác hành: Skt Pāpa-saṃskāra; Akuśala-saṃskāra. Pāli Pāpa-saṅkhara; Akusala-saṅkhara. Pāpa, ác, tổn hại. Saṃskāra hay Saṅkhāra, nghĩa là tạo tác.

Hành, cũng cùng nghĩa với nghiệp là tạo tác. Hành ở trong mười hai chi duyên khởi là vận hành tương tác duyên khởi. Nghĩa là hành duyên vô minh, vô minh duyên hành. Hành liên hệ đến nghiệp quá khứ chiêu cảm quả hiện tại. Hành là những hành động liên hệ đến thân và tâm. Hành cũng có nghĩa là luân chuyển, biến đổi. Hành cũng liên hệ đến ý nghĩa vận hành ở trong các pháp hữu vi và hành cũng liên hệ đến hành khổ ở trong tám khổ của Khổ Thánh đế và cũng liên hệ đến hành ở trong năm thủ uẩn.

Ác hành: Hành vi xấu ác liên hệ đến các bất thiện nghiệp đạo. Chúng có ba loại, gồm: Ác hành thuộc về thân; ác hành hành thuộc về ngữ; ác hành thuộc về ý. Ác hành thuộc về thân, ấy là sát sinh, trộm cắp, tà dâm. Ác hành thuộc về ngữ, ấy là nói dối, nói hai lưỡi, nói thêm thắc, nói thô lỗ. Ác hành thuộc về ý, ấy là ý tham, ý sân, ý si. (*Đại Tỳ-bà-sa* 112, *Đại chánh* 27; *Câu-xá luận* 14, *Đại chánh* 29; *Bồ-tát anh lạc bản nghiệp kinh* 2, *Đại chánh* 24).

Thế nào tội-quả lớn?

Chương này nguyện nói đủ.

Hỏi: Ba ác hành, Ba căn bất thiện: Ba ác hành thâu nhiếp ba căn bất thiện hay ba căn bất thiện thâu nhiếp ba ác hành?

Đáp: Nên nêu lên bốn trường hợp để giải thích:

1- Trường hợp có ác hành không phải là căn bất thiện: Nghĩa là ác hành của thân, ngữ, tà kiến, tư ý bất thiện.

2- Trường hợp có căn bất thiện, không phải là ác hành: Nghĩa là căn bất thiện si.

3- Trường hợp có ác hành cũng căn bất thiện: Nghĩa là tham dục, sân nhuế.

4- Có trường hợp không phải ác hành, không phải căn bất thiện: Nghĩa là ngoại trừ các tướng nêu ở trước.

Hỏi: Ba diệu hành, Ba thiện căn[2]: Ba diệu hành thâu nhiếp ba thiện

---

[2] Ba diệu hành-ba thiện căn: [Skt] Trīṇi-sucaritāni. [Pāli] Tīṇi-sucaritāni. Ấy là ba diệu hành thuộc thân, ngữ, ý.

1- Thân diệu hành: [Skt] Kāya-sucarita. Thân đi đến hạnh phúc cao thượng. Cũng có nghĩa là thân hành an tịnh. Thân diệu hành, nghĩa là thân nghiệp thiện đối với gia hành, căn bản và hậu đắc.

2- Ngữ diệu hành: [Skt] Vāksucarita. Ngữ đi đến hạnh phúc cao thượng. Cũng có nghĩa là ngữ hành an tịnh. Ngữ diệu hành, nghĩa là thâu nhiếp thiện đối với gia hành, căn bản và hậu đắc.

3- Ý diệu hành: [Skt] Manaḥ-sucarita. Tư duy đi đến hạnh phúc cao thượng. Cũng có nghĩa là ý hành an tịnh. Ý diệu hành, thâu nhiếp hết thảy thiện đối với gia hành, căn bản và hậu đắc. Và ý diệu hành là ý ly tham, ý ly sân, ý ly si. Ba diệu hành bao gồm hết thảy các thiện nghiệp đạo từ thô đến tế. Thiện nghiệp đạo là biểu hiện phần thô của thiện.

"Thân diệu hành là thân thanh tịnh; ngữ diệu hành là ngữ thanh tịnh; ý diệu hành là ý thanh tịnh. Nên, ba diệu hành ba thanh tịnh". (*Đại Tỳ-bà-sa* 17, *Đại chánh* 27).

- Ba thiện căn: [Skt] Trīṇi-kuśala-mūlani. [Pāli] Tīṇi-kusala- mūlani. Ba thiện căn, gồm:

1- Vô tham thiện căn: [Skt] Alobha-kuśala-mūla. Alobha là không tham đắm, không trói buộc đối với năm cảnh dục lạc. Vô tham là gốc căn hay ba thiện căn thâu nhiếp Diệu hành?

Đáp: Nên nêu lên bốn trường hợp để giải thích:

1- Trường hợp có diệu hành không phải là thiện căn: Nghĩa là diệu hành của thân, ngữ và tư ý thiện.

2- Trường hợp có thiện căn không phải là diệu hành: Nghĩa là chánh kiến không thâu nhiếp thiện căn vô si.

3- Trường hợp có diệu hành cũng có thiện căn: Nghĩa là vô tham, vô sân, chánh kiến.

4- Có trường hợp không phải diệu hành, không phải thiện căn: Nghĩa là ngoại trừ các tướng nêu ra ở trước.

Hỏi: Ba ác hành, Mười bất thiện nghiệp đạo[3]: Ba ác hành thâu

---

lành của hết thảy thiện pháp và là gốc lành của hết thảy chúng sinh.

2- Vô sân thiện căn: [Skt] Adveṣa-kuśala-mūla. Hán dịch là bất nhuế thiện căn hay bất khuể thiện căn. Thiện căn vô sân là không giận dữ, không não hại. Vô sân thiện căn là gốc lành của hết thảy thiện pháp.

3- Vô si thiện căn: [Skt] Amoha-kuśala-mūla. Hán dịch bất si thiện căn. Bất si là thấu suốt hết thảy pháp và có năng lực thấy rõ các pháp thiện và pháp bất thiện, pháp dẫn đến tội lỗi, pháp không đưa đến tội lỗi, pháp nên tu tập, pháp không nên tu tập... Nên, vô si là gốc rễ của các pháp lành.

Ba thiện căn, gồm: Vô tham, vô sân, vô si có thể tính đầy đủ ở một tâm, có mặt cùng khắp sáu thức, cũng ở nơi các pháp thuộc về hữu lậu-vô lậu để cùng khởi. Nên, ba thiện căn này là gốc rễ của mọi điều lành.

Tóm lại, "Thiện căn là có khả năng phát sinh điều thiện, tăng trưởng điều thiện, nuôi lớn điều thiện, tăng ích điều thiện, nắm giữ điều thiện, quảng bá điều thiện, vì có những đặc điểm như vậy, nên gọi là thiện căn". (*Trường A-hàm 8, Đại chánh 1; Đại Tỳ-bà-sa 112, Đại chánh 27*).

[3] Ba ác hành-mười bất thiện nghiệp đạo:

- Ba ác hành: [Skt] Trīṇi-duścaritāni. [Pāli] Tīṇi-duccaritāni. Tất cả những hành vi bất thiện thuộc thân ngữ ý.

1- Thân ác hành: [Skt] Kāya-duścarita. Thân đi đến xấu ác. Ấy là bao gồm cả gia hành, căn bản và hậu khởi của thân nghiệp bất thiện.

2- Ngữ ác hành: [Skt] Vāk-duścarita. Ngữ đi đến xấu ác. Ấy là bao gồm hết thảy gia hành, căn bản, hậu khởi của ngữ nghiệp bất thiện.

3- Ý các hành: [Skt] Manaḥ-duscarita. Ấy là ý suy nghĩ, tư duy liên hệ nhiếp mười bất thiện nghiệp đạo hay mười bất thiện nghiệp đạo thâu nhiếp ba ác hành?

Đáp: Ba ác hành thâu nhiếp mười bất thiện nghiệp đạo, không phải mười bất thiện nghiệp đạo thâu nhiếp ba ác hành.

Không thâu nhiếp những gì? Nghĩa là ngoại trừ thân ác hành, ngữ ác hành, ý các hành thâu nhiếp của nghiệp đạo. Các ác hành của thân, ngữ, ý còn lại.

Hỏi: Ba diệu hành, Mười thiện nghiệp đạo: Ba diệu hành thâu nhiếp mười thiện nghiệp đạo hay mười thiện nghiệp đạo thâu nhiếp ba diệu hành?

Đáp: Ba diệu hành thâu nhiếp mười thiện nghiệp đạo, không phải mười thiện nghiệp đạo thâu nhiếp ba diệu hành.

Không thâu nhiếp những gì? Nghĩa là ngoại trừ thân diệu hành, ngữ diệu hành, ý diệu hành do nghiệp đạo thâu nhiếp. Các diệu hành thuộc thân, ngữ, ý còn lại.

Hỏi: Ba nghiệp, Mười nghiệp đạo: Ba nghiệp thâu nhiếp mười nghiệp đạo hay mười nghiệp đạo thâu nhiếp ba nghiệp?

Đáp: Nên nêu lên bốn trường hợp để giải thích:

1- Trường hợp có nghiệp, không phải là nghiệp đạo: Nghĩa là Ý nghiệp và nghiệp đạo không thâu nhiếp nghiệp của thân và ngữ.

đến tham, sân, si, tà kiến. (*Trường A-hàm* 8, *Đại chánh* 1; *Tập dị môn túc luận* 3, *Đại chánh* 26; *Câu-xá luận* 16, *Đại chánh* 29).

- Mười bất thiện nghiệp đạo: Skt Daśa-akuśala-karma-pathāni. Hán dịch là Thập bất thiện nghiệp đạo, Thập ác nghiệp đạo, Thập bất thiện căn bản nghiệp đạo, Thập hắc nghiệp đạo.

Nghiệp đạo, Skt là karma-patha. Nghĩa con đường của nghiệp đi qua. Mười bất thiện nghiệp đạo, nghĩa là con đường mười hành vi bất thiện đi qua. Mười hành vi bất thiện ấy, gồm: Ba bất thiện nghiệp của thân, như: Sát sinh, trộm cắp, tà dâm. Bốn bất thiện nghiệp của ngữ, như: Nói dối, nói thêm thắt, nói hai lưỡi, nói thô lỗ. Ba bất thiện nghiệp của ý, gồm: Ý tham, ý sân, ý si. (*Trường A-hàm* 15, *Đại chánh* 1; *Tăng nhất A-hàm* 43, 44, *Đại chánh* 2; *Chánh pháp niệm xứ kinh* 1, 2, *Đại chánh* 17).

2- Trường hợp có nghiệp đạo, không phải là nghiệp: Nghĩa là ba nghiệp đạo sau.

3- Trường hợp có nghiệp, cũng là nghiệp đạo: Nghĩa là bảy nghiệp đạo trước.

4- Có trường hợp không phải nghiệp, cũng không phải nghiệp đạo: Nghĩa là ngoại trừ các tướng nêu ra ở trước.

Ba nghiệp: Nghĩa là Thân nghiệp, ngữ nghiệp, ý nghiệp.

Bốn nghiệp: Nghĩa là hắc hắc dị thục nghiệp, bạch bạch dị thục nghiệp, hắc bạch, hắc bạch dị thục nghiệp, phi hắc, phi bạch vô dị thục nghiệp, có thể bao gồm hết thảy nghiệp.

Hỏi: Ba nghiệp thâu nhiếp bốn nghiệp hay bốn nghiệp thâu nhiếp ba nghiệp?

Đáp: Ba nghiệp thâu nhiếp bốn nghiệp, không phải bốn nghiệp thâu nhiếp ba nghiệp. Không thâu nhiếp những nghiệp gì? Nghĩa là ngoại trừ khả năng đoạn trừ các tư ý của nghiệp còn thuộc hữu học. Còn lại, các nghiệp như: Vô lậu nghiệp, thiện nghiệp hệ thuộc Vô sắc giới, tất cả nghiệp thuộc vô ký.

Ba nghiệp: Nghĩa là thân nghiệp, ngữ nghiệp, ý nghiệp.

Lại nữa, có ba nghiệp, gồm: Thuận hiện pháp thọ nghiệp, Thuận thứ sinh thọ nghiệp, Thuận hậu thứ thọ nghiệp.

Hỏi: Ba nghiệp trước thâu nhiếp ba nghiệp sau hay ba nghiệp sau thâu nhiếp ba nghiệp trước?

Đáp: Ba nghiệp trước thâu nhiếp ba nghiệp sau, không phải ba nghiệp sau thâu nhiếp ba nghiệp trước. Không thâu nhiếp những nghiệp gì? Nghĩa là bất định nghiệp, vô ký nghiệp, vô lậu nghiệp.

Ba nghiệp: Nghĩa là thân nghiệp, ngữ nghiệp, ý nghiệp.

Lại nữa, có ba nghiệp: Nghĩa là thuận lạc thọ nghiệp, thuận khổ thọ nghiệp, thuận bất khổ, bất lạc thọ nghiệp.

Hỏi: Ba nghiệp trước thâu nhiếp ba nghiệp sau hay ba nghiệp sau thâu nhiếp ba nghiệp trước?

Đáp: Ba nghiệp trước thâu nhiếp ba nghiệp sau, không phải ba nghiệp sau thâu nhiếp ba nghiệp trước. Không thâu nhiếp những nghiệp gì? Nghĩa là vô ký nghiệp, vô lậu nghiệp.

Ba nghiệp: Nghĩa là thân nghiệp, ngữ nghiệp, ý nghiệp.

Lại nữa, có ba nghiệp: Nghĩa là quá khứ nghiệp, vị lai nghiệp, hiện tại nghiệp.

Lại nữa, có ba nghiệp: Nghĩa là thiện nghiệp, bất thiện nghiệp, vô ký nghiệp.

Lại nữa, có ba nghiệp: Nghĩa là hữu học nghiệp, vô học nghiệp, phi học, phi vô học nghiệp.

Lại nữa, có ba nghiệp: Nghĩa là kiến sở đoạn nghiệp, tu sở đoạn nghiệp, vô đoạn nghiệp.

Hỏi: Ba nghiệp trước thâu nhiếp ba nghiệp sau hay ba nghiệp sau thâu nhiếp ba nghiệp trước?

Đáp: Tùy theo nghiệp sự của chúng, lần lượt thâu nhiếp lẫn nhau.

Ba nghiệp: Nghĩa là thân nghiệp, ngữ nghiệp, ý nghiệp.

Lại nữa, có ba nghiệp: Nghĩa là Dục giới hệ nghiệp, Sắc giới hệ nghiệp, Vô sắc giới hệ nghiệp.

Hỏi: Ba nghiệp trước thâu nhiếp ba nghiệp sau hay ba nghiệp sau thâu nhiếp ba nghiệp trước?

Đáp: Ba nghiệp trước thâu nhiếp ba nghiệp sau, không phải ba nghiệp sau thâu nhiếp ba nghiệp trước. Không thâu nhiếp những nghiệp gì? Nghĩa là vô lậu nghiệp.

Bốn nghiệp: Như trước đã nói.

Ba nghiệp: Nghĩa là Thuận hiện pháp thọ nghiệp...

Hỏi: Bốn nghiệp thâu nhiếp ba nghiệp hay ba nghiệp thâu nhiếp bốn nghiệp?

Đáp: Nên nêu lên bốn trường hợp để giải thích:

1- Trường hợp có bốn nghiệp không thâu nhiếp ba nghiệp: Nghĩa là có thể đoạn trừ các nghiệp như: hữu học tư ý nghiệp, bất thiện nghiệp, bất định nghiệp hệ thuộc Dục giới và thiện nghiệp, bất định nghiệp hệ thuộc Sắc giới.

2- Trường hợp có ba nghiệp không thâu nhiếp bốn nghiệp: Nghĩa là thiện nghiệp, quyết định nghiệp hệ thuộc Vô sắc giới.

3- Trường hợp có bốn nghiệp cũng thâu nhiếp ba nghiệp: Nghĩa là thiện nghiệp, bất thiện nghiệp, quyết định nghiệp hệ thuộc Dục giới và thiện nghiệp, quyết định nghiệp hệ thuộc Sắc giới.

4- Có trường hợp không phải bốn nghiệp, cũng không phải ba nghiệp: Nghĩa là ngoại trừ có khả năng dứt trừ các nghiệp thuộc tư ý hữu học, còn lại vô lậu nghiệp, thiện nghiệp, bất định hệ thuộc Vô sắc giới và vô ký nghiệp.

Bốn nghiệp: Như trước đã nói.

Ba nghiệp: Nghĩa là thuận lạc thọ nghiệp...

Hỏi: Bốn nghiệp thâu nhiếp ba nghiệp hay ba nghiệp thâu nhiếp bốn nghiệp?

Đáp: Nên nêu lên bốn trường hợp để giải thích:

1- Trường hợp có bốn nghiệp không thâu nhiếp ba nghiệp: Nghĩa là có thể đoạn trừ các nghiệp thuộc tư ý hữu học.

2- Trường hợp có ba nghiệp không thâu nhiếp bốn nghiệp: Nghĩa là thiện nghiệp hệ thuộc Vô sắc giới.

3- Trường hợp có bốn nghiệp cũng thâu nhiếp ba nghiệp: Nghĩa là thiện nghiệp, bất thiện nghiêp hệ thuộc Dục giới, thiện nghiệp hệ thuộc Sắc giới.

4- Có trường hợp không phải bốn nghiệp, cũng không phải ba nghiệp: Nghĩa là ngoại trừ có khả năng dứt trừ các nghiệp thuộc tư ý hữu học, còn lại vô lậu nghiệp và vô ký nghiệp.

Bốn nghiệp: Như trước đã nói.

Ba nghiệp: Nghĩa là quá khứ nghiệp...; thiện nghiệp..., học tư nghiệp..., kiến đoạn nghiệp...

Hỏi: Bốn nghiệp thâu nhiếp ba nghiệp hay ba nghiệp thâu nhiếp bốn nghiệp?

Đáp: Ba thâu nhiếp bốn, không phải bốn thâu nhiếp ba. Không thâu nhiếp những nghiệp gì? Nghĩa là ngoại trừ khả năng đoạn trừ các tư ý của nghiệp còn thuộc hữu học. Còn lại, các nghiệp như: Vô lậu nghiệp, thiện nghiệp hệ thuộc Vô sắc giới và vô ký nghiệp.

Bốn nghiệp: Như trước đã nói.

Ba nghiệp: Nghĩa là Dục giới nghiệp...

Hỏi: Bốn nghiệp thâu nhiếp ba nghiệp hay ba nghiệp thâu nhiếp bốn nghiệp?

Đáp: Nên nêu lên bốn trường hợp để giải thích:

1- Trường hợp có bốn nghiệp không thâu nhiếp ba nghiệp: Nghĩa là có thể đoạn trừ các nghiệp thuộc tư ý hữu học.

2- Trường hợp có ba nghiệp không thâu nhiếp bốn nghiệp: Nghĩa là thiện nghiệp hệ thuộc Vô sắc giới và vô ký nghiệp.

3- Trường hợp có bốn nghiệp cũng thâu nhiếp ba nghiệp: Nghĩa là thiện nghiệp, bất thiện nghiệp hệ thuộc Dục giới; thiện nghiệp hệ thuộc Sắc giới.

4- Có trường hợp không phải bốn nghiệp, cũng không phải ba nghiệp: Nghĩa là ngoại trừ có khả năng dứt trừ các nghiệp thuộc tư ý hữu học, còn lại vô lậu nghiệp.

Ba nghiệp: Nghĩa là thuận hiện pháp thọ nghiệp...

Lại nữa, ba nghiệp: Nghĩa là thuận lạc thọ nghiệp...

Hỏi: Ba nghiệp trước thâu nhiếp ba nghiệp sau hay ba nghiệp sau thâu nhiếp ba nghiệp trước?

Đáp: Ba nghiệp sau thâu nhiếp ba nghiệp trước, không phải ba nghiệp trước thâu nhiếp ba nghiệp sau. Không thâu nhiếp những nghiệp gì? Nghĩa là bất định nghiệp.

Ba nghiệp: Nghĩa là thuận hiện pháp thọ nghiệp,...

Lại nữa, có các loại ba nghiệp, gồm: Quá khứ nghiệp,... Thiện nghiệp,... Học tư nghiệp,... Kiến đoạn sở nghiệp,...

Hỏi: Ba nghiệp trước thâu nhiếp ba nghiệp sau hay ba nghiệp sau thâu nhiếp ba nghiệp trước?

Đáp: Ba nghiệp sau thâu nhiếp trước, không phải ba nghiệp trước thâu nhiếp ba nghiệp sau. Không thâu nhiếp những nghiệp gì? Nghĩa là bất định nghiệp, vô ký nghiệp, vô lậu nghiệp.

Ba nghiệp: Nghĩa là thuận hiện pháp thọ nghiệp,...

Lại nữa, có ba nghiệp: Nghĩa là Dục giới hệ nghiệp,...

Hỏi: Ba nghiệp trước thâu nhiếp ba nghiệp sau hay ba nghiệp sau thâu nhiếp ba nghiệp trước?

Đáp: Ba nghiệp sau thâu nhiếp ba nghiệp trước, ba nghiệp trước không thâu nhiếp ba nghiệp sau. Không thâu nhiếp những nghiệp gì? Nghĩa là bất định nghiệp, vô ký nghiệp.

Ba nghiệp: Nghĩa là thuận lạc thọ nghiệp,...

Lại nữa, có các loại ba nghiệp, gồm: Quá khứ nghiệp,... Thiện nghiệp,... Học tư nghiệp,... Kiến sở đoạn nghiệp,...

Hỏi: Ba nghiệp trước thâu nhiếp ba nghiệp sau, hay ba nghiệp sau thâu nhiếp ba nghiệp trước?

Đáp: Ba nghiệp sau thâu nhiếp ba nghiệp trước, không phải ba nghiệp trước thâu nhiếp ba nghiệp sau. Không thâu nhiếp những nghiệp gì? Nghĩa là vô ký nghiệp, vô lậu nghiệp.

Ba nghiệp: Nghĩa là thuận lạc thọ nghiệp,...

Lại nữa, có các loại ba nghiệp, gồm: Dục giới hệ nghiệp,...

Hỏi: Ba nghiệp trước thâu nhiếp ba nghiệp sau, hay ba nghiệp sau thâu nhiếp ba nghiệp trước?

Đáp: Ba nghiệp sau thâu nhiếp ba nghiệp trước, ba nghiệp trước không thâu nhiếp ba nghiệp sau. Không thâu nhiếp những nghiệp gì? Nghĩa là vô ký nghiệp.

Ba nghiệp: Nghĩa là quá khứ nghiệp...

Lại nữa, có các loại ba nghiệp, gồm: Thiện nghiệp,... Học tư nghiệp... Kiến sở đoạn nghiệp,...

Hỏi: Ba nghiệp trước thâu nhiếp ba nghiệp sau, hay ba nghiệp sau thâu nhiếp ba nghiệp trước?

Đáp: Tùy theo nghiệp sự của chúng, lần lượt thâu nhiếp tương quan lẫn nhau.

Ba nghiệp: Nghĩa là quá khứ nghiệp...

Lại nữa, có ba nghiệp, gồm: Dục giới hệ nghiệp...

Hỏi: Ba nghiệp trước thâu nhiếp ba nghiệp sau hay ba nghiệp sau thâu nhiếp ba nghiệp trước?

Đáp: Ba nghiệp trước thâu nhiếp ba nghiệp sau, không phải ba nghiệp sau thâu nhiếp ba nghiệp trước. Không thâu nhiếp những nghiệp gì? Nghĩa là vô lậu nghiệp.

Ba nghiệp: Nghĩa là thiện nghiệp...

Lại nữa, có các loại ba nghiệp, gồm: Dục giới hệ nghiệp...

Hỏi: Ba nghiệp trước thâu nhiếp ba nghiệp sau hay ba nghiệp sau thâu nhiếp ba nghiệp trước?

Đáp: Ba nghiệp trước thâu nhiếp ba nghiệp sau, không phải ba nghiệp sau thâu nhiếp ba nghiệp trước. Không thâu nhiếp những nghiệp gì? Nghĩa là vô lậu nghiệp.

Ba nghiệp: Nghĩa là thiện nghiệp...

Lại nữa, có các loại ba nghiệp, gồm: Học tư nghiệp... Kiến sở đoạn nghiệp...

Hỏi: Ba nghiệp trước thâu nhiếp ba nghiệp sau hay ba nghiệp sau thâu nhiếp ba nghiệp trước?

Đáp: Tùy theo nghiệp sự của chúng, lần lượt thâu nhiếp tương quan lẫn nhau.

Ba nghiệp: Nghĩa là Dục giới hệ nghiệp...

Lại nữa, có các loại ba nghiệp, gồm: Học tư nghiệp,... Kiến sở đoạn nghiệp...

Hỏi: Ba nghiệp trước thâu nhiếp ba nghiệp sau hay ba nghiệp sau thâu nhiếp ba nghiệp trước?

Đáp: Ba nghiệp sau thâu nhiếp ba nghiệp trước, không phải ba nghiệp trước thâu nhiếp ba nghiệp sau. Không thâu nhiếp những nghiệp gì? Nghĩa là vô lậu nghiệp.

Ba nghiệp: Nghĩa là học tư nghiệp...

Lại nữa, có các loại ba nghiệp, gồm: Kiến sở đoạn nghiệp...

Hỏi: Ba nghiệp trước thâu nhiếp ba nghiệp sau hay ba nghiệp sau thâu nhiếp ba nghiệp trước?

Đáp: Tùy theo nghiệp sự của chúng, lần lượt thâu nhiếp tương quan lẫn nhau.

Hỏi: Vả lại, có nghiệp do thân cảm thọ, không do tâm cảm thọ chăng?

Đáp: Có. Nghĩa là bất thiện nghiệp.

Hỏi: Vả lại, có nghiệp do tâm cảm thọ, không do thân cảm thọ chăng?

Đáp: Có. Nghĩa là thiện nghiệp, vô tầm nghiệp.

Hỏi: Vả lại, có nghiệp do cả thân tâm cảm thọ chăng?

Đáp: Có. Nghĩa là thiện nghiệp, hữu tầm nghiệp.

Vả lại, có nghiệp không do thân tâm cảm thọ mà do dị thục cảm thọ chăng?

Đáp: Có. Nghĩa là các nghiệp cảm dị thục của sắc tâm bất tương ưng hành.

Như nói có ba chướng: Nghĩa là phiền não chướng, nghiệp chướng, dị thục chướng.

Hỏi: Thế nào là phiền não chướng?

Đáp: Nghĩa là như có đầy đủ một bản tính, phiền não tham, sân, si bừng cháy. Vì do những phiền não này, nên nhàm chán, khó sống, khó có thể dạy dỗ, khó có thể khai ngộ, khó đạt được xả ly, khó đạt được giải thoát.

Hỏi: Thế nào là nghiệp chướng?

Đáp: Nghĩa là năm nghiệp thuộc vô gián.

Hỏi: Thế nào là dị thục chướng?

Đáp: Nghĩa là các trú xứ hữu tình. Như: Na-lạc-ca[4], bàng sinh, quỷ giới, Bắc-câu-lô-châu[5], Vô tưởng thiên xứ[6].

---

[4] Na-lặc-ca: [Skt] Naraka. Pāli Niraya. Hán phiên âm: Na-lặc-ca, Nại-lặc-ca, Nê-lê-da, Nê-lê. Dịch là Địa ngục, Khả yếm, Khổ cụ, Khổ khí. Địa ngục là một cảnh giới khổ đau nhất trong sáu cảnh giới của chúng sinh.

[5] Bắc câu-lô châu: [Pali] Uttara-kuru. Phiên âm: Bắc-câu-lô châu, Bắc-cu-lô châu, Bắc-câu-lư châu, Uất-đơn-việt, Át-đạt-la-cú-lô và dịch Thắng xứ, Thắng sinh, Cao thượng.

Theo *Câu-xá luận* 11 và kinh Đại lâu thán 1, phẩm Uất-đơn-việt chép: "Bắc-câu-lư-châu nằm trong biển mặn của phía bắc núi Tu di, hình vuông, mỗi cạnh dài hai ngàn do-tuần, giống như nắp hộp, bao quanh bởi núi thất kim và núi Đại thiết vi, đất bằng vàng ròng, ngày đêm thường sáng. Đất có đủ bốn đặc tính, gồm: bằng phẳng, vắng lặng, sạch sẽ và nhu nhuyến. Nhân dân có khuôn mặt hình vuông, giống như hình thể quả đất của họ, sắc diện tương tợ nhau, cao một trượng bốn thước (4m8), họ sống bình đẳng yên vui, không bị trói buộc bởi điều gì.

Châu này núi rừng, sông ngòi, hồ tắm, vườn chơi, cây trái ... tất cả đều tốt đẹp. Các vật dụng đều làm bằng vàng bạc, lưu ly, thủy tinh, các vật đều là của chung, không có ai chiếm dụng riêng tư, nên không có trộm cắp. Nhân dân ở dưới gốc cây trong rừng. Trai gái ở riêng không có cưới gả. Nếu khởi tâm tham ái, họ chỉ nhìn nhau. Nữ mang thai bảy, tám ngày thì sinh con, liền đem đứa bé để ở đường đi, người bốn phương qua lại, đều nuôi chúng bằng cách đưa đầu ngón tay đặt vào miệng nó, sữa tự nhiên chảy ra. Bảy ngày sau đứa trẻ to lớn bằng người hai mươi mốt tuổi ở cõi Diêm phù đề này, sống đủ một ngàn năm. Sau khi chết sinh lên cõi trời Đao lợi hoặc trời Tha-hóa-tự-tại. Trong bốn châu quả báo của cõi này thù thắng hơn hết, nên gọi là Thắng xứ. (*Trường A-hàm* 18,20, *Đại chánh* 1; *Khởi thế nhân bổn* 1, *Đại chánh* 1; *Lập thế A-tỳ-đàm luận* 2, *Đại chánh* 32).

[6] Vô tưởng thiên xứ: [Skt] Asaṃjñadevāyatana. Cũng gọi là Vô tưởng hữu tình thiên (Asaṃjñisattvāḥ), Vô tưởng chúng sinh thiên, Thiếu quang thiên, Phú đức thiên. Ấy là một trong những tầng trời thuộc Sắc giới. Chư thiên ở cõi trời này, niệm tưởng diệt hết, chỉ còn sắc thân và hành uẩn bất tương ưng. Vì vậy, gọi là Vô tưởng thiên. Tầng trời này là Niết bàn

Hỏi: Trong ba ác hành, tội nào là tối đại?

Đáp: Phá Tăng, nói hư dối-lừa gạt. Những nghiệp này có thể nhận lấy kết quả địa ngục vô gián với một kiếp tuổi thọ.

Hỏi: Trong ba diệu hành, quả báo nào là tối đại?

Đáp: Nghĩa là tư nghiệp ở trong đẳng chí của đệ nhất Hữu. Nghiệp này có thể nhận lấy kết quả thọ mạng là tám vạn kiếp ở Phi tưởng phi phi tưởng xứ.

---

cao nhất của Bà-la-môn. Hàng phàm phu nhờ tác ý xuất ly tưởng và tu tập định vô tưởng mà chiêu cảm quả dị thục này, nên gọi là Vô tưởng quả hay Vô tưởng dị thục.

Hữu bộ và Kinh lượng bộ xếp chung tầng trời này với trời Quảng quả. Thượng tọa bộ cho rằng, Vô tưởng thiên ở trên trời Quảng quả. Chư thiên tầng trời này thân cao 500 do tuần, sống lâu đến 500 đại kiếp. *Lập thế A-tỳ-đàm luận*, cho là 1.000 đại kiếp. Lúc mệnh chung, chư thiên cõi này sinh khởi niệm tưởng và bị rơi xuống Dục giới. (*Lập thế A-tỳ-đàm luận 7, Đại chánh 32; Câu-xá luận 5, Đại chánh 29; Du-già sư địa luận 4, Đại chánh 30*).

PHẨM HAI: LUẬN VỀ TÀ NGỮ

Ba tà-chánh, một, khác
Ba ác hành, cong, thảy
Diệu hành-mặc, tương nhiếp
Phi lý, thảy, sáu câu
Nghiệp, đắc quả, ba đời
Tám câu, quả dị thục
Năm nghiệp không trước-sau
Chương này nguyện nói đủ.

Hỏi: Các tà ngữ[7], ấy là tà mạng[8] chăng?

Đáp: Nên nêu lên bốn trường hợp để giải thích:

1- Trường hợp có tà ngữ, không phải tà mạng: Nghĩa là ngoại trừ bốn ác hành của ngữ khởi lên từ tham. Các ngữ còn lại là ác hành.

2- Trường hợp có tà mạng, không phải là tà ngữ: Nghĩa là ba ác hành của thân khởi lên từ tham.

---

[7] Tà ngữ: Những lời nói liên hệ đến tham, sân si, tà kiến.
[8] Tà mạng: Skt. Mithyā-jīva. Pali Micchā-jīva. Nuôi dưỡng sinh mệnh trái với chánh pháp. Có năm loại tà mạng, gồm:
    1- Dối trá bằng cách biểu hiện những hình thức kỳ lạ để lừa gạt người cung kính cúng dường.
    2- Khoe khoang tài đức để mong sự cung kính cúng dường.
    3- Mưu sống bằng bói toán.
    4- Lớn tiếng ta đây.
    5- Tâng bốc người khác để được lợi nhuận.
    Luật ma ha Tăng kỳ 7, nêu lên ba sự tà mạng, gồm: Thân tà mạng, Khẩu tà mạng, cả thân và khẩu tà mạng. (*Trường A-hàm kinh 14, Đại chánh 1; Đại trí độ luận 19, 73, Đại chánh 25; Câu-xá luận 8, Đại chánh 29; Ma-ha Tăng kỳ luật 7, Đại chánh 22*).

3- Trường hợp có tà ngữ, cũng có tà mạng: Nghĩa là bốn ác hành của ngữ khởi lên từ tham.

4- Có trường hợp không phải tà ngữ, cũng không phải tà mạng: Nghĩa là ngoại trừ ba ác hành của thân khởi lên từ tham. Các thân còn lại là ác hành.

Hỏi: Các tà nghiệp, ấy là tà mạng chăng? Giả sử các tà mạng, ấy là tà nghiệp chăng?

Đáp: Nên nêu lên bốn trường hợp để giải thích:

1- Trường hợp có tà nghiệp, không phải tà mạng: Nghĩa là ngoại trừ ba ác hành của thân khởi lên từ tham. Các thân còn lại là ác hành.

2- Trường hợp có tà mạng, không phải là tà nghiệp: Nghĩa là bốn ác hành của ngữ khởi lên từ tham.

3- Trường hợp có tà nghiệp, cũng có tà mạng: Nghĩa là ba ác hành của thân khởi lên từ tham.

4- Có trường hợp không phải tà nghiệp, cũng không phải tà mạng: Nghĩa là ngoại trừ bốn ác hành của ngữ khởi lên từ tham. Các ngữ còn lại là ác hành.

Hỏi: Các chánh ngữ, ấy là chánh mạng chăng? Giả sử chánh mạng, ấy là chánh ngữ chăng?

Đáp: Nên nêu lên bốn trường hợp để giải thích:

1- Trường hợp có chánh ngữ, không phải chánh mạng: Nghĩa là ngoại trừ bốn diệu hành của ngữ khởi lên từ vô tham. Các ngữ còn lại là diệu hành.

2- Trường hợp có chánh mạng, không phải là chánh ngữ: Nghĩa là ba diệu hành của thân khởi lên từ vô tham.

3- Trường hợp có chánh ngũ, cũng có chánh mạng: Nghĩa là bốn diệu hành của ngữ khởi lên từ vô tham.

4- Có trường hợp không phải chánh ngữ, cũng không phải chánh mạng: Nghĩa là ngoại trừ ba diệu hành của thân khởi lên từ vô tham. Các thân còn lại là diệu hành.

Hỏi: Các chánh nghiệp, ấy là chánh mạng chăng? Giả sử chánh mạng, ấy là chánh nghiệp chăng?

Đáp: Nên nêu lên bốn trường hợp để giải thích:

1- Trường hợp có chánh nghiệp, không phải chánh mạng: Nghĩa là ngoại trừ ba diệu hành của thân khởi lên từ vô tham. Các thân còn lại là diệu hành.

2- Trường hợp có chánh mạng, không phải là chánh nghiệp: Nghĩa là bốn diệu hành của ngữ khởi lên từ vô tham.

3- Trường hợp có chánh nghiệp, cũng có chánh mạng: Nghĩa là ba diệu hành của thân khởi lên từ vô tham.

4- Có trường hợp không phải chánh ngữ, cũng không phải chánh mạng: Nghĩa là ngoại trừ bốn diệu hành của ngữ khởi lên từ vô tham. Các ngữ còn lại là diệu hành.

Ba ác hành, ba khúc thân, ba uế thân, ba trược thân: Nghĩa thân cong vạy, thân cấu uế, thân dơ bẩn; lời nói cong vạy, lời nói cấu uế, lờ nói dơ bẩn; ý cong vạy, ý cấu uế; ý cáu đục.

Hỏi: Thế nào là ba cong vạy?

Đáp: Nghĩa là nghiệp của thân, ngữ và ý khởi lên, từ nơi tâm nịnh bợ.

Hỏi: Thế nào là cấu uế?

Đáp: Nghĩa là nghiệp của thân, ngữ và ý khởi lên, từ nơi tâm sân giận.

Hỏi: Thế nào là cáu đục?

Đáp: Nghĩa là nghiệp của thân, ngữ và ý khởi lên, từ nơi tâm tham dục.

Hỏi: Ba ác hành thâu nhiếp khúc, uế, trược hay khúc, uế, trược thâu nhiếp ba ác hành?

Đáp: Nên nêu lên bốn trường hợp để giải thích:

1- Trường hợp có ba ác hành, không phải là khúc, uế, trược: Nghĩa là ngoại trừ ác hành của thân, ngữ, ý khởi lên từ tâm nịnh bợ, sân giận và tham hệ thuộc Dục giới. Các thân, ngữ, ý còn lại là ác hành.

2- Trường hợp có khúc, uế, trược không phải là ác hành: Nghĩa là nghiệp của thân, ngữ, ý, khởi lên từ tâm bợ đỡ và tham dục thuộc Sơ thiền và ý nghiệp khởi lên từ nơi tham còn lại thuộc Sắc giới, Vô sắc giới.

3- Trường hợp có ác hành cũng có khúc, uế, trược: Nghĩa là ác hành của thân, ngữ, ý, khởi lên từ tâm bợ đỡ, sân giận và tham hệ thuộc Dục giới.

4- Có trường hợp không có ác hành, cũng không có khúc, uế, trược: Nghĩa là ngoại trừ các tướng đã nêu lên ở trước.

Ba diệu hành-ba thanh tịnh: Nghĩa là thanh tịnh thân, ngữ, ý.

Hỏi: Diệu hành thâu nhiếp thanh tịnh hay thanh tịnh thâu nhiếp ba diệu hành?

Đáp: Tùy theo nghiệp sự của chúng, lần lượt tương quan hỗ nhiếp lẫn nhau.

Ba diệu hành-ba vắng lặng: Nghĩa là thân tịch lặng, ngữ tịch lặng, ý tịch lặng.

Hỏi: Diệu hành thâu nhiếp tịch lặng hay tịch lặng thâu nhiếp diệu hành?

Đáp: Nên nêu lên bốn trường hợp để giải thích:

1- Trường hợp có diệu hành, không phải là tịch lặng: Nghĩa là ngoại trừ diệu hành thuộc về thân vô học, ngữ vô học. Các thân ngữ còn lại là diệu hành và diệu hành là tất cả ý.

2- Trường hợp có tịch lặng không phải là diệu hành: Nghĩa là tâm của hàng Thánh giả vô học.

3- Trường hợp có diệu hành, cũng có tịch lặng: Nghĩa là diệu hành thuộc thân và ngữ của bậc Thánh giả vô học.

4- Có trường hợp không có diệu hành, cũng không có tịch lặng: Nghĩa là ngoại trừ các tướng đã nêu lên ở trước.

Hỏi: Thanh tịnh và ba tịch lặng: Thanh tịnh thâu nhiếp tịch lặng hay tịch lặng thâu nhiếp thanh tịnh?

Đáp: Nên nêu lên bốn trường hợp để giải thích:

1- Trường hợp có thanh tịnh, không phải là tịch lặng: Nghĩa là ngoại trừ thanh tịnh của thân vô học, ngữ vô học và tất cả là thanh tịnh của ý.

2- Trường hợp có tịch lặng không phải là thanh tịnh: Nghĩa là tâm của hàng Thánh giả vô học.

3- Trường hợp có thanh tịnh, cũng có tịch lặng: Nghĩa là thanh tịnh thuộc thân và ngữ của bậc Thánh giả vô học.

4- Có trường hợp không có thanh tịnh, cũng không có tịch lặng: Nghĩa là ngoại trừ các tướng đã nêu lên ở trước.

Hỏi: Các ác hành thuộc về thân, tất cả ác hành ấy đều là do thân nghiệp phi như lý dẫn dắt chăng? Giả sử do thân nghiệp phi như lý dẫn dắt, thì tất cả thân nghiệp ấy đều là thân ác hành chăng?

Đáp: Các thân ác hành, tất cả thân ác hành ấy, đều do thân nghiệp phi như lý dẫn dắt.

Trường hợp có thân nghiệp phi như lý dẫn dắt, không phải là thân ác hành: Nghĩa là thân nghiệp hữu phú-vô ký[9] và thân nghiệp vô phú-vô ký phi như lý dẫn dắt.

Hỏi: Các ác hành của ngữ, tất cả ác hành ấy, do ngữ nghiệp phi như lý dẫn dắt chăng? Giả sử do ngữ nghiệp phi như lý dẫn dắt, tất cả ngữ nghiệp ấy là ác hành chăng?

Đáp: Các ác hành của ngữ nghiệp, tất cả ác hành ấy, đều do ngữ nghiệp phi như lý dẫn dắt.

Trường hợp có ngữ nghiệp do phi như lý dẫn dắt, không phải là

---

[9] Hữu phú vô ký: Nivṛtāvyākṛta. Còn gọi là hữu phú tâm. Một loại tâm ô nhiễm trở ngại Thánh đạo và có khả năng che lấp chân tính, nên gọi là hữu phú. Nhưng, do thế lực của loại tâm ô nhiễm này yếu kém, không thể sinh ra quả dị thục, nên gọi là hữu phú vô ký. (*Đại Tỳ-bà-sa* 12, 51, 161, *Đại chánh* 27; *Câu-xá luận* 4, 13, 19, *Đại chánh* 29; *Thành duy thức luận* 3, 5, *Đại chánh* 31).

ngữ ác hành. Nghĩa là ngữ nghiệp thuộc hữu phú-vô ký và ngữ nghiệp vô phú-vô ký, do phi như lý dẫn dắt.

Hỏi: Các ác hành của ý, tất cả ác hành ấy, đều do ý nghiệp phi như lý dẫn dắt chăng? Giả sử ý nghiệp do phi như lý dẫn dắt, các ý nghiệp ấy là ý ác hành chăng?

Đáp: Nên nêu lên bốn trường hợp để giải thích:

1- Trường hợp có ác hành của ý, không phải là ý nghiệp phi như lý dẫn dắt: Nghĩa là tham dục, sân nhuế, tà kiến.

2- Trường hợp có ý nghiệp phi như lý dẫn dắt, không phải là ác hành của ý: Nghĩa là ý nghiệp hữu phú-vô ký và ý nghiệp vô phú-vô ký, do phi như lý dẫn dắt.

3- Trường hợp có ác hành của ý, cũng có ý nghiệp phi như lý dẫn dắt: Nghĩa là nghiệp bất thiện của ý.

4- Có trường hợp không có ác hành của ý, cũng không có ý nghiệp phi như lý dẫn dắt: Nghĩa là ngoại trừ các tướng đã nêu lên ở trước.

Hỏi: Các diệu hành của thân, tất cả diệu hành ấy, đều do thân nghiệp như lý dẫn dắt chăng? Giả sử do thân nghiệp như lý dẫn dắt, tất cả thân nghiệp như lý dẫn dắt ấy, đều là diệu hành của thân chăng?

Đáp: Các diệu hành của thân, các diệu hành ấy, đều do thân nghiệp như lý dẫn dắt.

Trường hợp có thân nghiệp như lý dẫn dắt, không phải là diệu hành của thân: Nghĩa là thân nghiệp vô phú-vô ký[10], do như lý dẫn dắt.

Hỏi: Các diệu hành của ngữ, tất cả diệu hành ấy, đều do ngữ nghiệp như lý dẫn dắt chăng? Giả sử do ngữ nghiệp như lý dẫn dắt, tất cả ngữ nghiệp như lý dẫn dắt ấy, đều là diệu hành của ngữ chăng?

Đáp: Các diệu hành của ngữ, các diệu hành ấy, đều do ngữ nghiệp

---

[10] Vô phú vô ký: 無覆無記 Anivṛtāvyākṛta. Pháp chẳng phải thiện, chẳng phải bất thiện, không có che lấp hay ngăn ngại đối với Thánh đạo. (*Câu-xá luận 2,3 6, 13, Đại chánh 29; Phẩm loại túc luận 2, Đại chánh 26; Đại Tỳ-bà-sa 87, 95… Đại chánh 27; Du-già sư địa luận, Đại chánh 30; Thành duy thức luận 3, Đại chánh 31*).

như lý dẫn dắt.

Trường hợp có ngữ nghiệp như lý dẫn dắt, không phải là diệu hành của ngữ: Nghĩa là ngữ nghiệp vô phú-vô ký, do như lý dẫn dắt.

Hỏi: Các diệu hành của ý, tất cả diệu hành ấy, đều do ý nghiệp như lý dẫn dắt chăng? Giả sử do ý nghiệp như lý dẫn dắt, tất cả ý nghiệp như lý dẫn dắt ấy, đều là diệu hành của ý chăng?

Đáp: Nên nêu lên bốn trường hợp để giải thích:

1- Trường hợp có diệu hành của ý, không phải do ý nghiệp như lý dẫn dắt: Nghĩa là vô tham, vô sân, chánh kiến.

2- Trường hợp có ý nghiệp như lý dẫn dắt, không phải là diệu hành của ý: Nghĩa là ý nghiệp vô phú-vô ký, do như lý dẫn dắt.

3- Trường hợp có diệu hành của ý, cũng ý nghiệp như lý dẫn dắt: Nghĩa là ý nghiệp của thiện.

4- Có trường hợp không có diệu hành của ý, cũng không có ý nghiệp như lý dẫn dắt: Nghĩa là ngoại trừ các tướng đã nêu lên ở trước.

Hỏi: Các pháp do nghiệp mà đạt được, các pháp ấy, nên nói là thiện, là bất thiên hay là vô ký?

Đáp: Nếu dựa vào quả dị thục, thì các pháp do nghiệp mà đạt được, pháp ấy là vô ký, nói quyết chắc như vậy là do dựa vào quả dị thục.

Hỏi: Các pháp do nghiệp mà đạt được, các pháp ấy là vô ký chăng?

Đáp: Đúng là như vậy.

Hỏi: Từ nơi thiện tâm của Như lai, vì mong muốn điều gì mà nói diệu âm, mỹ âm, hòa nhã âm, duyệt ý âm? Các âm ngữ này là thiện chăng?

Đáp: Đúng là như vậy.

Hỏi: Nếu nói đúng là như vậy: Dựa vào quả dị thục, các pháp do nghiệp mà đạt được, các pháp ấy là vô ký, thì không nên nói Như lai từ nơi thiện tâm mà nói lời diệu âm, mỹ âm, hòa nhã âm, duyệt ý âm, vì những ngữ âm này là thiện, nói như vậy là không thích ứng với đạo lý.

Hoặc nói rằng, từ thiện tâm của Như lai mà nói ngữ âm diệu âm, mỹ âm, hòa nhã âm, duyệt ý âm, những ngữ âm này là thiện, thì không nên nói rằng, dựa vào quả dị thục, các pháp do nghiệp mà đạt được là vô ký, nói như vậy là không thích ứng với đạo lý.

Nên nói rằng: Bồ-tát trong nhiều đời về trước, ở trong tông tộc lớn, do nghiệp tạo tác tăng trưởng cảm nên quả dị thục, vì do nhân duyên ấy, lần lượt phát sinh, đại chủng vi diệu ở yết hầu của Như lai, từ đó có thể sinh ra những âm thanh của ngôn ngữ vi diệu mà những âm thanh không phải là dị thục.

Hỏi: Các nghiệp quá khứ, quả ấy là quá khứ chăng?

Đáp: Quả ấy, hoặc là quá khứ, hoặc là vị lai, hoặc là hiện tại.

Hỏi: Các nghiệp vị lai, quả ấy là vị lai chăng?

Đáp: Đúng là như vậy.

Hỏi: Các nghiệp hiện tại, quả ấy là hiện tại chăng?

Đáp: Quả ấy, hoặc là hiện tại, hoặc là vị lai.

Hỏi: Vả lại, giả như có thân nghiệp cảm nên quả dị thục, mà ngữ nghiệp, ý nghiệp thì không phải là như vậy không?

Đáp: Giả như có thân không phòng hộ, ngữ phòng hộ, bấy giờ ở nơi người ấy, tâm có thiện, hoặc tâm có vô ký.

Lại nữa, giả như thân phòng hộ, ngữ không phòng hộ, người kia ngay lúc ấy, có tâm bất thiện, hoặc là tâm có vô ký.

Hỏi: Vả lại, giả như có ngữ nghiệp cảm nên quả dị thục, thân nghiệp, ý nghiệp thì không phải là như vậy chăng?

Đáp: Giả như có thân phòng hộ, ngữ không phòng hộ, bấy giờ ở nơi người ấy, tâm có thiện, hoặc tâm có vô ký. Điều này nói ngược lại, cũng là như vậy.

Hỏi: Vả lại, giả như có ý nghiệp cảm nên quả dị thục, thân nghiệp, ngữ nghiệp không phải là như vậy chăng?

Đáp: Có. Giả như có thân phòng hộ, ngữ phòng hộ, bấy giờ ở nơi người ấy, có tâm bất thiện. Giả như thân không phòng hộ, ngữ không phòng hộ, bấy giờ ở nơi người ấy, tâm có thiện.

Hỏi: Vả lại, giả như có thân nghiệp, ngữ nghiệp cảm nên quả dị thục, ý nghiệp không phải là như vậy không?

Đáp: Có. Giả như thân không phòng hộ, ngữ không phòng hộ, bấy giờ ở nơi người ấy, tâm có thiện, hoặc là vô ký.

Hỏi: Vả lại, giả như có thân nghiệp, ý nghiệp cảm nên quả dị thục, ngữ nghiệp không phải như vậy không?

Đáp: Có. Giả như thân không phòng hộ, ngữ phòng hộ, bấy giờ ở nơi người ấy, tâm có thiện.

Hỏi: Vả lại, giả như có ngữ nghiệp, ý nghiệp cảm nên quả dị thục, thân nghiệp không phải như vậy không?

Đáp: Có. Giả như thân phòng hộ, ngữ không phòng hộ, bấy giờ ở nơi người ấy, tâm có bất thiện. Giả như thân không phòng hộ, ngữ phòng hộ, bấy giờ ở nơi người ấy, tâm có thiện.

Hỏi: Vả lại, giả như có thân nghiệp, ngữ nghiệp cảm nên quả dị thục, ý nghiệp cũng như vậy chăng?

Đáp: Có. Giả như thân không phòng hộ, ngữ không phòng hộ, bấy giờ ở nơi người ấy, tâm có bất thiện. Giả như thân phòng hộ, ngữ phòng hộ, bấy giờ ở nơi người ấy, tâm có thiện.

Hỏi: Vả lại, giả như không phải nghiệp của thân, ngữ, ý, cảm nên dị thục mà dị thục chăng?

Đáp: Có. Nghĩa là tâm bất tương ưng hành, hoặc sắc dị thục, các pháp thuộc tâm, tâm sở, thuộc tâm bất tương ưng hành.

Hỏi: Vả lại, ba nghiệp thuận hiện pháp thọ…, thọ nhận quả dị thục không phải trước, không phải sau chăng?

Đáp: Có. Nghĩa là thuận hiện pháp thọ nhận nghiệp thuộc sắc; thuận thứ sinh thọ nhận nghiệp thuộc các pháp của tâm, tâm sở; thuận hậu thứ thọ nhận nghiệp thuộc tâm bất tương ưng hành.

Lại nữa, thuận hiện pháp thọ nhận nghiệp thuộc tâm bất tương ưng hành; thuận thứ sinh thọ nhận nghiệp thuộc sắc; thuận hậu thứ thọ nhận nghiệp thuộc các pháp tâm, tâm sở.

Lại nữa, thuận hiện pháp thọ nhận nghiệp thuộc các pháp tâm, tâm sở; thuận thứ sinh thọ nhận nghiệp thuộc tâm bất tương ưng hành; thuận hậu thứ thọ nhận nghiệp thuộc sắc.

Hỏi: Vả lại, có ba nghiệp thuận lạc thọ…, thọ nhận quả dị thục, không phải trước, không phải sau chăng?

Đáp: Có. Nghĩa là thuận lạc thọ nhận nghiệp thuộc sắc; thuận khổ thọ nhận nghiệp thuộc các pháp tâm, tâm sở; thuận bất khổ, bất lạc thọ nhận nghiệp thuộc tâm bất tương ưng hành.

Lại nữa, thuận lạc thọ nhận nghiệp thuộc tâm bất tương ưng hành; thuận khổ thọ nhận nghiệp thuộc sắc; thuận bất khổ, bất lạc thọ nhận nghiệp thuộc các pháp thuộc tâm, tâm sở.

Lại nữa, thuận lạc thọ nhận nghiệp thuộc các pháp thuộc tâm, tâm sở; thuận khổ thọ nhận nghiệp thuộc tâm bất tương ưng hành; thuận bất khổ, bất lạc thọ nhận nghiệp thuộc sắc.

Hỏi: Vả lại, có nghiệp ba cõi thọ nhận quả dị thục, không phải trước, không phải sau chăng?

Đáp: Có. Nghĩa là nghiệp thuộc sắc liên hệ Dục giới; nghiệp thuộc các pháp tâm, tâm sở liên hệ Sắc giới; nghiệp thuộc tâm bất tương ưng hành liên hệ Vô sắc giới.

Lại nữa, nghiệp thuộc tâm bất tương ưng hành liên hệ Dục giới; nghiệp thuộc sắc liên hệ Sắc giới; nghiệp thuộc các pháp tâm, tâm sở, liên hệ đến Vô sắc giới.

Lại nữa, nghiệp thuộc các pháp tâm, tâm sở liên hệ Dục giới; nghiệp thuộc tâm bất tương ưng hành, liên hệ Sắc giới; nghiệp thuộc sắc liên hệ Vô sắc giới.

Hỏi: Vả lại, có nghiệp thiện, bất thiện thọ nhận quả dị thục không phải trước, không phải sau chăng?

Đáp: Có. Nghiệp thiện thuộc sắc. Nghiệp bất thiện thuộc các pháp tâm, tâm sở, tâm bất tương ưng hành.

Lại nữa, nghiệp thiện thuộc các pháp tâm, tâm sở, tâm bất tương ưng hành. Nghiệp bất thiện thuộc sắc.

Hỏi: Vả lại, có nghiệp kiến sở đoạn, nghiệp tu sở đoạn thọ nhận quả dị thục, không phải trước, không phải sau chăng?

Đáp: Có. Nghĩa là nghiệp kiến sở đoạn thuộc sắc; nghiệp tu sở đoạn thuộc các pháp tâm, tâm sở, tâm bất tương ưng hành.

Lại nữa, nghiệp kiến sở đoạn, thuộc các pháp tâm, tâm sở, tâm bất tương ưng hành. Nghiệp tu sở đoạn, thuộc sắc.

PHẨM BA: LUẬN VỀ HẠI SINH

Hại sinh mạng, bốn loại
Hai dị thục, hai hộ
Thân và nghiệp thành tựu
Quả dị thục, tạp nhiễm
Bất thiện, điên đảo thảy
Hệ, bất hệ thành tựu
Mạng chung, chỗ thọ sinh
Chương này nguyện nói đủ.

Hỏi: Vả lại, có trường hợp nào đã hại sinh, mà nghiệp sát sinh chưa diệt chăng?

Đáp: Có. Giả như đã đoạn dứt mạng sống của người khác, thì gia hành của người đoạn ấy chưa dừng lại.

Hỏi: Có trường hợp nào chưa hại sinh, nghiệp sát sinh đã diệt chăng?

Đáp: Có. Giả như mạng người kia chưa dứt, gia hành của người ấy đã dừng lại.

Hỏi: Vả lại, có trường hợp nào, đã hại sinh, nghiệp sát sinh đã diệt chăng?

Đáp: Có. Giả như đã đoạn dứt mạng sống của người khác, thì gia hạnh của người đoạn ấy đã dừng lại.

Hỏi: Vả lại, có trường hợp nào chưa hại sinh, nghiệp sát sinh chưa diệt chăng?

Đáp: Có. Giả như mạng sống của người khác chưa dứt, thì gia hành của người đoạn ấy chưa dừng lại.

Hỏi: Vả lại, có trường hợp nào, chưa hại sinh, nghiệp sát sinh chưa diệt, quả dị thục của nghiệp sát này sinh ra ở địa ngục chăng?

Đáp: Có. Nghĩa là sinh mạng kết thúc, khi gia hành tạo tác nghiệp vô gián.

Hỏi: Có trường hợp nào nghiệp bất thiện thọ nhận thuận khổ, dị thục chưa thành thục, không phải là không thọ nhận quả dị thục đầu tiên, mà do tâm khởi lên ô nhiễm chăng?

Đáp: Có. Giả như nghiệp vô gián đã tạo tác và tăng trưởng. Nghiệp này đầu tiên thọ nhận thuận khổ ở trong địa ngục vô gián ấy, có quả dị thục sinh ra.

Hỏi: Vả lại, có trường hợp nào sau khi tư nghiệp cố ý sát hại mạng sống của chúng sinh, mà không thọ trì tránh xa đối với hết thảy hữu tình như đã được phòng hộ chăng?

Đáp: Có. Giả như gia hành của nghiệp sát khởi lên, cho đến khi đối tượng ấy chắc chắn chết, ở khoảng thời gian chặng giữa ấy có thể chứng kiến pháp tính.

Hỏi: Nếu đối với tất cả hữu tình đạt được phòng hộ, thì người kia đối với tất cả hữu tình có thọ trì tránh xa chăng?

Đáp: Nên nêu lên bốn trường hợp để giải thích:

1- Trường hợp có đối với tất cả hữu tình được phòng hộ mà không thọ trì tránh xa: Như trường hợp không thọ học giới mà chứng kiến pháp tính.

2- Trường hợp có đối với tất cả hữu tình thọ nhận tránh xa mà không được phòng hộ: Như thọ học xứ mà phạm lỗi tránh xa.

3- Trường hợp có đối với tất cả hữu tình được phòng hộ, mà cũng thọ nhận tránh xa: Như thọ trì học xứ mà không phạm tránh xa.

4- Có trường hợp không phải đối với tất cả hữu tình được phòng hộ, mà cũng không phải là thọ nhận tránh xa: Nghĩa là ngoại trừ các tướng đã nêu lên ở trước.

Hỏi: Thành tựu thân, ấy là thành tựu thân nghiệp chăng?

Đáp: Nên nêu lên bốn trường hợp để giải thích:

1- Trường hợp có thành tựu thân, không phải thân nghiệp: Nghĩa là ở trong vỏ trứng, hoặc phàm phu ở trong thai tạng, hoặc sinh ở Dục giới, sống không luật không phải là không luật nghi, không có thân biểu. Giả sử có mà mất.

2- Trường hợp có thành tựu thân nghiệp, không phải là thân: Nghĩa là Thánh giả sinh Vô sắc giới.

3- Trường hợp có thành tựu thân, cũng có thân nghiệp: Thánh giả ở trong thai tạng; hoặc sinh ở Dục giới, sống với luật nghi hay sống không có luật nghi và sống không phải với luật nghi, không phải không luật nghi. Có thân biểu hiện hữu, hoặc trước có không mất, hoặc sinh Vô sắc giới.

4- Có trường hợp không thành tựu thân, không phải thân nghiệp: Nghĩa là phàm phu sinh ở Vô sắc giới.

Hỏi: Nếu thành tựu thân, ấy là thành tựu ngữ nghiệp chăng?

Đáp: Nên nêu lên bốn trường hợp để giải thích:

1- Trường hợp có thành tựu thân, không phải là ngữ nghiệp: Nghĩa là ở trong vỏ trứng, hoặc phàm phu ở trong thai tạng, hoặc sinh ở Dục giới, sống không luật không phải là không luật nghi, hoàn toàn không có ngữ biểu. Giả sử có mà mất.

2- Trường hợp có thành tựu ngữ nghiệp, không phải là thân: Nghĩa là Thánh giả sinh Vô sắc giới.

3- Trường hợp có thành tựu thân, cũng là ngữ nghiệp: Thánh giả ở trong thai tạng; hoặc sinh ở Dục giới, sống với luật nghi hay sống không có luật nghi, hoặc sống không phải luật nghi, không phải không luật nghi. Có ngữ biểu hiện hữu, hoặc trước có không mất, hoặc sinh Sắc giới.

4- Có trường hợp không có thành tựu thân, cũng không phải là ngữ nghiệp: Nghĩa là các phàm phu sinh Vô sắc giới.

Hỏi: Nếu thành tựu thân, ấy là thành tựu thân nghiệp, ngữ nghiệp chăng?

Đáp: Trường hợp có thành tựu thân, không phải là thân nghiệp, ngữ nghiệp: Nghĩa là ở trong vỏ trứng, hoặc phàm phu ở trong thai tạng, hoặc sinh ở Dục giới, sống không luật nghi, không phải là không luật nghi, không có thân biểu, không có ngữ biểu. Giả sử có mà mất.

Trường hợp có thành tựu thân và thân nghiệp, không phải là ngữ nghiệp: Nghĩa là hoặc sinh ở Dục giới, sống không có luật nghi, không phải không có luật nghi. Thân biểu hiện hữu, hoặc trước có không mất, không có ngữ biểu. Giả sử có mà mất.

Trường hợp có thành tựu thân và ngữ biểu, không phải là thân nghiệp: Nghĩa là sinh Dục giới, sống không có luật nghi, không phải không có luật nghi. Ngữ biểu hiện hữu, hoặc trước có không mất, không có thân biểu. Giả sử có mà mất.

Trường hợp có thành tựu thân và ngữ nghiệp, không phải là thân nghiệp: Nghĩa là sinh Dục giới, sống không có luật nghi, không phải không có luật nghi. Ngữ biểu hiện hữu, hoặc trước có không mất, không có thân biểu. Giả sử có mà mất.

Trường hợp có thành tựu thân và thân nghiệp, ngữ nghiệp: Nghĩa là Thánh giả trú thai, hoặc sinh Dục giới, sống với luật nghi, hoặc sống không có luật nghi và sống không có luật nghi, không phải không có luật nghi, thân biểu, ngữ biểu hiện hữu, hoặc trước có không mất, hoặc sinh Sắc giới.

Hỏi: Giả sử thành tựu thân nghiệp, ngữ nghiệp, ấy là thành tựu thân chăng?

Đáp: Hoặc thành tựu, hoặc không thành tựu.

Hỏi: Thế nào là thành tựu?

Đáp: Nghĩa là như trước đã nói.

Hỏi: Thế nào là không thành tựu?

Đáp: Nghĩa là Thánh giả sinh Vô sắc giới.

Hỏi: Nếu thành tựu thân, ấy là thành tựu thân nghiệp, ý nghiệp chăng?

Đáp: Trường hợp có thành tựu thân và ý nghiệp, không phải là thân nghiệp: Nghĩa là ở trong vỏ trứng, hoặc phàm phu ở trong thai tạng, hoặc sinh ở Dục giới, sống không luật nghi, không phải là không luật nghi, không có thân biểu. Giả sử có mà mất.

Trường hợp có thành tựu thân và thân nghiệp, ý nghiệp: Nghĩa là Thánh giả trú thai, hoặc sinh Dục giới, sống với luật nghi, không sống với luật nghi và sống không luật nghi, không phải không luật nghi, thân biểu hiện hữu, hoặc trước có mà không mất, hoặc sinh Sắc giới,.

Hỏi: Giả sử thành tựu thân nghiệp, ý nghiệp, ấy là thành tựu thân chăng?

Đáp: Hoặc thành tựu, hoặc không thành tựu.

Hỏi: Thế nào là thành tựu?

Đáp: Nghĩa là như trước đã nói.

Hỏi: Thế nào là không thành tựu?

Đáp: Nghĩa là Thánh giả sinh Vô sắc giới.

Hỏi: Nếu thành tựu thân, ấy là thành tựu ngữ nghiệp, ý nghiệp chăng?

Đáp: Trường hợp có thành tựu thân và ý nghiệp, không phải là ngữ nghiệp.

Trường hợp có thành tựu thân và ngữ nghiệp, ý nghiệp. Trường hợp này đều đã nói như ở trong phần trước thân đối với thân nghiệp, ý nghiệp. Sự khác nhau, đây là nói ngữ biểu.

Hỏi: Giả sử thành tựu ngữ nghiệp, ý nghiệp, ấy là thành tựu thân chăng?

Đáp: Hoặc thành tựu, hoặc không thành tựu. Cũng như trước đã nói.

Hỏi: Nếu thành tựu thân, ấy là thành tựu thân nghiệp, ngữ nghiệp, ý nghiệp chăng?

Đáp: Trường hợp có thành tựu thân và ý nghiệp, không phải là thân nghiệp, ngữ nghiệp.

Trường hợp có thành tựu thân và thân nghiệp, ý nghiệp, không phải là ngữ nghiệp.

Trường hợp có thành tựu thân và thân nghiệp, ngữ nghiệp, ý nghiệp. Trường hợp này đều đã nói như ở trong phần trước, thân đối với thân nghiệp, ngữ nghiệp.

Hỏi: Giả sử thành tựu thân nghiệp, ngữ nghiệp, ý nghiệp, ấy là thành tựu thân chăng?

Đáp: Hoặc thành tựu, hoặc không thành tựu. Cũng như đã nói trước kia.

Hỏi: Nếu thành tựu thân nghiệp, ấy là thành tựu ngữ nghiệp chăng?

Đáp: Nên nêu lên bốn trường hợp để giải thích:

1- Trường hợp có thành tựu thân nghiệp, không phải là ngữ nghiệp: Nghĩa là sinh Dục giới, sống không luật nghi, không phải không luật nghi, thân biểu hiện hữu, hoặc trước có mà không mất, không có ngữ biểu. Giả sử có mà mất.

2- Trường hợp có thành tựu ngữ nghiệp, không phải là thân nghiệp: Nghĩa là sinh Dục giới, sống không luật nghi, không phải không luật nghi, ngữ biểu hiện hữu, hoặc trước có mà không mất, không có thân biểu. Giả sử có mà mất.

3- Trường hợp có thành tựu thân nghiệp và cũng có ngữ nghiệp: Nghĩa là Thánh giả trú thai, hoặc sinh Dục giới, sống với luật nghi, sống không có luật nghi và sống không có luật nghi, không phải không có luật nghi, thân biểu, ngữ biểu hiện hữu, hoặc trước có không mất, hoặc sinh Sắc giới, hoặc Thánh giả sinh Vô sắc giới.

4- Trường hợp không có thành tựu thân nghiệp và ngữ nghiệp: Nghĩa là ở trong vỏ trứng, hoặc phàm phu ở trong thai tạng, hoặc sinh ở Dục giới, sống không luật nghi, không phải là không luật nghi, không có thân biểu, không có ngữ biểu. Giả sử có mà mất, hoặc phàm phu sinh Vô sắc giới.

Hỏi: Nếu thành tựu thân nghiệp, ấy là thành tựu ý nghiệp chăng?

Đáp: Giả sử thành tựu thân nghiệp, thì người ấy thành tựu ý nghiệp.

Trường hợp có thành tựu ý nghiệp không thành tựu thân nghiệp:

Nghĩa là ở trong vỏ trứng, hoặc phàm phu trú ở thai, hoặc sinh Dục giới, sống không có luật nghi, không phải không có luật nghi, không có thân biểu, giả sử có mà mất, hoặc phàm phu sinh Vô sắc giới.

Hỏi: Nếu thành tựu thân nghiệp, ấy là thành tựu ngữ nghiệp, ý nghiệp chăng?

Đáp: Trường hợp có thành tựu thân nghiệp và ý nghiệp, không phải ngữ nghiệp: Nghĩa là sinh ở Dục giới, sống không luật nghi, không phải là không luật nghi, thân biểu hiện hữu, hoặc trước có không mất, không có ngữ biểu. Giả sử có mà mất.

Trường hợp có thành tựu thân nghiệp và ngữ nghiệp, ý nghiệp: Nghĩa là Thánh giả trú thai, hoặc sinh ở Dục giới, sống với luật nghi, sống không luật nghi, và sống không luật nghi, không phải là không luật nghi, thân biểu và ngữ biểu hiện hữu, hoặc trước có không mất, hoặc sinh Sắc giới, hoặc Thánh giả sinh Vô sắc giới.

Hỏi: Giả sử thành tựu ngữ nghiệp, ý nghiệp, ấy là thành tựu thân nghiệp chăng?

Đáp: Hoặc thành tựu, hoặc không thành tựu.

Hỏi: Thế nào là thành tựu?

Đáp: Nghĩa là như trước đã nói.

Hỏi: Thế nào là không thành tựu?

Đáp: Nghĩa là sinh Dục giới, sống không có luật nghi, không phải không có luật nghi, ngữ biểu hiện hữu, hoặc trước có, không mất, không có thân biểu. Giả sử có mà mất.

Hỏi: Nếu thành tựu ngữ nghiệp, ấy là thành tựu ý nghiệp chăng?

Đáp: Các thành tựu ngữ nghiệp, ấy là thành tựu ý nghiệp.

Trường hợp có thành tựu ý nghiệp, không phải là ngữ nghiệp. Trường hợp này như đã nói ở trước của phần thân nghiệp, đối với ý nghiệp. Sự khác biệt trong trường hợp này là nói về ngữ biểu.

Hỏi: Nếu nghiệp chưa xả ly ô nhiễm, thì quả dị thục của nghiệp ấy chưa xả ly ô nhiễm chăng?

Đáp: Các nghiệp chưa xả ly ô nhiễm, thì quả dị thục của nghiệp ấy, chưa xả ly ô nhiễm; hoặc có quả dị thục chưa xả ly ô nhiễm, nhưng nghiệp ấy đã xả ly ô nhiễm. Nghĩa là Thánh giả Dự lưu, do chứng kiến mà đoạn trừ, nên đối với nghiệp đã xả ly ô nhiễm mà quả dị thục ấy đối với ô nhiễm chua xả ly.

Hỏi: Nếu nghiệp đã xả ly ô nhiễm, thì quả dị thục ấy có xả ly ô nhiễm chăng?

Đáp: Các quả dị thục đã xả ly ô nhiễm, nghiệp ấy cũng xả ly ô nhiễm. Hoặc trường hợp có nghiệp đã xả ly ô nhiễm mà quả dị thục chưa xả ly ô nhiễm. Nghĩa là Thánh giả Dự lưu, do chứng kiến mà đoạn trừ, nên đối với nghiệp đã xả ly ô nhiễm mà quả dị thục ấy đối với ô nhiễm chưa xả ly.

Hỏi: Nếu ở trong nghiệp có quả, thì nghiệp ấy đều có dị thục chăng?

Đáp: Đối với các nghiệp có dị thục, các nghiệp ấy đều có quả dị thục. Hoặc trường hợp có nghiệp, có quả, mà nghiệp ấy không phải dị thục. Nghĩa là nghiệp vô ký và nghiệp vô lậu.

Hỏi: Nếu nghiệp không có quả, thì nghiệp ấy đều là không phải dị thục chăng?

Đáp: Không có nghiệp là không có quả. Hoặc có nghiệp không phải là dị thục. Nghĩa là nghiệp vô ký và nghiệp vô lậu.

Hỏi: Nếu nghiệp bất thiện, nghiệp ấy đều là điên đảo chăng?

Đáp: Nên nêu lên bốn trường hợp để giải thích:

1- Trường hợp có nghiệp bất thiện, nghiệp ấy không phải là điên đảo: Nghĩa là như có một người khởi lên kiến lập này, lý luận này: "Có nghiệp, có nghiệp quả dị thục mà thực hành các ác hành của thân, các ác hành của ngữ, các ác hành của ý".

Lại nữa, như một người ở nơi có thấy, tưởng không thấy; ở nơi nghe, biết, hiểu có tưởng không nghe, biết, hiểu. Người ấy che giấu tưởng này, nhẫn này, ý muốn này, nói rằng: "Ta thấy, ta nghe, ta hiểu"; hoặc ở nơi không thấy, tưởng có thấy; ở nơi không nghe, biết, hiểu, tưởng có nghe, biết, hiểu, do người ấy che giấu tưởng này, nhẫn này, ý muốn này, người ấy nói: "Tôi không thấy, không nghe, không biết, không hiểu" là có nghiệp điên đảo, nghiệp ấy không phải là bất thiện. Nghĩa là như có một người khởi lên kiến lập này, lý luận này: "Không có nghiệp, không có quả dị thục của nghiệp" mà thực hành diệu hành của thân, thực hành diệu hành của ngữ, thực hành diệu hành của ý.

2-Lại nữa, trường hợp như có một người ở nơi thấy, có tưởng không thấy; ở nơi nghe, biết, hiểu, có tưởng không nghe, biết, hiểu, người ấy, không che giấu, tưởng này, nhẫn này, ý muốn này, nói rằng: "Ta không thấy, ta không nghe, biết, hiểu". Hoặc nơi không thấy, tưởng có thấy, ở nơi không nghe, biết, hiểu, tưởng có nghe, biết, hiểu, người ấy không che giấu tưởng này, nhẫn này, ý muốn này, nói rằng: "Ta thấy, ta nghe, biết, hiểu".

Cũng có nghiệp bất thiện, mà cũng là điên đảo: Nghĩa là như có một người khởi lên kiến lập này, lý luận này: "Không có nghiệp, không có quả dị thục của nghiệp". Lại thực hành các ác hành của thân, các ác hành của ngữ, các ác hành của ý.

3-Lại nữa, như có một người ở nơi thấy, tưởng có thấy, ở nơi nghe, biết, hiểu, tưởng có nghe, biết, hiểu, người ấy che giấu tưởng này, nhẫn này, ý muốn này, nói rằng: "Ta không thấy, không nghe, biết, hiểu". Hoặc ở nơi không thấy, có tưởng không thấy, ở nơi không nghe, biết, hiểu, có tưởng không nghe, biết, hiểu, người ấy che giấu tưởng này, nhẫn này, ý muốn này, nói rằng: "Ta thấy, ta nghe, biết, hiểu".

4- Trường hợp có nghiệp, không phải là bất thiện, không phải là điên đảo: Nghĩa là như có một người khởi lên kiến lập này, lý luận này: "Có nghiệp, có quả dị thục của nghiệp". Lại thực hành diệu hành của thân, thực hành diệu hành của ngữ, thực hành diệu hành của ý.

Lại nữa, như có một người ở nơi thấy, tưởng có thấy, ở nơi nghe, biết, hiểu, người ấy không có che giấu tưởng này, nhẫn này, ý muốn này, nói rằng: "Ta thấy, ta nghe, biết, hiểu". Hoặc ở nơi không thấy, có tưởng không thấy, ở nơi không nghe, biết, hiểu, có tưởng không nghe, biết, hiểu, người ấy không che giấu tưởng này, nhẫn này, ý muốn này, nói rằng: "Ta không có thấy, ta không có nghe, biết, hiểu".

Hỏi: Nếu là thiện nghiệp, thì nghiệp của người ấy không điên đảo chăng?

Đáp: Nên nêu lên bốn trường hợp để giải thích:

1- Trường hợp câu thứ hai ở phần trước, làm thành câu thứ nhất của trường hợp này.

2- Trường hợp câu thứ nhất ở phần trước, làm thành câu thứ hai của phần này.

3- Trường hợp câu thứ tư của phần trước, làm thành câu thứ ba của phần này.

4- Trường hợp câu thứ ba của phần trước, làm thành câu thứ tư của phần này. Rộng rãi như trước đó đã có nói.

Hỏi: Nếu thành tựu nghiệp bất thiện, ấy là thành tựu nghiệp hệ thuộc Sắc giới, Vô sắc giới chăng?

Đáp: Các thành tựu nghiệp bất thiện, nghiệp ấy quyết định thành tựu các nghiệp hệ thuộc Sắc giới, Vô sắc giới.

Có trường hợp thành tựu nghiệp hệ lụy Sắc giới, Vô sắc giới, không phải nghiệp bất thiện. Nghĩa là sinh ở Dục giới mà đã xả ly ô nhiễm Dục giới, hoặc sinh Vô sắc giới.

Hỏi: Nếu thành tựu thiện nghiệp hệ thuộc Dục giới, nghiệp ấy có thành tựu nghiệp hệ thuộc Sắc giới, Vô sắc giới chăng?

Đáp: Thành tựu các thiện nghiệp hệ thuộc Dục giới, nghiệp ấy quyết định thành tựu các nghiệp hệ thuộc Sắc giới, Vô sắc giới.

Trường hợp có thành tựu nghiệp hệ thuộc Sắc giới, Vô sắc giới, không phải là thiện nghiệp hệ thuộc Dục giới. Nghĩa là bổ-đặc-già-la đoạn mất thiện căn. Hoặc sinh ở Sắc giới.

Hỏi: Nếu thành tựu thiện nghiệp hệ thuộc Dục giới, nghiệp ấy có thành tựu thiện nghiệp hệ thuộc Sắc giới, Vô sắc giới chăng?

Đáp: Nên nêu lên bốn trường hợp để giải thích:

1- Trường hợp có thành tựu thiện nghiệp hệ thuộc Dục giới, không phải thiện nghiệp hệ thuộc Sắc giới, Vô sắc giới: Nghĩa là sinh ở Dục giới. không đoạn dứt thiện căn, chưa đạt được thiện tâm Sắc giới.

2- Trường hợp thành tựu thiện nghiệp hệ thuộc Sắc giới, Vô sắc giới, không phải là thiện nghiệp hệ thuộc Dục giới: Nghĩa là sinh Sắc giới, đạt được thiện tâm Vô sắc giới.

3- Trường hợp có thành tựu thiện nghiệp hệ thuộc Dục giới, cũng là thiện nghiệp hệ thuộc Sắc giới, Vô sắc giới: Nghĩa là sinh ở Dục giới, đạt được thiện tâm Vô sắc giới.

4- Có trường hợp không có thành tựu thiện nghiệp hệ thuộc Dục giới, cũng không phải là thiện nghiệp hệ thuộc Sắc giới, Vô sắc giới: Nghĩa là Bổ-đặc-già-la đoạn dứt thiện căn.

Hỏi: Nếu thành tựu nghiệp hệ thuộc Dục giới, ấy là thành tựu nghiệp hệ thuộc Sắc giới chăng?

Đáp: Đúng là như vậy.

Hỏi: Giả sử thành tựu nghiệp hệ thuộc Sắc giới, ấy là thành tựu nghiệp hệ thuộc Dục giới chăng?

Đáp: Đúng là như vậy.

Hỏi: Nếu thành tựu nghiệp hệ thuộc Dục giới, ấy là thành tựu nghiệp hệ thuộc Vô sắc giới chăng?

Đáp: Thành tựu các nghiệp hệ thuộc Dục giới, các nghiệp ấy, quyết định thành tựu nghiệp hệ thuộc Vô sắc giới.

Trường hợp có thành tựu nghiệp hệ thuộc Vô sắc giới, không phải là nghiệp hệ thuộc Dục giới. Nghĩa là Bổ-đặc-già-la sinh ở Vô sắc giới.

Hỏi: Nếu thành tựu nghiệp hệ thuộc Dục giới, ấy là thành tựu nghiệp bất hệ chăng?

Đáp: Nên nêu lên bốn trường hợp để giải thích:

1- Trường hợp có thành tựu nghiệp hệ thuộc Dục giới, không phải là nghiệp bất hệ: Nghĩa là phàm phu sinh ở Dục giới, Sắc giới.

2- Trường hợp có thành tựu nghiệp hệ thuộc bất hệ, không phải là nghiệp hệ thuộc Dục giới: Nghĩa là Thánh giả sinh Vô sắc giới.

3- Trường hợp có thành tựu nghiệp hệ thuộc Dục giới, cũng là nghiệp bất hệ: Nghĩa là Thánh giả sinh Dục giới, Sắc giới.

4- Trường hợp không có thành tựu nghiệp hệ thuộc Dục giới, cũng không phải là nghiệp bất hệ: Nghĩa là phàm phu sinh Vô sắc giới.

Hỏi: Nếu thành tựu nghiệp hệ thuộc Sắc giới, ấy là thành tựu nghiệp hệ thuộc Vô sắc giới chăng?

Đáp: Thành tựu các nghiệp hệ thuộc Sắc giới, các nghiệp ấy quyết định hệ thuộc Vô sắc giới.

Trường hợp có thành tựu nghiệp hệ thuộc Vô sắc giới, không thành tựu nghiệp hệ thuộc Sắc giới: Nghĩa là các hữu tình sinh ở Vô sắc giới.

Hỏi: Nếu thành tựu nghiệp hệ thuộc Sắc giới, ấy là thành tựu nghiệp bất hệ chăng?

Đáp: Nên nêu lên bốn trường hợp để giải thích:

1- Trường hợp có thành tựu nghiệp hệ thuộc Sắc giới, không phải là nghiệp bất hệ: Nghĩa là phàm phu sinh ở Dục giới, Sắc giới.

2- Trường hợp có thành tựu nghiệp thuộc bất hệ không phải là nghiệp hệ thuộc Sắc giới: Nghĩa là Thánh giả sinh ở Vô sắc giới.

3- Trường hợp có thành tựu nghiệp hệ thuộc Sắc giới, mà cũng là nghiệp bất hệ: Nghĩa là Thánh giả sinh ở Dục giới.

4- Có trường hợp không phải thành tựu nghiệp hệ thuộc Sắc giới mà cũng không phải là nghiệp bất hệ: Nghĩa là phàm phu sinh ở Vô sắc giới.

Hỏi: Nếu thành tựu nghiệp hệ thuộc Vô sắc giới, ấy là thành tựu nghiệp bất hệ chăng?

Đáp: Thành tựu các nghiệp bất hệ, ấy là quyết định thành tựu nghiệp hệ thuộc Vô sắc giới.

Trường hợp có thành tựu nghiệp hệ Vô sắc giới, không phải là nghiệp bất hệ. Nghĩa là các phàm phu.

Hỏi: Nếu thành tựu nghiệp bất hệ, hệ thuộc Dục giới, Sắc giới, Vô sắc giới, nghiệp ấy mạng chung sinh ở xứ giới nào?

Đáp: Hoặc là Dục giới, hoặc là Sắc giới, hoặc là Vô sắc giới, hoặc vô sinh xứ.

Quyển mười hai

Chương bốn: Nghiệp Uẩn

PHẨM BỐN: LUẬN VỀ BIỂU VÀ VÔ BIỂU[11]

---

[11] Biểu-vô biểu: Biểu: Skt. Vijñapti-karman. Vô biểu: Skt. Avijñapti-karman. Biểu, vô biểu, cũng gọi là Hữu biểu nghiệp, Vô biểu nghiệp; Hữu biểu sắc, Vô biểu sắc; Tác, vô tác.

Nghiệp biểu hiện ở bên ngoài, khiến nhãn thức nhận rõ, phân biệt rõ ràng, gọi là biểu nghiệp, ví như thân biểu và ngữ biểu. Vô biểu nghiệp là nghiệp không biểu hiện cụ thể bên ngoài, khiến nhãn thức không nhận ra, gọi là Vô biểu nghiệp, nghĩa là nghiệp tiềm ẩn ở bên trong, không thấy được bằng nhãn thức, nhưng có tác dụng ngăn cản những hành vi thiện hay ác của thân và ngữ.

Theo giải thích của Phật giáo Thuyết nhất thiết hữu bộ: Trong ba nghiệp, thân nghiệp, ngữ nghiệp có đủ cả biểu nghiệp và vô biểu nghiệp. Thân biểu nghiệp lấy sắc làm thể; ngữ biểu nghiệp lấy âm thanh làm thể; Vô biểu nghiệp lấy sắc ở trong pháp xứ làm thể, tất cả đều là pháp có thật. Còn ý nghiệp, không thiết lập biểu nghiệp và Vô biểu nghiệp.

Biểu nghiệp, gồm có đủ cả ba tính thiện, ác, vô ký, do Tầm, Tứ phát khởi, nên tồn tại ở Dục giới, Sơ thiền. Vô biểu nghiệp, gồm cả hai tính thiện ác, nên chỉ tồn tại ở Dục giới, Sắc giới. (*Câu-xá luận* 13, *Đại chánh* 29; *Đại Tỳ-bà-sa* 122; *Đại chánh* 27).

Các nhà Phật học Đại thừa Duy thức, cho rằng: "Thân biểu nghiệp chẳng phải có thật, nhưng do tâm là nhân, khiến biểu hiện ra các sắc tướng, tương tục sinh diệt, chuyển đến các phương khác, tợ hồ như có động tác biểu thị tâm, nên mới gọi là thân biểu. Ngữ biểu cũng không phải thật có, vì trong một sát na, ngữ biểu không biểu ngôn được mà phải trải qua nhiều sát-na nối tiếp nhau, cho nên tính của ngữ biểu

> *Biểu-Vô biểu, Tổng-biệt*
> *Bốn tính, thành ba đời*
> *Nghiệp-quả-giới, Thị-phi*
> *Hữu lậu thảy, Học thảy*
> *Thân giới và Tâm tuệ*
> *Tổng-biệt, Tu-không tu*
> *Giới loại, thành ba đời*
> *Chương này nguyện nói đủ.*

Hỏi: Nếu thành tựu thân biểu, ấy là thành tựu vô biểu này chăng?

Đáp: Nên nêu lên bốn trường hợp để giải thích:

1- Trường hợp có thành tựu thân biểu, không phải là vô biểu này: Nghĩa là sinh ở Dục giới, sống nơi không có luật nghi, không phải là không có luật nghi, thân biểu hiện hữu, không đạt được vô biểu này, hoặc trước có biểu này không mất, không đạt được vô biểu này.

2- Trường hợp có thành tựu thân vô biểu mà không phải là biểu này: Nghĩa là Thánh giả trú ở thai, hoặc sinh ở Dục giới, sống với luật nghi, không đắc Biệt giải thoát luật nghi, không có thân biểu. Giả sử có mà mất. Hoặc sinh ở Sắc giới không có thân biểu. Giả sử có mà mất, hoặc Thánh giả sinh Vô sắc giới.

3- Trường hợp có thành tựu thân biểu, cũng có vô biểu này: Nghĩa là sinh ở Dục giới, sống với luật nghi, không đắc Biệt giải thoát luật nghi[12], thân biểu hiện hữu, cũng đạt được vô biểu này, hoặc trước

---

là không có thật. Vì hữu đối sắc ở bên ngoài sát na trước đó đã diệt, nhưng do tâm làm nhân, nên thức mới biểu hiện ra tựa hồ có tiếng nói, rồi sinh diệt tương tục, tương tợ có biểu thị, nên gọi là Ngữ biểu, chứ thật ra ngữ biểu không có thật. (*Thành duy thức luận 8, Đại chánh 31; Du già sư địa luận 53, Đại chánh 30*).

[12] Biệt giải thoát luật nghi: Skt. Prātimokṣa-saṃvara. Pāli. Pātimokkha-saṃvara. Prātimokṣa, hướng tới giải thoát; saṃvara, luật nghi. Luật nghi hướng tới giải thoát. Hán phiên âm: Ba-la-đề-mộc-xoa và dịch: Biệt giải thoát giới, Biệt giải thoát luật nghi, Biệt giải thoát pháp. Giới này do thọ mà đắc giới từ hữu biểu đến vô biểu giới thể.

"Biệt giải thoát luật nghi là giải thoát, các loại phiền não ở trong chín phẩm loại phiền não và do giải thoát các loại phiền não ấy. Nên, gọi là

đã có biểu này, mà không mất, cũng đạt được vô biểu này, hoặc sống với Biệt giải thoát luật nghi, hoặc sống không có luật nghi, hoặc sống không luật nghi, không phải không luật nghi, thân biểu hiện hữu, cũng đắc vô biểu này. Hoặc trước đã có biểu này không mất, cũng đắc vô biểu này. Hoặc sinh Sắc giới, thân biểu hiện hữu, hoặc trước đã có biểu này không mất.

4- Trường hợp không có thành tựu thân biểu, cũng không phải là vô biểu này: Nghĩa là sống trong vỏ trứng, phàm phu trú ở trong thai, hoặc sinh ở Dục giới, sống không có luật nghi, không phải không luật nghi, không có thân biểu. Giả sử có mà mất. Hoặc phàm phu sinh ở Vô sắc giới.

Hỏi: Nếu thành tựu thân biểu thiện, ấy là thành tựu vô biểu này?

Đáp: Nên nêu lên bốn trường hợp để giải thích:

1- Trường hợp có thành tựu thân biểu thiện, không phải là vô biểu này: Nghĩa là sinh ở Dục giới, sống không có luật nghi và không có luật nghi-không phải là không có luật nghi, thân vô biểu thiện hiện hữu, thì không đạt được vô biểu này; hoặc trước đã có vô biểu này mà không mất, thì không đạt được vô biểu này.

2- Trường hợp có thành tựu thân vô biểu thiện, không phải là biểu này: Nghĩa là Thánh giả trú thai, hoặc sinh ở Dục giới, sống với luật nghi, không đắc Biệt giải thoát luật nghi, thân biểu không phải là thiện. Giả sử có mà mất, hoặc Thánh giả sinh Vô sắc giới.

3- Trường hợp có thành tựu thân biểu thiện, cũng là vô biểu này:

Biệt giải luật nghi.

Lại nữa, Kiến hoặc, Tư hoặc có nhiều chủng loại, y vào luật nghi tu tập loại bỏ từng đối tượng phiền não cá biệt ấy, nên gọi là Biệt giải thoát luật nghi". (*Căn bản tát bà đa bộ luật nhiếp*, tr 525a, *Đại chánh* 24).

Biệt giải thoát luật nghi có tám loại, gồm: Tỷ-kheo luật nghi, Tỷ-kheo-ni luật nghi, Thức-xoa-ma-na luật nghi, Sa-di luật nghi, Sa-di-ni luật nghi, Cận sự nam luật nghi, Cận sự nữ luật nghi, Cận trụ luật nghi. Bảy luật nghi, người thọ nguyện vâng giữ trọn đời. Cận trú giới nguyện giữ gìn một ngày một đêm. (*Trung A-hàm 33, Đại chánh 1; Đại Tỷ-bà-sa 119, 120, 122, Đại chánh 27; Câu-xá luận 14, Đại chánh 29...*).

Nghĩa là sinh ở Dục giới, sống với luật nghi, không đắc Biệt giải thoát luật nghi, thiện vô biểu hiện hữu, cũng đạt được vô biểu này. Hoặc trước có biểu này không mất, cũng đạt được vô biểu này. Hoặc sống với Biệt giải thoát luật nghi; hoặc sống không có luật nghi và không có luật nghi, không phải là không có luật nhi, thân biểu thiện hiện hữu, cũng đạt được vô biểu này. Hoặc sinh Sắc giới, thân biểu thiện hiện hữu; hoặc trước đã có thân biểu này không mất.

4- Trường hợp không có thành tựu thân biểu thiện, cũng không phải là vô biểu này: Nghĩa là ở trong vỏ trứng, hoặc phàm phu ở trong thai; hoặc sinh ở Dục giới, sống không có luật nghi và không phải có luật nghi, không phải là không có luật nghi, thân biểu không có thiện, giả sử có mà mất; hoặc phàm phu sinh ở Vô sắc giới.

Hỏi: Nếu thành tựu thân biểu bất thiện, ấy là thành tựu vô biểu này chăng?

Đáp: Thành tựu các thân vô biểu bất thiện, ấy là thành tựu biểu này. Trường hợp có thành tựu thân biểu bất thiện, không phải là vô biểu này: Nghĩa là sinh ở Dục giới, sống có luật nghi và không phải có luật nghi, không phải là không có luật nghi, thân biểu bất thiện hiện hữu, thì không đạt được vô biểu này; hoặc trước có biểu này không mất, thì không đạt được vô biểu này.

Hỏi: Nếu thành tựu thân biểu hữu phú vô ký, ấy là thành tựu vô biểu này chăng?

Đáp: Không thành tựu thân vô biểu hữu phú vô ký.

Trường hợp có thành tựu biểu này: Nghĩa là sinh ở Sắc giới, thân biểu hữu phú vô ký hiện hữu.

Hỏi: Nếu thành tựu thân biểu vô phú vô ký, ấy là thành tựu vô biểu này chăng?

Đáp: Không thành tựu thân vô biểu vô phú vô ký, có thành tựu thân biểu này: Nghĩa là sinh ở Dục giới, Sắc giới, thân biểu vô phú vô ký hiện hữu.

Hỏi: Nếu thành tựu thân biểu quá khứ, ấy là thành tựu vô biểu này chăng?

Đáp: Nên nêu lên bốn trường hợp để giải thích:

1- Trường hợp có thành tựu thân biểu quá khứ, không phải là vô biểu này: Nghĩa là sinh ở Dục giới, sống không có luật nghi, không phải là không có luật nghi, trước đã có thân biểu, không mất, thì không đạt được vô biểu này.

2- Trường hợp có thành tựu thân vô biểu quá khứ, không phải là biểu này: Nghĩa là Thánh giả trú thai, hoặc sinh ở Dục giới, sống luật nghi, không đắc Biệt giải thoát luật nghi, trước không có thân biểu, giả sử có mà mất. Hoặc sinh Vô sắc giới, trước không có thân biểu, giả sử có mà mất; hoặc hàng Thánh giả hữu học sinh Vô sắc giới.

3- Trường hợp có thành tựu thân biểu quá khứ, cũng là vô biểu này: Nghĩa là sinh ở Dục giới, sống với luật nghi, không đắc Biệt giải thoát luật nghi, trước có thân biểu không mất, thì cũng đạt được vô biểu này; hoặc sống với Biệt giải thoát luật nghi; hoặc sống không có luật nghi; hoặc sống không có luật nghi, không phải là không có luật nghi, trước đã có thân biểu, không mất, thì cũng đạt được vô biểu này. Hoặc sinh ở Sắc giới, trước đã có thân biểu, không mất.

4- Có trường hợp không phải là thành tựu thân biểu quá khứ, cũng không phải là vô biểu này: Nghĩa là ở trong vỏ trứng, hoặc phàm phu ở trong thai, hoặc sinh ở Dục giới, sống không có luật nghi, không phải là không có luật nghi, trước không có thân biểu, giả sử có mà mất, hoặc A-la-hán và phàm phu sinh ở Vô sắc giới.

Hỏi: Nếu thành tựu thân biểu thiện quá khứ, ấy là thành tựu vô biểu này chăng?

Đáp: Nên nêu lên bốn trường hợp để giải thích:

1- Trường hợp có thành tựu thân biểu thiện quá khứ, không phải là vô biểu này: Nghĩa là sinh ở Dục giới, sống không có luật nghi và không có luật nghi, không phải là không có luật nghi, trước đã có thân biểu thiện, không mất, thì không đạt được vô biểu này.

2- Trường hợp có thành tựu thân vô biểu thiện quá khứ, không phải là biểu này: Nghĩa là Thánh giả trú thai, hoặc sinh ở Dục giới, sống với luật nghi, không đắc Biệt giải thoát luật nghi, trước không có thân biểu thiện, giả sử có mà mất, hoặc hàng Thánh giả hữu học sinh Vô sắc giới.

3- Trường hợp có thành tựu thân biểu thiện quá khứ, và cũng có vô biểu này: Nghĩa là sinh ở Dục giới, sống với luật nghi, không đắc Biệt giải thoát luật nghi, trước có thân biểu thiện, không mất, cũng đạt được vô biểu này. Hoặc sống với Biệt giải thoát luật nghi, hoặc sống không có luật nghi và không phải không có luật nghi, trước có thân biểu thiện, không mất, cũng đạt được vô biểu này; hoặc sinh ở Sắc giới, trước có thân biểu thiện, không mất.

4- Trường hợp không có thành tựu thân biểu thiện quá khứ, cũng không phải là vô biểu này: Nghĩa là ở trong vỏ trứng, hoặc phàm phu trú ở thai, hoặc sinh ở Dục giới, sống không có luật nghi và không phải là không có luật nghi, trước thân biểu không thiện, giả sử có mà mất, hoặc A-la-hán và phàm phu sinh ở Vô sắc giới.

Hỏi: Nếu thành tựu thân biểu bất thiện quá khứ, ấy là thành tựu vô biểu này chăng?

Đáp: Thành tựu các thân vô biểu bất thiện quá khứ, ấy là thành tựu biểu này.

Trường hợp có thành tựu thân biểu bất thiện quá khứ, không phải là vô biểu này: Nghĩa là sinh ở Dục giới, sống với luật nghi và không có luật nghi, không phải không có luật nghi, trước có thân biểu bất thiện, không mất, không thể đạt được vô biểu này.

Hỏi: Nếu thành tựu thân biểu quá khứ hữu phù vô ký, ấy là thành tựu vô biểu này chăng?

Đáp: Không thành tựu thân biểu quá khứ hữu phú vô ký và vô biểu này.

Hỏi: Nếu thành tựu thân biểu vô phú vô ký, ấy là thành tựu vô biểu này chăng?

Đáp: Không thành tựu thân biểu quá khứ vô phú vô ký và vô biểu này.

Hỏi: Nếu thành tựu thân biểu vị lai, ấy là thành tựu vô biểu này chăng?

Đáp: Không thành tựu thân biểu vị lai, có thành tựu thân vô biểu này: Nghĩa là Thánh giả trú thai, hoặc sinh ở Dục giới rồi, đạt được thiện tâm ở Sắc giới; hoặc sinh ở Sắc giới; hoặc Thánh giả sinh ở Vô sắc giới.

Hỏi: Nếu thành tựu thân biểu thiện vị lai, ấy là thành tựu vô biểu này chăng?

Đáp: Không thành tựu thân biểu thiện vị lai, có thành tựu vô biểu này: Nghĩa là Thánh giả trú thai, hoặc sinh ở Dục giới rồi, đạt được thiện tâm ở Sắc giới; hoặc sinh ở Sắc giới; hoặc Thánh giả sinh ở Vô sắc giới.

Hỏi: Nếu thành tựu thân biểu bất thiện vị lai, ấy là thành tựu vô biểu này chăng?

Đáp: Không thành tựu thân biểu bất thiện vị lai và vô biểu này.

Hỏi: Nếu thành tựu thân biểu hữu phú vô ký vị lai, ấy là thành tựu vô biểu này chăng?

Đáp: Không thành tựu thân biểu hữu phú vô ký vị lai và vô biểu này.

Hỏi: Nếu thành tựu thân biểu vô phú vô ký vị lai, ấy là thành tựu vô biểu này chăng?

Đáp: Không thành tựu thân biểu vô phú vô ký vị lai và vô biểu này.

Hỏi: Nếu thành tựu thân biểu hiện tại, ấy là thành tựu vô biểu này chăng?

Đáp: Nên nêu lên bốn trường hợp để giải thích:

1- Trường hợp có thành tựu thân biểu hiện tại, không phải là vô biểu này: Nghĩa là sinh ở Dục giới, sống với luật nghi, không có đắc Biệt giải thoát luật nghi, thân biểu hiện hữu, không thể đạt được vô biểu này, giả sử trước có thân biểu, không mất, nhưng không thể đạt được vô biểu này.

Hoặc sống không có luật nghi, không phải không có luật nghi, thân biểu hiện hữu, không thể đạt được vô biểu này. Giả sử trước có thân vô biểu, không mất, nhưng không thể đạt được thân vô biểu này. Hoặc sinh ở Sắc giới, thân biểu hiện hữu.

2- Trường hợp có thành tựu thân vô biểu hiện tại, không phải là biểu này: Nghĩa là sinh ở Dục giới, sống với luật nghi, không đắc Biệt giải thoát luật nghi, chính đang ở trong định, giả sử không phải đang chính ở trong định, không có thân biểu hiện hữu, trước có thân biểu không mất, thì đạt được vô biểu này. Hoặc sống không có luật nghi, không phải là không có luật nghi, không có thân biểu hiện hữu, trước có thân biểu, không mất, thì đạt được vô biểu này. Hoặc sinh ở Sắc giới, chính đang ở trong định.

3- Trường hợp có thành tựu thân biểu hiện tại, cũng có vô biểu này: Nghĩa là sinh ở Dục giới, sống với luật nghi, không có đạt được Biệt giải thoát luật nghi, thân biểu hiện hữu, đạt được vô biểu này. Hoặc trước có thân biểu không mất, thì đạt được vô biểu này.

Hoặc sống với Biệt giải thoát luật nghi và không có luật nghi, thân biểu hiện hữu, hoặc sống không có luật nghi, không phải là không có luật nghi, thân biểu hiện hữu, thì có thể đạt được vô biểu này. Hoặc trước có thân biểu, không mất, thì đạt được vô biểu này.

4- Trường hợp không có thành tựu thân biểu hiện tại, cũng không có vô biểu này: Nghĩa là ở trong vỏ trứng và trú ở trong thai, hoặc sinh ở Dục giới, sống với luật nghi, không đắc Biệt giải thoát luật nghi, không có ở trong định, không có thân biểu hiện hữu, giả sử trước có thân biểu không mất, nhưng không thể đạt được vô biểu này.

Hoặc sống không có luật nghi, không phải không có luật nghi, không có thân biểu hiện hữu, giả sử trước có thân biểu, không mất, nhưng không đạt được vô biểu này.

Hoặc sinh ở Sắc giới, không trú tại định, không có thân biểu hiện hữu, hoặc sinh Vô sắc giới.

Hỏi: Nếu thành tựu thân biểu thiện hiện tại, ấy là thành tựu vô biểu này chăng?

Đáp: Nên nêu lên bốn trường hợp để giải thích:

1- Trường hợp có thành tựu thân biểu thiện hiện tại, không phải là vô biểu này: Nghĩa là sinh ở Dục giới, sống với luật nghi, không đắc Biệt giải thoát luật nghi, thân biểu thiện hiện hữu, không thể đạt được vô biểu này. Giả sử trước có thân biểu thiện, không mất, nhưng không thể đạt được vô biểu này.

Hoặc sống không có luật nghi và không có luật nghi, không phải là không có luật nghi, thân biểu thiện hiện hữu, thì không thể đạt được vô biểu này. Giả sử trước có thân biểu thiện, không mất, nhưng vẫn không thể đạt được vô biểu này. Hoặc sinh ở Sắc giới, thân biểu thiện hiện hữu.

2- Trường hợp có thành tựu thân vô biểu thiện hiện tại, không phải là biểu này: Nghĩa là sinh ở Dục giới, sống với luật nghi, không đắc Biệt giải thoát luật nghi, chính đang ở tại định. Giả sử không ở tại định, thân vô biểu không có thiện hiện hữu, trước có thân vô biểu thiện không mất, nhưng vẫn có thể đạt được vô biểu này.

Hoặc sống với Biệt giải thoát luật nghi, thân biểu không có thiện hiện hữu, hoặc sống không có luật nghi và không có luật nghi, không phải là không có luật nghi, thân biểu không có thiện hiện hữu, trước thân biểu thiện hiện hữu, không mất, nhưng vẫn có thể đạt được vô biểu này. Hoặc sinh Sắc giới, chính đang ở tại định.

3- Trường hợp có thành tựu thân biểu thiện hiện tại, cũng có vô biểu này: Nghĩa là sinh ở Dục giới, sống với luật nghi, không đắc Biệt giải thoát luật nghi, thân biểu thiện hiện hữu, cũng vẫn đạt được vô biểu này. Trước thân biểu có thiện, không mất, thì có thể đạt được vô biểu này.

Hoặc sống với Biệt giải thoát luật nghi, thân biểu thiện hiện hữu, hoặc sống không có luật nghi và sống không có luật nghi, không phải là không có luật nghi, thân biểu thiện hiện hữu, thì cũng đạt được vô biểu này; trước có thân biểu thiện không mất, thì vẫn có thể đạt được vô biểu này.

4- Trường hợp không có thành tựu thân biểu thiện hiện tại, cũng không phải là thân biểu này: Nghĩa là ở trong vỏ trứng và trú ở trong thai, hoặc sinh ở Dục giới, sống với luật nghi, không đắc Biệt giải thoát luật nghi, không đang ở tại định, thân vô biểu không có thiện hiện hữu, giả sử trước thân biểu có thiện, không mất, nhưng vẫn không thể đạt được vô biểu này.

Hoặc sống không có luật nghi và sống không có luật nghi, không phải là không có luật nghi, thân biểu không có thiện hiện hữu, giả sử trước thân biểu có thiện, không mất, nhưng vẫn không thể đạt được vô biểu này. Hoặc sinh ở Sắc giới, không ở tại định, thân biểu không có thiện hiện hữu, hoặc sinh ở Vô sắc giới.

Hỏi: Nếu thành tựu thân biểu bất thiện hiện tại, ấy là thành tựu vô biểu này chăng?

Đáp: Nên nêu lên bốn trường hợp để giải thích:

1- Trường hợp có thành tựu thân biểu bất thiện hiện tại, không phải là vô biểu này: Nghĩa là sinh ở Dục giới, sống với luật nghi và sống không có luật nghi, không phải là không có luật nghi, thân biểu bất thiện hiện hữu, thì không thể đạt được vô biểu này. Giả sử trước có thân biểu bất thiện, không mất, nhưng vẫn không thể đạt được vô biểu này.

2- Trường hợp có thành tựu thân vô biểu bất thiện hiện tại, không phải là biểu này: Nghĩa là sinh ở Dục giới, sống không có luật nghi, không có thân biểu bất thiện hiện hữu. Hoặc sống với luật nghi và không có luật nghi, không phải là không có luật nghi, không có thân biểu bất thiện hiện hữu, trước có thân biểu bất thiện không mất, thì có thể đạt được vô biểu này.

3- Trường hợp có thành tựu thân biểu bất thiện hiện tại và cũng có vô biểu này: Nghĩa là sinh ở Dục giới, sống với luật nghi và không có luật nghi, không phải là không có luật nghi, thân biểu bất thiện hiện hữu, thì cũng có thể đạt được vô biểu này. Trước có thân biểu bất thiện không mất, thì có thể đạt được vô biểu này. Hoặc sống không có luật nghi, thân biểu bất thiện hiện hữu.

4- Trường hợp không có thành tựu thân biểu bất thiện hiện tại, cũng không phải là vô biểu này: Nghĩa là ở trong vỏ trứng, hoặc trú ở trong thai, sinh ở Dục giới, sống với luật nghi và không có luật nghi, không phải là không có luật nghi, không có thân biểu bất thiện hiện hữu, giả sử trước có thân biểu bất thiện hiện hữu, không mất, nhưng vẫn không thể đạt được vô biểu này, hoặc sinh ở Vô sắc giới.

Hỏi: Nếu thành tựu thân biểu bất thiện quá khứ, ấy là thành tựu vô biểu này chăng?

Đáp: Thành tựu các thân vô biểu bất thiện quá khứ, ấy là thành tựu biểu này.

Có trường hợp thành tựu các thân vô biểu bất thiện quá khứ, không phải là thành tựu biểu này: Nghĩa là sinh ở Dục giới, sống với luật nghi và không có luật nghi, không phải là không có luật nghi, trước có thân biểu bất thiện không mất, thì không thể đạt được vô biểu này.

Hỏi: Nếu thành tựu thân biểu hữu phú vô ký quá khứ, ấy là thành tựu vô biểu này chăng?

Đáp: Không có thành tựu thân biểu hữu phú vô ký quá khứ và vô biểu này.

Hỏi: Nếu thành tựu thân biểu vô phú vô ký quá khứ, ấy là thành tựu vô biểu này chăng?

Đáp: Không có thành tựu thân biểu vô phú vô ký quá khứ và vô biểu này.

Hỏi: Nếu thành tựu thân biểu vị lai, ấy là thành tựu vô biểu này chăng?

Đáp: Không có thành tựu thân biểu vị lai có thành tựu vô biểu này: Nghĩa là Thánh giả trú thai, hoặc đã sinh ở Dục giới rồi, đạt được thiện tâm ở Sắc giới, hoặc sinh ở Sắc giới, hoặc Thánh giả sinh ở Vô sắc giới.

Hỏi: Nếu thành tựu thân biểu thiện vị lai, ấy là thành tựu vô biểu này chăng?

Đáp: Không có thành tựu thân biểu thiện vị lai có thành tựu vô biểu này: Nghĩa là Thánh giả trú thai, hoặc đã sinh ở Dục giới rồi, đạt được thiện tâm ở Sắc giới, hoặc sinh ở Sắc giới, hoặc Thánh giả sinh ở Vô sắc giới.

Hỏi: Nếu thành tựu thân biểu bất thiện vị lai, ấy là thành tựu vô biểu này chăng?

Đáp: Không có thành tựu thân biểu bất thiện vị lai và vô biểu này.

Hỏi: Nếu thành tựu thân biểu hữu phú vô ký vị lai, ấy là thành tựu vô biểu này chăng?

Đáp: Không có thành tựu thân biểu hữu phú vô ký vị lai và vô biểu này.

Hỏi: Nếu thành tựu thân biểu vô phú vô ký vị lai, ấy là thành tựu vô biểu này chăng?

Đáp: Không có thành tựu thân biểu vô phú vô ký vị lai và vô biểu này.

Hỏi: Nếu thành tựu thân biểu hiện tại, ấy là thành tựu vô biểu này chăng?

Đáp: Nên nêu lên bốn trường hợp để giải thích:

1- Trường hợp có thành tựu thân biểu hiện tại, không phải là vô biểu này: Nghĩa là sinh ở Dục giới, sống với luật nghi, không thể đạt được Biệt giải thoát luật nghi, thân biểu hiện hữu, thì không thể đạt được vô biểu này. Giả sử trước có thân biểu không mất, nhưng vẫn không đạt được vô biểu này.

Nếu sống không có luật nghi, không phải không có luật nghi, thân biểu hiện hữu, thì không thể đạt được vô biểu này. Giả sử trước có thân biểu, không mất, nhưng vẫn không thể đạt được vô biểu này, hoặc sinh ở Sắc giới, thân biểu hiện hữu.

2- Trường hợp có thành tựu thân vô biểu hiện tại, không phải là biểu này: Nghĩa là sinh ở Dục giới, sống với luật nghi, không đắc Biệt giải thoát luật nghi, chính đang trú tại định. Giả sử không phải đang trú tại định, không có thân biểu hiện hữu, trước có thân biểu không mất, thì có thể đạt được vô biểu này.

Hoặc sống với phi luật nghi, không phải không có luật nghi, không có thân biểu hiện hữu, trước có thân biểu không mất, thì có thể đạt được vô biểu này, hoặc sinh ở Sắc giới, chính đang trú ở định.

3- Trường hợp có thành tựu thân biểu hiện tại, cũng là vô biểu này: Nghĩa là sinh ở Dục giới, sống với luật nghi, không thể đạt được

Biệt giải thoát luật nghi, thân biểu hiện hữu, thì đạt được vô biểu này.

Hoặc trước có thân biểu không mất, thì có thể đạt được vô biểu này. Hoặc sống với Biệt giải thoát luật nghi và không có luật nghi, thân biểu hiện hữu. Hoặc sống với không có luật nghi, không phải không có luật nghi, thân biểu hiện hữu, thì có thể đạt được vô biểu này, hoặc trước có thân biểu, không mất, thì có thể đạt được vô biểu.

4- Trường hợp không có thành tựu thân biểu hiện tại, cũng không phải là vô biểu này: Nghĩa là ở trong vỏ trứng và trú ở trong thai, sinh ở Dục giới, sống với luật nghi, không đạt được Biệt giải thoát luật nghi, không ở trong định, không có thân biểu hiện hữu.

Giả sử trước có thân biểu không mất, nhưng vẫn không thể đạt được vô biểu này. Hoặc sống không có luật nghi, không phải không có luật nghi, không có thân biểu hiện hữu, giả sử trước có thân biểu không mất, nhưng vẫn không thể đạt được vô biểu này. Hoặc sinh ở Sắc giới, không ở tại định, không có thân biểu hiện hữu, hoặc sinh ở Vô sắc giới.

Hỏi: Nếu thành tựu thân biểu thiện hiện tại, ấy là thành tựu vô biểu này chăng?

Đáp: Nên nêu lên bốn trường hợp để giải thích:

1- Trường hợp có thành tựu thân biểu thiện hiện tại, không phải là vô biểu này: Nghĩa là sinh ở Dục giới, sống với luật nghi, không thể đạt được Biệt giải thoát luật nghi, có thân biểu thiện hiện hữu, vẫn không thể đạt được vô biểu này. Giả sử trước có thân biểu thiện không mất, nhưng vẫn không thể đạt được vô biểu này.

Hoặc sống không có luật nghi và không có luật nghi, không phải là không có luật nghi, thân biểu thiện hiện hữu, vẫn không thể đạt được vô biểu này. Giả sử trước có thân biểu thiện không mất, nhưng vẫn không thể đạt được vô biểu này. Hoặc sinh ở Sắc giới, có thân biểu thiện hiện hữu.

2- Trường hợp có thành tựu thân vô biểu thiện hiện tại, không phải là biểu này: Nghĩa là sinh ở Dục giới, sống với luật nghi, không thể đạt được Biệt giải thoát luật nghi, chính đang ở trong định. Giả sử không ở trong định, thân biểu không có thiện hiện hữu, trước thân biểu có thiện không mất, nhưng vẫn có thể đạt được vô biểu này.

Hoặc sống với Biệt giải thoát luật nghi, thân biểu không có thiện hiện hữu, hoặc sống không có luật nghi và không có luật nghi, không phải không có luật nghi, thân biểu không có thiện hiện hữu, trước có thân biểu thiện không mất, nhưng vẫn đạt được vô biểu này, hoặc sinh ở Sắc giới, chính lúc đang ở định.

3- Trường hợp có thành tựu thân biểu thiện hiện tại, cũng là vô biểu này: Nghĩa là sinh ở Dục giới, sống với luật nghi, không thể đạt được Biệt giải thoát luật nghi, thân biểu có thiện hiện hữu, thì cũng đạt được vô biểu này. Trước thân biểu có thiện không mất, thì đạt được vô biểu này. Hoặc sống với Biệt giải thoát luật nghi, thân biểu thiện hiện hữu, hoặc sống không có luật nghi và sống không phải có luật nghi, không phải không có luật nghi, thân biểu có thiện hiện hữu, cũng có thể đạt được vô biểu này, trước thân biểu có thiện không mất, thì đạt được vô biểu này.

4- Trường hợp không có thành tựu thân biểu thiện hiện tại, cũng không phải là vô biểu này: Nghĩa là ở trong vỏ trứng và trú ở trong thai, hoặc sinh ở Dục giới, sống với luật nghi, không đạt được Biệt giải thoát luật nghi, không ở trong định, không có thân biểu thiện hiện hữu.

Giả sử trước có thân biểu thiện không mất, nhưng vẫn không thể đạt được vô biểu này. Hoặc sống không có luật nghi và không phải có luật nghi-không phải là không có luật nghi, thân biểu không có thiện hiện hữu.

Giả sử trước có thân biểu thiện hiện hữu không mất, nhưng vẫn không thể đạt được vô biểu này, hoặc sinh ở Sắc giới, không ở tại định, thân biểu không có thiện hiện hữu, hoặc sinh Sắc giới.

Hỏi: Nếu thành tựu thân biểu bất thiện hiện tại, ấy là thành tựu vô biểu này chăng?

Đáp: Nên nêu lên bốn trường hợp để giải thích:

1- Trường hợp có thành tựu thân biểu bất thiện hiện tại, không phải là vô biểu này: Nghĩa là sinh ở Dục giới, sống với luật nghi và không có luật nghi-không phải là không có luật nghi, thân biểu có bất thiện hiện hữu, thì không thể đạt được vô biểu này.

Giả sử trước có thân biểu bất thiện không mất, nhưng vẫn không thể đạt được vô biểu này.

2- Trường hợp có thành tựu thân vô biểu bất thiện hiện tại, không phải là biểu này: Nghĩa là sinh ở Dục giới, sống không có luật nghi, không có thân biểu bất thiện hiện hữu.

Hoặc sống với luật nghi và không có luật nghi, không phải là không có luật nghi, không có thân biểu bất thiện hiện hữu, trước có thân biểu bất thiện không mất, thì đạt được thân biểu này.

3- Trường hợp có thành tựu thân biểu bất thiện hiện tại, cũng là vô biểu này: Nghĩa là sinh ở Dục giới, sống với luật nghi và không có luật nghi, không phải là không có luật nghi, có thân biểu bất thiện hiện hữu, thì cũng có thể đạt được vô biểu này. Trước có thân biểu bất thiện không mất, thì có thể đạt được vô biểu này, hoặc sống không có luật nghi, có thân biểu bất thiện hiện hữu.

4- Trường hợp không có thành tựu thân biểu bất thiện hiện tại, cũng không phải là vô biểu này: Nghĩa là ở trong vỏ trứng và trú ở trong thai, hoặc sinh ở Dục giới, sống với luật nghi và không phải có luật nghi-không phải là không có luật nghi, không có thân biểu bất thiện hiện hữu. Giả sử trước có thân biểu bất thiện không mất, nhưng vẫn không đạt được vô biểu này, hoặc sinh Sắc giới, Vô sắc giới.

Hỏi: Nếu thành tựu thân biểu hữu phú vô ký hiện tại, ấy là thành tựu vô biểu này chăng?

Đáp: Không thành tựu thân vô biểu hữu phú vô ký hiện tại. Có trường hợp thành tựu biểu này, nghĩa là sinh ở Sắc giới, thân biểu hữu phú vô kỳ hiện hữu.

Hỏi: Nếu thành tựu thân biểu vô phú vô ký hiện tại, ấy là thành tựu vô biểu này chăng?

Đáp: Không thành tựu thân vô biểu vô phú vô ký hiện tại. Có trường hợp thành tựu biểu này, nghĩa là sinh ở Sắc giới, thân biểu hữu phú vô ký hiện hữu. Có trường hợp thành tựu biểu này. Nghĩa là sinh ở Dục giới, Sắc giới, thân biểu vô phú vô ký hiện hữu. Giống như thân biểu, vô biểu đã nói rộng rãi ở trước. Ngữ biểu, vô biểu cũng đã nói rộng rãi đúng là như vậy.

Hỏi: Nếu nghiệp hệ thuộc Dục giới, nghiệp quả ấy là hệ thuộc Dục giới chăng?

Đáp: Các nghiệp hệ thuộc Dục giới, nghiệp quả ấy cũng là như vậy. Có trường hợp nghiệp quả hệ thuộc Dục giới, không phải là nghiệp ấy. Nghĩa là do nghiệp đạo ở Sắc giới tác động làm chuyển hóa nghiệp đạo thuộc Dục giới, phát ra ngôn ngữ Dục giới.

Hỏi: Nếu nghiệp hệ thuộc Sắc giới, nghiệp quả ấy là hệ thuộc Sắc giới chăng?

Đáp: Các nghiệp quả hệ thuộc Sắc giới, nghiệp ấy cũng là như vậy. Có trường nghiệp hệ thuộc Sắc giới, không phải là nghiệp quả ấy. Nghĩa là nghiệp đạo ở Sắc giới tác động làm chuyển hóa nghiệp đạo thuộc Dục giới, phát ra ngôn ngữ Dục giới và do nghiệp đạo ở Sắc giới chứng đạt đoạn trừ được các kiết sử.

Hỏi: Nếu nghiệp hệ thuộc Vô sắc giới, nghiệp quả ấy là hệ thuộc Vô sắc giới chăng?

Đáp: Các nghiệp quả hệ thuộc Vô sắc giới, các nghiệp ấy cũng là như vậy. Có trường nghiệp hệ thuộc Vô sắc giới, không phải là nghiệp quả ấy. Nghĩa là do nghiệp đạo Vô sắc giới chứng đạt đoạn trừ được các kiết sử.

Hỏi: Nếu nghiệp không hệ thuộc, nghiệp quả ấy là hệ thuộc chăng?

Đáp: Các nghiệp không hệ thuộc, các nghiệp ấy cũng là như vậy. Có trường hợp nghiệp quả không hệ thuộc. Nghĩa là do nghiệp đạo ở Sắc giới, Vô sắc giới chứng đạt đoạn trừ được các kiết sử.

Hỏi: Nếu nghiệp không hệ thuộc Dục giới, nghiệp quả ấy là không hệ thuộc Dục giới chăng?

Đáp: Các nghiệp không hệ thuộc Dục giới, các nghiệp ấy cũng là như vậy. Có trường hợp nghiệp quả không hệ thuộc Dục giới là không phải nghiệp quả ấy. Nghĩa là do nghiệp đạo ở Sắc giới tác động làm chuyển hóa nghiệp đạo thuộc Dục giới, phát ra ngôn ngữ Dục giới.

Hỏi: Nếu nghiệp không hệ thuộc Sắc giới, nghiệp quả ấy là hệ thuộc Sắc giới chăng?

Đáp: Các nghiệp không hệ thuộc Sắc giới, các nghiệp quả ấy cũng là như vậy. Có trường hợp nghiệp quả không hệ thuộc Sắc giới, không phải là nghiệp ấy. Nghĩa là nghiệp đạo ở Sắc giới tác động làm chuyển hóa nghiệp đạo thuộc Dục giới, phát ra ngôn ngữ Dục giới và do nghiệp đạo ở Sắc giới chứng đạt đoạn trừ được các kiết sử.

Hỏi: Nếu nghiệp không hệ thuộc Vô sắc giới, nghiệp quả ấy là không hệ thuộc Vô sắc giới chăng?

Đáp: Các nghiệp không hệ thuộc Vô sắc giới, các nghiệp quả ấy cũng là như vậy. Có trường hợp nghiệp quả không hệ thuộc Sắc giới, không phải là nghiệp ấy. Nghĩa là do nghiệp đạo ở Vô sắc giới chứng đắc đoạn trừ các kiết sử.

Hỏi: Nếu nghiệp không hệ thuộc nghiệp quả ấy là không hệ thuộc Vô sắc giới chăng?

Đáp: Các nghiệp quả không hệ thuộc Vô sắc giới, các nghiệp ấy cũng là như vậy. Có trường hợp nghiệp không hệ thuộc, không phải là nghiệp quả ấy. Nghĩa là do nghiệp đạo Sắc giới, Vô sắc giới, chứng đạt đoạn trừ các kiết sử.

Hỏi: Vả lại, nghiệp hữu lậu có quả hữu lậu chăng?

Đáp: Có. Nghĩa là quả dị thục đẳng lưu.

Hỏi: Vả lại, nghiệp hữu lậu có quả vô lậu chăng?

Đáp: Có. Nghĩa là quả ly hệ.

Hỏi: Vả lại, nghiệp hữu lậu có quả hữu lậu vô lậu chăng?

Đáp: Có. Nghĩa là quả ly hệ thuộc dị thục đẳng lưu.

Hỏi: Vả lại, nghiệp vô lậu có quả vô lậu chăng?

Đáp: Có. Nghĩa là quả ly hệ đẳng lưu.

Hỏi: Vả lại, nghiệp vô lậu có quả hữu lậu chăng?

Đáp: Không.

Hỏi: Vả lại, nghiệp vô lậu có quả hữu lậu vô lậu chăng?

Đáp: Không.

Hỏi: Vả lại, nghiệp hữu lậu vô lậu có quả hữu lậu vô lậu chăng?

Đáp: Không.

Hỏi: Vả lại, nghiệp hữu lậu vô lậu có quả hữu lậu chăng?

Đáp: Không.

Hỏi: Vả lại, nghiệp hữu lậu vô lậu có quả vô lậu chăng?

Đáp: Không.

Hỏi: Vả lại, nghiệp hữu học có quả hữu học chăng?

Đáp: Có. Nghĩa là quả đẳng lưu.

Hỏi: Vả lại, nghiệp hữu học có quả vô học chăng?

Đáp: Có. Nghĩa là quả đẳng lưu.

Hỏi: Vả lại, nghiệp hữu học có quả phi học phi vô học chăng?

Đáp: Có. Nghĩa là quả ly hệ.

Hỏi: Vả lại, nghiệp vô học có quả vô học chăng?

Đáp: Có. Nghĩa là quả đẳng lưu.

Hỏi: Vả lại, nghiệp vô học có quả hữu học chăng?

Đáp: Không.

Hỏi: Vả lại, nghiệp vô học có quả phi học phi vô học chăng?

Đáp: Không.

Hỏi: Vả lại, nghiệp phi học phi vô học có quả phi học phi vô học chăng?

Đáp: Có. Nghĩa là quả ly hệ thuộc dị thục đẳng lưu.

Hỏi: Vả lại, nghiệp phi học phi vô học có quả hữu học chăng?

Đáp: Không.

Hỏi: Vả lại, nghiệp phi học phi vô học có quả vô học chăng?

Đáp: Không.

Như đức Thế Tôn dạy: "Không tu tập thân, không tu tập giới, không tu tập tâm, không tu tập tuệ".

Hỏi: Thế nào là không tu tập thân?

Đáp: Nếu ở nơi thân chưa xả ly tham dục, đượm nhuần khát ái ở nơi hỷ.

Lại nữa, đối với vô gián đạo, có thể tận diệt tham đối với Sắc giới, mà người kia ở nơi vô gián đạo này, chưa từng tu tập, chưa từng an trú.

Hỏi: Thế nào là không tu tập giới?

Đáp: Nếu ở nơi giới chưa xả ly tham dục. Rộng như đã nói.

Hỏi: Thế nào là không tu tập tâm?

Đáp: Nếu ở nơi tâm chưa xả ly tham dục, đượm nhuần khát ái ở nơi hỷ.

Lại nữa, đối với vô gián đạo, có thể tận diệt tham đối với Vô sắc giới, mà người kia ở nơi vô gián đạo này, chưa từng tu tập, chưa từng an trú.

Hỏi: Thế nào là không tu tập tuệ?

Đáp: Nếu ở nơi tuệ chưa xả ly tham. Rộng như đã nói.

Hỏi: Nếu không tu tập thân, ấy là không tu tập giới chăng?

Đáp: Đúng là như vậy.

Hỏi: Giả sử không tu tập giới, ấy là không tu tập thân chăng?

Đáp: Đúng như vậy.

Hỏi: Nếu không tu tập thân, ấy là không tu tập tâm chăng?

Đáp: Các thân hành không tu tập, ấy là không tu tập tâm. Có trường hợp không tu tập tâm, không phải là không tu tập thân. Nghĩa là đã xả ly ái nhiễm ở Sắc giới mà chưa xả ly ái nhiễm Vô sắc giới.

Hỏi: Nếu không tu tập thân, ấy là không tu tập tuệ chăng?

Đáp: Không tu tập các thân hành, ấy là không tu tập tuệ. Có trường hợp không tu tập, không phải không tu tập các thân hành. Như trước đã nói.

Hỏi: Nếu không tu tập giới, ấy là không tu tập tâm chăng?

Đáp: Các giới không tu tập, ấy là không tu tập tâm. Có trường hợp không tu tập tâm, không phải là không tu tập giới. Như trước đã nói.

Hỏi: Nếu không tu tập giới, ấy là không tu tập tuệ chăng?

Đáp: Không tu tập các giới, ấy là không tu tập tuệ. Có trường hợp không tu tập tuệ, không phải là không tu tập giới. Như trước đã nói.

Hỏi: Nếu không tu tập tâm, ấy là không tu tập tuệ chăng?

Đáp: Đúng là như vậy.

Hỏi: Giả sử không tu tập tuệ, ấy là không tu tập tâm chăng?

Đáp: Đúng là như vậy.

Như đức Thế Tôn dạy: "Tu tập thân, tu tập giới, tu tập tâm, tu tập tuệ".

Hỏi: Thế nào là tu tập thân?

Đáp: Nếu ở nơi thân đã xả ly tham dục, xả ly đượm nhuần khát ái ở nơi hỷ.

Lại nữa, đối với vô gián đạo, có thể diệt tận tham dục ở Sắc giới, người ấy ở nơi vô gián đạo này, đã tu tập, đã an trú.

Hỏi: Thế nào là tu tập giới?

Đáp: Nếu tu tập ở giới đã xả ly tham dục. Rộng như đã nói.

Hỏi: Thế nào là tu tập tâm?

Đáp: Nếu ở nơi tâm đã xả ly tham dục, xả ly đượm nhuần khát ái đối với hỷ.

Lại nữa, đối với vô gián đạo, có thể tận diệt tham đối với Vô sắc giới, người ấy ở nơi vô gián đạo này, đã tu tập đã an trú.

Hỏi: Thế nào là tu tập tuệ?

Đáp: Nếu ở nơi tuệ đã xả ly tham dục, nói rộng ra như ở tâm.

Hỏi: Nếu tu tập thân, ấy là tu tập giới chăng?

Đáp: Đúng là như vậy.

Hỏi: Giả sử tu tập giới, ấy là tu tập thân chăng?

Đáp: Đúng là như vậy.

Hỏi: Nếu tu tập thân, ấy là tu tập tâm chăng?

Đáp: Tu tập các tâm hành, ấy là tu tập thân. Có trường hợp tu tập thân, không phải là tu tập tâm. Nghĩa là đã xả ly ái nhiễm đối với Sắc giới, chưa xả ly ái nhiễm đối với Vô sắc giới.

Hỏi: Nếu tu tập thân, ấy là tu tập tuệ chăng?

Đáp: Nếu tu tập các tuệ, ấy là tu tập thân. Có trường hợp tu tập thân, không phải là tu tập tuệ. Đúng như trước đã nói.

Hỏi: Nếu tu tập giới, ấy là tu tập tâm chăng?

Đáp: Nếu tu tập các tâm hành, ấy là tu tập giới. Có trường hợp tu tập giới, không phải là tu tập tâm. Đúng như trước đã nói.

Hỏi: Nếu tu tập giới, ấy là tu tập tuệ chăng?

Đáp: Tu tập các tuệ, ấy là tu tập giới. Có trường hợp tu tập giới, không phải là tu tập tuệ. Như trước đã nói.

Hỏi: Nếu tu tập tâm, ấy là tu tập tuệ chăng?

Đáp: Đúng là như vậy.

Hỏi: Giả sử tu tập tuệ, ấy là tu tập tâm chăng?

Đáp: Đúng là như vậy.

Hỏi: Nếu thành tựu giới quá khứ, ấy là thành tựu giới loại này vị lại-hiện tại chăng?

Đáp: Trường hợp có thành tựu giới quá khứ không phải giới loại này vị lai, hiện tại. Nghĩa là giới biểu đã diệt không mất, giới loại này không biểu hiện trước mắt.

Trường hợp có quá khứ và vị lai không phải là hiện tại. Nghĩa là giới vô lậu thuộc tĩnh lự, đã diệt không mất, giới loại này không biểu hiện trước mắt.

Trường hợp có quá khứ và hiện tại, không phải vị lai. Nghĩa là giới biểu đã diệt không mất, giới loại này biểu hiện trước mắt.

Trường hợp có quá khứ, vị lai và hiện tại. Nghĩa là giới vô lậu thuộc tĩnh lự đã diệt không mất, giới loại này biểu hiện trước mắt.

Hỏi: Nếu thành tựu giới vị lai, ấy là thành tựu giới loại này quá khứ, hiện tại chăng?

Đáp: Trường hợp có thành tựu giới vị lai, không phải là giới loại này, quá khứ, hiện tại. Nghĩa là A-la-hán sinh Vô sắc giới.

Trường hợp có vị lai và quá khứ, không phải là hiện tại. Nghĩa là giới vô lậu thuộc tĩnh lự đã diệt không mất, giới loại này không biểu hiện trước mắt.

Trường hợp có vị lai, hiện tại, không phải là quá khứ. Nghĩa là giới vô lậu thuộc tĩnh lự đã diệt không mất, giới loại này biểu hiện trước mắt.

Hỏi: Nếu thành tựu giới hiện tại, ấy là thành tựu giới loại này quá khứ, vị lai chăng?

Đáp: Trường hợp có thành tựu giới hiện tại, không phải giới loại này quá khứ, vị lai. Nghĩa là giới biểu mới biểu hiện trước mắt.

Trường hợp có hiện tại và quá khứ không phải là vị lai. Nghĩa là giới biểu đã diệt không mất, giới loại này biểu hiện trước mắt.

Trường hợp có hiện tại, vị lai, không phải là quá khứ. Nghĩa là giới vô lậu mới biểu hiện trước mắt.

Trường hợp có hiện tại và quá khứ, vị lai. Nghĩa là giới vô lậu thuộc tĩnh lự, đã diệt không mất, giới loại này biểu hiện trước mắt.

PHẨM NĂM: LUẬN BÀN TỰ NGHIỆP

Nghĩa Tự Nghiệp, Thế thành
Đối dị thục, thành, đọa
Trí mưu hại, giữ, xả
Tâm loạn, buộc, Phật dạy
Thư, toán, số, ấn, thi.
Nơi công, nghiệp thế gian,
Giới thành học, vô học
Chương này nguyện nói đủ.

Hỏi: Thế nào là tự nghiệp?

Đáp: Nếu nghiệp đã được, đời này có dị thục và dị thục của nghiệp đã và đang sinh khởi chính là ở nơi thụ nhận.

Hỏi: Tự nghiệp là nghĩa gì?

Đáp: Nghĩa ấy là đạt được quả của chính mình, đẳng lưu của chính mình, dị thục của chính mình.

Lại nữa, nghiệp này chiêu cảm dị thục tương tục ở nơi chính mình mà dị thục hiện ra, chứ không phải từ nơi khác. Tương tục ở nơi chính mình dưỡng thuận theo dưỡng, nuôi thuận theo nuôi, hộ thuận theo hộ, chuyển thuận theo chuyển, ích thuận theo ích, nên gọi là tự chuyển.

Hỏi: Nếu nghiệp là tự nghiệp, nghiệp ấy nên bảo là thuộc quá khứ, vị lai hay hiện tại?

Đáp: Nghiệp này nên bảo là thuộc quá khứ.

Hỏi: Nếu nghiệp là tự nghiệp, nghiệp này có thành tựu chăng?

Đáp: Nêu nêu lên bốn trường hợp để giải thích:

1- Trường hợp có nghiệp là tự nghiệp, nghiệp này không có thành tựu: Nghĩa là nghiệp đã được, đời này có dị thục và dị thục của nghiệp đã sinh khởi chính là ở nơi thụ dụng, nên nghiệp này đã mất.

2- Trường hợp có nghiệp thành tựu, nghiệp này không phải là tự nghiệp: Nghĩa là nghiệp không phải đã được, đời này có dị thục và dị thục của nghiệp không phải đã sinh khởi chính ở nơi đang thụ dụng, nghiệp này đã mất.

3- Trường hợp có nghiệp là tự nghiệp, nghiệp này cũng là thành tựu: Nghĩa là nghiệp đã được, đời này có dị thục và dị thục của nghiệp đã sinh khởi chính ở nơi đang thụ dụng, nghiệp này chưa mất.

4- Có trường hợp nghiệp không phải tự nghiệp, nghiệp này không thành tựu: Nghĩa là nghiệp không phải đã được, đời này có dị thục và dị thục của nghiệp không phải đã sinh khởi chính ở nơi đang thụ dụng, nghiệp này đã mất, nên cũng không phải có. Bốn trường hợp biện giải ngược lại với trước, nên nói một cách rộng rãi.

Hỏi: Nếu nghiệp là tự nghiệp, nghiệp này có quyết định sẽ thụ nhận dị thục chăng?

Đáp: Nêu nêu lên bốn trường hợp để giải thích:

1- Trường hợp có nghiệp là tự nghiệp, nghiệp này quyết định sẽ không thụ dụng dị thục: Nghĩa là nghiệp đã được có dị thục và dị thục của nghiệp đã sinh khởi chính ở nơi đang thụ dụng rồi cho đến địa vị sau cùng.

2- Trường hợp có nghiệp quyết định sẽ thụ dụng dị thục, nghiệp này không phải tự nghiệp: Nghĩa là nghiệp không phải đã được, đời này có dị thục và dị thục của nghiệp không phải đã sinh khởi chính ở nơi đang thụ dụng.

3- Trường hợp có nghiệp là tự nghiệp, nghiệp này quyết định sẽ thụ dụng dị thục: Nghĩa là nghiệp đã được, đời này có dị thục và dị thục của nghiệp đã sinh khởi chính ở nơi đang thụ dụng, chưa tới địa vị sau cùng.

4- Có trường hợp nghiệp không phải là tự nghiệp, nghiệp này quyết định sẽ không thụ dụng dị thục: Nghĩa là nghiệp không phải đã được, đời này có dị thục và dị thục của nghiệp, nghiệp này là dị thục đã thuần thục, không phải là cũng có, ngược lại với bốn trường hợp ở trước, nên nói một cách rộng rãi.

Hỏi: Nếu nghiệp thành tựu, nghiệp này quyết định sẽ thụ dụng dị thục chăng?

Đáp: Nêu nêu lên bốn trường hợp để giải thích:

1- Trường hợp có nghiệp thành tựu nghiệp này, quyết định sẽ không thụ dụng dị thục: Nghĩa là dị thục của nghiệp bất thiện, thiện, hữu lậu của quá khứ đã thuần thục, nghiệp này không mất. Hoặc nghiệp bất thiện, thiện, hữu lậu thuộc vị lai đã được, nhưng quyết định không sinh khởi. Hoặc nghiệp vô ký, vô lậu thành tựu.

2- Trường hợp có nghiệp quyết định sẽ thụ dụng dị thục, nghiệp này không thành tựu: Nghĩa là nghiệp dị thục bất thiện, thiện, hữu lậu chưa thuần thục, nghiệp này đã mất. Hoặc bất thiện, thiện, hữu lậu thuộc vị lai chưa đạt được, nhưng quyết định sẽ sinh khởi.

3- Trường hợp có nghiệp thành tựu nghiệp này, quyết định sẽ thụ dụng dị thục: Nghĩa là dị thục của nghiệp bất thiện, thiện, hữu lậu thuộc quá khứ chưa thuần thục, nghiệp này không mất. Hoặc là nghiệp bất thiện, thiện, hữu lậu, vị lai đã được, cũng quyết định là sẽ sinh khởi; hoặc là nghiệp bất thiện, thiện, hữu lậu thuộc hiện tại.

4- Có trường hợp nghiệp không thành tựu, nghiệp này quyết định sẽ không thụ dụng dị thục: Nghĩa là nghiệp dị thục bất thiện, thiện, hữu lậu thuộc quá khứ đã thuần thục, nghiệp này đã mất. Hoặc là nghiệp bất thiện, thiện, hữu lậu, vị lai không đạt được, cũng quyết định là sẽ không sinh khởi. Hoặc là nghiệp vô lậu, vô ký không thành tựu, không phải là cũng có. Bốn trường hợp ngược lại với trước, nên cần phải trình bày một cách rộng rãi.

Hỏi: Đối với Thánh giả Dự lưu, có nghiệp bất thiện, có thể thuận theo khổ thọ, dị thục chưa thuần thục, khi dị thục ấy đã thuần thục, phải đọa lạc ác thú, do đạo nào làm chướng ngại mà không đọa lạc?

Đáp: Do hai bộ loại kiết sử ràng buộc các loài hữu tình khiến đọa lạc ác thú. Nghĩa là các loại kiết sử do chứng kiến mà đoạn trừ; do tu tập mà đoạn trừ.

Các hàng Thánh giả Dự lưu, tuy chưa vĩnh viễn đoạn trừ các kiết sử do tu tập, nhưng đã vĩnh viễn đoạn trừ các kiết sử do chứng kiến các đế, thiếu một tư lương, nên không đọa lạc ác thú. Ví như chiếc xe có đầy đủ hai bánh, nên có thể vận chuyển; như chim có hai cánh, nên có thể bay giữa hư không, thiếu một thì không thể. Thánh giả Dự lưu cũng là như vậy.

Như đức Thế Tôn dạy: "Các Thánh đệ tử của ta, nên tự mình thẩm xét, ghi nhận là đã tận trừ các hầm hố ác thú hiểm ác của địa ngục, bàng sinh, ngạ quỷ".

Hỏi: Các Thánh giả Dự lưu vì có trí hiện tiền, có thể tự mình thẩm xét, biết rõ và tự mình ghi nhận đã tận trừ các ác thú như địa ngục, ngạ quỷ, bàng sinh chăng?

Đáp: Không thể.

Hỏi: Nếu vậy, thì Thánh giả Dự lưu làm sao biết được?

Đáp: Vì do tín vào lời đức Phật dạy. Nghĩa là đức Thế Tôn dạy: Nếu các Thánh đệ tử có đa văn, có thể tùy theo sự quán sát, thấy ở trong tự thân, có "Tứ chứng tịnh[13]" biểu biện trước mắt. Nên, tự mình thẩm sát, ghi nhận đã tận trừ hầm hố nguy hiểm ác thú của địa ngục, ngạ quỷ, bàng sinh.

Lại nữa, hàng Thánh giả Dự lưu đã đạt được bốn trí. Nghĩa là Khổ trí, Tập trí, Diệt trí, Đạo trí. Do vì chưa đạt được tận trí, vô sinh trí.

Như đức Thế Tôn dạy: "Na-già do học âm mưu sát hại, quán sát kỹ lưỡng, sau bảy ngày nữa, gia đình Kiều-tát-la, chắc chắn sẽ bị diệt sạch".

Hỏi: Thế nào là học âm mưu sát hại?

Đáp: Như có học giả chưa xả ly ái nhiễm Dục giới, khi Tha-già sát

---

[13] Tứ chứng tịnh: ⬚ Catvāro vetya-prasādām. ⬚ Cattāro avcca-ppasādā. Hán dịch là Tứ chứng tịnh, Tứ bất hoại tịnh, Tứ bất hoại tín, Tứ tín.

Tứ chứng tịnh gồm: Chứng tịnh đối với Phật, Pháp, Tăng, Thánh giới. Do biết rõ đúng như thật đối với lý Tứ Thánh đế, nên gọi là chứng; Tin sâu xa đối với Phật-Pháp-Tăng-Thánh giới, đều là tịnh, nên gọi là tịnh. Xả ly nghi, không phạm giới pháp, sống đời thanh tịnh, nên gọi là Chứng tịnh". (*Câu-xá luận* 25, tr 133b, *Đại chánh* 29).

hại, liền khởi lên ý rằng: "Khiến cho sẽ suy hoại, như mẹ mất con yêu".

Lại nữa, như học giả đã xả ly ái nhiễm thuộc Dục giới, khi Tha-già sát hại, do từ nơi xả ly ái nhiễm thuộc Dục giới thoái chuyển, liền khởi lên tác ý rằng: "Phải làm cho suy hoại, như mẹ mất con yêu".

Hỏi: Những loại học âm mưu sát hại, quả chắc chắn có toại ý không?

Đáp: Điều này không có chắc chắn. Nếu các loài hữu tình do tạo tác tăng trưởng, thế lực to lớn, dị thục của nghiệp hiện tiền, thì quả không toại ý.

Hỏi: Thế nào là Tỷ-khưu lưu lại nhiều tuổi thọ?

Đáp: Nghĩa là A-la-hán, do thành tựu thần thông, đạt được tâm tự tại.

Nếu ở trong Tăng chúng, hoặc ở chỗ riêng biệt, sử dụng y bát; hoặc vâng theo lời dạy của một sa-môn duyên vào các dụng cụ sử dụng để bố thí, bố thí xong phát nguyện, liền chứng nhập biên tế của đệ tứ Tĩnh lự. Từ nơi định rồi khởi dậy, tâm nghĩ, miệng nói: "Các nghiệp thuộc dị thục của ta có thể chiêu cảm giàu có, nguyện cho nghiệp này chiêu cảm chuyển đổi thành quả dị thục sống lâu". Bấy giờ, vị ấy có thể chiêu cảm nghiệp dị thục giàu có, liền có thể chuyển đổi thành quả dị thục sống lâu.

Hỏi: Thế nào là Tỷ-khưu buông bỏ thọ hành dài lâu?

Đáp: Nghĩa là A-la-hán thành tựu thần thông, đạt được tâm tự tại, bố thí như trước, bố thí xong phát nguyện, liền chứng nhập biên tế đệ tứ Tĩnh lự, từ nơi định, rồi khởi dậy tâm nghĩ, miệng nói: "Các nghiệp thuộc dị thục của ta có thể chiêu cảm sống lâu, nguyện cho nghiệp này chiêu cảm chuyển đổi thành quả dị thục giàu có". Bấy giờ, vị ấy có thể chiêu cảm nghiệp thuộc dị thục sống lâu, liền có thể chiêu cảm quả thuộc dị thục giàu có.

Hỏi: Thế nào là tâm cuồng loạn?

Đáp: Nghĩa là do thế lực của bốn duyên áp bức, khiến tâm cuồng loạn.

1- Do phi nhân hiện rõ sắc tướng hình tượng xấu ác, thấy gặp rồi, sinh khởi sợ hãi, khiến tâm sinh cuồng loạn.

2- Do phi nhân phẫn nộ, đánh đập thân thể, bị khổ áp bức, khiến tâm sinh cuồng loạn.

3- Do các đại chủng chống trái nhau, khiến tâm sinh cuồng loạn.

4- Do dị thục thuộc nghiệp đời trước, khiến tâm sinh cuồng loạn.

Hỏi: Pháp nào tương ưng với ái triền là bất thiện?

Đáp: Vô tàm, vô quý.

Hỏi: Đức Phật giáo huấn như thế nào?

Đáp: Nghĩa là ngữ biểu của Phật là ngôn ngữ, bình luận, xướng từ, ngữ lộ, ngữ âm, ngữ nghiệp, đó gọi là ngôn ngữ giáo huấn của Phật.

Hỏi: Lời giáo huấn của Phật, nên gọi là thiện hay vô ký?

Đáp: Hoặc là thiện, hoặc là vô ký.

Hỏi: Thế nào là thiện?

Đáp: Nghĩa là ngôn ngữ của Phật phát từ nơi tâm thiện của Phật cho đến cả ngữ biểu.

Hỏi: Thế nào là vô ký?

Đáp: Nghĩa là ngôn ngữ phát ra từ nơi tâm vô ký của Phật cho đến cả ngữ biểu.

Hỏi: Lời giáo huấn của Phật gọi là pháp gì?

Đáp: Danh thân, Cú thân, Văn thân, hàng liệt thứ tự, an trí bố cục thứ tự, kết hợp thứ tự.

Hỏi: Khế kinh, Ứng tụng, Ký thuyết, Già tha, Tự thuyết, Nhân duyên, Thí dụ, Bản sự, Bản sinh, Phương quảng, Hy hữu pháp, Luận nghĩa, gọi là pháp gì?

Đáp: Danh thân, Cú thân, Văn thân, hàng liệt thứ tự, an trí bố cục thứ tự, liên kết hợp thứ tự.

Hỏi: Thư gọi là pháp gì?

Đáp: Thân nghiệp chuyển biến đúng như lý và thân nghiệp này do dựa vào các trí thuộc phương tiện thiện xảo.

Hỏi: Số gọi là pháp gì?

Đáp: Ý nghiệp chuyển biến đúng như lý và ý nghiệp này do dựa vào các trí thuộc phương tiện thiện xảo.

Hỏi: Toán gọi là pháp gì?

Đáp: Ngữ nghiệp chuyển biến đúng như lý và ngữ nghiệp này do dựa vào các trí thuộc phương tiện thiện xảo.

Hỏi: Ấn gọi là pháp gì?

Đáp: Thân nghiệp chuyển biến đúng như lý và thân nghiệp này do dựa vào các trí thuộc phương tiện thiện xảo.

Hỏi: Thi gọi là pháp gì?

Đáp: Ngữ nghiệp chuyển biến đúng như lý và ngữ nghiệp này do dựa vào các trí thuộc phương tiện thiện xảo.

Hỏi: Đối với bao nhiêu chủng loại nghiệp xứ công xảo của thế gian, gọi là pháp gì?

Đáp: Tuệ là tạo tác đầu tiên bao nhiêu nghiệp chủng công xảo và tuệ này do dựa vào các trí thuộc phương tiện thiện xảo.

Hỏi: Nếu thành tựu học giới, ấy là thành tựu phi học phi vô học giới chăng?

Đáp: Nên nêu lên bốn trường hợp để giải thích:

1- Trường hợp có thành tựu học giới mà không phải là phi học phi vô học giới: Nghĩa là các Thánh giả hữu học sinh ở Vô sắc giới.

2- Trường hợp có thành tựu phi học phi vô học giới mà không phải là học giới: Nghĩa là A-la-hán và các phàm phu sinh ở Dục giới.

3- Trường hợp có thành tựu học giới mà cũng là phi học phi vô học giới: Nghĩa là các Thánh giả hữu học sinh ở Dục giới, Sắc giới.

4- Trường hợp không có thành tựu học giới mà cũng không phải là phi học phi vô học giới: Nghĩa là A-la-hán và các phàm phu sinh ở Vô sắc giới.

Hỏi: Nếu thành tựu vô học giới, ấy là thành tựu phi học phi vô học giới chăng?

Đáp: Nên nêu lên bốn trường hợp để giải thích:

1- Trường hợp có thành tựu vô học giới mà không phải là phi học phi vô học giới: Nghĩa là A-la-hán sinh Vô sắc giới.

2- Trường hợp có thành tựu phi học phi vô học giới mà không phải là vô học giới: Nghĩa là các Thánh giả hữu học và các phàm phu sinh ở Dục giới, Sắc giới.

3- Trường hợp có thành tựu vô học giới mà cũng là phi học phi vô học giới: Nghĩa là A-la-hán sinh ở Dục giới, Sắc giới.

4- Trường hợp không có thành tựu vô học giới mà cũng không phải là phi học phi vô học giới: Nghĩa là Thánh giả hữu học và các phàm phu sinh ở Vô sắc giới.

Quyển mười ba
Chương năm: Đại Chủng Uẩn

PHẨM MỘT: LUẬN VỀ ĐẠI TẠO

Xứ, đại chủng[14] tạo tác
Nhiêu bốn, hai, năm, ba?
Đại tạo thành, không thành
Thành đại đối với bốn
Chỉ thành do tạo bốn
Đại chủng gồm bảy loại
Quả y định, diệt, trụ
Chương này nguyện nói đủ.

Hỏi: Xứ do đại chủng tạo tác, có bao nhiêu kiến?

Đáp: Một.

Hỏi: Có bao nhiêu vô kiến?

Đáp: Tám và thiểu phần của hai xứ.

Hỏi: Có bao nhiêu hữu đối?

Đáp: Chín và có thiểu phần của một xứ.

---

[14] Đại chủng: [Skt] Mahābhūta. Bốn yếu tố lớn, gồm: Địa (đất), Thủy (nước), Hỏa (lửa), Phong (gió). Bốn yếu tố này là nền tảng tạo ra Sắc pháp hay thế giới vật chất.

"Tính của địa đại là rắn chắc; Tính của thủy đại là ẩm ướt; tính của hỏa đại là ấm, nóng; tính của phong đại là chuyển động". (*Câu-xá luận 1, Đại chánh 29*).

Hỏi: Có bao nhiêu vô đối?

Đáp: Có một thiểu phần của một xứ.

Hỏi: Có bao nhiêu hữu lậu?

Đáp: Chín và thiểu phần của hai xứ.

Hỏi: Có bao nhiêu vô lậu?

Đáp: Thiểu phần của một xứ.

Hỏi: Có bao nhiêu hữu vi?

Đáp: Chín và thiểu phần của hai xứ.

Hỏi: Có bao nhiêu vô vi?

Đáp: Không có.

Hỏi: Có bao nhiêu quá khứ?

Đáp: Mười và có thiểu phần của một xứ.

Hỏi: Có bao nhiêu vị lai?

Đáp: Mười và có thiểu phần của một xứ.

Hỏi: Có bao nhiêu hiện tại?

Đáp: Mười và có thiểu phần của một xứ.

Hỏi: Có bao nhiêu thiện?

Đáp: Thiểu phần của ba xứ.

Hỏi: Có bao nhiêu bất thiện?

Đáp: Thiểu phần của ba xứ.

Hỏi: Có bao nhiêu vô ký?

Đáp: Có bảy và thiểu phần của ba.

Hỏi: Có bao nhiêu hệ thuộc Dục giới?

Đáp: Có hai và thiểu phần của chín.

Hỏi: Có bao nhiêu hệ thuộc Sắc giới?

Đáp: Có thiểu phần của chín.

Hỏi: Có bao nhiêu hệ thuộc Vô sắc giới?

Đáp: Không có.

Hỏi: Có bao nhiêu học?

Đáp: Có thiểu phần của một.

Hỏi: Có bao nhiêu vô học?

Đáp: Có thiểu phần của một.

Hỏi: Có bao nhiêu phi học phi vô học?

Đáp: Có chín và thiểu phần một.

Hỏi: Có bao nhiêu kiến sở đoạn?

Đáp: Không.

Hỏi: Có bao nhiêu tu sở đoạn?

Đáp: Có chín và thiểu phần của hai.

Hỏi: Có bao nhiêu bất đoạn?

Đáp: Có thiểu phần của một.

Hỏi: Thành tựu đại chủng, ấy là thành tựu sắc do đại chủng tạo ra chăng?

Đáp: Các đại chủng thành tựu, các đại chủng ấy quyết định tạo ra sắc.

Trường hợp có thành tựu do sắc tạo ra, không phải là đại chủng: Nghĩa là Thánh giả sinh ở Vô sắc giới.

Hỏi: Nếu không thành tựu đại chủng, ấy là không thành tựu do sắc tạo ra chăng?

Đáp: Các sắc được tạo ra không thành tựu, các sắc ấy không thành tựu đại chủng.

Trường hợp có không thành tựu đại chủng, không phải do sắc tạo ra: Nghĩa là các Thánh giả sinh ở Vô sắc giới.

Hỏi: Nếu thành tựu đại chủng, ấy là thành tựu thiện sắc chăng?

Đáp: Nên nêu lên bốn trường hợp để giải thích:

1- Trường hợp có thành tựu đại chủng không phải là thiện sắc: Nghĩa là ở trong vỏ trứng, hoặc hang phàm phu trú thai, hoặc sinh ở Dục giới, sống không có luật nghi và không phải là không có luật nghi, thân biểu và ngữ biểu không có thiện, giả sử có mà mất.

2- Trường hợp có thành tựu thiện sắc không phải là đại chủng: Nghĩa là Thánh giả sinh ở Vô sắc giới.

3- Trường hợp có thành tựu đại chủng, cũng là thiện sắc: Nghĩa là Thánh giả trú thai, hoặc sinh ở Dục giới, sống có luật nghi, hoặc sống không có luật nghi và không phải là không có luật nghi, thân biểu thiện, ngữ biểu thiện hiện hữu, hoặc trước có mà mất, hoặc sinh Sắc giới.

4- Trường hợp không có thành tựu đại chủng và thiện sắc: Nghĩa là các phàm phu sinh ở Vô sắc giới.

Hỏi: Nếu thành tựu đại chủng, ấy là thành tựu sắc bất thiện chăng?

Đáp: Các sắc bất thiện thành tựu, sắc ấy quyết định thành tựu đại chủng.

Trường hợp có thành tựu đại chủng không phải là sắc bất thiện: Nghĩa là ở trong vỏ trứng và sống ở trong thai, hoặc sinh ở Dục giới, sống có luật nghi, hoặc sống không có luật nghi và không phải là không có luật nghi, thân biểu, ngữ biểu đều là thiện. Giả sử có mà mất, hoặc sinh ở Sắc giới.

Hỏi: Nếu thành tựu đại chủng, ấy là thành tựu sắc hữu phú vô ký chăng?

Đáp: Các sắc thành tựu hữu phú vô ký, chúng quyết định thành tựu đại chủng.

Có trường hợp thành tựu đại chủng không phải là sắc hữu phú vô ký: Nghĩa là sinh ở Dục giới, hoặc sinh ở Sắc giới, thân biểu, ngữ biểu hiện tại không có hữu phú vô ký.

Hỏi: Nếu thành tựu đại chủng, ấy là thành tựu sắc vô phú vô ký chăng?

Đáp: Đúng là như vậy.

Giả sử thành tựu sắc vô phú vô ký ấy là thành tựu đại chủng chăng?

Đáp: Đúng là như vậy.

Hỏi: Nếu thành tựu đại chủng, ấy là thành tựu các sắc thuộc thiện, bất thiện chăng?

Đáp: Có trường hợp thành tựu đại chủng sắc không phải là thiện hay bất thiện: Nghĩa là ở trong trứng, hoặc phàm phu trú ở thai, hoặc sinh ở Dục giới, sống không có luật nghi, không phải là không có luật nghi, không có thân biểu thiện, bất thiện, ngữ biểu thiện, bất thiện, giả sử có mà mất.

Trường hợp có thành tựu đại chủng, cũng có sắc thiện, không phải là sắc bất thiện: Nghĩa là Thánh giả trú thai, hoặc sinh ở Dục giới, sống có luật nghi, thân biểu, ngữ biểu không phải là bất thiện, giả sử có mà mất, hoặc sống không có luật nghi, không phải là không có luật nghi, có thân biểu thiện, ngữ biểu thiện biểu hiện, hoặc trước có không mất, không có thân biểu bất thiện, ngữ biểu bất thiện, giả sử có mà mất, hoặc sinh Sắc giới.

Trường hợp có thành tựu đại chủng, sắc cũng bất thiện, không phải là sắc thiện: Nghĩa là sinh ở Dục giới, sống không có luật nghi, thân biểu, ngữ biểu không phải là thiện, giả sử có mà mất, hoặc sống không có luật nghi, không phải là không có luật nghi, có thân biểu, ngữ biểu bất thiện biểu hiện, hoặc trước có không mất; không có thân biểu thiện, ngữ biểu thiện, giả sử có mà mất.

Trường hợp có thành tựu đại chủng, sắc cũng là thiện, sắc cũng là bất thiện: Nghĩa là sinh ở Dục giới, sống có luật nghi, có thân biểu bất thiện, ngữ biểu bất thiện biểu hiện, hoặc trước có không mất, hoặc sống không phải có luật nghi, không phải là không có luật nghi, có thân biểu thiện, bất thiện biểu hiện, có ngữ biểu thiện, bất thiện biểu hiện, hoặc trước có không mất.

Hỏi: Giả sử thành tựu sắc thiện bất thiện, ấy là thành tựu đại chủng chăng?

Đáp: Đúng là như vậy.

Hỏi: Nếu thành tựu đại chủng, ấy là thành tựu sắc thiện hữu phú vô ký chăng?

Đáp: Trường hợp có thành tựu đại chủng, không phải là sắc thiện hữu phú vô ký: Nghĩa là ở trong vỏ trứng, hoặc phàm phu trú ở trong thai, hoặc sinh Dục giới, sống không có luật nghi và không phải là không có luật nghi, không có thân biểu thiện, ngữ biểu thiện biểu hiện, giả sử có mà mất.

Trường hợp có thành tựu đại chủng, sắc cũng thiện, không phải là sắc hữu phú vô ký: Nghĩa là Thánh giả trú thai, hoặc sinh ở Dục giới, sống có luật nghi, hoặc sống không phải có luật nghi, không phải là không có luật nghi, có thân biểu thiện, ngữ biểu thiện biểu hiện, hoặc trước có không mất, hoặc sinh ở Dục giới, không có thân biểu, ngữ biểu hữu phú vô ký biểu hiện.

Trường hợp có thành tựu đại chủng, cũng có sắc thiện hữu phú vô ký: Nghĩa là sinh ở Sắc giới, có thân biểu, ngữ biểu, hữu phú vô ký biểu hiện.

Hỏi: Giả sử thành tựu sắc thiện hữu phú vô ký, ấy là thành tựu đại chủng chăng?

Đáp: Đúng là như vậy.

Hỏi: Nếu thành tựu đại chủng, ấy là thành tựu sắc thiện vô phú vô ký chăng?

Đáp: Trường hợp có thành tựu đại chủng, cũng có sắc vô phú vô ký không là sắc thiện: Nghĩa là ở trong vỏ trứng, hoặc các phàm phu trú ở trong thai, hoặc sinh ở Dục giới, sống không có luật nghi và không phải là không có luật nghi, không có thân biểu thiện, ngữ biểu thiện, giả sử có mà mất.

Trường hợp có thành tựu đại chủng, sắc thiện cũng là vô phú vô ký: Nghĩa là Thánh giả trú thai, hoặc sinh ở Dục giới, sống có luật nghi, hoặc sống không phải có luật nghi, không phải là không có luật nghi, có thân biểu thiện, ngữ biểu thiện biểu hiện, hoặc trước có không mất, hoặc sinh ở Sắc giới.

Hỏi: Giả sử thành tựu sắc thiện vô phú vô ký, ấy là thành tựu đại chủng chăng?

Đáp: Đúng là như vậy.

Hỏi: Nếu thành tựu đại chủng, ấy là thành tựu sắc bất thiện hữu phú vô ký chăng?

Đáp: Không.

Hỏi: Nếu thành tựu đại chủng, ấy là thành tựu sắc bất thiện vô phú vô ký chăng?

Đáp: Trường hợp có thành tựu đại chủng, cũng có sắc vô phú vô ký mà không phải là bất thiện: Nghĩa là ở trong vỏ trứng và trú ở trong thai, hoặc sinh ở Dục giới, sống có luật nghi và không phải có luật nghi, không phải là không có luật nghi, không có thân biểu bất thiện, ngữ biểu bất thiện, giả sử có mà mất, hoặc sinh ở Sắc giới.

Trường hợp có thành tựu đại chủng, cũng là sắc bất thiện vô phú vô ký: Nghĩa là sinh ở Dục giới, sống không có luật nghi; hoặc sống có luật nghia và không phải là không có luật nghi, có thân biểu và ngữ biểu bất thiện hiện hữu, hoặc trước có không mất.

Hỏi: Giả sử thành tựu sắc bất thiện vô phú vô ký, ấy là thành tựu đại chủng chăng?

Đáp: Đúng là như vậy.

Hỏi: Nếu thành tựu đại chủng, ấy là thành tựu sắc hữu phú vô ký, vô phú vô ký chăng?

Đáp: Trường hợp có thành tựu đại chủng, cũng có sắc vô phú vô ký không có hữu phú vô ký: Nghĩa là sinh ở Dục giới, hoặc sinh ở Sắc giới, thân biểu và ngữ biểu, không có hữu phú vô ký hiện hữu.

Trường hợp có thành tựu đại chủng, cũng có sắc hữu phú vô ký, vô phú vô ký: Nghĩa là sinh ở Sắc giới, thân biểu và ngữ biểu, có hữu phú vô ký.

Hỏi: Giả sử thành tựu sắc hữu phú vô ký, vô phú vô ký, ấy là thành tựu đại chủng chăng?

Đáp: Đúng là như vậy.

Hỏi: Nếu thành tựu đại chủng, ấy là thành tựu sắc thiện, bất thiện hữu phú vô ký chăng?

Đáp: Không có.

Hỏi: Nếu thành tựu đại chủng, ấy là thành tựu sắc thiện, bất thiện vô phú vô ký chăng?

Đáp: Trường hợp có thành tựu đại chủng, cũng có sắc vô phú vô ký không phải là thiện, bất thiện: Nghĩa là ở trong vỏ trứng, hoặc phàm phu trú thai, hoặc sinh ở Dục giới, sống không có luật nghi không phải không có luật nghi, thân biểu và ngữ biểu không có thiện, bất thiện, giả sử có mà mất.

Trường hợp có thành tựu đại chủng, cũng có sắc thiện vô phú vô ký, không phải là sắc bất thiện: Nghĩa là Thánh giả trú thai, hoặc sinh ở Dục giới, sống có luật nghi, thân biểu, ngữ biểu không có bất thiện, giả sử có mà mất, hoặc sống không có luật nghi, không phải là không có luật nghi, có thân biểu, ngữ biểu hiện hữu, hoặc trước có mà không mất, thân biểu và ngữ biểu không có bất thiện, giả sử có mà mất, hoặc sinh ở Sắc giới.

Trường hợp có thành tựu đại chủng, cũng có sắc bất thiện vô phú vô ký không phải là sắc thiện: Nghĩa là sinh ở Dục giới, sống không có luật nghi, thân biểu, ngữ biểu không có thiện, giả sử có mà mất, hoặc sống không có luật nghi, không phải là không có luật nghi, có thân biểu, ngữ biểu bất thiện hiện hữu, hoặc trước có mà không mất, thân biểu, ngữ biểu không có thiện, giả sử có mà mất.

Trường hợp có thành tựu đại chủng, cũng có sắc thiện, bất thiện vô phú vô ký: Nghĩa là sinh ở Dục giới, sống có luật nghi, có thân biểu, ngữ biểu thiện, bất thiện hiện hữu, hoặc trước có không mất, hoặc sống không có luật nghi, có thân biểu, ngữ biểu thiện hiện hữu, hoặc trước có không mất, hoặc sống không có luật nghi, không phải là không có luật nghi, có thân biểu, ngữ biểu thiện, bất thiện hiện hữu, hoặc trước có không mất.

Hỏi: Giả sử thành tựu sắc thiện, bất thiện vô phú vô ký, ấy là thành tựu đại chủng chăng?

Đáp: Đúng là như vậy.

Hỏi: Nếu thành tựu đại chủng, ấy là thành tựu sắc thiện hữu phú vô ký, vô phú vô ký chăng?

Đáp: Trường hợp có thành tựu đại chủng, cũng có sắc vô phú vô ký, không phải là sắc hữu phú vô ký: Nghĩa là ở trong vỏ trứng, hoặc phàm phu trú thai, hoặc sinh ở Dục giới, sống không có luật nghi và không phải là không có luật nghi, thân biểu, ngữ biểu không có thiện, giả sử có mà mất.

Trường hợp có thành tựu đại chủng, cũng có sắc vô phú vô ký, không phải là sắc hữu phú vô ký: Nghĩa là Thánh giả trú thai, hoặc sinh ở Dục giới, sống có luật nghi, hoặc sống không có luật nghi và không phải là không có luật nghi, có thân biểu, ngữ biểu hiện hữu, hoặc trước có mà không mất, hoặc sinh ở Sắc giới, thân biểu, ngữ biểu, không có hữu phú vô ký hiện hữu.

Trường hợp có thành tựu đại chủng cũng có sắc thiện hữu phú vô ký, vô phú vô ký: Nghĩa là sinh ở Sắc giới, thân biểu, ngữ biểu, có hữu phú vô ký hiện hữu.

Hỏi: Giả sử thành tựu sắc thiện hữu phú vô ký, vô phú vô ký, ấy là thành tựu đại chủng chăng?

Đáp: Đúng là như vậy.

Hỏi: Nếu thành tựu đại chủng, ấy là thành tựu sắc bất thiện hữu phú vô ký, vô phú vô ký chăng?

Đáp: Không có.

Hỏi: Nếu thành tựu đại chủng, ấy là thành tựu sắc thiện, bất thiện hữu phú vô ký, vô phú vô ký chăng?

Đáp: Không có.

Hỏi: Nếu thành tựu đại chủng, ấy là thành tựu sắc, bất thiện hiện hữu chăng?

Đáp: Nên nêu lên bốn trường hợp để giải thích:

1- Trường hợp có thành tựu sắc thiện không phải là sắc bất thiện:

Nghĩa là Thánh giả trú thai, hoặc sinh ở Dục giới, sống có luật nghi, thân biểu, ngữ biểu không có bất thiện, giả sử có mà mất, hoặc sống không có luật nghi, không phải không có luật nghi, có thân biểu, ngữ biểu hiện hữu, hoặc trước có không mất, thân biểu, ngữ biểu không có thiện, giả sử có mà mất, hoặc sinh ở Sắc giới, hoặc Thánh giả sinh ở Vô sắc giới.

2- Trường hợp có thành tựu sắc bất thiện, không phải thiện sắc: Nghĩa là sinh ở Dục giới, sống không có luật nghi, thân biểu, ngữ biểu không có thiện, giả sử có mà mất, hoặc sống không có luật nghi-không phải là không có luật nghi, có thân biểu, ngữ biểu bất thiện hiện hữu, hoặc trước có mà không mất, thân biểu, ngữ biểu không có thiện, giả sử có mà mất.

3- Trường hợp có thành tựu sắc thiện, cũng có sắc bất thiện: Nghĩa là sinh ở Dục giới, sống có luật nghi, có thân biểu, ngữ biểu bất thiện hiện hữu, hoặc trước có mà không mất, hoặc sống không có luật nghi, có thân biểu-ngư biểu thiện hiện hữu, hoặc trước có không mất, hoặc sống không có luật nghi, không phải là không có luật nghi, có thân biểu, ngữ biểu thiện bất thiện hiện hữu, hoặc trước có không mất.

4- Trường hợp không có thành tựu sắc thiện và sắc bất thiện; Nghĩa là ở trong vỏ trứng, hoặc phàm phu trú thai, hoặc sinh ở Dục giới, sống không có luật nghi, không phải là không có luật nghi, thân biểu, ngữ biểu không có thiện, bất thiện, giả sử có mà mất, hoặc phàm phu sinh ở Vô sắc giới.

Hỏi: Nếu thành tựu sắc thiện, ấy là thành tựu sắc hữu phú vô ký chăng?

Đáp: Thành tựu các sắc hữu phú vô ký, ấy là quyết định thành tựu sắc thiện. Hoặc thành tựu sắc thiện không phải là hữu phú vô ký: Nghĩa là Thánh giả trú thai, hoặc sinh ở Dục giới, sống có luật nghi, hoặc sống không có luật nghi, không phải là không có luật nghi, có thân biểu, ngữ biểu thiện hiện hữu, hoặc trước có không mất, hoặc sinh ở Sắc giới, thân biểu, ngữ biểu không có hữu phú vô ký hiện hữu, hoặc Thánh giả sinh ở Vô sắc giới.

Hỏi: Nếu thành tựu sắc thiện, ấy là thành tựu sắc vô phú vô ký chăng?

Đáp: Nên nêu lên bốn trường hợp để giải thích:

1- Trường hợp có thành tựu sắc thiện, không phải là sắc vô phú vô ký: Nghĩa là Thánh giả sinh ở Vô sắc giới.

2- Trường hợp có thành tựu sắc vô phú vô ký, không phải là sắc thiện: Nghĩa là ở trong vỏ trứng, hoặc phàm phu trú thai, hoặc sinh ở Dục giới, sống không có luật nghi và không có luật nghi, không phải là không có luật nghi, thân biểu, ngữ biểu không có thiện, giả sử có mà mất.

3- Trường hợp có thành tựu sắc thiện, cũng là sắc vô phú vô ký: Nghĩa là Thánh giả trú thai, hoặc sinh ở Dục giới, sống có luật nghi, hoặc sống không có luật nghi, không phải là không có luật nghi, có thân biểu, ngữ biểu thiện hiện hữu, hoặc trước có mà không mất, hoặc sinh ở Sắc giới,.

4- Trường hợp không có thành tựu sắc thiện và không có sắc vô phú vô ký: Nghĩa là phàm phu sinh ở Vô sắc giới.

Hỏi: Nếu thành tựu sắc thiện, ấy là thành tựu sắc bất thiện hữu phú vô ký chăng?

Đáp: Không có.

Hỏi: Nếu thành tựu sắc thiện, ấy là thành tựu sắc bất thiện vô phú vô ký chăng?

Đáp: Trường hợp có thành tựu sắc thiện, không phải là sắc bất thiện vô phú vô ký: Nghĩa là Thánh giả sinh ở Vô sắc giới.

Trường hợp có thành tựu thiện sắc, cũng là sắc vô phú vô ký, không phải là sắc bất thiện: Nghĩa là Thánh giả trú thai, hoặc sinh ở Dục giới, sống có luật nghi, thân biểu, ngữ biểu không có bất thiện, giả sử có mà mất, hoặc sống không có luật nghi, không phải là không có luật nghi, có thân biểu, ngữ biểu thiện hiện hữu, hoặc trước có mà không mất, thân biểu, ngữ biểu không có bất thiện, giả sử có mà mất, hoặc sinh Sắc giới.

Trường hợp có thành tựu sắc thiện, cũng có sắc bất thiện vô phú vô ký: Nghĩa là sinh ở Dục giới, sống có luật nghi, có thân biểu, ngữ biểu bất thiện hiện hữu, hoặc trước có mà không mất, hoặc sống không có luật nghi, có thân biểu, ngữ biểu hiện hữu thiện, hoặc trước có mà không mất, hoặc sống không có luật nghi, không phải là không có luật nghi, có thân biểu, ngữ biểu thiện, bất thiện hiện hữu, hoặc trước có không mất.

Hỏi: Giả sử thành tựu sắc bất thiện vô phú vô ký, ấy là thành tựu sắc thiện chăng?

Đáp: Hoặc thành tựu, hoặc không thành tựu.

Hỏi: Thế nào là thành tựu?

Đáp: Chính như trên đã nói.

Hỏi: Thế nào là không thành tựu?

Đáp: Nghĩa là sinh ở Dục giới, sống không có luật nghi, thân biểu, ngữ biểu không có thiện, giả sử có mà mất, hoặc sống không có luật nghi, không phải là không có luật nghi, có thân biểu, ngữ biểu bất thiện hiện hữu, hoặc trước có mà không mất, thân biểu, ngữ biểu không có thiện, giả sử có mà mất.

Hỏi: Nếu thành tựu sắc thiện, ấy là thành tựu sắc hữu phú vô ký, vô phú vô ký chăng?

Đáp: Trường hợp có thành tựu thiện sắc, không phải là hữu phú vô ký, vô phú vô ký: Nghĩa là Thánh giả sinh ở Vô sắc giới.

Trường hợp có thành tựu thiện sắc, cũng là sắc vô phú vô ký, không phải sắc hữu phú vô ký: Nghĩa là Thánh giả trú thai, hoặc sinh ở Dục giới, sống có luật nghi, hoặc sống không có luật nghi và không phải có luật nghi, không phải là không có luật nghi, có thân biểu, ngữ biểu thiện hiện hữu, hoặc trước có mà không mất, hoặc sinh ở Sắc giới, thân biểu, ngữ biểu không có hữu phú vô phú hiện hữu.

Trường hợp có thành tựu thiện sắc, cũng có sắc hữu phú vô ký, vô phú vô ký: Nghĩa là sinh ở Sắc giới, thân biểu, ngữ biểu có hữu phú vô ký hiện hữu.

Hỏi: Giả sử thành tựu sắc hữu phú vô ký, vô phú vô ký, ấy là thành tựu sắc thiện chăng?

Đáp: Đúng là như vậy.

Hỏi: Nếu thành tựu sắc thiện, ấy là thành tựu sắc bất thiện hữu phú vô ký, vô phú vô ký chăng?

Đáp: Không có.

Hỏi: Nếu thành tựu sắc bất thiện, ấy là thành tựu sắc hữu phú vô ký chăng?

Đáp: Không có.

Hỏi: Nếu thành tựu sắc bất thiện, ấy là thành tựu sắc vô phú vô ký chăng?

Đáp: Các sắc bất thiện thành tựu, ấy là quyết định thành tựu sắc vô phú vô ký.

Trường hợp có thành tựu sắc vô phú vô ký không phải là sắc bất thiện: Nghĩa là ở trong vỏ trứng và trú ở trong thai, hoặc sinh ở Dục giới, sống có luật nghi và không phải có luật nghi, không phải là không có luật nghi, thân biểu, ngữ biểu không có bất thiện, giả sử có mà mất, hoặc sinh ở Sắc giới.

Hỏi: Nếu thành tựu sắc bất thiện, ấy là thành tựu sắc hữu phú vô ký, vô phú vô ký chăng?

Đáp: Không có.

Hỏi: Nếu thành tựu sắc hữu phú vô ký, ấy là thành tựu sắc vô phú vô ký chăng?

Đáp: Thành tựu các sắc hữu phú vô ký, ấy là thành tựu sắc vô phú vô ký.

Trường hợp có thành tựu sắc vô phú vô ký, không phải là sắc hữu phú vô ký: Nghĩa là sinh ở Dục giới, hoặc sinh ở Sắc giới, không có thân biểu, ngữ biểu hữu phú vô ký.

Hỏi: Bốn đại chủng và các sắc được tạo, do dựa vào định nào mà tịch diệt?

Đáp: Do dựa vào bốn định. Hoặc do dựa vào vị chí định mà

tịch diệt.

Hỏi: Tầm, tứ, hữu đối, xúc do dựa vào định nào mà tịch diệt?

Đáp: Do dựa vào Sơ định, hoặc do dựa vào vị chí định mà tịch diệt.

Hỏi: Lạc căn do dựa vào định nào mà tịch diệt?

Đáp: Do dựa vào ba định mà tịch diệt. Hoặc do dựa vào vị chí định mà tịch diệt.

Hỏi: Diệt hỷ căn do dựa vào định nào mà tịch diệt?

Đáp: Do dựa vào hai định mà tịch diệt. Hoặc do dựa vào vị chí định mà tịch diệt.

Hỏi: Khổ căn, ưu căn, đoàn thực, do dựa vào định nào mà tịch diệt?

Đáp: Do y vị chí định mà tịch diệt.

Hỏi: Xả căn, xúc thực, tư thực, thức thực, do dựa vào định nào mà tịch diệt?

Đáp: Do dựa vào bảy định. Hoặc do dựa vào vị chí định mà tịch diệt.

Hỏi: Bốn đại chủng và các sắc được tạo, tầm, tứ, hữu đối, xúc, lạc căn, hỷ căn, đã đoạn, đã biến tri, nên bảo chúng an trú vào quả nào?

Đáp: Quả A-la-hán. Hoặc không có chỗ trú.

Hỏi: Khổ căn, ưu căn, đoàn thực, đã đoạn tận, đã biến tri, nên bảo chúng an trú vào quả nào?

Đáp: Quả Bất hoàn. Hoặc quả A-la-hán. Hoặc không có chỗ trú.

Hỏi: Xả căn, xúc thực, tư thực, thức thực, đã đoạn, đã biến tri, nên bảo chúng an trú quả nào?

Đáp: Quả A-la-hán.

PHẨM HAI: LUẬN VỀ DUYÊN

Đại tạo, tâm, xứ, căn
Tương đối có bao nhiêu
Tương ưng, tạo ba đời
Thế giới, biện thành duyên
Đại chủng cùng sắc tạo
Thế giới là đồng, dị
Bốn thể nhiếp thức môn
Chương này nguyện nói đủ.

Hỏi: Đại chủng cùng với đại chủng có bao nhiêu duyên?

Đáp: Nhân duyên, tăng thượng duyên.

Hỏi: Tạo sắc cùng với tạo sắc, có bao nhiêu duyên?

Đáp: Nhân duyên, tăng thượng duyên.

Hỏi: Tạo sắc cùng với đại chủng có bao nhiêu duyên?

Đáp: Nhân duyên, tăng thượng duyên.

Hỏi: Đại chủng cùng với pháp thuộc tâm, tâm sở, có bao nhiêu duyên?

Đáp: Sở duyên, tăng thượng duyên.

Hỏi: Pháp thuộc tâm, tâm sở, cùng với pháp thuộc tâm, tâm sở, có bao nhiêu duyên?

Đáp: Nhân duyên, đẳng vô gián duyên, sở duyên, tăng thượng duyên.

Hỏi: Đại chủng cùng với nhãn xứ có bao nhiêu duyên?

Đáp: Nhân duyên, tăng thượng duyên.

Hỏi: Nhãn xứ cùng với nhãn xứ có bao nhiêu duyên?

Đáp: Nhân duyên, tăng thượng duyên.

Hỏi: Nhãn xứ cùng với đại chủng có bao nhiêu duyên?

Đáp: Một tăng thượng duyên.

Giống như nhãn xứ, các xứ nhĩ, tỷ, thiệt, thân, hương, vị, xúc cũng là như vậy.

Hỏi: Đại chủng cùng với sắc xứ, có bao nhiêu duyên?

Đáp: Nhân duyên, tăng thượng duyên.

Hỏi: Sắc xứ cùng với sắc xứ có bao nhiêu duyên?

Đáp: Nhân duyên, tăng thượng duyên.

Hỏi: Sắc xứ cùng với đại chủng có bao nhiêu duyên?

Đáp: Nhân duyên, tăng thượng duyên.

Giống như sắc xứ, các xứ: thanh-xúc cũng là như vậy.

Hỏi: Đại chủng cùng với ý xứ, có bao nhiêu duyên?

Đáp: Sở duyên, tăng thượng duyên.

Hỏi: Ý xứ cùng với ý xứ, có bao nhiêu duyên?

Đáp: Nhân duyên, đẳng vô gián duyên, sở duyên, tăng thượng duyên.

Hỏi: Ý xứ cùng với đại chủng, có bao nhiêu duyên?

Đáp: Nhân duyên, tăng thượng duyên.

Hỏi: Đại chủng cùng với pháp xứ có bao nhiêu duyên?

Đáp: Nhân duyên, sở duyên, tăng thượng duyên.

Hỏi: Pháp xứ cùng với pháp xứ có bao nhiêu duyên?

Đáp: Nhân duyên, đẳng vô gián duyên, sở duyên, tăng thượng duyên.

Hỏi: Pháp xứ cùng với đại chủng có bao nhiêu duyên?

Đáp: Nhân duyên, tăng thượng duyên.

Hỏi: Đại chủng cùng với nhãn căn có bao nhiêu duyên?

Đáp: Nhân duyên, tăng thượng duyên.

Hỏi: Nhãn căn cùng với đại chủng có bao nhiêu duyên?

Đáp: Một tăng thượng duyên.

Giống như nhãn căn, các căn, như: Nhĩ, tỷ, thiệt, thân, nam, nữ cũng là như vậy.

Hỏi: Đại chủng cùng với mạng văn có bao nhiêu duyên?

Đáp: Một tăng thượng duyên.

Hỏi: Mạng căn cùng với đại chủng có bao nhiêu duyên?

Đáp: Một tăng thượng duyên.

Hỏi: Đại chủng cùng với ý căn có bao nhiêu duyên?

Đáp: Sở duyên, tăng thượng duyên.

Hỏi: Ý căn cùng với đại chủng có bao nhiêu duyên?

Đáp: Nhân duyên, tăng thượng duyên.

Giống như ý căn, các căn, như: Lạc, Khổ, Hỷ, Ưu, Xả, Tín, Tấn, Niệm, Định, Tuệ, cũng là như vậy.

Hỏi: Đại chủng cùng với vị tri đương tri căn có bao nhiêu duyên?

Đáp: Sở duyên, tăng thượng duyên.

Hỏi: Vị tri đương tri căn cùng với đại chủng có bao nhiêu duyên?

Đáp: Một tăng thượng duyên.

Giống như vị tri đương tri căn, dĩ tri căn, cụ tri căn, cũng là như vậy.

Hỏi: Vì sao bốn đại chủng đồng nhất sinh, đồng nhất trú, đồng nhất diệt mà không tương ưng? Các pháp thuộc tâm, tâm sở đồng nhất sinh, đồng nhất trú, đồng nhất diệt, gọi là tương ưng sao?

Đáp: Như bốn đại chủng hoặc giảm, hoặc tăng, các pháp thuộc tâm, tâm sở, thì không phải như vậy.

Lại nữa, các pháp thuộc tâm, tâm sở đều có sở duyên, bốn đại chủng không có sở duyên, không phải là pháp không có sở duyên, có thể nói tương ưng.

Hỏi: Vả lại, có đại chủng quá khứ, tạo ra sắc quá khứ chăng? Tạo ra sắc vị lai chăng? Tạo ra sắc hiện tại chăng?

Đáp: Đều có.

Hỏi: Vả lại, có đại chủng vị lai, tạo ra sắc vị lai chăng? Tạo ra sắc quá khứ chăng? Tạo ra sắc hiện tại chăng?

Đáp: Vị lai thì có. Quá khứ thì không.

Hỏi: Vả lại, có đại chủng hiện tại, tạo ra sắc hiện tại không? Tạo ra sắc quá khứ không? Tạo ra sắc vị lai không?

Đáp: Hiện tại, vị lai thì có. Quá khứ thì không.

Hỏi: Nếu thành tựu đại chủng quá khứ, ấy là thành tựu tạo sắc quá khứ chăng?

Đáp: Không có thành tựu đại chủng quá khứ, có thành tựu tạo sắc quá khứ: Nghĩa là Thánh giả trú thai, hoặc sinh ở Dục giới, sống có luật nghi, hoặc sống không phải có luật nghi, không phải là không có luật nghi, thân biểu, ngữ biểu trước có không mất, hoặc sinh ở Sắc giới, hoặc các Thánh giả hữu học sinh ở Vô sắc giới.

Hỏi: Nếu thành tựu đại chủng quá khứ, ấy là thành tựu đại chủng vị lai chăng?

Đáp: Không có thành tựu đại chủng quá khứ, vị lai.

Hỏi: Nếu thành tựu đại chủng quá khứ, ấy là thành tựu tạo sắc vị lai chăng?

Đáp: Không có thành tựu đại chủng quá khứ, có thành tựu tạo sắc vị lai: Nghĩa là Thánh giả trú thai, hoặc sinh ở Dục giới, đạt được tâm thiện ở Sắc giới, hoặc sinh ở Sắc giới, hoặc Thánh giả sinh ở Vô sắc giới.

Hỏi: Nếu thành tựu đại chủng quá khứ, ấy là thành tựu đại chủng hiện tại chăng?

Đáp: Không có thành tựu đại chủng quá khứ, có thành tựu đại chủng hiện tại: Nghĩa là sinh ở Dục giới.

Hỏi: Nếu thành tựu đại chủng quá khứ, ấy là thành tựu tạo sắc hiện tại chăng?

Đáp: Không có thành tựu đại chủng quá khứ, có thành tựu tạo sắc hiện tại: Nghĩa là sinh ở Dục giới.

Hỏi: Nếu thành tựu tạo sắc quá khứ, ấy là thành tựu đại chủng vị lai chăng?

Đáp: Không có thành tựu đại chủng vị lai, có thành tựu tạo sắc quá khứ: Nghĩa là Thánh giả trú thai, hoặc sinh ở Dục giới, sống có luật nghi, hoặc sống không phải có luật nghi, không phải là không có luật nghi, thân biểu, ngữ biểu trước có mà không mất, hoặc sinh ở Sắc giới, hoặc Thánh giả hữu học sinh ở Vô sắc giới.

Hỏi: Nếu thành tựu tạo sắc quá khứ, ấy là thành tựu tạo sắc vị lai chăng?

Đáp: Nên nêu lên bốn trường hợp để giải thích:

1- Trường hợp có thành tựu tạo sắc quá khứ, không phải là tạo sắc vị lai: Nghĩa là sinh ở Dục giới, sống có luật nghi, không đạt được tâm thiện ở Sắc giới, hoặc sống không có luật nghi, hoặc sống không có luật nghi, không phải là không có luật nghi, thân biểu, ngữ biểu trước có mà không mất.

2- Trường hợp có thành tựu tạo sắc vị lai, không phải là tạo sắc quá khứ: Nghĩa là A-la-hán sinh ở Vô sắc giới.

3- Trường hợp có thành tựu tạo sắc quá khứ cũng là tạo sắc vị lai: Nghĩa là Thánh giả trú thai, hoặc sinh ở Dục giới, đạt được tâm thiện ở Sắc giới, hoặc sinh ở Sắc giới, hoặc Thánh giả hữu học sinh ở Vô sắc giới.

4- Trường hợp không có thành tựu tạo sắc quá khứ, cũng không phải là tạo sắc vị lai: Nghĩa là ở trong vỏ trứng, hoặc phàm phu trú thai, hoặc sinh ở Dục giới, sống không có luật nghi, không phải là không có luật nghi, thân biểu, ngữ biểu trước không có, giả sử có mà mất, hoặc phàm phu sinh ở Vô sắc giới.

Hỏi: Nếu thành tựu tạo sắc quá khứ, ấy là thành tựu đại chủng hiện tại chăng?

Đáp: Nên nêu lên bốn trường hợp để giải thích:

1- Trường hợp có thành tựu tạo sắc quá khứ, không phải là đại chủng hiện tại: Nghĩa là các Thánh giả hữu học sinh ở Vô sắc giới.

2- Trường hợp có thành tựu đại chủng hiện tại, không phải là tạo sắc quá khứ: Nghĩa là ở trong vỏ trứng, phàm phu trú thai, hoặc sinh ở Dục giới, sống không có luật nghi, không phải là không có luật nghi, thân biểu, ngữ biểu trước không có, giả sử có mà mất.

3- Trường hợp có thành tựu tạo sắc quá khứ, cũng là đại chủng hiện tại: Nghĩa là Thánh giả trú thai, hoặc sinh ở Dục giới, sống có luật nghi, hoặc sống không có luật nghi, hoặc sống không có luật nghi, không phải là không có luật nghi, thân biểu, ngữ biểu, trước có mà không mất, hoặc sinh ở Sắc giới.

4- Trường hợp không có thành tựu tạo sắc quá khứ, cũng không phải là đại chủng hiện tại: Nghĩa là A-la-hán, hoặc phàm phu sinh ở Vô sắc giới.

Hỏi: Nếu thành tựu tạo sắc quá khứ, ấy là thành tựu tạo sắc hiện tại chăng?

Đáp: Nên nêu lên bốn trường hợp để giải thích:

1- Trường hợp có thành tạo sắc quá khứ, không phải là tạo sắc hiện tại: Nghĩa là Thánh giả hữu học sinh ở Vô sắc giới.

2- Trường hợp có thành tựu tạo sắc hiện tại, không phải là tạo sắc quá khứ: Nghĩa là ở trong vỏ trứng, phàm phu trú thai, hoặc sinh ở Dục giới, sống không có luật nghi, không phải là không có luật nghi, thân biểu, ngữ biểu trước không có, giả sử có mà mất.

3- Trường hợp có thành tựu tạo sắc quá khứ, cũng là tạo sắc hiện tại: Nghĩa là Thánh giả trú thai, hoặc sinh ở Dục giới, sống có luật nghi, hoặc sống không có luật nghi, hoặc sống không có luật nghi, không phải là không có luật nghi, thân biểu, ngữ biểu, trước có mà không mất, hoặc sinh ở Sắc giới.

4- Trường hợp không có thành tựu tạo sắc quá khứ, cũng không tạo sắc hiện tại: Nghĩa là A-la-hán, hoặc phàm phu sinh ở Vô sắc giới.

Hỏi: Nếu thành tựu đại chủng vị lai, ấy là thành tựu tạo sắc vị lai chăng?

Đáp: Không có thành tựu đại chủng vị lai.

Trường hợp có thành tựu tạo sắc vị lai: Nghĩa là Thánh giả trú thai, hoặc sinh ở Dục giới, đạt được tâm thiện ở Sắc giới, hoặc sinh ở Sắc giới, hoặc Thánh giả sinh ở Vô sắc giới.

Hỏi: Nếu thành tựu đại chủng vị lai, ấy là thành tựu đại chủng hiện tại chăng?

Đáp: Không có thành tựu đại chủng vị lai.

Trường hợp có thành tựu đại chủng hiện tại: Nghĩa là sinh ở Dục giới.

Hỏi: Nếu thành tựu đại chủng vị lai, ấy là thành tựu tạo sắc hiện tại chăng?

Đáp: Không có thành tựu đại chủng vị lai.

Trường hợp có thành tựu tạo sắc hiện tại: Nghĩa là sinh ở Dục giới.

Hỏi: Nếu thành tựu tạo sắc vị lai, ấy là thành tựu đại chủng hiện tại chăng?

Đáp: Nên nêu lên bốn trường hợp để giải thích:

1- Trường hợp có thành tựu tạo sắc vị lai không phải là đại chủng hiện tại: Nghĩa là Thánh giả sinh ở Vô sắc giới.

2- Trường hợp có thành tựu đại chủng hiện tại, không phải là tạo sắc vị lai: Nghĩa là ở trong vỏ trứng, hoặc phàm phu ở trong thai, hoặc sinh ở Dục giới, không đạt được tâm thiện ở Sắc giới.

3- Trường hợp có thành tựu tạo sắc vị lai, cũng là đại chủng hiện tại: Nghĩa là Thánh giả trú thai, hoặc sinh ở Dục giới, đạt được tâm thiện ở Sắc giới, hoặc sinh ở Sắc giới.

4- Trường hợp không có thành tựu tạo sắc vị lai, cũng không phải là đại chủng hiện tại: Nghĩa là phàm phu sinh ở Vô sắc giới.

Hỏi: Nếu thành tựu tạo sắc vị lai, ấy là thành tựu tạo sắc hiện tại chăng?

Đáp: Nên nêu lên bốn trường hợp để giải thích:

1- Trường hợp có thành tựu tạo sắc vị lai, không phải là tạo sắc hiện tại: Nghĩa là Thánh giả sinh ở Vô sắc giới.

2- Trường hợp có thành tựu tạo sắc hiện tại, không phải là tạo sắc vị lai: Nghĩa là ở trong vỏ trứng, hoặc phàm phu trú thai, hoặc sinh ở Dục giới, không đạt được tâm thiện ở Sắc giới.

3- Trường hợp có thành tựu tạo sắc vị lai cũng là tạo sắc hiện tại: Nghĩa là Thánh giả trú thai, hoặc sinh ở Dục giới, đạt được tâm thiện ở Sắc giới, hoặc sinh ở Sắc giới.

4- Trường hợp không có thành tựu tạo sắc vị lai, cũng không phải là tạo sắc hiện tại: Nghĩa là phàm phu sinh ở Vô sắc giới.

Hỏi: Nếu thành tựu đại chủng hiện tại, ấy là thành tựu tạo sắc hiện tại chăng?

Đáp: Đúng là như vậy.

Hỏi: Giả sử thành tựu tạo sắc hiện tại, ấy là thành tựu đại chủng hiện tại chăng?

Đáp: Đúng là như vậy.

Hỏi: Đại chủng quá khứ, cùng với đại chủng quá khứ có bao nhiêu duyên?

Đáp: Nhân duyên, Tăng thượng duyên.

Hỏi: Đại chủng quá khứ, cùng với đại chủng quá khứ tạo sắc có bao nhiêu duyên?

Đáp: Nhân duyên, tăng thượng duyên.

Hỏi: Tạo sắc quá khứ, cùng với tạo sắc quá khứ có bao nhiêu duyên?

Đáp: Nhân duyên, tăng thượng duyên.

Hỏi: Tạo sắc quá khứ, cùng với đại chủng quá khứ có bao nhiêu duyên?

Đáp: Nhân duyên, tăng thượng duyên.

Hỏi: Đại chủng quá khứ, cùng với đại chủng vị lai có bao nhiêu duyên?

Đáp: Nhân duyên, tăng thương duyên.

Hỏi: Đại chủng vị lai, cùng với đại chủng vị lai có bao nhiêu duyên?

Đáp: Nhân duyên, tăng thượng duyên.

Hỏi: Đại chủng vị lai, cùng với đại chủng quá khứ có bao nhiêu duyên?

Đáp: Một tăng thượng duyên.

Hỏi: Đại chủng quá khứ, cùng với tạo sắc vị lai có bao nhiêu duyên?

Đáp: Nhân duyên, tăng thượng duyên.

Hỏi: Tạo sắc vị lai, cùng với tạo sắc vị lai có bao nhiêu duyên?

Đáp: Nhân duyên, tăng thượng duyên.

Hỏi: Tạo sắc vị lai, cùng với đại chủng quá khứ có bao nhiêu duyên?

Đáp: Một tăng thượng duyên.

Hỏi: Đại chủng quá khứ, cùng với đại chủng hiện tại có bao nhiêu duyên?

Đáp: Nhân duyên, tăng thượng duyên.

Hỏi: Đại chủng hiện tại, cùng với đại chủng hiện tại có bao nhiêu duyên?

Đáp: Nhân duyên, tăng thượng duyên.

Hỏi: Đại chủng hiện tại, cùng với đại chủng quá khứ có bao nhiêu duyên?

Đáp: Một tăng thượng duyên.

Hỏi: Đại chủng quá khứ, cùng với tạo sắc hiện tại có bao nhiêu duyên?

Đáp: Nhân duyên, tăng thượng duyên.

Hỏi: Tạo sắc hiện tại, cùng với tạo sắc hiện tại có bao nhiêu duyên?

Đáp: Nhân duyên, tăng thượng duyên.

Hỏi: Tạo sắc hiện tại, cùng với đại chủng quá khứ có bao nhiêu duyên?

Đáp: Một tăng thượng duyên.

Hỏi: Tạo sắc quá khứ, cùng với đại chủng vị lai có bao nhiêu duyên?

Đáp: Nhân duyên, tăng thượng duyên.

Hỏi: Đại chủng vị lai, cùng với tạo sắc quá khứ có bao nhiêu duyên?

Đáp: Một tăng thượng duyên.

Hỏi: Tạo sắc quá khứ, cùng với tạo sắc vị lai có bao nhiêu duyên?

Đáp: Nhân duyên, tăng thượng duyên.

Hỏi: Tạo sắc vị lai, cùng với tạo sắc quá khứ có bao nhiêu duyên?

Đáp: Một tăng thượng duyên.

Hỏi: Tạo sắc quá khứ, cùng với đại chủng hiện tại có bao nhiêu duyên?

Đáp: Nhân duyên, tăng thượng duyên.

Hỏi: Đại chủng hiện tại, cùng với tạo sắc quá khứ có bao nhiêu duyên?

Đáp: Một tăng thượng duyên.

Hỏi: Tạo sắc quá khứ, cùng với tạo sắc hiện tại có bao nhiêu duyên?

Đáp: Nhân duyên, tăng thượng duyên.

Hỏi: Tạo sắc hiện tại, cùng với tạo sắc quá khứ có bao nhiêu duyên?

Đáp: Một tăng thượng duyên.

Hỏi: Đại chủng vị lai, cùng với tạo sắc vị lai có bao nhiêu duyên?

Đáp: Nhân duyên, tăng thượng duyên.

Hỏi: Tạo sắc vị lai, cùng với đại chủng vị lai có bao nhiêu duyên?

Đáp: Nhân duyên, tăng thượng duyên.

Hỏi: Đại chủng vị lai, cùng với đại chủng hiện tại có bao nhiêu duyên?

Đáp: Một tăng thượng duyên.

Hỏi: Đại chủng hiện tại, cùng với đại chủng vị lai có bao nhiêu duyên?

Đáp: Nhân duyên, tăng thượng duyên.

Hỏi: Đại chủng vị lai, cùng với tạo sắc hiện tại có bao nhiêu duyên?

Đáp: Một tăng thượng duyên.

Hỏi: Tạo sắc hiện tại, cùng với đại chủng vị lai có bao nhiêu duyên?

Đáp: Nhân duyên, tăng thượng duyên.

Hỏi: Tạo sắc vị lai, cùng với đại chủng hiện tại có bao nhiêu duyên?

Đáp: Một tăng thượng duyên.

Hỏi: Đại chủng hiện tại, cùng với tạo sắc vị lai có bao nhiêu duyên?

Đáp: Nhân duyên, tăng thượng duyên.

Hỏi: Tạo sắc vị lai, cùng với tạo sắc hiện tại có bao nhiêu duyên?

Đáp: Một tăng thượng duyên.

Hỏi: Tạo sắc hiện tại, cùng với tạo sắc vị lai có bao nhiêu duyên?

Đáp: Nhân duyên, tăng thượng duyên.

Hỏi: Đại chủng hiện tại, cùng với tạo sắc hiện tại có bao nhiêu duyên?

Đáp: Nhân duyên, tăng thượng duyên.

Hỏi: Tạo sắc hiện tại, cùng với đại chủng có bao nhiêu duyên?

Đáp: Nhân duyên, tăng thượng duyên.

Hỏi: Nếu thành tựu đại chủng hệ thuộc Dục giới, ấy là thành tựu tạo sắc hệ thuộc Dục giới chăng?

Đáp: Đúng là như vậy.

Hỏi: Giả sử thành tựu tạo sắc hệ thuộc Dục giới, ấy là thành tựu đại chủng hệ thuộc Dục giới chăng?

Đáp: Đúng là như vậy.

Hỏi: Nếu thành tựu đại chủng hệ thuộc Dục giới, ấy là thành tựu đại chủng hệ thuộc Sắc giới chăng?

Đáp: Nên nêu lên bốn trường hợp để giải thích:

1- Trường hợp có thành tựu đại chủng hệ thuộc Dục giới, không phải là đại chủng hệ thuộc Sắc giới: Nghĩa là sinh ở Dục giới, đại chủng thuộc Sắc giới không biểu hiện trước mắt.

2- Trường hợp có thành tựu đại chủng hệ thuộc Sắc giới, không phải là đại chủng hệ thuộc Dục giới: Nghĩa là sinh ở Sắc giới, không tạo tác chuyển hóa Dục giới, không phát khởi ngôn ngữ Dục giới.

3- Trường hợp có thành tựu đại chủng hệ thuộc Dục giới, cũng là đại chủng hệ thuộc Sắc giới: Nghĩa là sinh ở Dục giới, đại chủng hệ thuộc Sắc giới biểu hiện trước mắt. Hoặc sinh ở Sắc giới, tạo tác chuyển hóa Dục giới, phát khởi ngôn ngữ Dục giới.

4- Trường hợp không có thành tựu đại chủng hệ thuộc Dục giới và đại chủng hệ thuộc Sắc giới: Nghĩa là sinh ở Vô sắc giới.

Hỏi: Nếu thành tựu đại chủng hệ thuộc Dục giới, ấy là thành tựu tạo sắc hệ thuộc Sắc giới chăng?

Đáp: Nên nêu lên bốn trường hợp để giải thích:

1- Trường hợp có thành tựu đại chủng hệ thuộc Dục giới, không phải là tạo sắc hệ thuộc Sắc giới: Nghĩa là sinh ở Dục giới, không đạt được tâm thiện ở Sắc giới.

2- Trường hợp có thành tựu tạo sắc hệ thuộc Sắc giới, không phải là đại chủng hệ thuộc Dục giới: Nghĩa là sinh ở Sắc giới, không tạo tác chuyển hóa Dục giới, không phát khởi ngôn ngữ Dục giới.

3- Trường hợp có thành tựu đại chủng hệ thuộc Dục giới, cũng là tạo sắc hệ thuộc Sắc giới: Nghĩa là sinh ở Dục giới, đạt được tâm thiện Sắc giới, hoặc sinh ở Sắc giới, tạo tác chuyển hóa Dục giới, phát khởi ngôn ngữ Dục giới.

4- Trường hợp không có thành tựu đại chủng hệ thuộc Dục giới và tạo sắc hệ thuộc Sắc giới: Nghĩa là sinh ở Vô sắc giới.

Hỏi Nếu thành tựu tạo sắc hệ thuộc Dục giới, ấy là thành tựu đại chủng hệ thuộc Sắc giới chăng?

Đáp: Nên nêu lên bốn trường hợp để giải thích:

1- Trường hợp có thành tựu tạo sắc hệ thuộc Dục giới, không phải là đại chủng hệ thuộc Sắc giới: Nghĩa là sinh ở Dục giới, đại chủng hệ thuộc Sắc giới không biểu hiện trước mắt.

2- Trường hợp có thành tựu đại chủng hệ thuộc Sắc giới, không phải là tạo sắc hệ thuộc Dục giới: Nghĩa là sinh ở Sắc giới, không tạo tác chuyển hóa Dục giới, không phát khởi ngôn ngữ Dục giới.

3- Trường hợp có thành tựu tạo sắc hệ thuộc Dục giới, cũng là đại chủng hệ thuộc Sắc giới: Nghĩa là sinh ở Dục giới, đại chủng hệ thuộc Sắc giới biểu hiện trước mắt, hoặc sinh ở Sắc giới, tạo tác chuyển hóa Dục giới, phát khởi ngôn ngữ Dục giới.

4- Trường hợp không có thành tựu tạo sắc hệ thuộc Dục giới và đại chủng hệ thuộc Sắc giới: Nghĩa là sinh ở Vô sắc giới.

Hỏi: Nếu thành tựu tạo sắc hệ thuộc Dục giới, ấy là thành tựu tạo sắc hệ thuộc Sắc giới chăng?

Đáp: Nên nêu lên bốn trường hợp để giải thích:

1- Trường hợp có thành tựu tạo sắc thuộc hệ Dục giới, không phải thành tựu tạo sắc hệ thuộc Sắc giới: Nghĩa là sinh ở Dục giới, không đạt được tâm thiện ở Sắc giới.

2- Trường hợp có thành tựu tạo sắc thuộc hệ Sắc giới, không phải là tạo sắc hệ thuộc Dục giới: Nghĩa là sinh ở Sắc giới, không tạo tác chuyển hóa Dục giới, không phát khởi ngôn ngữ Dục giới.

3- Trường hợp có thành tựu tạo sắc thuộc hệ Dục giới, cũng là tạo sắc hệ thuộc Sắc giới: Nghĩa là sinh ở Dục giới, đạt được tâm thiện Sắc giới, hoặc sinh ở Sắc giới, tạo tác chuyển hóa Dục giới, phát khởi ngôn ngữ Dục giới.

4-- Trường hợp không có thành tựu tạo sắc hệ thuộc Dục giới, và tạo sắc hệ thuộc Sắc giới: Nghĩa là sinh ở Vô sắc giới.

Hỏi: Nếu thành tựu đại chủng hệ thuộc Sắc giới, ấy là quyết định thành tựu tạo sắc hệ thuộc Sắc giới chăng?

Đáp: Trường hợp có thành tựu tạo sắc hệ thuộc Sắc giới, không phải là đại chủng hệ thuộc Sắc giới: Nghĩa là sinh ở Dục giới, đạt được tâm thiện ở Sắc giới, đại chủng Sắc giới không biểu hiện trước mắt.

Hỏi: Đại chủng hệ thuộc Dục giới cùng với đại chủng hệ thuộc Dục giới có bao nhiêu duyên?

Đáp: Nhân duyên, tăng thượng duyên.

Hỏi: Đại chủng hệ thuộc Dục giới cùng với tạo sắc hệ thuộc Dục giới có bao nhiêu duyên?

Đáp: Nhân duyên, tăng thượng duyên.

Hỏi: Tạo sắc hệ thuộc Dục giới cùng với tạo sắc hệ thuộc Dục giới có bao nhiêu duyên?

Đáp: Nhân duyên, tăng thượng duyên.

Hỏi: Tạo sắc hệ thuộc Dục giới cùng với đại chủng hệ thuộc Dục giới có bao nhiêu duyên?

Đáp: Nhân duyên, tăng thượng duyên.

Hỏi: Đại chủng hệ thuộc Dục giới cùng với đại chủng hệ thuộc Sắc giới có bao nhiêu duyên?

Đáp: Một tăng thượng duyên.

Hỏi: Đại chủng hệ thuộc Sắc giới cùng với đại chủng hệ thuộc Sắc giới có bao nhiêu duyên?

Đáp: Nhân duyên, tăng thượng duyên.

Hỏi: Đại chủng hệ thuộc Sắc giới cùng với đại chủng hệ thuộc Dục giới có bao nhiêu duyên?

Đáp: Một tăng thượng duyên.

Hỏi: Đại chủng hệ thuộc Dục giới cùng với tạo sắc hệ thuộc Sắc giới có bao nhiêu duyên?

Đáp: Một tăng thượng duyên.

Hỏi: Tạo sắc hệ thuộc Sắc giới cùng với tạo sắc hệ thuộc Sắc giới có bao nhiêu duyên?

Đáp: Nhân duyên, tăng thượng duyên.

Hỏi: Tạo sắc hệ thuộc Sắc giới cùng với đại chủng hệ thuộc Dục giới có bao nhiêu duyên?

Đáp: Một tăng thượng duyên.

Hỏi: Tạo sắc hệ thuộc Dục giới cùng với đại chủng hệ thuộc Sắc giới có bao nhiêu duyên?

Đáp: Một tăng thượng duyên.

Hỏi: Đại chủng hệ thuộc Sắc giới cùng với tạo sắc hệ thuộc Dục giới có bao nhiêu duyên?

Đáp: Một tăng thượng duyên.

Hỏi: Tạo sắc hệ thuộc Dục giới cùng với tạo sắc hệ thuộc Sắc giới có bao nhiêu duyên?

Đáp: Một tăng thượng duyên.

Hỏi: Tạo sắc hệ thuộc Sắc giới cùng với tạo sắc hệ thuộc Dục giới có bao nhiêu duyên?

Đáp: Một tăng thượng duyên.

Hỏi: Đại chủng hệ thuộc Sắc giới cùng với tạo sắc hệ thuộc Sắc giới có bao nhiêu duyên?

Đáp: Nhân duyên, tăng thượng duyên.

Hỏi: Tạo sắc hệ thuộc Sắc giới cùng với đại chủng hệ thuộc Sắc giới có bao nhiêu duyên?

Đáp: Nhân duyên, tăng thượng duyên.

Hỏi: Các sắc hệ thuộc Dục giới, tất cả sắc ấy do đại chủng tạo đều hệ thuộc Dục giới chăng?

Đáp: Nên nêu lên bốn trường hợp để giải thích:

1- Trường hợp có sắc do hệ thuộc Dục giới không phải là đại chủng tạo hệ thuộc Dục giới: Nghĩa là đại chủng hệ thuộc Dục giới.

2- Trường hợp có sắc do đại chủng tạo hệ thuộc Dục giới không hệ thuộc Dục giới: Nghĩa là sắc không hệ thuộc đại chủng tạo hệ thuộc Dục giới.

3- Trường hợp có sắc hệ thuộc Dục giới, do đại chủng tạo hệ thuộc Dục giới: Nghĩa là sắc hệ thuộc Dục giới, đại chủng tạo hệ thuộc Dục giới.

4- Trường hợp có sắc không hệ thuộc Dục giới, không có đại chủng tạo hệ thuộc Dục giới: Nghĩa là đại chủng hệ thuộc Sắc giới.

Nếu sắc hệ thuộc Sắc giới, đại chủng tạo hệ thuộc Sắc giới. Nếu sắc không hệ thuộc đại chủng tạo hệ thuộc Sắc giới.

Hỏi: Các sắc hệ thuộc Sắc giới, tất cả sắc ấy, do đại chủng tạo đều hệ thuộc Sắc giới chăng?

Đáp: Nên nêu lên bốn trường hợp để giải thích:

1- Trường hợp có sắc hệ thuộc Sắc giới, không phải là do đại chủng tạo hệ thuộc Sắc giới: Nghĩa là đại chủng hệ thuộc Sắc giới.

2- Trường hợp có sắc do đại chủng tạo hệ thuộc Sắc giới, mà không phải là hệ thuộc Sắc giới: Nghĩa là sắc không hệ thuộc đại chủng tạo hệ thuộc Sắc giới.

3- Trường hợp có sắc hệ thuộc Sắc giới, do đại chủng tạo hệ thuộc Sắc giới: Nghĩa là sắc hệ thuộc Sắc giới, do đại chủng tạo hệ thuộc Sắc giới.

4- Trường hợp không có sắc hệ thuộc Sắc giới, do đại chủng tạo không hệ thuộc Sắc giới: Nghĩa là đại chủng tạo hệ thuộc Dục giới. Hoặc sắc hệ thuộc do đại chủng tạo hệ thuộc Dục giới. Hoặc sắc không hệ thuộc Dục giới, do đại chủng tạo không hệ thuộc Dục giới.

Hỏi: Các sắc quá khứ, tất cả sắc ấy, do đại chủng tạo đều thuộc quá khứ chăng?

Đáp: Nên nêu lên bốn trường hợp để giải thích:

1- Trường hợp có sắc quá khứ không phải do đại chủng quá khứ tạo: Nghĩa là đại chủng quá khứ.

2- Trường hợp có sắc do đại chủng quá khứ tạo, không phải là quá khứ: Nghĩa là sắc do đại chủng tạo vị lai, hiện tại-quá khứ.

3- Trường hợp có sắc do đại chủng tạo thuộc quá khứ của quá khứ: Nghĩa là sắc do đại chủng tạo hệ thuộc quá khứ của quá khứ.

4- Trường hợp có sắc do đại chủng tạo không hệ thuộc quá khứ của quá khứ: Nghĩa là đại chủng hệ thuộc vị lai, hiện tại.

Nếu sắc do đại chủng tạo hệ thuộc vị lai, hiện tại của hiện tại. Nếu sắc do đại chủng tạo hệ thuộc vị lai của vị lai.

Hỏi: Các sắc vị lai, tất cả sắc ấy, do đại chủng tạo đều thuộc quá khứ chăng?

Đáp: Các sắc do đại chủng tạo hệ thuộc vị lai, ấy là tất cả sắc vị lai.

Trường hợp có sắc vị lai, không phải do đại chủng vị lai tạo. Nghĩa là đại chủng vị lai. Hoặc là sắc do đại chủng tạo, hệ thuộc vị lai, quá khứ, hiện tại.

Hỏi: Các sắc hiện tại, tất cả sắc hiện tại ấy, đều do đại chủng hiện tại tạo chăng?

Đáp: Nên nêu lên bốn trường hợp để giải thích:

1- Trường hợp có sắc hiện tại không phải do đại chủng hiện tại tạo: Nghĩa là đại chủng hiện tại. Hoặc là sắc hiện tại do đại chủng quá khứ tạo.

2- Trường hợp có sắc hiện tại do đại chủng hiện tại tạo, không phải là hiện tại: Nghĩa là sắc vị lai do đại chủng hiện tại tạo.

3- Trường hợp có sắc hiện tại do đại chủng hiện tại tạo: Nghĩa là sắc hiện tại do đại chủng hiện tại tạo.

4- Trường hợp có sắc không phải là hiện tại, cũng không phải do đại chủng hiện tại tạo: Nghĩa là do đại chủng quá khứ, vị lai. Hoặc là sắc quá khứ do đại chủng quá khứ, vị lai tạo. Hoặc là sắc vị lai, do đại chủng vị lai tạo.

Hỏi: Thế nào là địa chủng?

Đáp: Hình sắc hiển thị rõ ràng.

Hỏi: Thế nào giới hạn của địa chủng?

Đáp: Xúc chạm tới bản tính cứng chắc.

Hỏi: Thế nào là thủy chủng?

Đáp: Hình sắc hiển thị rõ ràng.

Hỏi: Thế nào là giới hạn của thủy chủng?

Đáp: Xúc chạm tới bản tính mềm mại.

Hỏi: Thế nào là hỏa chủng?

Đáp: Hình sắc hiển thị rõ ràng.

Hỏi: Thế nào là giới hạn của hỏa?

Đáp: Xúc chạm tới bản tính nóng.

Hỏi: Thế nào là phong chủng?

Đáp: Chính là giới hạn của gió.

Hỏi: Thế nào là giới hạn của gió?

Đáp: Xúc chạm tới bản tính chuyển động.

Hỏi: Đất, nước, gió, lửa thâu nhiếp có bao nhiêu xứ? có bao nhiêu thức?

Đáp: Đất, nước, lửa, thâu nhiếp một xứ. Nghĩa là sắc xứ. Thức có hai thức: Nghĩa là thân thức, ý thức. Gió thâu nhiếp một xứ, đó là xúc xứ. Thức có hai thức, gồm: Thân thức, ý thức.

Hỏi: Giới hạn của đất, nước, gió, lửa có bao nhiêu xứ? Thâu nhiếp bao nhiêu thức của thức?

Đáp: Thâu nhiếp một xứ, đó là xúc xứ. Thức thâu nhiếp hai thức, gồm: Thân thức, ý thức.

PHẨM BA: LUẬN VỀ THẤY ĐỦ

Sáu sắc, đại nào tạo
Ba sắc, gì là nhân
Hóa trong chín có bảy
Ba phần thế, kiếp, tâm
Mỗi duyên, nhân duyên bốn
Vô sắc trừ sắc tướng
Bốn-bảy, chín hỗ nhiếp
Chương này nguyện nói đủ.

Hỏi: Đệ tử của đức Thế Tôn đã kiến đế đầy đủ, chưa xả ly ái nhiễm ở Dục giới, sắc thành tựu của thân nghiệp, ngữ nghiệp, hệ thuộc Sắc giới, do đại chủng nào tạo ra?

Đáp: Hệ thuộc Sắc giới.

Hỏi: Sinh ở Dục giới, vào sắc của nghiệp thân, ngữ thuộc Tứ tĩnh lự hữu lậu, do đại chủng nào tạo ra?

Đáp: Hệ thuộc Sắc giới.

Hỏi: Sinh ở Dục giới, vào sắc của nghiệp thân, ngữ thuộc Tứ tĩnh lự vô lậu, do đại chủng nào tạo ra?

Đáp: Hệ thuộc Dục giới.

Hỏi: Sinh ở Sắc giới, vào sắc của nghiệp thân, ngữ thuộc Tứ tĩnh lự hữu lậu, do đại chủng nào tạo ra?

Đáp: Hệ thuộc Sắc giới.

Hỏi: Sinh ở Sắc giới, vào sắc của nghiệp thân, ngữ thuộc Tứ tĩnh lự vô lậu, do đại chủng nào tạo ra?

Đáp: Hệ thuộc Sắc giới.

Hỏi: Đệ tử của đức Thế Tôn sinh ở Vô sắc giới, sắc thành tựu của nghiệp thân, ngữ, do đại chủng nào tạo ra?

Đáp: Hoặc là hệ thuộc Dục giới, hoặc là hệ thuộc Sắc giới.

Hỏi: Từ Vô sắc giới mất đi, sinh ra ở Dục giới, ban đầu các căn do đại chủng mà có được, vậy đại chủng nào là nhân?

Đáp: Hệ thuộc Dục giới.

Hỏi: Từ Vô sắc giới mất đi, sinh ra ở Sắc giới, ban đầu các căn do đại chủng mà có được, đại chủng nào là nhân?

Đáp: Hệ thuộc Sắc giới.

Hỏi: Từ Sắc giới mất đi, sinh ra ở Dục giới, ban đầu các căn do đại chủng mà có được, đại chủng nào là nhân?

Đáp: Hệ thuộc Dục giới.

Hỏi: Sinh ở Dục giới, tạo tác chuyển hóa Sắc giới, phát khởi ngữ âm Sắc giới, sắc thuộc thân, ngữ ấy, do đại chủng nào tạo ra?

Đáp: Hệ thuộc Sắc giới.

Hỏi: Sinh ở Sắc giới, tạo tác chuyển hóa Dục giới, phát khởi ngữ âm Dục giới, sắc thuộc thân, ngữ ấy, do đại chủng nào tạo ra?

Đáp: Hệ thuộc Dục giới.

Hỏi: Sự chuyển hóa, nên nói là có đại chủng hay không có đại chủng?

Đáp: Nên nói có đại chủng.

Hỏi: Sự chuyển hóa, nên nói có tạo sắc hay không có tạo sắc?

Đáp: Nên nói có tạo sắc.

Hỏi: Sự chuyển hóa nên nói có tâm hay không có tâm?

Đáp: Nên nói không có tâm.

Hỏi: Sự chuyển hóa, nên nói do tâm nào chuyển?

Đáp: Nên nói là hóa chủ.

Hỏi: Trung hữu, nên nói có đại chủng hay không có đại chủng?

Đáp: Nên nói có đại chủng.

Hỏi: Trung hữu, nên nói có tạo sắc hay không có tạo sắc?

Đáp: Nên nói có tạo sắc.

Hỏi: Trung hữu, nên nói có tâm hay không có tâm?

Đáp: Nên nói có tâm.

Hỏi: Trung hữu, nên nói do tâm gì chuyển hóa?

Đáp: Nên nói là do tự tâm.

Hỏi: Thế gian gọi là pháp gì?

Đáp: Các hành do ngữ âm tăng trưởng này, nên hiển bày.

Hỏi: Kiếp, gọi là pháp gì?

Đáp: Do ngữ âm tăng trưởng này, hiển bày nửa tháng, tháng, mùa, năm, từ tâm khởi sinh trú, diệt.

Hỏi: Phần, gọi là pháp gì?

Đáp: Do ngữ âm tăng trưởng này, hiển bày Sát-na[15], Lạp-phược-Mâu-hô-lật-đa.

Hỏi: Vả lại, có pháp nào sinh khởi do bốn duyên chăng?

---

[15] Sát-na: Skt. Kṣaṇa. Pāli Khāṇa. Đơn vị thời gian ngắn nhất. Một trăm hai mươi sát na là một Đát-sát-na (Tát- Kṣaṇa). Sáu mươi Đát-sát-na là một Lạp-phược (lava). Ba mươi Lạp-phược là một Mâu-hô-lật-đa (Muhurta). Ba mươi Mâu-hô-lật-đa là một ngày một đêm. (*Câu-xá luận* 12, *Đại chánh* 29).

Luật tăng kỳ, cho rằng: "Hai mươi niệm là một chớp mắt; hai mươi chớp mắt là một cái búng móng tay; hai mươi cái búng tay là một La-dự (Lạp phược=Lava); hai mươi La-dự là một tu-du; ba mươi Tu-du là một ngày một đêm. (Ma ha Tăng kỳ luật 17, *Đại chánh* 22).

Kinh Nhân vương: Chín mươi sát-na là một niệm. Và một sát-na có chín trăm lần sinh diệt. (Phẩm quán không, Nhân vương Bát nhã Ba-la-mật kinh, thượng, *Đại chánh* 8).

Lại nữa, *Đại trí độ luận*: "Sáu mươi niệm là một búng tay" (*Đại Trí độ luận* 30, 83, *Đại chánh* 25). Và *Đại Bát nhã kinh*, cho rằng: "Sát-na là chừng khoảng bữa ăn" *Đại bát nhã kinh* 347, *Đại chánh* 5).

Đáp: Có. Nghĩa là tất cả pháp thuộc tâm, tâm sở.

Hỏi: Vả lại, có pháp nào sinh khởi do ba duyên chăng?

Đáp: Có: Nghĩa là Định đẳng chí, vô tưởng, Định đẳng chí, diệt tận.

Hỏi: Vả lại, có pháp nào sinh khởi do hai duyên chăng?

Đáp: Có. Nghĩa là ngoại trừ Định đẳng chí, vô tưởng, diệt tận, các tâm sở còn lại không tương ưng hành và tất cả sắc.

Hỏi: Vả lại, có pháp nào sinh khởi do một duyên chăng?

Đáp: Không có.

Hỏi: Thế nào là pháp tương ưng với nhân?

Đáp: Tất cả pháp thuộc tâm, tâm sở.

Hỏi: Thế nào là pháp không tương ưng với nhân?

Đáp: Sắc vô vi, tâm bất tương ưng hành.

Hỏi: Thế nào tương ưng với nhân, nhân không tương ưng với pháp?

Đáp: Chính là pháp thuộc tâm, tâm sở, tương ưng thiểu phần nhân, không tương ưng thiểu phần nhân.

Hỏi: Thế nào là không tương ưng với nhân, không phải nhân không tương ưng với pháp?

Đáp: Chính là các pháp thuộc tâm, tâm sở, thiểu phần không tương ưng với nhân, thiểu phần không phải là nhân không tương ưng.

Hỏi: Thế nào là pháp duyên với có duyên?

Đáp: Hoặc có ý thức và pháp tương ưng, pháp duyên tâm, tâm sở.

Hỏi: Thế nào là pháp duyên không có duyên?

Đáp: Năm thức thân và pháp tương ưng, hoặc ý thức và pháp tương ưng, duyên sắc, vô vi, tâm bất tương ưng hành.

Hỏi: Thế nào là pháp duyên có duyên, duyên không có duyên?

Đáp: Hoặc ý thức và pháp tương ưng, pháp duyên thuộc tâm và tâm sở và sắc, vô vi, tâm bất tương ưng hành.

Hỏi: Thế nào là pháp không phải duyên có duyên, không phải là duyên không có duyên?

Đáp: Sắc, vô vi, tâm bất tương ưng hành.

Như đức Thế Tôn dạy: "Bên trong tưởng nghĩ không có sắc, quán chiếu ngoại sắc".

Hỏi: Thế nào là bên trong tưởng nghĩ không có sắc, quán chiếu ngoại sắc?

Đáp: Nghĩa là có vị Tỷ-khưu khởi lên thắng giải như vầy: "Nay thân này của ta sắp sửa chết, đã chết, sắp sửa đưa lên xe, đã đưa lên xe, sắp sửa đưa đến nghĩa trang, đã đưa đến nghĩa trang, sắp sửa đặt xuống đất, đã đặt xuống đất, sắp sửa bị các côn trùng cắn ăn, đã bị các loại côn trùng cắn ăn". Vị Tỷ-khưu ấy, sau cùng không còn thấy nội thân, chỉ thấy côn trùng bên ngoài.

Lại nữa, có vị Tỷ-khưu khởi lên thắng giải như thế này: "Nay thân này của ta, sắp sửa chết, đã chết, sắp sửa đưa lên xe, đã đưa lên xe, sắp sửa đến nghĩa trang, đã đến nghĩa trang, sắp sửa đặt vào đống củi, đã đặt vào đống củi, sắp sửa bị thiêu đốt, đã bị thiêu đốt". Vị Tỷ-khưu ấy, cuối cùng không thấy nội thân, chỉ thấy lửa bên ngoài.

Lại nữa, có vị Tỷ-khưu khởi lên thắng giải như thế này: "Nay, thân này của ta là rất hư ngụy, ví như sương tuyết hoặc là như một nạm tuyết, như đường cát, hoặc ví như một nạm đường cát, như sữa chín còn sống, hoặc như một nhúm sữa chín còn sống, sắp sửa bị lửa nấu đốt, đã bị nấu đốt, sắp sửa chảy tan, đã chảy tan". Vị Tỷ-khưu ấy, cuối cùng không thấy nội thân, chỉ thấy lửa bên ngoài. Ấy gọi là bên trong tưởng nghĩ không có sắc, quán chiếu ngoại sắc.

Như đức Thế Tôn dạy: "Có đoạn trừ sắc tưởng".

Hỏi: Thế nào là đoạn trừ sắc tưởng?

Đáp: Nghĩa là có Tỷ-khưu khởi lên thắng giải như vầy: "Nay, thân này của ta sắp sửa chết, đã chết, sắp sửa đưa lên xe, đã đưa lên xe, sắp sửa đưa đến nghĩa trang, đã đưa đến nghĩa trang, sắp sửa đặt xuống đất, đã đặt xuống đất, sắp sửa bị các côn trùng cắn ăn, đã bị các loại côn trùng cắn ăn, các loại côn trùng này sắp sửa tản ra, đã tản ra". Vị Tỷ-khưu ấy, cuối cùng không thấy tự thân, cũng không thấy côn trùng.

Lại nữa, có vị Tỷ-khưu khởi lên thắng giải như thế này: "Nay thân này của ta, sắp sửa chết, đã chết, sắp sửa đưa lên xe, đã đưa lên xe, sắp sửa đến nghĩa trang, đã đến nghĩa trang, sắp sửa đặt vào đống củi, đã đặt vào đống củi, sắp sửa bị thiêu đốt, đã bị thiêu đốt, lửa đốt cháy thi thể này sắp tắt, đã tắt". Vị Tỷ-khưu ấy, cuối cùng không thấy tự thân, cũng không thấy lửa.

Lại nữa, có vị Tỷ-khưu khởi lên thắng giải như thế này: "Nay, thân này của ta là rất hư ngụy, ví như sương tuyết, hoặc là như một nạm tuyết, như sữa sống, hoặc như một nhúm sữa sống, như sữa chín, như nhúm sữa đã nấu chín, sắp sửa bị lửa nấu đốt, đã bị lửa nấu đốt, sắp sửa chảy tan, đã chảy tan, lửa này có thể tiêu, sắp sửa diệt, đã diệt". Vị Tỷ-khưu ấy, cuối cùng không thấy tự thân, cũng không thấy lửa. Ấy gọi là diệt trừ sắc tưởng.

Hỏi: Các sắc tưởng chưa đoạn trừ, đều là chưa xả ly ái nhiễm đối với sắc chăng?

Đáp: Các ái nhiễm đối với sắc chưa xả ly, đều không trừ diệt sắc tưởng.

Trường hợp có sắc tưởng không trừ diệt, không phải là ái nhiễm đối với sắc chưa xả ly: Nghĩa là ái nhiễm đối với các sắc đã xả ly, mà chưa chứng nhập định ấy.

Hỏi: Có các sắc tưởng trừ diệt đều là những ái nhiễm đối với các sắc đã xả ly chăng?

Đáp: Trường hợp có các sắc tưởng trừ diệt, đều đã xả ly các ái nhiễm đối với các sắc.

Trường hợp có các ái nhiễm đối với các sắc đã xả ly, không phải là có các sắc tưởng trừ diệt: Nghĩa là các ái nhiễm đối với các sắc đã xả ly, nhưng mà chưa chứng nhập định ấy.

Hỏi: Bốn thức trú và bảy thức trú là bốn thâu nhiếp bảy, hay là bảy thâu nhiếp bốn?

Đáp: Nên nêu lên bốn trường hợp để giải thích:

1- Trường hợp có bốn, không phải là bảy: Nghĩa là sắc, thọ, tưởng, hành của cảnh giới địa ngục, bàng sinh, ngạ quỷ, cõi trời Quảng quả, và thọ, tưởng, hành của Phi tưởng phi phi tưởng xứ.

2- Trường hợp có bảy, không phải là bốn: Nghĩa là tâm của cõi người, trời ở Dục giới, cõi trời Phạm chúng, Cực quang tịnh, Biến tịnh, các cõi Không vô biên xứ, Thức vô biên xứ, Vô sở hữu xứ.

3- Trường hợp có bốn, cũng là bảy: Sắc, thọ, tưởng, hành cõi người, trời ở Dục giới, cõi trời Phạm chúng, Cực quang tịnh, Biến tịnh và thọ, tưởng, hành của các cõi Không vô biên xứ, Thức vô biên xứ, Vộ sở hữu xứ.

4- Trường hợp không phải là bốn, không phải là bảy: Nghĩa là tâm của cảnh giới địa ngục, bàng sinh, ngạ quỷ, cõi trời Quảng quả, cõi trời Phi tưởng phi phi tưởng xứ.

Hỏi: Bốn thức trú và chín chỗ cư trú của hữu tình, bốn thâu nhiếp chín hay chín thâu nhiếp bốn?

Đáp: Nên nêu lên bốn trường hợp để giải thích:

1- Trường hợp có bốn, không phải là chín: Nghĩa là cảnh giới địa ngục, bàng sinh, ngạ quỷ, cõi trời Vô tưởng, không thâu nhiếp sắc, thọ, tưởng, hành của cõi trời Quảng quả.

2- Trường hợp có chín, không phải là bốn: Nghĩa là tâm của cõi người, trời ở Dục giới, cõi trời Phạm chúng, Cực quang tịnh, Biến tịnh, trời Vô tưởng và bốn cõi trời Vô sắc.

3- Trường hợp cũng có bốn, cũng có chín: Nghĩa là sắc, thọ, tưởng, hành của cõi người, trời ở Dục giới, cõi trời Phạm chúng, Cực quang tịnh, Biến tịnh, trời Vô tưởng và thọ, tưởng, hành của bốn cõi Vô sắc.

4- Trường hợp có không phải là bốn, cũng không phải là chín: Nghĩa là cảnh giới địa ngục, bàng sinh, ngạ quỷ, cõi trời Vô tưởng, không thâu nhiếp tâm của cõi trời Quảng quả.

Hỏi: Bảy thức trú và chín chỗ cư trú của hữu tình, bảy thâu nhiếp chín hay chín thâu nhiếp bảy?

Đáp: Chín thâu nhiếp bảy, không phải bảy thâu nhiếp chín.

Hỏi: Xứ nào không thâu nhiếp?

Đáp: Hai xứ, gồm: Vô tưởng thiên xứ và Phi tưởng phi phi tưởng xứ.

Quyển mười bốn
Chương năm: Đại Chủng Uẩn

PHẨM BỐN: LUẬN VỀ CHẤP THỌ[16]

---

[16] Thọ: [Skt.] Vedanā. Hán dịch là thụ, thọ, thống, giác. Thọ là một trong năm uẩn. Thọ là một trong mười chi duyên khởi. *Câu-xá luận*, cho rằng: Thọ là một trong các tâm sở khởi hiện khắp tất cả tâm và một trong mười đại địa pháp. Duy thức học, cho rằng: Thọ là một trong năm biến hành.

Theo *Tạp A-hàm kinh*: Thọ có một thọ, hai thọ, ba thọ, bốn thọ, năm thọ, sáu thọ, mười tám thọ, ba mươi sáu thọ, 108 thọ, Vô lượng thọ...

- Một thọ: Tự tướng của thọ tuy có ba là khổ thọ, lạc thọ, xả thọ. Nhưng Khổ thọ liên hệ đến khổ khổ; lạc thọ liên hệ đến hoại khổ; Xả thọ liên hệ đến hành khổ. Tất cả thọ đều là khổ, nên gọi là một thọ.

- Hai thọ: Gồm, tâm thọ và thân thọ. Tâm thọ thuộc về ý thức. Thân thọ thuộc về năm thức thân.

- Ba thọ: Lạc thọ, khổ thọ, xả thọ.

- Bốn thọ: Dục giới hệ thọ, Sắc giới hệ thọ, Vô sắc giới hệ thọ, Bất hệ thọ.

- Năm thọ: Lạc thọ, hỷ thọ, khổ thọ, ưu thọ, xả thọ.

- Sáu thọ: Do sáu xúc sinh khởi sáu thọ. Nhãn xúc thọ... đến ý xúc thọ.

- Mười tám thọ: Sáu hỷ thọ ý cận hành, sáu ưu thọ ý cận hành, sáu xả thọ ý cận hành.

- Ba mươi sáu thọ: Mười tám thọ thuộc ý cận hành. Mỗi thọ ý cận hành đều có nhiễm ô và thanh tịnh, thành ba mươi sáu thọ.

- Một trăm lẻ tám thọ: Trong ba mươi tám thọ, mỗi thọ đều có ba thời gian là quá khứ, hiện tại, vị lai thành một trăm lẻ tám thọ.

- Vô lượng thọ: Các tướng của thọ đều là vô lượng. (*Tạp A-hàm kinh* 13, *Đại chánh* 2; *Pháp uẩn túc luận* 9, *Đại chánh* 26; *Phát trí luận* 14, *Đại chánh* 26; *Câu-xá luận* 10, *Đại chánh* 29; *Du-già sư địa luận* 53, *Đại chánh* 30).

Mười bảy đối mấy duyên
Đối tự, tha có tám
Chỉ đối tha có chín
Tám nội, ngoại nghĩa gì?
Tám môn thọ tương nhiếp
Chín vị mười lăm môn
Tu vị lai, hiện tại
Chương này nguyện nói đủ.

Hỏi: Đại chủng có chấp thọ cùng với đại chủng có chấp thọ có bao nhiêu duyên?

Đáp: Nhân duyên, tăng thượng duyên.

Hỏi: Đại chủng có chấp thọ cùng với đại chủng không có chấp thọ có bao nhiêu duyên?

Đáp: Nhân duyên, tăng thượng duyên.

Hỏi: Đại chủng không có chấp thọ cùng với đại chủng không có chấp thọ có bao nhiêu duyên?

Đáp: Nhân duyên, tăng thượng duyên.

Hỏi: Đại chủng không có chấp thọ cùng với đại chủng có chấp thọ có bao nhiêu duyên?

Đáp: Nhân duyên, tăng thượng duyên.

Hỏi: Nhân tương ưng với pháp, cùng nhân tương ưng với pháp có bao nhiêu duyên?

Đáp: Nhân duyên, đẳng vô gián duyên, sở duyên duyên, tăng thượng duyên.

Hỏi: Nhân tương ưng với pháp, cùng với nhân không tương ưng với pháp có bao nhiêu duyên?

Đáp: Nhân duyên, đẳng vô gián duyên, tăng thượng duyên.

Hỏi: Nhân không tương ưng với pháp, cùng với nhân không tương ưng với pháp có bao nhiêu duyên?

Đáp: Nhân duyên, tăng thượng duyên.

Hỏi: Nhân không tương ưng với pháp, cùng với nhân tương ưng với pháp có bao nhiêu duyên?

Đáp: Nhân duyên, sở duyên duyên, tăng thượng duyên.

Hỏi: Pháp có sở duyên cùng với pháp có sở duyên, có bao nhiêu duyên?

Đáp: Nhân duyên, đẳng vô gián duyên, sở duyên duyên, tăng thượng duyên.

Hỏi: Pháp có sở duyên cùng với pháp không có sở duyên, có bao nhiêu duyên?

Đáp: Nhân duyên, đẳng vô gián duyên, tăng thượng duyên.

Hỏi: Pháp không có sở duyên cùng với pháp không có sở duyên, có bao nhiêu duyên?

Đáp: Nhân duyên, tăng thượng duyên.

Hỏi: Pháp không có sở duyên cùng với pháp có sở duyên, có bao nhiêu duyên?

Đáp: Nhân duyên, sở duyên duyên, tăng thượng duyên.

Hỏi: Pháp có sắc cùng với pháp có sắc, có bao nhiêu duyên?

Đáp: Nhân duyên, tăng thượng duyên.

Hỏi: Pháp có sắc cùng với pháp không có sắc, có bao nhiêu duyên?

Đáp: Nhân duyên, sở duyên duyên, tăng thượng duyên.

Hỏi: Pháp không có sắc cùng với pháp không có sắc, có bao nhiêu duyên?

Đáp: Nhân duyên, đẳng vô gián duyên, sở duyên duyên, tăng thượng duyên.

Hỏi: Pháp không có sắc cùng với pháp có sắc, có bao nhiêu duyên?

Đáp: Nhân duyên, tăng thượng duyên.

Hỏi: Pháp có thấy cùng với pháp có thấy, có bao nhiêu duyên?

Đáp: Nhân duyên, tăng thượng duyên.

Hỏi: Pháp có thấy cùng với pháp không có thấy, có bao nhiêu duyên?

Đáp: Nhân duyên, sở duyên duyên, tăng thượng duyên.

Hỏi: Pháp không có thấy cùng với pháp không có thấy, có bao nhiêu duyên?

Đáp: Nhân duyên, đẳng vô gián duyên, sở duyên duyên, tăng thượng duyên.

Hỏi: Pháp không có thấy cùng với pháp có thấy, có bao nhiêu duyên?

Đáp: Nhân duyên, tăng thượng duyên.

Hỏi: Pháp có đối ngại cùng với pháp có đối ngại, có bao nhiêu duyên?

Đáp: Nhân duyên, tăng thượng duyên.

Hỏi: Pháp có đối ngại cùng với pháp không có đối ngại, có bao nhiêu duyên?

Đáp: Nhân duyên, sở duyên duyên, tăng thượng duyên.

Hỏi: Pháp không có đối ngại cùng với pháp không có đối ngại, có bao nhiêu duyên?

Đáp: Nhân duyên, đẳng vô gián duyên, sở duyên duyên, tăng thượng duyên.

Hỏi: Pháp không có đối ngại cùng với pháp có đối ngại, có bao nhiêu duyên?

Đáp: Nhân duyên, tăng thượng duyên.

Hỏi: Pháp hữu lậu cùng với pháp hữu lậu có bao nhiêu duyên?

Đáp: Nhân duyên, đẳng vô gián duyên, sở duyên duyên, tăng thượng duyên.

Hỏi: Pháp hữu lậu cùng với pháp vô lậu có bao nhiêu duyên?

Đáp: Đẳng vô gián duyên, sở duyên duyên, tăng thượng duyên.

Hỏi: Pháp vô lậu cùng với pháp vô lậu có bao nhiêu duyên?

Đáp: Nhân duyên, đẳng vô gián duyên, sở duyên duyên, tăng

thượng duyên.

Hỏi: Pháp vô lậu cùng với pháp hữu lậu có bao nhiêu duyên?

Đáp: Đẳng vô gián duyên, sở duyên duyên, tăng thượng duyên.

Hỏi: Pháp hữu vi cùng với pháp hữu vi có bao nhiêu duyên?

Đáp: Nhân duyên, đẳng vô gián duyên, sở duyên duyên, tăng thượng duyên.

Hỏi: Pháp hữu vi cùng với pháp vô vi có bao nhiêu duyên?

Đáp: Không.

Hỏi: Pháp vô vi cùng với pháp vô vi có bao nhiêu duyên?

Đáp: Không.

Hỏi: Pháp vô vi cùng với pháp hữu vi có bao nhiêu duyên?

Đáp: Sở duyên duyên, tăng thượng duyên.

Hỏi: Do các triền sử mà bị trói buộc tiếp tục hữu của địa ngục, ban đầu đại chủng của các căn đã có được, đại chủng của các căn ấy, cùng với các pháp của tâm, tâm sở, có bao nhiêu duyên?

Đáp: Một tăng thượng duyên.

Hỏi: Các pháp thuộc tâm, tâm sở ấy, cùng với đại chủng của các căn kia, có bao nhiêu duyên?

Đáp: Một tăng thượng duyên.

Hỏi: Do các triền sử mà bị trói buộc tiếp tục hữu của bàng sinh, hữu của ngạ quỷ, hữu của người, hữu của thiên, ban đầu đại chủng của các căn đã có được, đại chủng của các căn ấy, cùng với các pháp của tâm, tâm sở ấy, có bao nhiêu duyên?

Đáp: Một tăng thượng duyên.

Hỏi: Các pháp thuộc tâm, tâm sở ấy, cùng với đại chủng của các căn kia, có bao nhiêu duyên?

Đáp: Một tăng thượng duyên.

Hỏi: Sinh ở Dục giới, vào Sơ thiền hữu lậu, cho đến Phi tưởng phi

phi tưởng xứ, nuôi lớn các căn, đại chủng tăng ích, đại chủng của các căn ấy, cùng với pháp thuộc tâm, tâm sở ấy, có bao nhiêu duyên?

Đáp: Một tăng thượng duyên.

Hỏi: Các pháp thuộc tâm, tâm sở ấy, cùng với đại chủng của các căn ấy, có bao nhiêu duyên?

Đáp: Một tăng thượng duyên.

Hỏi: Sinh ở Dục giới, vào Sơ thiền vô lậu, cho đến Vô sở hữu xứ, nuôi lớn các căn, đại chủng tăng ích, đại chủng của các căn ấy, cùng với pháp thuộc tâm, tâm sở ấy, có bao nhiêu duyên?

Đáp: Một tăng thượng duyên.

Hỏi: Các pháp thuộc tâm, tâm sở ấy, cùng với đại chủng của các căn ấy, có bao nhiêu duyên?

Đáp: Một tăng thượng duyên.

Hỏi: Sinh ở Sắc giới, vào Sơ thiền hữu lậu, cho đến Phi tưởng phi phi tưởng xứ, nuôi lớn các căn, đại chủng tăng ích, đại chủng của các căn ấy, cùng với pháp thuộc tâm, tâm sở ấy, có bao nhiêu duyên?

Đáp: Một tăng thượng duyên.

Hỏi: Các pháp thuộc tâm, tâm sở ấy, cùng với đại chủng của các căn ấy, có bao nhiêu duyên?

Đáp: Một tăng thượng duyên.

Hỏi: Sinh ở Sắc giới, vào Sơ thiền vô lậu, cho đến Vô sở hữu xứ, nuôi lớn các căn, đại chủng tăng ích, đại chủng của các căn ấy, cùng với pháp thuộc tâm, tâm sở ấy, có bao nhiêu duyên?

Đáp: Một tăng thượng duyên.

Hỏi: Các pháp thuộc tâm, tâm sở ấy, cùng với đại chủng của các căn ấy, có bao nhiêu duyên?

Đáp: Một tăng thượng duyên.

Hỏi: Thế nào là nghĩa có chấp thọ?

Đáp: Do ngữ âm tăng trưởng này được hiển bày rơi xuống pháp tự thể.

Hỏi: Thế nào là nghĩa không có chấp thọ?

Đáp: Do ngữ âm tăng trưởng này được hiển bày không rơi xuống pháp tự thể.

Hỏi: Thế nào là nghĩa thuận với chấp thủ?

Đáp: Do ngữ âm tăng trưởng này được hiển bày bởi pháp hữu lậu.

Hỏi: Thế nào là nghĩa không thuận với chấp thủ?

Đáp: Do ngữ âm tăng trưởng này được hiển bày bởi pháp vô lậu.

Hỏi: Thế nào là nghĩa thuận kết?

Đáp: Do ngữ âm tăng trưởng này được hiển bày bởi pháp hữu lậu.

Hỏi: Thế nào là nghĩa không thuận kết?

Đáp: Do ngữ âm tăng trưởng này được hiển bày bởi pháp vô lậu.

Hỏi: Thế nào là nghĩa kiến xứ?

Đáp: Do ngữ âm tăng trưởng này được hiển bày bởi pháp hữu lậu.

Hỏi: Thế nào là nghĩa không có kiến xứ?

Đáp: Do ngữ âm tăng trưởng này được hiển bày bởi pháp vô lậu.

Hỏi: Nếu pháp là nội, pháp ấy là thâu nhiếp nội xứ[17] chăng?

Đáp: Nên nêu lên bốn trường hợp để giải thích:

1- Trường hợp có pháp là nội, không thâu nhiếp nội xứ: Như nói an trú ở nội thọ, nội pháp tuần tự quán chiếu pháp.

2- Trường hợp có pháp thâu nhiếp nội xứ, không phải là nội: Như nói an trú ở ngoại thân, ngoại tâm, tuần tự quán chiếu tâm.

3- Trường hợp có pháp là nội, cũng thâu nhiếp nội xứ: Như nói an trú ở nội thân, nội tâm, tuần tự quán chiếu tâm.

---

[17] Nội xứ: Xứ, Āyatana, nghĩa là nuôi nấng, sinh trưởng. Xứ có sáu nội xứ, gồm: Nhãn xứ, nhĩ xứ, tỷ xứ, thiệt xứ, thân xứ, ý xứ. Sáu xứ này là chỗ nương tựa của các pháp thuộc về tâm và tâm sở, nên gọi là sáu nội xứ.

4- Trường hợp có pháp không phải là nội, không thâu nhiếp nội xứ: Như nói an trú ở ngoại thọ, ngoại pháp, tuần tự quán chiếu pháp.

Hỏi: Nếu pháp là ngoại, pháp ấy là thâu nhiếp ngoại xứ chăng?

Đáp: Nên nêu lên bốn trường hợp để giải thích:

1- Trường hợp có pháp là ngoại, không thâu nhiếp ngoại xứ[18]: Như nói an trú ở ngoại thân, ngoại tâm tuần tự quán chiếu tâm.

2- Trường hợp có pháp thâu nhiếp ngoại xứ, không phải là ngoại: Như nói an trú ở nội thọ, nội pháp, tuần tự quán chiếu pháp.

3- Trường hợp có pháp là ngoại, cũng thâu nhiếp ngoại xứ: Như nói an trú ở ngoại thọ, ngoại pháp, tuần tự quán chiếu tâm.

4- Trường hợp có pháp không phải là ngoại, không thâu nhiếp ngoại xứ: Như nói an trú ở nội thân-nội tâm, tuần tự quán chiếu tâm.

Có hai thọ, gồm: Thân thọ, tâm thọ.

Có ba thọ, gồm: Lạc thọ, khổ thọ, bất khổ bất lạc thọ.

Hỏi: Hai thọ nhiếp ba hay ba thọ nhiếp hai?

Đáp: Chúng thâu nhiếp hỗ tương. Tùy theo công việc của chúng. Hai thọ như trước đã nói.

Có bốn thọ, gồm thọ hệ thuộc ba cõi và không hệ thuộc ba cõi.

Hỏi: Hai thọ thâu nhiếp bốn hay bốn thọ thâu nhiếp hai?

Đáp: Chúng thâu nhiếp hỗ tương. Tùy theo công việc của chúng. Hai thọ như trước đã nói.

Có năm thọ, gồm: Lạc thọ căn, khổ thọ căn, hỷ thọ căn, ưu thọ căn, xả thọ căn.

Hỏi: Năm thọ thâu nhiếp hai hay hai thâu nhiếp năm thọ?

Đáp: Chúng thâu nhiếp hỗ tương. Tùy theo công việc của chúng. Hai thọ như trước đã nói.

---

[18] Ngoại xứ: Sắc xứ, thanh xứ, hương xứ, vị xứ, xúc xứ, pháp xứ, ấy là sáu ngoại cảnh làm sở duyên cho các pháp tâm và tâm sở biểu hiện, nên gọi là sáu ngoại xứ. (*Tạp A-hàm* 13, *Đại chánh* 2; *Đại Tỳ-bà-sa* 71, *Đại chánh* 27).

Có sáu thọ, gồm: Thọ do nhãn xúc sinh khởi, thọ do nhĩ xúc sinh khởi, thọ do tỷ xúc sinh khởi, thọ do thiệt xúc sinh khởi, thọ do thân xúc sinh khởi, thọ do ý xúc sinh khởi.

Hỏi: Hai thọ thâu nhiếp sáu thọ hay sáu thâu nhiếp hai thọ?

Đáp: Chúng thâu nhiếp hỗ tương. Tùy theo công việc của chúng. Hai thọ như trước đã nói.

Có mười tám thọ, gồm: Sáu hỷ ý cận hành, sáu ưu ý cận hành, sáu xả ý cận hành.

Hỏi: Hai thọ thâu nhiếp mười tám thọ hay mười tám thọ thâu nhiếp hai thọ?

Đáp: Hai thọ thâu nhiếp mười tám thọ, không phải là mười tám thọ thâu nhiếp hai thọ.

Không thâu nhiếp những gì? Nghĩa là Lạc căn, khổ căn, xả căn tương ưng với năm thức thuộc hữu lậu và thọ vô lậu. Hai thọ như trước đã nói.

Có ba mươi sáu thọ, gồm: Sáu thọ dựa vào đam thị hỷ, sáu thọ dựa vào xuất ly hỷ, sáu thọ dựa vào đam thị ưu, sáu thọ dựa vào xuất ly ưu, sáu thọ dựa vào đam thị xả, sáu thọ dựa vào xuất ly xả.

Hỏi: Hai thọ thâu nhiếp ba mươi sáu thọ hay ba mươi sáu thọ thâu nhiếp hai thọ?

Đáp: Hai thọ thâu nhiếp ba mươi sáu thọ, không phải là ba mươi sáu thọ thâu nhiếp hai thọ.

Không thâu nhiếp những gì? Nghĩa là như trước đã nói. Hai thọ như trước đã nói.

Có một trăm lẻ tám thọ, do dựa vào ba đời, mỗi đời có ba mươi sáu thọ.

Hỏi: Hai thọ thâu nhiếp một trăm lẻ tám thọ, hay một trăm lẻ tám thọ thâu nhiếp hai thọ?

Đáp: Hai thọ thâu nhiếp một trăm lẻ tám thọ, không phải một trăm lẻ tám thọ thâu nhiếp hai thọ.

Không thâu nhiếp những gì? Như trước đã nói.

Hỏi: Đối với ba thọ, bốn thọ, thì ba thọ thâu nhiếp bốn thọ, hay bốn thọ thâu nhiếp ba thọ?

Đáp: Chúng thâu nhiếp hỗ tương. Tùy theo công việc của chúng.

Hỏi: Đối với ba thọ, năm thọ, sáu thọ, thì ba thọ thâu nhiếp năm thọ, sáu thọ hay năm thọ, sáu thọ thâu nhiếp ba thọ?

Đáp: Chúng thâu nhiếp hỗ tương. Tùy theo công việc của chúng.

Hỏi: Đối với ba thọ, mười tám thọ, ba mươi sáu thọ, một trăm lẻ tám thọ, thì ba thọ thâu nhiếp mười tám thọ... hay mười tám thọ thâu nhiếp ba thọ?

Đáp: Ba thọ thâu nhiếp mười tám thọ... Mười tám thọ... không thâu nhiếp ba thọ.

Không thâu nhiếp những gì? Nghĩa là như trước đã nói.

Hỏi: Đối với bốn thọ, năm thọ, sáu thọ, thì bốn thọ thâu nhiếp năm thọ, sáu thọ, hay là năm thọ, sáu thọ thâu nhiếp bốn thọ?

Đáp: Chúng thâu nhiếp hỗ tương. Tùy theo công việc của chúng.

Hỏi: Bốn thọ, mười tám thọ, ba mươi sáu thọ, một trăm lẻ tám thọ, thì bốn thọ thâu nhiếp mười tám thọ... hay mười tám thọ... thâu nhiếp bốn thọ?

Đáp: Bốn thọ thâu nhiếp mười tám thọ, không phải mười tám thọ... thâu nhiếp bốn thọ.

Không thâu nhiếp những gì? Nghĩa là như trước đã nói.

Hỏi: Năm thọ, sáu thọ, thì năm thọ thâu nhiếp sáu thọ hay sáu thọ thâu nhiếp năm thọ?

Đáp: Chúng thâu nhiếp hỗ tương. Tùy theo công việc của chúng.

Hỏi: Năm thọ, mười tám thọ, ba mươi sáu thọ, một trăm lẻ tám thọ, thì năm thọ thâu nhiếp mười tám thọ... hay mười tám thọ... thâu nhiếp năm thọ?

Đáp: Năm thọ thâu nhiếp mười tám thọ... mười tám thọ... không thâu nhiếp năm thọ.

Không thâu nhiếp những gì? Nghĩa là như trước đã nói.

Hỏi: Sáu thọ, mười tám thọ, ba mươi sáu thọ, một trăm lẻ tám thọ, thì sáu thọ thâu nhiếp mười tám thọ... hay mười tám thọ... thâu nhiếp sáu thọ?

Đáp: Sáu thọ thâu nhiếp mười tám thọ... không phải mười tám thọ... thâu nhiếp sáu thọ.

Không thâu nhiếp những gì? Nghĩa là như trước đã nói.

Hỏi: Mười tám thọ, ba mươi sáu thọ, một trăm lẻ tám thọ, thì mười tám thọ thâu nhiếp ba mươi sáu thọ... hay ba mươi sáu thọ... thâu nhiếp mười tám thọ?

Đáp: Chúng thâu nhiếp hỗ tương. Tùy theo công việc của chúng.

Hỏi: Ba mươi sáu thọ, một trăm lẻ tám thọ, thì ba mươi sáu thọ thâu nhiếp một trăm lẻ tám thọ hay một trăm lẻ tám thọ thâu nhiếp ba mươi sáu thọ?

Đáp: Chúng thâu nhiếp hỗ tương. Tùy theo công việc của chúng.

Hỏi: Do sử dụng vô gián đạo, chứng quả Dự lưu, khi tu tập vô gián đạo ấy: Tứ niệm trú, có bao nhiêu tu tập ở hiện tại? Có bao nhiêu tu tập ở vị lai?

Tứ chánh đoạn, Tứ thần túc, Ngũ căn, Ngũ lực, Thất giác chi, Bát đạo chi, Tứ tĩnh lự, Tứ vô lượng tâm, Tứ vô sắc định, Bát giải thoát, Bát thắng xứ, Thập biến xứ, Bát trí, Tam đẳng trì, có bao nhiêu tu tập ở hiện tại? Có bao nhiêu tu tập ở vị lai?

Đáp: Tứ niệm trú, hiện tại có một, vị lai có bốn; Tứ chánh đoạn, Tứ thần túc, hiện tại, vị lai có bốn; Ngũ căn, ngũ lực, hiện tại, vị lai có năm; Thất giác chi, hiện tại, vị lai có sáu; Bát đạo chi, hiện tại, vị lai có tám; không có Tứ tĩnh lự; không có Tứ vô lượng tâm; không có Tứ vô sắc định; không có Bát giải thoát; không có Bát thắng xứ; không có Mười biến xứ; không có Bát trí; Tam đẳng trì, hiện tại, vị lai có một.

Do sử dụng vô gián đạo, chứng quả Nhất lai, khi tu tập đạo ấy, Tứ niệm trú cho đến Tam đẳng trì, có bao nhiêu tu tập ở hiện tại? Có bao nhiêu tu tập ở vị lai?

Đáp: Nếu xả ly ái nhiễm ở Dục giới tăng lên bội phần, vào Chánh tính ly sinh, khi tu tập đạo ấy: Tứ niệm trú, hiện tại có một, vị lai có bốn; Tứ chánh đoạn, Tứ thần túc, hiện tại, vị lai có bốn, Ngũ căn, Ngũ lực, hiện tại, vị lai có năm; Thất giác chi, hiện tại, vị lai có sáu; Bát đạo chi, hiện tại, vị lai có tám; không có Tứ tĩnh lự; không có Tứ vô lượng tâm; không có Tứ vô sắc định; không có Bát giải thoát; không có Bát thắng xứ; không có Thập biến xứ; không có Bát trí; Tam đẳng trì, hiện tại, vị lai có một.

Nếu từ nơi quả Dự lưu, do sử dụng Thế tục đạo, chứng quả Nhất lai, khi tu tập đạo ấy: Tứ niệm trú, hiện tại có một, vị lai có bốn; Tứ chánh đoạn, Tứ thần túc, hiện tại, vị lai có bốn; Ngũ căn, Ngũ lực, hiện tại, vị lai có năm; Thất giác chi, hiện tại không có, vị lai có sáu; Bát đạo chi, hiện tại không, vị lai có tám; không có Tứ tĩnh lự; không có Tứ vô lượng tâm; không có Tứ vô sắc định; không có Bát giải thoát; không có Bát thắng xứ; không có Thập biến xứ; Bát trí, hiện tại có một, vị lai có bảy; Tam đẳng trì, hiện tại không có, vị lai có ba.

Nếu từ quả Dự lưu, do sử dụng Vô lậu đạo, chứng quả Nhất lai, khi tu tập đạo ấy: Tứ niệm trú, hiện tại có một, vị lai có bốn; Tứ chánh đoạn, Tứ thần túc, hiện tại, vị lai có bốn; Ngũ căn, Ngũ lực, hiện tại, vị lai có năm; Thất giác chi, hiện tại, vị lai có sáu; Bát đạo chi, hiện tại, vị lai có tám; không có Tứ tĩnh lự; không có Tứ vô lượng tâm; không có Tứ vô sắc định; không có Bát giải thoát; không có Bát thắng xứ; không có Thập biến xứ; Bát trí, hiện tại có hai, vị lai có bảy; Tam đẳng trì, hiện tại có một, vị lai có ba.

Hỏi: Do sử dụng vô gián đạo, chứng quả Bất hoàn, khi tu tập đạo ấy, Tứ niệm trú cho đến Tam đẳng trì, có bao nhiêu tu tập ở hiện tại, có bao nhiêu tu tập ở vị lai?

Đáp: Nếu đã xả ly ái nhiễm ở Dục giới, y cứ Vị-chí-định, nhập Chánh tính ly sinh, khi tu tập đạo ấy: Tứ niệm trú, hiện tại có một, vị lai có bốn; Tứ chánh đoạn, Tứ thần túc, hiện tại, vị lai có bốn; Ngũ căn, Ngũ lực, hiện tại, vị lai có năm; Thất giác chi, hiện tại, vị lai có sáu; Bát đạo chi, hiện tại, vị lai có tám; không có Tứ tĩnh lự; không có

Tứ vô lượng tâm; không có Tứ vô sắc định; không có Bát giải thoát; không có Bát thắng xứ; không có Thập biến xứ; không có Bát trí; Tam đẳng trì, hiện tại, vị lai có một.

Nếu y cứ Sơ tĩnh lự, nhập Chánh tính ly sinh, khi tu tập đạo ấy: Tứ niệm trú, hiện tại có một, vị lai có bốn; Tứ chánh đoạn, Tứ thần túc, hiện tại, vị lai có bốn; Ngũ căn, Ngũ lực, hiện tại, vị lai có năm; Thất giác chi, hiện tại, vị lai có bảy; Bát đạo chi, hiện tại, vị lai có tám; Tứ tĩnh lự, hiện tại, vị lai có một, không có Tứ vô lượng tâm; không có Tứ vô sắc định; không có Bát giải thoát; không có Bát thắng xứ; không có Thập biến xứ; không có Bát trí; Tam đẳng trì, hiện tại, vị lai có một.

Nếu y cứ vào trung gian Tĩnh lự, nhập Chánh tính ly sinh, khi tu tập đạo ấy: Tứ niệm trú, hiện tại có một, vị lai có bốn; Tứ chánh đoạn, Tứ thần túc, hiện tại, vị lai có bốn; Ngũ căn, Ngũ lực, hiện tại, vị lai có năm; Thất giác chi, hiện tại có sáu, vị lai có bảy; Bát đạo chi, hiện tại có bảy, vị lai có tám; Tứ tĩnh lự, hiện tại không có, vị lai có một; không có Tứ vô lượng tâm; không có Tứ vô sắc định; không có Bát giải thoát; không có Bát thắng xứ; không có Thập biến xứ; không có Bát trí; Tam đẳng trì, hiện tại, vị lai có một.

Nếu y cứ vào Đệ nhị tĩnh lự, nhập Chánh tính ly sinh, khi tu tập đạo ấy: Tứ niệm trú, hiện tại có một, vị lai có bốn; Tứ chánh đoạn, Tứ thần túc, hiện tại, vị lai có bốn; Ngũ căn, Ngũ lực, hiện tại, vị lai có năm; Thất giác chi, hiện tại, vị lai có bảy; Bát đạo chi, hiện tại có bảy, vị lai có tám; Tứ tĩnh lự, hiện tại có một, vị lai có hai; không có Tứ vô lượng tâm; không có Tứ vô sắc định; không có Bát giải thoát; không có Bát thắng xứ; không có Thập biến xứ; không có Bát trí; Tam đẳng trì, hiện tại, vị lai có một.

Nếu y cứ vào Đệ tam tĩnh lự, nhập Chánh tính ly sinh, khi tu tập đạo ấy: Tứ niệm trú, hiện tại có một, vị lai có bốn; Tứ chánh đoạn, Tứ thần túc, hiện tại, vị lai có bốn; Ngũ căn, Ngũ lực, hiện tại, vị lai có năm; Thất giác chi, hiện tại có sáu, vị lai có bảy; Bát đạo chi, hiện tại có bảy, vị lai có tám; Tứ tĩnh lự, hiện tại có một, vị lai có ba; không có Tứ vô lượng tâm; không có Tứ vô sắc định; không có Bát giải thoát; không có Bát thắng xứ; không có Thập biến xứ; không có Bát trí; Tam đẳng trì, hiện tại, vị lai có một.

Nếu y cứ vào Đệ tứ tĩnh lự, nhập Chánh tính ly sinh, khi tu tập đạo ấy: Tứ niệm trú, hiện tại có một, vị lai có bốn; Tứ chánh đoạn, Tứ thần túc, hiện tại, vị lai có bốn; Ngũ căn, Ngũ lực, hiện tại, vị lai có năm; Thất giác chi, hiện tại có sáu, vị lai có bảy; Bát đạo chi, hiện tại có bảy, vị lai có tám; Tứ tĩnh lự, hiện tại có một, vị lai có bốn; không có Tứ vô lượng tâm; không có Tứ vô sắc định; không có Bát giải thoát; không có Bát thắng xứ; không có Thập biến xứ; không có Bát trí; Tam đẳng trì, hiện tại, vị lai có một.

Nếu từ quả Nhất lai, do sử dụng Thế tục đạo, chứng quả Bất hoàn, khi tu tập đạo ấy: Tứ niệm trú, hiện tại có một, vị lai có bốn; Tứ chánh đoạn, Tứ thần túc, hiện tại, vị lai có bốn; Ngũ căn, Ngũ lực, hiện tại, vị lai có năm; Thất giác chi, hiện tại không có, vị lai có sáu; Bát đạo chi, hiện tại không có, vị lai có tám; không có Tứ tĩnh lự; không có Tứ vô lượng tâm; không có Tứ vô sắc định; không có Bát giải thoát; không có Bát thắng xứ; không có Thập biến xứ; Bát trí, hiện tại có một, vị lai có bảy; Tam đẳng trì, hiện tại không có, vị lai có ba.

Nếu từ quả Nhất lai, do sử dụng Vô lậu đạo, chứng quả Bất hoàn, khi tu tập đạo ấy: Tứ niệm trú, hiện tại có một, vị lai có bốn; Tứ chánh đoạn, Tứ thần túc, hiện tại, vị lai có bốn; Ngũ căn, Ngũ lực, hiện tại, vị lai có năm; Thất giác chi, hiện tại, vị lai có sáu; Bát đạo chi, hiện tại, vị lai có tám; không có Tứ tĩnh lự; không có Tứ vô lượng tâm; không có Tứ vô sắc định; không có Bát giải thoát; không có Bát thắng xứ; không có Thập biến xứ; Bát trí, hiện tại có hai, vị lai có bảy; Tam đẳng trì, hiện tại có một, vị lai có ba.

Hỏi: Do sử dụng Vô gián đạo, chứng Thần thông cảnh trí, khi tu tập đạo ấy: Tứ niệm trú cho đến Tam đẳng trì, có bao nhiêu tu tập ở hiện tại? Có bao nhiêu tu tập ở vị lai?

Đáp: Nếu các hàng phàm phu, y cứ vào Sơ tĩnh lự, khi tu tập đạo ấy: Tứ niệm trú, hiện tại có một, vị lai có bốn; Tứ chánh đoạn, Tứ thần túc, hiện tại, vị lai có bốn; Ngũ căn, Ngũ lực, hiện tại, vị lai có năm; không có Thất giác chi; không có Bát đạo chi; Tứ tĩnh lự, hiện tại, vị lai có một; Tứ vô lượng tâm hiện tại không có, vị lai có bốn; không có Tứ vô sắc định; Bát giải thoát hiện tại không có, vị lai có hai; Bát thắng xứ, hiện tại không có, vị lai có bốn; không có Mười biến xứ; Bát trí, hiện tại, vị lai có một; không có Tam đẳng trì.

Nếu các hàng Thánh giả, y cứ vào Sơ tĩnh lự, khi tu tập đạo ấy: Tứ niệm trú, hiện tại có một, vị lai có bốn; Tứ chánh đoạn, Tứ thần túc, hiện tại, vị lai có bốn; Ngũ căn, Ngũ lực, hiện tại, vị lai có năm; Thất giác chi, hiện tại không có, vị lai có bảy; Bát đạo chi, hiện tại không có, vị lai có tám; Tứ tĩnh lự, hiện tại, vị lai có một; Tứ vô lượng tâm hiện tại không có, vị lai có bốn; không có Tứ vô sắc định; Bát giải thoát, hiện tại không có, vị lai có hai; Bát thắng xứ, hiện tại không có, vị lai có bốn; không có Mười biến xứ; Bát trí, hiện tại có một, vị lai có bảy; Tam đẳng trì, hiện tại không có, vị lai có ba.

Nếu các hàng phàm phu, y cứ vào Đệ nhị tĩnh lự khi tu tập đạo ấy: Tứ niệm trú, hiện tại có một, vị lai có bốn; Tứ chánh đoạn, Tứ thần túc, hiện tại, vị lai có bốn; Ngũ căn, Ngũ lực, hiện tại, vị lai có năm; không có Thất giác chi; không có Bát đạo chi; Tứ tĩnh lự, hiện tại, vị lai có một; Tứ vô lượng tâm hiện tại không có, vị lai có bốn; không có Tứ vô sắc định; Bát giải thoát, hiện tại không có, vị lai có hai; Bát thắng xứ, hiện tại không có, vị lai có bốn; không có Mười biến xứ; Bát trí, hiện tại, vị lai có một, không có Tam đẳng trì.

Nếu các hàng Thánh giả, y cứ vào Đệ nhị tĩnh lự khi tu tập đạo ấy: Tứ niệm trú, hiện tại có một, vị lai có bốn; Tứ chánh đoạn, Tứ thần túc, hiện tại, vị lai có bốn; Ngũ căn, Ngũ lực, hiện tại, vị lai có năm; Thất giác chi, hiện tại không có, vị lai có bảy; Bát đạo chi, hiện tại không có, vị lai có tám; Tứ tĩnh lự, hiện tại có một, vị lai có hai; Tứ vô lượng tâm hiện tại không có, vị lai có bốn; không có Tứ vô sắc định; Bát giải thoát, hiện tại không có, vị lai có hai; Bát thắng xứ, hiện tại không có, vị lai có bốn; không có Mười biến xứ; Bát trí, hiện tại có một, vị lai có bảy; Tam đẳng trì, hiện tại không có, vị lai có ba.

Nếu các hàng phàm phu, y cứ vào Đệ tam tĩnh lự, khi tu tập đạo ấy: Tứ niệm trú, hiện tại có một, vị lai có bốn; Tứ chánh đoạn, Tứ thần túc, hiện tại, vị lai có bốn; Ngũ căn, Ngũ lực, hiện tại, vị lai có năm; không có Thất giác chi; không có Bát đạo chi; Tứ tĩnh lự, hiện tại, vị lai có một; Tứ vô lượng tâm hiện tại không có, vị lai có ba; không có Tứ vô sắc định; không có Bát giải thoát; không có Bát thắng xứ; không có Mười biến xứ; Bát trí, hiện tại, vị lai có một; không có Tam đẳng trì.

Nếu các hàng Thánh giả, y cứ vào Đệ tam tĩnh lự khi tu tập đạo ấy: Tứ niệm trú, hiện tại có một, vị lai có bốn; Tứ chánh đoạn, Tứ thần túc, hiện tại, vị lai có bốn; Ngũ căn, Ngũ lực, hiện tại, vị lai có năm; Thất giác chi, hiện tại không có, vị lai có bảy; Bát đạo chi, hiện tại không có, vị lai có tám; Tứ tĩnh lự, hiện tại có một, vị lai có ba; Tứ vô lượng tâm hiện tại không có, vị lai có ba; không có Tứ vô sắc định; không có Bát giải thoát; không có Bát thắng xứ; không có Mười biến xứ; Bát trí, hiện tại có một, vị lai có bảy; Tam đẳng trì, hiện tại không có, vị lai có ba.

Nếu các hàng phàm phu, y cứ vào Đệ tứ tĩnh lự, khi tu tập đạo ấy: Tứ niệm trú, hiện tại có một, vị lai có bốn; Tứ chánh đoạn, Tứ thần túc, hiện tại, vị lai có bốn; Ngũ căn, Ngũ lực, hiện tại, vị lai có năm; không có Thất giác chi; không có Bát đạo chi; Tứ tĩnh lự, hiện tại, vị lai có một; Tứ vô lượng tâm hiện tại không có, vị lai có ba; không có Tứ vô sắc định; Bát giải thoát, hiện tại không có, vị lai có một; Bát thắng xứ, hiện tại không có, vị lai có bốn; Mười biến xứ, hiện tại không có, vị lai có tám; Bát trí, hiện tại, vị lai có một; không có Tam đẳng trì.

Nếu các hàng Thánh giả, y cứ vào Đệ tứ tĩnh lự khi tu tập đạo ấy: Tứ niệm trú, hiện tại có một, vị lai có bốn; Tứ chánh đoạn, Tứ thần túc, hiện tại, vị lai có bốn; Ngũ căn, Ngũ lực, hiện tại, vị lai có năm; Thất giác chi, hiện tại không có, vị lai có bảy; Bát đạo chi, hiện tại không có, vị lai có tám; Tứ tĩnh lự, hiện tại có một, vị lai có bốn; Tứ vô lượng tâm hiện tại không có, vị lai có ba; không có Tứ vô sắc định; Bát giải thoát, hiện tại không có, vị lai có một; Bát thắng xứ, hiện tại không có, vị lai có bốn; Mười biến xứ, hiện tại không có, vị lai có tám; Bát trí, hiện tại có một, vị lai có bảy; Tam đẳng trì, hiện tại không có, vị lai có ba.

Hỏi: Do sử dụng Vô gián đạo, chứng thiên nhĩ trí thông, Tha tâm trí thông, Túc trú tùy niệm trí thông, Sinh tử trí thông, khi tu tập đạo ấy: Tứ niệm trú cho đến Tam đẳng trì, có bao nhiêu tu tập ở hiện tại? Có bao nhiêu tu tập ở vị lai?

Đáp: Như Thần cảnh trí thông, nên thuận theo tướng mà nói.

Hỏi: Do sử dụng Vô gián đạo, chứng lậu tận trí thông, khi tu tập đạo ấy, Tứ niệm trú cho đến Tam đẳng trì, có bao nhiêu tu tập ở hiện tại? Có bao nhiêu tu tập ở vị lai?

Đáp: Nếu y cứ vào Vị-chí-định, chứng quả A-la-hán, khi tu tập đạo ấy: Tứ niệm trú, hiện tại có một, vị lai có bốn; Tứ chánh đoạn, Tứ thần túc, hiện tại, vị lai có bốn; Ngũ căn, Ngũ lực, hiện tại, vị lai có năm; Thất giác chi, hiện tại có sáu, vị lai có bảy; Bát đạo chi, hiện tại, vị lai có tám; Tứ tĩnh lự, hiện tại không có, vị lai có bốn; không có Tứ vô lượng tâm; Tứ vô sắc định, hiện tại không có, vị lai có ba; Bát giải thoát, hiện tại không có, vị lai có ba; không có Bát thắng xứ; không có Mười biến xứ; Bát trí, hiện tại có hai, vị lai có sáu; Tam đẳng trì, hiện tại có một, vị lai có ba.

Nếu y cứ vào Sơ tĩnh lự, chứng quả A-la-hán, khi tu tập đạo ấy: Tứ niệm trú, hiện tại có một, vị lai có bốn; Tứ chánh đoạn, Tứ thần túc, hiện tại, vị lai có bốn; Ngũ căn, Ngũ lực, hiện tại, vị lai có năm; Thất giác chi, hiện tại có sáu, vị lai có bảy; Bát đạo chi, hiện tại, vị lai có tám; Tứ tĩnh lự, hiện tại có một, vị lai có bốn; không có Tứ vô lượng tâm; Tứ vô sắc định, hiện tại không có, vị lai có ba; Bát giải thoát, hiện tại không có, vị lai có ba; không có Bát thắng xứ; không có Mười biến xứ; Bát trí, hiện tại có hai, vị lai có sáu; Tam đẳng trì, hiện tại có một, vị lai có ba.

Nếu y cứ vào Trung gian tĩnh lự, chứng quả A-la-hán, khi tu tập đạo ấy: Tứ niệm trú, hiện tại có một, vị lai có bốn; Tứ chánh đoạn, Tứ thần túc, hiện tại, vị lai có bốn; Ngũ căn, Ngũ lực, hiện tại, vị lai có năm; Thất giác chi, hiện tại có sáu, vị lai có bảy; Bát đạo chi, hiện tại có bảy, vị lai có tám; Tứ tĩnh lự, hiện tại không có, vị lai có bốn; không có Tứ vô lượng tâm; Tứ vô sắc định, hiện tại không có, vị lai có ba; Bát giải thoát, hiện tại không có, vị lai có ba; không có Bát thắng xứ; không có Mười biến xứ; Bát trí, hiện tại có hai, vị lai có sáu; Tam đẳng trì, hiện tại có một, vị lai có ba.

Nếu y cứ vào Đệ nhị tĩnh lự, chứng quả A-la-hán, khi tu tập đạo ấy: Tứ niệm trú, hiện tại có một, vị lai có bốn; Tứ chánh đoạn, Tứ thần túc, hiện tại, vị lai có bốn; Ngũ căn, Ngũ lực, hiện tại, vị lai có năm; Thất giác chi, hiện tại, vị lai có bảy; Bát đạo chi, hiện tại có bảy, vị lai có tám; Tứ tĩnh lự, hiện tại có một, vị lai có bốn; không có Tứ vô lượng tâm; Tứ vô sắc định, hiện tại không có, vị lai có ba; Bát giải thoát, hiện tại không có, vị lai có ba; không có Bát thắng xứ; không có Mười biến xứ; Bát trí, hiện tại có hai, vị lai có sáu; Tam đẳng trì, hiện tại có một, vị lai có ba.

Nếu y cứ vào Đệ tam tĩnh lự, Đệ tứ tĩnh lự, chứng quả A-la-hán, khi tu tập đạo ấy: Tứ niệm trú, hiện tại có một, vị lai có bốn; Tứ chánh đoạn, Tứ thần túc, hiện tại, vị lai có bốn; Ngũ căn, Ngũ lực, hiện tại, vị lai có năm; Thất giác chi, hiện tại có sáu, vị lai có bảy; Bát đạo chi, hiện tại có bảy, vị lai có tám; Tứ tĩnh lự, hiện tại có một, vị lai có bốn; không có Tứ vô lượng tâm; Tứ vô sắc định, hiện tại không có, vị lai có ba; Bát giải thoát, hiện tại không có, vị lai có ba; không có Bát thắng xứ; không có Mười biến xứ; Bát trí, hiện tại có hai, vị lai có sáu; Tam đẳng trì, hiện tại có một, vị lai có ba.

Nếu y cứ vào Vô sắc định, chứng quả A-la-hán, khi tu tập đạo ấy: Tứ niệm trú, hiện tại có một, vị lai có bốn; Tứ chánh đoạn, Tứ thần túc, hiện tại, vị lai có bốn; Ngũ căn, Ngũ lực, hiện tại, vị lai có năm; Thất giác chi, hiện tại có sáu, vị lai có bảy; Bát đạo chi, hiện tại có bốn, vị lai có tám; Tứ tĩnh lự, hiện tại không có, vị lai có bốn; không có Tứ vô lượng tâm; Tứ vô sắc định, hiện tại có một, vị lai có ba; Bát giải thoát, hiện tại có một, vị lai có ba; không có Bát thắng xứ; không có Mười biến xứ; Bát trí, hiện tại có hai, vị lai có sáu; Tam đẳng trì, hiện tại có một, vị lai có ba.

Chương sáu: Căn Uẩn

PHẨM MỘT: LUẬN VỀ CĂN[19]

Căn, học, thiện đều ba
Dị thục ba, đoạn sáu
Kiến thảy, có tầm thảy
Thọ tương ưng giới hệ
Nhân duyên bốn phàm Thánh
Uẩn nhiếp bảy, nhiếp ba
Vì duyên sinh mấy duyên?
Chương này nguyện nói đủ.

Hai mươi hai căn, gồm: nhãn căn, nhĩ căn, tỷ căn, thiệt căn, thân căn, nam căn, nữ căn, mạng căn, ý căn, lạc căn, khổ căn, hỷ căn, ưu căn, xả căn, tín căn, tính tấn căn, niệm căn, định căn, tuệ căn, vi tri đương tri căn, dĩ tri căn, cụ tri căn.

Hỏi: Hai mươi hai căn này, có bao nhiêu căn thuộc về hữu học? Có bao nhiêu căn thuộc về vô học? Có bao nhiêu căn thuộc về phi học phi vô học?

Đáp: Hữu học có hai căn; Vô học có một căn; Phi học phi vô học có mười căn; chín căn cần phải phân biệt rõ ràng.

---

[19] Căn: Skt. Indriya. Nghĩa là năng lực, gốc rễ, năng lực phát sinh. Căn có hai mươi hai loại, gồm: Nhãn căn, nhĩ căn, tỷ căn, thiệt căn, thân căn, ý căn, nam căn, nữ căn, mạng căn, lạc căn, khổ căn, xả căn, hỷ căn, ưu căn, tín căn, tấn căn, niệm căn, định căn, tuệ căn, vị tri đương tri căn, dĩ tri căn, cụ tri căn. (*Câu-xá luận 3, Đại chánh 29; Phát trí luận 14, Đại chánh 26*).

Nghĩa là ý căn, hoặc là Hữu học; hoặc là Vô học; hoặc là Phi học phi vô học.

Hỏi: Hữu học là thế nào?

Đáp: Ý căn tương ưng với tác ý của hàng Thánh giả Hữu học.

Hỏi: Vô học là thế nào?

Đáp: Ý căn tương ưng với tác ý của hàng Thánh giả Vô học.

Hỏi: Phi học phi vô học là thế nào?

Đáp: Ý căn tương ưng với tác ý của hàng Phi học phi vô học. Nghĩa là ý căn tương ưng với tác ý lậu hoặc các hữu. Giống như ý căn, các căn, gồm: lạc, hỷ, xả, tín, tấn, niệm, định, tuệ, cũng đều là như vậy.

Hỏi: Các căn hữu học, ấy là các căn thuộc Thánh giả Hữu học chăng?

Đáp: Nên nêu lên bốn trường hợp để giải thích:

1- Trường hợp có căn thuộc về học, căn ấy không phải là học giả: Nghĩa là căn thuộc về học, mà học giả không thành tựu.

2- Trường hợp có căn thuộc về học giả, căn ấy không thuộc về học: Nghĩa là căn thuộc về Phi học phi vô học, do học giả thành tựu.

3- Trường hợp có căn thuộc về học mà cũng là thuộc về học giả: Nghĩa là căn của học, cũng là căn học giả thành tựu.

4- Trường hợp có căn không thuộc về học, căn ấy cũng không thuộc về học giả: Nghĩa là căn thuộc về vô học và căn thuộc về học giả phi học phi vô học không thành tựu.

Hỏi: Các căn vô học, các căn ấy là căn thuộc về Thánh giả vô học chăng?

Đáp: Nên nêu lên bốn trường hợp để giải thích:

1- Trường hợp có căn vô học, căn ấy không phải là căn thuộc về Thánh giả vô học: Nghĩa là căn vô học không phải là do Thánh giả vô học thành tựu.

2- Trường hợp có căn thuộc về Thánh giả vô học, căn ấy không phải là căn vô học: Nghĩa là với căn phi học phi vô học, thành tựu là do Thánh giả vô học.

3- Trường hợp có căn vô học, căn ấy cũng là căn thuộc về Thánh giả vô học: Nghĩa là căn vô học thành tựu do Thánh giả vô học.

4- Trường hợp có căn không thuộc vô học, căn ấy cũng không thuộc về căn của Thánh giả vô học: Nghĩa là căn học và căn phi học phi vô học thành tựu không do Thánh giả vô học.

Hỏi: Các căn thuộc phi học phi vô học thuộc về căn của người phi học phi vô học chăng?

Đáp: Trường hợp có căn thuộc về phi học phi vô học, căn ấy không phải là căn của người phi học phi vô học: Nghĩa là căn phi học phi vô học không phải do người phi học phi vô học thành tựu.

Hỏi: Trong hai mươi hai căn này có bao nhiêu căn thiện, có bao nhiêu căn bất thiện, có bao nhiêu căn vô ký?

Đáp: Có tám căn thuộc về thiện, có tám căn thuộc về vô ký, có sáu căn cần phải biện biệt.

Nghĩa là ý căn, hoặc là thiện, hoặc là bất thiện, hoặc là vô ký.

Thế nào là căn thuộc về thiện? Ấy là tác ý thiện tương ưng với ý căn.

Thế nào là căn thuộc về bất thiện? Ấy là tác ý bất thiện tương ưng với ý căn.

Thế nào là căn thuộc về vô ký? Ấy là tác ý vô ký tương ưng với ý căn.

Giống như ý căn, gồm các căn như: lạc, khổ, hỷ, xả, cũng là như vậy.

Ưu căn, hoặc là thiện, hoặc là bất thiện.

Thế nào là ưu căn thuộc về thiện? Ấy là tác ý thiện tương ưng với ưu căn.

Thế nào là ưu căn thuộc về bất thiện? Ấy là tác ý bất thiện tương ưng với ưu căn.

Hỏi: Trong hai mươi hai căn này có bao nhiêu căn thuộc về dị thục, có bao nhiêu căn thuộc về vô dị thục?

Đáp: Một căn có dị thục, mười một căn không có dị thục, mười căn cần phải biện biệt. Nghĩa là ý căn hoặc có dị thục, hoặc không có dị thục.

Thế nào là ý căn có dị thục? Nghĩa là ý căn có hữu lậu thiện, có vô lậu thiện.

Thế nào là ý căn không có dị thục? Nghĩa là ý căn thuộc vô ký, vô lậu. Giống như ý căn, các căn gồm: lạc, hỷ, xả, cũng là như vậy.

Khổ căn, hoặc có dị thục hoặc không có dị thục.

Thế nào là Khổ căn có dị thục? Nghĩa là Khổ căn thuộc về thiện, bất thiện.

Thế nào là khổ căn không có dị thục? Nghĩa là Khổ căn thuộc về vô ký.

Tín căn, tấn căn, niệm căn, định căn, tuệ căn, hoặc có dị thục, hoặc không có dị thục.

Thế nào là năm căn có dị thục? Nghĩa là năm căn, gồm: tín, tấn, niệm, định, tuệ thuộc hữu lậu.

Thế nào là năm căn không có dị thục? Nghĩa là năm căn, gồm: tín, tấn, niệm, định, tuệ thuộc vô lậu.

Hỏi: Hai mươi hai căn này, có bao nhiêu do chứng kiến được đoạn trừ, có bao nhiêu do tu tập được đoạn trừ và có bao nhiêu là không đoạn trừ?

Đáp: Có chín căn do tu tập đoạn trừ; có ba căn không đoạn trừ; có mười căn cần phải biện biệt. Nghĩa là ý căn, hoặc do chứng kiến mà được đoạn trừ; hoặc do tu tập mà được đoạn trừ; hoặc là không đoạn trừ.

Hỏi: Thế nào là căn do chứng kiến mà được đoạn trừ? Nghĩa là tùy tín hành, tùy pháp hành, do biên nhẫn hiện quán mà được đoạn trừ.

Lại nữa, nghĩa này là thế nào? Nghĩa là tám mươi tám tùy miên tương ưng với ý căn, do chứng kiến mà đoạn trừ.

Hỏi: Thế nào là căn do tu tập mà được đoạn trừ? Nghĩa là ý căn học kiến tích, do tu tập mà được đoạn trừ.

Lại nữa, nghĩa này là thế nào? Nghĩa là mười tùy miên tương ưng với ý căn, do tu tập mà được đoạn trừ và do ý căn hữu lậu không ô nhiễm.

Hỏi: Thế nào là không đoạn trừ? Nghĩa là ý căn vô lậu.

Giống như ý căn, xả căn cũng là như vậy.

Lạc căn, hoặc là do chứng kiến mà được đoạn trừ; hoặc do tu tập mà được đoạn trừ; hoặc là không đoạn trừ.

Hỏi: Thế nào do chứng kiến mà được đoạn trừ? Nghĩa là lạc căn tùy tín hành, tùy pháp hành, do chứng kiến biên nhẫn hiện quán mà được đoạn trừ.

Lại nữa, nghĩa này là thế nào? Nghĩa là hai mươi tám tùy miên, tương ưng với lạc căn, do chứng kiến mà được đoạn trừ.

Hỏi: Thế nào là do tu tập mà được đoạn trừ? Nghĩa là lạc căn học kiến tích, do tu tập mà được đoạn trừ.

Lại nữa, nghĩa này là thế nào? Nghĩa là năm tùy miên tương ưng với lạc căn, do tu tập mà được đoạn trừ và do lạc căn hữu lậu không có ô nhiễm.

Hỏi: Thế nào là không đoạn trừ? Nghĩa là hỷ căn, lạc căn thuộc vô lậu, hoặc là do chứng kiến mà được đoạn trừ; hoặc do tu tập mà được đoạn trừ; hoặc là không có đoạn trừ.

Hỏi: Thế nào là do chứng kiến mà được đoạn trừ? Nghĩa là hỷ căn của tùy tín hành, tùy pháp hành, do biên nhẫn hiện quán mà đoạn.

Lại nữa, nghĩa này thế nào? Nghĩa là năm mươi hai tùy miên tương ưng với hỷ căn, do chứng kiến mà được đoạn trừ.

Hỏi: Thế nào là do tu tập mà được đoạn trừ? Nghĩa là hỷ căn học kiến tích, do tu tập mà đoạn trừ.

Lại nữa, nghĩa này là thế nào? Nghĩa là sáu tùy miên tương ưng với hỷ căn, do tu tập mà được đoạn trừ và hỷ căn thuộc hữu lậu không có ô nhiễm.

Hỏi: Thế nào là không đoạn trừ? Nghĩa là hỷ căn, ưu căn vô lậu, hoặc là chứng kiến mà đoạn trừ; hoặc là do tu tập mà đoạn trừ.

Hỏi: Thế nào là do chứng kiến mà đoạn trừ? Nghĩa là ưu căn tùy tín hành, tùy pháp hành, do biên nhẫn hiện quán mà đoạn trừ.

Lại nữa, nghĩa này là thế nào? Nghĩa là do mười sáu tùy miên tương ưng với hỷ căn mà được đoạn trừ.

Hỏi: Thế nào là do tu tập mà được đoạn trừ? Nghĩa là ưu căn học kiến tích, do tu tập mà đoạn trừ.

Lại nữa, nghĩa này là thế nào? Nghĩa là do hai tùy miên tương ưng với ưu căn, do tu tập mà đoạn trừ và do ưu căn không ô nhiễm.

Tín căn, tinh tấn căn, niệm căn, định căn, tuệ căn, hoặc do tu tập đoạn trừ, hoặc là không đoạn trừ.

Hỏi: Thế nào là do tu tập mà đoạn trừ? Nghĩa là năm căn, gồm: tín, tấn, niệm, định, tuệ thuộc hữu lậu.

Hỏi: Thế nào là không đoạn trừ? Nghĩa là năm căn, gồm: tín, tấn, niệm, định, tuệ thuộc vô lậu.

Hỏi: Hai mươi hai căn này, có bao nhiêu căn do chứng kiến Khổ đoạn trừ; có bao nhiêu căn do chứng kiến Tập đoạn trừ, có bao nhiêu căn do chứng kiến Diệt đoạn trừ, có bao nhiêu căn do chứng kiến Đạo đoạn trừ, có bao nhiêu căn do tu tập đoạn trừ, có bao nhiêu căn không đoạn?

Đáp: Có chín căn do tu tập mà đoạn, có ba căn không đoạn, có mười căn cần phải biện biệt. Nghĩa là ý căn hoặc do chứng kiến Khổ mà đoạn, hoặc do chứng kiến Tập, chứng kiến Diệt, chứng kiến Đạo mà đoạn, hoặc là do tu tập mà đoạn trừ, hoặc là không đoạn trừ.

Hỏi: Thế nào là do chứng kiến Khổ mà đoạn? Nghĩa là ý căn tùy tín hành, tùy pháp hành do biên nhẫn hiện quán Khổ mà đoạn.

Lại nữa, nghĩa này thế nào? Nghĩa là hai mươi tám tùy miên tương ưng với ý căn, do chứng kiến đối với Khổ mà đoạn trừ.

Hỏi: Thế nào là do chứng kiến Tập mà đoạn? Nghĩa là ý căn tùy tín hành, tùy pháp hành do biên nhẫn hiện quán đối với Tập mà đoạn.

Lại nữa, nghĩa này thế nào? Nghĩa là mười chín tùy miên tương ưng với ý căn, do chứng kiến đối với Tập mà đoạn trừ.

Hỏi: Thế nào là do chứng kiến Diệt mà đoạn? Nghĩa là ý căn tùy tín hành, tùy pháp hành do biên nhẫn hiện quán đối với Diệt mà đoạn.

Lại nữa, nghĩa này thế nào? Nghĩa là mười chín tùy miên tương ưng với ý căn, do chứng kiến đối với Diệt mà đoạn trừ.

Hỏi: Thế nào là do chứng kiến Đạo mà đoạn? Nghĩa là ý căn tùy tín hành, tùy pháp hành do biên nhẫn hiện quán đối với Đạo mà đoạn.

Lại nữa, nghĩa này thế nào? Nghĩa là hai mươi hai tùy miên tương ưng với ý căn, do chứng kiến đối với Đạo mà đoạn trừ.

Hỏi: Thế nào là do tu tập mà đoạn? Nghĩa là ý căn học kiến tích, do tu tập mà đoạn trừ.

Lại nữa, nghĩa này thế nào? Nghĩa là mười tùy miên tương ưng với ý căn, do tu tập mà đoạn trừ và ý căn thuộc hữu lậu không ô nhiễm.

Hỏi: Thế nào là không đoạn trừ?

Đáp: Nghĩa là ý căn vô lậu. Giống như ý căn, xả căn cũng là như vậy.

Lạc căn, hoặc là do chứng kiến đối với Khổ mà đoạn, hoặc là do chứng kiến đối với Tập mà đoạn, hoặc là do chứng kiến đối với Diệt mà đoạn, hoặc là do chứng kiến đối với Đạo mà đoạn, hoặc do tu tập mà đoạn, hoặc là không có đoạn trừ.

Hỏi: Thế nào là do chứng kiến đối với Khổ mà đoạn? Nghĩa là lạc căn tùy tín hành, tùy pháp hành, do biên nhẫn hiện quán đối với Khổ mà đoạn.

Lại nữa, nghĩa này thế nào? Nghĩa là chín tùy miên tương ưng với lạc căn, do chứng kiến đối với Khổ mà đoạn trừ.

Hỏi: Thế nào là do chứng kiến đối với Tập mà đoạn? Nghĩa là lạc căn tùy tín hành, tùy pháp hành, do biên nhẫn hiện quán đối với Tập mà đoạn.

Lại nữa, nghĩa này thế nào? Nghĩa là sáu tùy miên tương ưng với lạc căn, do chứng kiến đối với Tập mà đoạn trừ.

Hỏi: Thế nào là do chứng kiến đối với Diệt mà đoạn? Nghĩa là lạc căn tùy tín hành, tùy pháp hành, do biên nhẫn hiện quán đối với Diệt mà đoạn trừ.

Lại nữa, nghĩa này thế nào? Nghĩa là sáu tùy miên tương ưng với lạc căn, do chứng kiến đối với Diệt mà đoạn trừ.

Hỏi: Thế nào là do chứng kiến đối với Đạo mà đoạn? Nghĩa là lạc căn tùy tín hành, tùy pháp hành, do biên nhẫn hiện quán đối với Đạo mà đoạn trừ.

Lại nữa, nghĩa này thế nào? Nghĩa là bảy tùy miên tương ưng với lạc căn, do chứng kiến đối với Đạo mà đoạn trừ.

Hỏi: Thế nào là do tu tập mà đoạn trừ? Nghĩa là lạc căn học kiến tích, do tu tập mà đoạn trừ.

Lại nữa, nghĩa này thế nào? Nghĩa là năm tùy miên tương ưng với lạc căn, do tu tập mà đoạn trừ và lạc căn thuộc hữu lậu không ô nhiễm.

Hỏi: Thế nào là không đoạn trừ? Nghĩa là lạc căn vô lậu, hỷ căn vô lậu, hoặc là do chứng kiến đối với Khổ mà đoạn trừ, hoặc do chứng kiến đối với Tập, Diệt, Đạo mà đoạn trừ, hoặc do tu tập mà đoạn trừ, hoặc là bất đoạn.

Hỏi: Thế nào là do chứng kiến đối với Khổ mà đoạn trừ? Nghĩa là hỷ căn tùy tín hành, tùy pháp hành, do biên nhẫn hiện quán đối với Khổ mà đoạn trừ.

Lại nữa, nghĩa này thế nào? Nghĩa là mười bảy tùy miên tương ưng với hỷ căn, do chứng kiến đối với Khổ mà đoạn trừ.

Hỏi: Thế nào là do chứng kiến đối với Tập mà đoạn trừ? Nghĩa là hỷ căn tùy tín hành, tùy pháp hành, do biên nhẫn hiện quán đối với Tập mà đoạn trừ.

Lại nữa, nghĩa này thế nào? Nghĩa là mười một tùy miên tương ưng với hỷ căn, do chứng kiến đối với Tập mà đoạn trừ.

Hỏi: Thế nào là do chứng kiến đối với Diệt mà đoạn trừ? Nghĩa là hỷ căn tùy tín hành, tùy pháp hành, do biên nhẫn hiện quán đối với

Diệt mà đoạn trừ.

Lại nữa, nghĩa này thế nào? Nghĩa là mười một tùy miên tương ưng với hỷ căn, do chứng kiến đối với Diệt mà đoạn trừ.

Hỏi: Thế nào là do chứng kiến đối với Đạo mà đoạn trừ? Nghĩa là hỷ căn tùy tín hành, tùy pháp hành, do biên nhẫn hiện quán đối với Đạo mà đoạn trừ.

Lại nữa, nghĩa này thế nào? Nghĩa là mười ba tùy miên tương ưng với hỷ căn, do chứng kiến đối với Đạo mà đoạn trừ.

Hỏi: Thế nào là do tu tập mà đoạn trừ? Nghĩa là hỷ căn học kiến tích, do tu tập mà đoạn trừ.

Lại nữa, nghĩa này thế nào? Nghĩa là sáu tùy miên tương ưng với hỷ căn, do tu tập mà đoạn trừ và hỷ căn thuộc hữu lậu không ô nhiễm.

Hỏi: Thế nào là không đoạn trừ? Nghĩa là hỷ căn vô lậu, ưu căn vô lậu, hoặc là do chứng kiến đối với Khổ mà đoạn trừ, hoặc do chứng kiến đối với Tập, Diệt, Đạo mà đoạn trừ, hoặc do tu tập mà đoạn trừ.

Hỏi: Thế nào là do chứng kiến đối với Khổ mà đoạn trừ? Nghĩa là ưu căn tùy tín hành, tùy pháp hành, do biên nhẫn hiện quán đối với Khổ mà đoạn trừ.

Lại nữa, nghĩa này là thế nào? Nghĩa là bốn tùy miên tương ưng với ưu căn, do chứng kiến đối với Khổ mà đoạn trừ.

Hỏi: Thế nào là do chứng kiến đối với Tập mà đoạn trừ? Nghĩa là ưu căn tùy tín hành, tùy pháp hành, do biên nhẫn hiện quán đối với Tập mà đoạn trừ.

Lại nữa, nghĩa này là thế nào? Nghĩa là bốn tùy miên tương ưng với ưu căn, do chứng kiến đối với Tập mà đoạn trừ.

Hỏi: Thế nào là do chứng kiến đối với Diệt mà đoạn trừ?

Đáp: Nghĩa là ưu căn tùy tín hành, tùy pháp hành, do biên nhẫn hiện quán đối với Diệt mà đoạn trừ.

Lại nữa, nghĩa này là thế nào?

Đáp: Nghĩa là bốn tùy miên tương ưng với ưu căn, do chứng kiến đối với Diệt mà đoạn trừ.

Hỏi: Thế nào là do chứng kiến đối với Đạo mà đoạn trừ?

Đáp: Nghĩa là ưu căn tùy tín hành, tùy pháp hành, do biên nhẫn hiện quán đối với Đạo mà đoạn trừ.

Lại nữa, nghĩa này là thế nào?

Đáp: Nghĩa là bốn tùy miên tương ưng với ưu căn, do chứng kiến đối với Đạo mà đoạn trừ.

Hỏi: Thế nào là do tu tập mà đoạn trừ?

Đáp: Nghĩa là ưu căn học kiến tích, do tu tập mà đoạn trừ.

Lại nữa, nghĩa này thế nào?

Đáp: Nghĩa là hai tùy miên tương ưng với ưu căn, do tu tập mà đoạn trừ và ưu căn và năm căn, gồm: tín căn, tấn căn, niệm căn, định căn, tuệ căn không ô nhiễm, hoặc là do tu tập mà đoạn trừ, hoặc là bất đoạn.

Hỏi: Thế nào là do tu tập mà đoạn trừ?

Đáp: Nghĩa là năm căn, gồm: tín, tấn, niệm, định, tuệ thuộc hữu lậu.

Hỏi: Thế nào là bất đoạn?

Đáp: Nghĩa là năm căn, gồm: tín, tấn, niệm, định, tuệ thuộc về vô lậu.

Hỏi: Hai mươi hai căn này có bao nhiêu kiến, có bao nhiêu phi kiến?

Đáp: Kiến có một căn; phi kiến có mười bảy căn. Còn bốn căn cần phải biện biệt.

Tuệ căn, hoặc là kiến; hoặc là phi kiến.

Hỏi: Thế nào là kiến? Nghĩa là tận trí, vô sinh trí, không thâu nhiếp ý thức tương ưng với tuệ căn.

Hỏi: Thế nào là phi kiến? Nghĩa là các tuệ căn còn lại. Vị tri đương tri căn, hoặc là kiến, hoặc là phi kiến.

Hỏi: Thế nào là kiến? Nghĩa là vị tri đương tri căn thâu nhiếp tuệ căn.

Hỏi: Thế nào là phi kiến? Nghĩa là vị tri đương tri căn thâu nhiếp các căn khác. Giống như vị tri đương tri căn, dĩ tri căn cũng là như vậy.

Cụ tri căn, hoặc là kiến, hoặc là phi kiến.

Hỏi: Thế nào là kiến? Nghĩa là tận trí, vô sinh trí không thâu nhiếp cụ tri căn mà thâu nhiếp tuệ căn.

Hỏi: Thế nào là phi kiến? Nghĩa cụ tri căn thâu nhiếp các căn còn lại.

Hỏi: Hai mươi hai căn này, có bao nhiêu tầm, có bao nhiêu tứ, có bao nhiêu không có tầm chỉ có tứ, có bao nhiêu không có tầm, không có tứ?

Đáp: Hữu tầm, hữu tứ có hai căn; vô tầm, vô tứ có tám căn; mười hai căn cần phải biện biệt.

Ý căn, hoặc là hữu tầm, hữu tứ; hoặc vô tầm chỉ có tứ; hoặc là vô tầm, vô tứ.

Hỏi: Thế nào là hữu tầm, hữu tứ? Nghĩa là tác ý hữu tầm, hữu tứ tương ưng với ý căn.

Hỏi: Thế nào là vô tầm, chỉ có tứ? Nghĩa là tác ý vô tầm, chỉ có tứ tương ưng với ý căn.

Hỏi: Thế nào là vô tầm, vô tứ? Nghĩa là tác ý vô tầm, vô tứ tương ưng với ý căn.

Giống như ý căn, xả căn, tín căn, tinh tấn căn, niệm căn, định căn, tuệ căn, vị tri đương tri căn, dĩ tri căn, cụ tri căn, cũng là như vậy.

Lạc căn, hoặc là hữu tầm, hữu tứ; hoặc vô tầm, vô tứ.

Hỏi: Thế nào là hữu tầm, hữu tứ?

Nghĩa là tác ý hữu tầm, hữu tứ tương ưng với lạc căn.

Hỏi: Thế nào là vô tầm, vô tứ?

Nghĩa là tác ý vô tầm, vô tứ tương ưng với lạc căn.

Giống như lạc căn, hỷ căn cũng là như vậy.

Hỏi: Hai mươi hai căn này, có bao nhiêu căn tương ưng với lạc căn, có bao nhiêu căn tương ưng với khổ căn, có bao nhiêu căn tương ưng với hỷ căn, có bao nhiêu căn tương ưng với ưu căn, có bao nhiêu căn tương ưng với xả căn?

Đáp: Lạc căn, hỷ căn, xả căn, có thiểu phần tương ưng với chín căn. Khổ căn, ưu căn, có thiểu phần tương ưng với sáu căn.

Hỏi: Hai mươi hai căn này, có bao nhiêu căn hệ thuộc Dục giới, có bao nhiêu căn hệ thuộc Sắc giới, có bao nhiêu căn hệ thuộc Vô sắc giới, có bao nhiêu căn không hệ thuộc?

Đáp: Dục giới, có bốn căn hệ thuộc; có ba căn không hệ thuộc; có mười lăm căn, cần phải biện biệt.

Nhãn căn, hoặc hệ thuộc Dục giới, hoặc hệ thuộc Sắc giới.

Hỏi: Thế nào là nhãn căn hệ thuộc Dục giới? Nghĩa là nhãn căn do các đại chủng tạo ra hệ thuộc Dục giới.

Hỏi: Thế nào là nhãn căn hệ thuộc Sắc giới? Nghĩa là nhãn căn do các đại chủng tạo ra hệ thuộc Sắc giới.

Giống như nhãn căn, các căn: nhĩ, tỷ, thiệt, thân, cũng là như vậy.

Mạng căn, hoặc là hệ thuộc Dục giới, hoặc là hệ thuộc Sắc giới, hoặc là hệ thuộc Vô sắc giới.

Hỏi: Thế nào là mạng căn hệ thuộc Dục giới? Nghĩa là thọ mệnh hệ thuộc Dục giới.

Hỏi: Thế nào là mạng căn hệ thuộc Sắc giới? Nghĩa là thọ mệnh hệ thuộc Sắc giới.

Hỏi: Thế nào là mạng căn hệ thuộc Vô sắc giới? Nghĩa là thọ mệnh hệ thuộc Vô sắc giới.

Ý căn, hoặc hệ thuộc Dục giới, hoặc hệ thuộc Sắc giới, hoặc hệ thuộc Vô sắc giới, hoặc bất hệ.

Hỏi: Thế nào là ý căn hệ thuộc Dục giới? Nghĩa là tác ý tương ưng với ý căn hệ thuộc Dục giới.

Hỏi: Thế nào là ý căn hệ thuộc Sắc giới? Nghĩa là tác ý tương ưng với ý căn hệ thuộc Sắc giới.

Hỏi: Thế nào là ý căn hệ thuộc Vô sắc giới? Nghĩa là tác ý tương ưng với ý căn hệ thuộc Vô sắc giới.

Hỏi: Thế nào là ý căn không hệ thuộc? Nghĩa là tác ý tương ưng với ý căn hệ thuộc Vô lậu.

Giống như ý căn, các căn, như: xả, tín, tấn, niệm, định, tuệ, cũng là như vậy.

Lạc căn, hoặc là hệ thuộc Dục giới, hoặc là hệ thuộc Sắc giới, hoặc là bất hệ.

Hỏi: Thế nào là lạc căn hệ thuộc Dục giới? Nghĩa là tác ý tương ưng với lạc căn hệ thuộc Dục giới.

Hỏi: Thế nào là lạc căn hệ thuộc Sắc giới? Nghĩa là tác ý tương ưng với lạc căn hệ thuộc Sắc giới.

Hỏi: Thế nào lạc căn bất hệ? Nghĩa là tác ý tương ưng với lạc căn hệ thuộc vô lậu.

Giống như lạc căn, hỷ căn cũng là như vậy.

Hỏi: Hai mươi hai căn này, có bao nhiêu căn tương ưng với nhân? Tương ưng với nhân, có mười bốn căn.

Hỏi: Hai mươi hai căn này, có bao nhiêu căn không tương ưng với nhân? Không tương ưng với nhân, có tám căn.

Hỏi: Hai mươi hai căn này, có bao nhiêu căn tương ưng với nhân, có bao nhiêu căn không tương ưng với nhân?

Đáp: Chính là mười bốn căn ở trước, có thiểu phần tương ưng với nhân, có thiểu phần không tương ưng với nhân.

Hỏi: Hai mươi hai căn này, có bao nhiêu căn không tương ưng với nhân, có bao nhiêu căn không tương ưng với phi nhân?

Đáp: Chính là mười bốn căn ở trước, có thiểu phần tương ưng với phi nhân, có thiểu phần không tương ưng với phi nhân.

Hỏi: Hai mươi hai căn này, bao nhiêu duyên có duyên?

Đáp: Mười ba căn thiểu phần duyên có duyên.

Hỏi: Hai mươi hai căn này, có bao nhiêu duyên vô duyên?

Đáp: Một căn và thiểu phần mười ba căn có duyên, vô duyên.

Hỏi: Hai mươi hai căn này, có bao nhiêu căn duyên, hữu duyên, có bao nhiêu căn duyên, vô duyên?

Đáp: Chính là thiểu phần của mười ba căn ở trước.

Hỏi: Hai mươi hai căn này, có bao nhiêu căn phi duyên, hữu duyên, có bao nhiêu căn phi duyên, vô duyên?

Đáp: Có tám căn.

Hỏi: Các căn hệ thuộc pháp này, các căn ấy là phàm phu chăng? Giả sử phàm phu hệ thuộc các căn, pháp này hệ thuộc các căn ấy chăng?

Đáp: Pháp này hệ thuộc các căn, các căn ấy không phải là phàm phu; phàm phu hệ thuộc các căn, các căn ấy không phải là pháp này.

Hỏi: Sắc uẩn thâu nhiếp bao nhiêu căn?

Đáp: Có bảy căn.

Hỏi: Thọ uẩn thâu nhiếp bao nhiêu căn?

Đáp: Năm căn và có thiểu phần đối với ba căn.

Hỏi: Tưởng uẩn thâu nhiếp bao nhiêu căn?

Đáp: Không có căn nào.

Hỏi: Hành uẩn thâu nhiếp bao nhiêu căn?

Đáp: Có sáu căn và có thiểu phần đối với ba căn.

Hỏi: Thức uẩn thâu nhiếp bao nhiêu căn?

Đáp: Có một căn và có thiểu phần đối với ba căn.

Hỏi: Thiện căn thâu nhiếp bao nhiêu giới, bao nhiêu xứ, bao nhiêu uẩn?

Đáp: Thiện căn thâu nhiếp tám giới, hai xứ, ba uẩn.

Hỏi: Duy thiện căn thâu nhiếp bao nhiêu giới, bao nhiêu xứ, bao nhiêu uẩn?

Đáp: Không có.

Hỏi: Bất thiện căn thâu nhiếp bao nhiêu giới, bao nhiêu xứ, bao nhiêu uẩn?

Đáp: Bất thiện căn thâu nhiếp tám giới, hai xứ, hai uẩn.

Hỏi: Duy bất thiện căn thâu nhiếp bao nhiêu giới, bao nhiêu xứ, bao nhiêu uẩn?

Đáp: Không có.

Hỏi: Hữu phú vô ký căn thâu nhiếp bao nhiêu giới, bao nhiêu xứ, bao nhiêu uẩn?

Đáp: Thâu nhiếp sáu giới, hai xứ, hai uẩn.

Hỏi: Duy hữu phú vô ký căn thâu nhiếp bao nhiêu giới, bao nhiêu xứ, bao nhiêu uẩn?

Đáp: Không có.

Hỏi: Vô phú vô ký căn thâu nhiếp bao nhiêu giới, bao nhiêu xứ, bao nhiêu uẩn?

Đáp: Thâu nhiếp mười ba giới, bảy xứ, bốn uẩn.

Hỏi: Duy vô phú vô ký căn thâu nhiếp bao nhiêu giới, bao nhiêu xứ, bao nhiêu uẩn?

Đáp: Thâu nhiếp năm giới, năm xứ, phi uẩn.

Hỏi: Căn pháp thâu nhiếp bao nhiêu giới, bao nhiêu xứ, bao nhiêu uẩn?

Đáp: Thâu nhiếp mười ba giới, bảy xứ, bốn uẩn.

Hỏi: Duy căn pháp thâu nhiếp bao nhiêu giới, bao nhiêu xứ, bao nhiêu uẩn?

Đáp: Thâu nhiếp mười hai giới, sáu xứ, hai uẩn.

Hỏi: Phi căn pháp thâu nhiếp bao nhiêu giới, bao nhiêu xứ, bao nhiêu uẩn?

Đáp: Thâu nhiếp sáu giới, sáu xứ, ba uẩn.

Hỏi: Duy phi căn pháp thâu nhiếp bao nhiêu giới, bao nhiêu xứ, bao nhiêu uẩn?

Đáp: Thâu nhiếp năm giới, năm xứ, một uẩn.

Hỏi: Căn phi căn pháp thâu nhiếp bao nhiêu giới, bao nhiêu xứ, bao nhiêu uẩn?

Đáp: Thâu nhiếp mười tám giới, mười hai xứ, năm uẩn.

Hỏi: Duy căn phi căn pháp thâu nhiếp bao nhiêu giới, bao nhiêu xứ, bao nhiêu uẩn?

Đáp: Thâu nhiếp một giới, một xứ, hai uẩn.

Hỏi: Vả lại, căn làm duyên sinh khởi căn chăng?

Đáp: Sinh khởi.

Hỏi: Sinh căn không phải căn chăng?

Đáp: Sinh khởi.

Hỏi: Vả lại, phi căn làm duyên sinh khởi phi căn chăng?

Đáp: Sinh khởi.

Hỏi: Sinh khởi căn chăng?

Đáp: Sinh khởi.

Hỏi: Sinh khởi căn không phải là căn chăng?

Đáp: Sinh khởi.

Hỏi: Vả lại, căn phi căn làm duyên sinh khởi căn phi căn chăng?

Đáp: Sinh khởi.

Hỏi: Sinh khởi căn chăng?

Đáp: Sinh khởi.

Hỏi: Sinh khởi là phi căn chăng?

Đáp: Sinh khởi.

Hỏi: Vả lại, nhãn căn làm duyên sinh khởi nhãn căn chăng?

Đáp: Sinh khởi.

Hỏi: Sinh khởi nhĩ căn cho đến cụ tri căn chăng?

Đáp: Sinh khởi.

Hỏi: Vả lại, cho đến cụ tri căn làm duyên sinh khởi cụ tri căn chăng?

Đáp: Sinh khởi.

Hỏi: Sinh khởi nhãn căn cho đến dĩ tri căn chăng?

Đáp: Sinh khởi.

Hỏi: Nhãn căn cùng với nhãn căn là bao nhiêu duyên; cùng với nhĩ căn cho đến cụ tri căn là bao nhiêu duyên; cho đến cụ tri căn cùng với cụ tri căn là bao nhiêu duyên; cùng với nhãn căn cho đến dĩ tri căn là bao nhiêu duyên?

Đáp: Nhãn căn cùng với nhãn căn là nhân duyên, tăng thượng duyên, cùng với sắc căn khác, mạng căn, khổ căn là một tăng thượng duyên, cùng với các căn khác là sở duyên, tăng thượng duyên.

Giống như nhãn căn, các căn nhĩ, tỷ, thiệt, cũng là như vậy.

Thân căn cùng với thân căn, nữ căn, nam căn là nhân duyên, tăng thượng duyên; cùng với các sắc căn khác, mạng căn, khổ căn là một tăng thượng duyên; cùng với các sắc căn khác là sở duyên, tăng thượng duyên; nữ căn cùng với nữ căn, thân căn là nhân duyên, tăng thượng duyên; cùng với các sắc căn khác, mạng căn, khổ căn là một tăng thượng duyên; cùng với các sắc căn khác là sở duyên, tăng thượng duyên; giống như nữ căn, nam căn cũng là như vậy.

Mạng căn cùng với mạng căn là nhân duyên, tăng thượng duyên; cùng với bảy sắc căn, khổ căn là một tăng thượng duyên; cùng với các căn khác là sở duyên, tăng thượng duyên.

Ý căn cùng với ý căn là nhân duyên, đẳng vô gián duyên, sở duyên, tăng thượng duyên; cùng với bảy sắc căn, mạng căn là nhân duyên, tăng thượng duyên; cùng với khổ căn là nhân duyên, đẳng vô gián duyên, tăng thượng duyên, phi sở duyên; cùng với các căn khác là nhân duyên, đẳng vô gián duyên, sở duyên, tăng thượng duyên. Giống như ý căn, các căn gồm: Lạc, hỷ, xả, tín, tấn, niệm, định, tuệ, cũng đều là như vậy.

Khổ căn cùng với khổ căn là nhân duyên, đẳng vô gián duyên, tăng thượng duyên, phi sở duên; cùng với bảy sắc căn, mạng căn là nhân duyên, tăng thượng duyên; cùng với ba căn vô lậu là sở duyên, tăng thượng duyên; cùng với các căn khác là nhân duyên, đẳng vô gián duyên, sở duyên, tăng thượng duyên.

Ưu căn cùng với ưu căn là nhân duyên, đẳng vô gián duyên, sở duyên, tăng thượng duyên; cùng với bảy sắc căn, mạng căn là nhân duyên, tăng thượng duyên; cùng với khổ căn là nhân duyên, đẳng vô gián duyên, tăng thượng duyên, phi sở duyên; cùng với ba căn vô lậu là sở duyên, tăng thượng duyên; cùng với các căn khác là nhân duyên, đẳng vô gián duyên, sở duyên, tăng thượng duyên.

Vị tri căn đương tri căn cùng với vị tri đương tri căn là nhân duyên, đẳng vô gián duyên, sở duyên, tăng thượng duyên; cùng với cụ tri căn là nhân duyên, sở duyên, tăng thượng duyên, phi đẳng vô gián duyên; cùng với bảy sắc căn, mạng căn, khổ căn là một tăng thượng duyên; cùng với ưu căn là sở duyên, tăng thượng duyên; cùng với các căn khác là nhân duyên, đẳng vô gián duyên, sở duyên, tăng thượng duyên.

Dĩ tri căn cùng với dĩ tri căn là nhân duyên, đẳng vô gián duyên, sở duyên, tăng thượng duyên; cùng với bảy sắc căn, mạng căn, khổ căn là một tăng thượng duyên; cùng với ưu căn, vị tri đương tri căn là sở duyên, tăng thượng duyên; cùng với các căn khác là nhân duyên, đẳng vô gián duyên, sở duyên, tăng thượng duyên.

Cụ tri căn cùng với cụ tri căn là nhân duyên, đẳng vô gián duyên, sở duyên, tăng thượng duyên; cùng với bảy sắc căn, mạng căn, khổ căn là một tăng thượng duyên; cùng với ưu căn, vị tri căn đương tri căn, dĩ tri căn là sở duyên, tăng thượng duyên; cùng với các căn khác là nhân duyên, đẳng vô gián duyên, sở duyên, tăng thượng duyên.

Quyển mười lăm
Chương sáu: Căn Uẩn[20]

PHẨM HAI: LUẬN VỀ HỮU[21]

Được một, biến tri[22] ba

---

[20] Uẩn: Skt Skandha. Pali Khandha. Nghĩa là tích tập, chứa nhóm, tụ tập. Hán phiên âm tắc-kiền-đà và dịch là ấm, chúng, uẩn. Uẩn là thuộc về pháp nhân duyên, hữu vi sinh diệt.

Uẩn có ba nghĩa:

- Không phải là một, uẩn có nhiều chất lượng, nhiều yếu tố kết hợp, dù bất cứ ở đâu lúc nào.

- Tóm lược: Uẩn là do nhóm hợp lại mà có.

- Chia đoạn: Tùy theo tính chất khác nhau của uẩn mà phân loại. (Biện trung biên luận, thượng, *Đại chánh* 31).

Uẩn, *Câu-xá luận* giải thích với ba nghĩa như sau:

- Hòa hợp tụ: Nhiều sự vật nhóm hợp một chỗ.

- Kiên: Kiên là vai. Vai có thể gánh vác mọi vật.

- Chia đoạn: Y cứ tính chất của chúng khác mà phân loại. (*Câu-xá luận* 1, *Đại chánh* 29).

Theo Ma ha chỉ quán, Uẩn có hai nghĩa:

- Che lấp (ấm): Các pháp hữu vi, như sắc, thanh... che khuất chân lý hay tự tính thanh tịnh.

- Tích tụ (tụ): Các pháp hữu vi, như sắc, thanh... chứa nhóm, quy tụ các khổ quả sinh tụ. (Ma ha chỉ quán 5, *Đại chánh* 46).

Uẩn có năm uẩn, gồm: Sắc uẩn, thọ uẩn, tưởng uẩn, hành uẩn, thức uẩn.

[21] Hữu: Skt Bhava. Hữu ở đây có nghĩa là tồn tại, hiện hữu ở trong ba cõi, gọi là Dục giới hữu, tồn tại, hiện hữu ở trong Dục giới; Sắc giới hữu, tồn tại, hiện hữu ở Sắc giới; Vô sắc hữu, hữu tồn tại hay hiện hữu ở Vô sắc giới.

[22] Biến tri: Skt Parijñā. Biết hoàn toàn đối với Tứ Thánh đế. Biến trí thuộc về trí vô lậu, nên có thể biết khắp ba cõi và ngoài ba cõi.

Quả Sa-môn, chín tiết
Bốn trí, Pháp, loại trí
Duyên tương ưng, năm môn
Được căn học, vô học
Vô gián, chứng bốn quả
Mấy căn, đoạn khởi diệt
Chương này, nguyện nói rõ.

Hỏi: Hữu tương tục thuộc Dục giới, đầu tiên có được bao nhiêu căn do nghiệp sinh khởi?

Đáp: Noãn sinh, thai sinh, thấp sinh, có được hai; hóa sinh có được sáu, hoặc có thể là bảy, hoặc có thể là tám; không hình sắc có được sáu; một hình sắc có được bảy; hai hình sắc có được tám.

Hỏi: Hữu tương tục thuộc Sắc giới, đầu tiên có được bao nhiêu căn do nghiệp sinh khởi?

Đáp: Có sáu.

Hỏi: Hữu tương tục thuộc Vô sắc giới, đầu tiên có được bao nhiêu căn do nghiệp sinh khởi?

Đáp: Có một.

Hỏi: Vả lại, tư duy đối với pháp hệ thuộc Dục giới là biến tri thuộc Dục giới chăng?

Đáp: Biến tri.

Hỏi: Vả lại, tư duy đối với pháp hệ thuộc Dục giới là biến tri thuộc Sắc giới chăng?

Đáp: Không có biến tri.

Hỏi: Vả lại, tư duy đối với pháp hệ thuộc Dục giới là biến tri thuộc Vô sắc giới chăng?

Đáp: Không có biến tri.

Hỏi: Vả lại, tư duy đối với pháp hệ thuộc Sắc giới là biến tri thuộc Sắc giới chăng?

Đáp: Biến tri.

Hỏi: Vả lại, tư duy đối với pháp hệ thuộc Sắc giới là biến tri thuộc Dục giới chăng?

Đáp: Biến tri.

Hỏi: Vả lại, tư duy đối với pháp hệ thuộc Sắc giới là biến tri thuộc Vô sắc giới chăng?

Đáp: Không có biến tri.

Hỏi: Vả lại, tư duy đối với pháp hệ thuộc Vô sắc giới là biến tri thuộc Vô sắc giới chăng?

Đáp: Biến tri.

Hỏi: Vả lại, tư duy đối với pháp hệ thuộc Vô sắc giới là biến tri thuộc Dục sắc giới chăng?

Đáp: Không biến tri.

Hỏi: Vả lại, tư duy đối với pháp hệ thuộc Vô sắc giới là biến tri thuộc Sắc giới chăng?

Đáp: Biến tri.

Hỏi: Có bao nhiêu căn biến tri hệ thuộc Dục giới?

Đáp: Đối với Thế tục đạo[23] có bảy, đối với Vô lậu đạo có tám.

Hỏi: Có bao nhiêu căn biến tri hệ thuộc Sắc giới?

Đáp: Đối với Thế tục đạo có bảy, đối với Vô lậu đạo có mười.

Hỏi: Có bao nhiêu căn biến tri hệ thuộc Vô sắc giới?

Đáp: Có mười một.

Hỏi: Khi biến tri đối với Dục giới, thì có bao nhiêu căn biến tri?

Đáp: Có bốn.

Hỏi: Khi biến tri đối với Sắc giới, thì có bao nhiêu căn biến tri?

---

[23] Thế tục đạo: Saṃvṛti-mārga. Duyên vào cảnh thế tục mà khởi lên Thế tục trí và sử dụng trí này mà đoạn trừ các các loại phiền não nhiễm ô, gọi là Thế tục đạo. (*Đại Tỳ-bà-sa* 77, *Đại chánh* 27; *Thành duy thức luận* 9, *Đại chánh* 31).

Đáp: Có năm.

Hỏi: Khi biến tri đối với Vô sắc giới, thì có bao nhiêu căn biến tri?

Đáp: Có tám.

Hỏi: Đắc quả Dự lưu có bao nhiêu căn?

Đáp: Có chín.

Hỏi: Đắc quả Nhất lai có bao nhiêu căn?

Đáp: Nếu Thánh giả xả ly bội phần đối với những ô nhiễm thuộc Dục giới, chứng nhập Chánh tính ly sinh, thì có chín.

Nếu Thánh giả từ quả Dự lưu đạt được quả Nhất lai, thì Thế tục đạo có bảy, Vô lậu đạo có tám.

Hỏi: Đắc quả Bất hoàn có bao nhiêu căn?

Đáp: Nếu Thánh giả xả ly đối với những ô nhiễm thuộc Dục giới, chứng nhập Chánh tính ly sinh, thì có chín.

Nếu Thánh giả từ quả Nhất lai đạt được quả Bất hoàn, thì Thế tục đạo có bảy, Vô lậu đạo có tám.

Hỏi: Đắc quả A-la-hán có bao nhiêu căn?

Đáp: Có mười một.

Hỏi: Đắc quả Dự lưu, có bao nhiêu căn biến tri?

Đáp: Không có.

Hỏi: Đắc quả Nhất lai, có bao nhiêu căn biến tri?

Đáp: Không có.

Hỏi: Đắc quả Bất hoàn, có bao nhiêu căn biến tri?

Đáp: Nếu Thánh giả đã xả ly ô nhiễm thuộc Dục giới chứng nhập Chánh tính ly sinh, thì không có.

Nếu Thánh giả từ quả Nhất lai đạt được quả Bất hoàn, thì có bốn.

Hỏi: Đắc quả A-la-hán, có bao nhiêu căn biến tri?

Đáp: Có tám.

Hỏi: Các căn đối với đắc quả Dự lưu, các căn này, đạt được quả Dự lưu rồi, nên nói chúng là thành tựu hay không thành tựu?

Đáp: Các căn ấy thâu nhiếp vào giải thoát đạo, nên nói chúng là thành tựu. Nếu thâu nhiếp vào vô gián đạo, thì nên nói chúng là không có thành tựu.

Hỏi: Các căn đối với đắc quả Nhất lai, quả Bất hoàn, quả A-la-hán, các căn này, đã đạt được các quả ấy rồi, nên nói chúng là thành tựu hay không thành tựu?

Đáp: Các căn ấy thâu nhiếp vào giải thoát đạo, nên nói chúng là thành tựu. Nếu thâu nhiếp vào vô gián đạo, thì nên nói chúng là không có thành tựu.

Hỏi: Các căn đối với đắc quả Dự lưu, các căn này, đoạn trừ các kiết sử thuộc giới hệ nào?

Đáp: Giới hệ thuộc Sắc giới, Vô sắc giới, hoặc không có giới hệ nào.

Hỏi: Các căn này thâu nhiếp vào quả vị nào?

Đáp: Quả Dự lưu, hoặc là không có quả nào.

Hỏi: Các căn đối với đắc quả Nhất lai, các căn này, đoạn trừ các kiết sử thuộc giới hệ nào?

Đáp: Dục giới hệ, Sắc giới hệ, Vô sắc giới hệ, hoặc không có giới hệ nào.

Hỏi: Các căn này thâu nhiếp vào quả vị nào?

Đáp: Quả Nhất lai, hoặc là không thuộc quả vị nào.

Hỏi: Các căn đối với quả Bất hoàn, các căn này, đoạn trừ các kiết sử thuộc giới hệ nào?

Đáp: Dục giới, Sắc giới, Vô sắc giới, hoặc không hệ thuộc giới hệ nào.

Hỏi: Các căn này thâu nhiếp vào quả vị nào?

Đáp: Quả Bất hoàn, hoặc là không thuộc quả vị nào.

Hỏi: Các căn đối với quả A-la-hán, các căn này, đoạn trừ các kiết sử thuộc giới hệ nào?

Đáp: Vô sắc giới, hoặc là không có giới hệ nào.

Hỏi: Các căn này thâu nhiếp vào quả vị nào?

Đáp: Quả A-la-hán, hoặc không thâu nhiếp ở quả vị nào.

Hỏi: Khi đắc quả Dự lưu, các căn được xả, các căn này đoạn trừ các kiết sử giới hệ nào?

Đáp: Dục giới hệ, Sắc giới hệ, Vô sắc giới hệ, hoặc không có giới hệ nào.

Hỏi: Các căn này thâu nhiếp vào quả vị nào?

Đáp: Không có thâu nhiếp vào quả vị nào.

Hỏi: Khi đắc quả Nhất lai, các căn được xả, các căn này đoạn trừ các kiết sử thuộc giới hệ nào?

Đáp: Dục giới, hoặc Sắc giới, Vô sắc giới, hoặc là không có hệ thuộc giới hệ nào.

Hỏi: Các căn này thâu nhiếp vào quả vị nào?

Đáp: Thâu nhiếp quả Dự lưu, hoặc không thâu nhiếp quả vị nào.

Hỏi: Khi đắc quả Bất hoàn, các căn được xả, các căn này đoạn trừ các kiết sử thuộc giới hệ nào?

Đáp: Thuộc Dục giới, hoặc Sắc giới, Vô sắc giới, hoặc là không có hệ thuộc giới hệ nào.

Hỏi: Các căn này thâu nhiếp vào quả vị nào?

Đáp: Quả Nhất lai, hoặc không thâu nhiếp ở quả vị nào.

Hỏi: Khi đắc quả A-la-hán, các căn được xả, các căn này đoạn trừ các kiết sử thuộc giới hệ nào?

Đáp: Sắc giới, hoặc Vô sắc giới, hoặc không hệ thuộc giới nào.

Hỏi: Các căn này thâu nhiếp vào quả vị nào?

Đáp: Thâu nhiếp quả Bất hoàn, hoặc không thâu nhiếp quả vị nào.

Khi đắc quả Dự lưu, các căn do chứng đạt, các căn này đoạn trừ các kiết sử thuộc giới hệ nào?

Đáp: Không có.

Hỏi: Các căn này thâu nhiếp vào quả vị nào?

Đáp: Thâu nhiếp quả Dự lưu, hoặc không có quả vị nào.

Hỏi: Khi đắc quả Nhất lai, các căn do chứng đạt, các căn này đoạn trừ các kiết sử thuộc giới hệ nào?

Đáp: Không có hệ thuộc giới hệ nào.

Hỏi: Các căn này thâu nhiếp vào quả vị nào?

Đáp: Thâu nhiếp quả Nhất lai, hoặc không có quả vị nào.

Hỏi: Khi đắc quả Bất hoàn, các căn do chứng đạt, các căn này đoạn trừ các kiết sử thuộc giới hệ nào?

Đáp: Không có giới hệ nào.

Hỏi: Các căn này thâu nhiếp vào quả vị nào?

Đáp: Thâu nhiếp quả Bất hoàn, hoặc không có quả vị nào.

Hỏi: Khi đắc quả A-la-hán, các căn do chứng đạt, các căn này đoạn trừ các kiết sử thuộc giới hệ nào?

Đáp: Không có giới hệ nào.

Hỏi: Các căn này thâu nhiếp vào quả vị nào?

Đáp: Thâu nhiếp quả A-la-hán, hoặc không có quả vị nào.

Hỏi: Các vị Thánh giả Dự lưu, các căn thành tựu, các căn này đoạn trừ các kiết sử thuộc giới hệ nào?

Đáp: Dục giới, hoặc không có giới hệ nào.

Hỏi: Các căn này thâu nhiếp quả vị nào?

Đáp: Thâu nhiếp quả Dự lưu, hoặc không có quả vị nào.

Hỏi: Các vị Thánh giả Nhất lai, các căn thành tựu, các căn này đoạn trừ các kiết sử thuộc giới hệ nào?

Đáp: Dục giới, hoặc không có giới hệ nào.

Hỏi: Các căn này thâu nhiếp quả vị nào?

Đáp: Thâu nhiếp quả Nhất lai, hoặc không có quả vị nào.

Hỏi: Các vị Thánh giả Bất hoàn, các căn thành tựu, các căn này đoạn trừ các kiết sử thuộc giới hệ nào?

Đáp: Sắc giới, Vô sắc giới, hoặc không có giới hệ nào.

Hỏi: Các căn này thâu nhiếp quả vị nào?

Đáp: Thâu nhiếp quả Bất hoàn, hoặc không có quả vị nào.

Hỏi: Các vị Thánh giả A-la-hán, các căn thành tựu, các căn này đoạn trừ các kiết sử thuộc giới hệ nào?

Đáp: Không có giới hệ nào.

Hỏi: Các căn này thâu nhiếp quả vị nào?

Đáp: Thâu nhiếp quả A-la-hán, hoặc không có quả vị nào.

Hỏi: Các vị Thánh giả Dự lưu, các căn do đoạn trừ các kiết sử, các căn này đoạn trừ các kiết sử thuộc giới hệ nào?

Đáp: Dục giới.

Hỏi: Các căn này thâu nhiếp quả vị nào?

Đáp: Không có.

Hỏi: Các Thánh giả Nhất lai, các căn do đoạn trừ các kiết sử, các căn này đoạn trừ các kiết sử thuộc giới hệ nào?

Đáp: Dục giới.

Hỏi: Các căn này thâu nhiếp quả vị nào?

Đáp: Không có.

Hỏi: Các Thánh giả Bất hoàn, các căn do đoạn trừ các kiết sử, các căn này đoạn trừ các kiết sử thuộc giới hệ nào?

Đáp: Sắc giới hoặc Vô sắc giới.

Hỏi: Các căn này thâu nhiếp quả vị nào?

Đáp: Không có.

Hỏi: Các vị Thánh quả Dự lưu, các căn do thâu nhiếp, các căn này đoạn trừ các kiết sử thuộc giới hệ nào?

Đáp: Không có.

Hỏi: Các Thánh quả Nhất lai, Bất hoàn, A-la-hán, các căn do thâu nhiếp, các căn này đoạn trừ các kiết sử thuộc giới hệ nào?

Đáp: Không có.

Hỏi: Các Khổ trí là trí vô lậu ở nơi Khổ chăng? Giả sử trí vô lậu ở nơi Khổ là khổ trí chăng?

Đáp: Các Khổ trí là trí vô lậu ở nơi Khổ.

Trường hợp có trí vô lậu ở nơi Khổ, không phải là Khổ trí: Nghĩa là ở nơi Khổ trí, Tập trí.

Hỏi: Các Tập trí là trí vô lậu ở nơi Tập chăng? Giả sử trí vô lậu ở nơi Tập là Tập trí chăng?

Đáp: Các Tập trí là trí vô lậu ở nơi Tập.

Trường hợp có trí vô lậu ở nơi Tập, không phải là Tập trí: Nghĩa là ở nơi Khổ trí, Tập trí.

Hỏi: Các Diệt trí là trí vô lậu ở nơi Diệt chăng?

Đáp: Đúng là như vậy.

Hỏi: Giả sử trí vô lậu ở nơi Diệt là Diệt trí chăng?

Đáp: Đúng là như vậy.

Hỏi: Các Đạo trí là trí vô lậu ở nơi Đạo chăng?

Đáp: Đúng là như vậy.

Hỏi: Giả sử trí vô lậu ở nơi Đạo là Đạo trí chăng?

Đáp: Đúng là như vậy.

Hỏi: Các căn vô lậu duyên hệ thuộc Dục giới, các căn này tương ưng với Pháp trí chăng? Giả sử các căn vô lậu này tương ưng với Pháp trí, các căn này duyên hệ thuộc Dục giới chăng?

Đáp: Nên nêu lên bốn trường hợp để giải thích:

1- Trường hợp có căn vô lậu duyên hệ thuộc Dục giới, căn này không tương ưng với Pháp trí: Nghĩa là Khổ pháp trí nhẫn và căn tương ưng với Khổ Pháp trí; Tập Pháp trí và tương ưng với Tập Pháp trí.

2- Trường hợp có căn vô lậu tương ưng Pháp trí, căn này không duyên hệ thuộc Dục giới: Nghĩa là Diệt pháp trí, Đạo Pháp trí tương ưng với căn.

3- Trường hợp có căn vô lậu duyên hệ thuộc Dục giới, cũng tương ưng với Pháp trí: Nghĩa là Khổ trí, Tập trí, Pháp trí tương ưng với căn.

4- Trường hợp có căn vô lậu không duyên hệ thuộc Dục giới, căn này cũng không tương ưng với Pháp trí: Nghĩa là Khổ trí nhẫn, Loại trí nhẫn, Khổ trí, Loại trí và cùng với hai căn tương ưng; Tập trí nhẫn, Loại trí nhẫn, Tập trí, Loại trí và cùng với hai căn tương ưng; Diệt trí nhẫn, Pháp trí nhẫn và căn tương ưng với Diệt trí, Pháp trí; Diệt trí nhẫn, Loại trí nhẫn, Diệt trí, Loại trí và hai căn tương ưng; Đạo trí nhẫn, Pháp trí nhẫn và cùng với căn tương ưng; Đạo trí, Pháp trí, Đạo loại trí nhẫn, Đạo loại trí và hai căn tương ưng.

Hỏi: Các căn vô lậu duyên hệ thuộc Sắc giới, Vô sắc giới, các căn này tương ưng với Loại trí chăng? Giả sử các căn vô lậu tương ưng với Loại trí, các căn này duyên hệ thuộc Sắc giới, Vô sắc giới chăng?

Đáp: Nên nêu lên bốn trường hợp để giải thích:

1- Trường hợp có căn vô lậu duyên hệ thuộc Sắc giới, Vô sắc giới, căn này không phải tương ưng với Loại trí: Nghĩa là Khổ trí nhẫn, Loại trí nhẫn và căn tương ưng với Khổ trí, Loại trí; Tập trí nhẫn, Loại trí nhẫn và căn cùng tương ưng với Tập trí, Loại trí.

2- Trường hợp có căn vô lậu tương ưng với Loại trí, căn này không hệ thuộc duyên Sắc giới, Vô sắc giới: Nghĩa là căn tương ưng với Diệt loại trí, Đạo loại trí.

3- Trường hợp có căn vô lậu duyên hệ thuộc Sắc giới, Vô sắc giới, căn này cũng tương ưng với Loại trí: Nghĩa là căn tương ưng Khổ loại trí, Tập loại trí.

4- Trường hợp có căn vô lậu không hệ thuộc duyên Sắc giới, Vô sắc giới, căn này cũng không tương ưng với Loại trí: Nghĩa là Khổ trí nhẫn, Pháp trí nhẫn, Khổ trí, Pháp trí và cùng với hai căn tương ưng; Tập trí nhẫn, Pháp trí nhẫn; Tập trí, Pháp trí và hai căn tương ưng; Diệt trí nhẫn, Pháp trí nhẫn, Diệt trí, Pháp trí; Diệt trí nhẫn, Loại trí nhẫn và Diệt loại trí cùng với căn tương ưng; Đạo trí nhẫn, Pháp trí nhẫn, Đạo trí, Pháp trí và hai căn tương ưng; Đạo trí nhẫn, Loại trí nhẫn và căn cùng tương ưng với Đạo trí, Loại trí.

Hỏi: Pháp trí, nên nói là Pháp trí chăng? Nên nói: Loại trí, Tha tâm trí, Thế tục trí, Khổ trí, Tập trí, Diệt trí, Đạo trí chăng?

Đáp: Nên nói là Pháp trí, hoặc là Tha tâm trí, Khổ trí, Tập trí, Diệt trí, Đạo trí.

Hỏi: Nên nói là có tầm, có tứ, vô tầm chỉ có tứ, vô tầm, vô tứ chăng?

Đáp: Nên nói có đủ cả ba chủng loại.

Hỏi: Nên nói là tương ưng với lạc căn, tương ưng với hỷ căn, tương ưng với xả căn chăng?

Đáp: Nên nói có đủ cả ba chủng loại.

Hỏi: Nên nói tương ưng với Không, Vô nguyện, Vô tướng chăng?

Đáp: Nên nói có đủ cả ba chủng loại.

Hỏi: Nên nói duyên hệ thuộc Dục giới, duyên hệ thuộc Sắc giới, duyên hệ thuộc Vô sắc giới, duyên bất hệ chăng?

Đáp: Nên nói duyên hệ thuộc Dục giới, hoặc là bất hệ.

Hỏi: Loại trí, nên nói là Loại trí chăng? Hay nên nói là Pháp trí, Tha tâm trí, Thế tục trí, Khổ trí, Tập trí, Diệt trí, Đạo trí chăng?

Đáp: Nên nói là Loại trí, hoặc Tha tâm trí, Khổ trí, Tập trí, Diệt trí, Đạo trí.

Hỏi: Nên nói là có tầm, có tứ, không có tầm, chỉ có tứ, không có tầm, không có tứ chăng?

Đáp: Nên nói có đủ cả ba chủng loại.

Hỏi: Nên nói tương ưng với lạc căn, tương ưng với hỷ căn, tương ưng với xả căn chăng?

Đáp: Nên nói có đủ cả ba chủng loại.

Hỏi: Nên nói là tương ưng với Không, Vô nguyện, Vô tướng chăng?

Đáp: Nên nói có đủ cả ba chủng loại.

Hỏi: Nên nói là duyên hệ thuộc Dục giới, duyên hệ thuộc Sắc giới, duyên hệ thuộc với Vô sắc giới, duyên bất hệ chăng?

Đáp: Nên nói là duyên hệ thuộc Sắc giới, Vô sắc giới, hoặc thuộc bất hệ.

Hỏi: Khi tâm giải thoát, nên nói là đắc học căn, đắc vô học căn, đắc học vô học căn chăng?

Đáp: Nên nói là đắc học-vô học căn.

Hỏi: Tâm giải thoát bất động, nên nói là đắc học căn, đắc vô học căn, đắc học vô học căn chăng?

Đáp: Nếu chưa chứng đắc bất động, nên nói là đắc học vô học căn.

Nếu khi đắc bất động giải thoát A-la-hán, nên nói là đắc vô học căn.

Hỏi: Tất cả kiết sử hoàn toàn tận diệt, nên nói là đắc học căn, đắc vô học căn, đắc học vô học căn chăng?

Đáp: Nên nói là đắc học-vô học căn.

Hỏi: Do sử dụng vô gián đạo, chứng quả Dự lưu cho đến quả A-la-hán, vô gián đạo này tương ưng với Pháp trí, hay tương ưng với Loại trí, Tha tâm trí, Thế tục trí, Khổ trí, Tập trí, Diệt trí, Đạo trí chăng?

Nên nói đạo này có tầm có tứ, hay không có tầm, chỉ có tứ, không có tầm, không có tứ chăng?

Nên nói đạo này tương ưng với lạc căn, hỷ căn, xả căn chăng?

Nên nói đạo này tương ứng với Không, Vô nguyện, Vô tướng chăng?

Nên nói đạo này duyên hệ thuộc với Dục giới, hệ thuộc Sắc giới, hệ thuộc Vô sắc giới, bất hệ chăng?

Đáp: Do sử dụng vô gián đạo, chứng quả Dự lưu, đạo này nên nói là tương ưng với nhẫn, có tầm, có tứ, tương ưng với xả căn, tương ưng với vô nguyện, duyên vào bất hệ.

Do sử dụng vô gián đạo, chứng quả Nhất lai, hoặc xả ly ô nhiễm thuộc Dục giới tăng bội phần, chứng nhập Chánh tính ly sinh, như chứng quả Dự lưu đã nói.

Nếu từ quả Dự lưu, sử dụng Thế tục đạo, chứng quả Nhất lai, Thế tục đạo này, nên nói là tương ưng với Thế-tục-trí, có tầm, có tứ, tương ưng với xả căn, duyên hệ thuộc Dục giới.

Nếu từ nơi quả Dự lưu sử dụng vô lậu đạo, chứng quả Nhất lai, đạo này nên nói là tương ưng với Pháp trí, hoặc là tương ưng với Khổ trí, Tập trí, Diệt trí, Đạo trí, có tầm, có tứ, tương ưng với xả căn; hoặc là tương ưng với Không, Vô nguyện, Vô tướng; hoặc duyên hệ thuộc Dục giới; hoặc duyên với bất hệ.

Do sử dụng vô gián đạo, chứng quả Bất hoàn, nếu đã xả ly ô nhiễm thuộc Dục giới, chứng nhập chánh tính ly sinh, vô gián đạo này, nên nói là tương ưng với nhẫn; hoặc có tầm, có tứ, hoặc không có tầm, chỉ có tứ, hoặc không có tấm, không có tứ; hoặc tương ưng với lạc căn, hỷ căn, xả căn, vô nguyện, duyên với bất hệ.

Nếu từ quả Nhất lai, do sử dụng thế tục đạo, chứng quả Bất hoàn. Giống như sử dụng thế tục đạo, chứng quả Nhất lai đã nói.

Nếu từ quả Nhất lai, do sử dụng vô lậu đạo, chứng quả Bất hoàn. Giống như sử dụng vô lậu đạo, chứng quả Nhất lai đã nói.

Do sử dụng vô lậu đạo, chứng quả A-la-hán, đạo này nên nói, hoặc là tương ưng với Pháp trí; hoặc tương ưng với Loại trí, Khổ trí, Tập trí, Diệt trí, Đạo trí; hoặc là có tầm, có tứ, không có tầm, chỉ có tứ, không có tầm, không có tứ; hoặc tương ưng với hỷ căn, xả căn; hoặc tương ưng với Không, Vô nguyện, Vô tướng; hoặc duyên hệ thuộc Vô sắc giới; hoặc duyên bất hệ.

Hỏi: Có bao nhiêu căn vĩnh viễn đoạn diệt, khởi sinh, đắc quả Dự lưu?

Đáp: Không có căn vĩnh viễn đoạn diệt, bảy căn diệt khởi, một căn diệt, không khởi, một căn khởi không diệt.

Hỏi: Đắc quả Dự lưu, có bao nhiêu căn vĩnh viễn đoạn diệt khởi, chứng đắc quả Nhất lai?

Đáp: Nếu xả ly ô nhiễm Dục giới bội phần, chứng nhập Chánh tính ly sinh, giống như chứng quả Dự lưu đã nói.

Nếu từ nơi quả Dự lưu, sử dụng thế tục đạo, chứng quả Nhất lai, không có căn vĩnh viễn đoạn, bảy căn diệt khởi, đắc quả Nhất lai.

Nếu từ nơi quả Dự lưu, sử dụng vô gián đạo, chứng quả Nhất lai, không có căn vĩnh viễn đoạn, tám căn diệt khởi, đắc quả Nhất lai.

Hỏi: Có bao nhiêu căn vĩnh viễn đoạn diệt khởi, đắc quả Bất hoàn?

Đáp: Nếu đã xả ly ô nhiễm Dục giới, chứng nhập Chánh tính ly sinh, không có căn vĩnh viễn đoạn diệt, bảy căn diệt khởi, một căn diệt không khởi, một căn khởi không diệt, đắc quả Bất hoàn.

Nếu từ quả Bất lai, sử dụng thế tục đạo, chứng đắc quả Bất hoàn, không chứng nhập Tĩnh lự, bốn căn vĩnh viễn đoạn diệt, bảy căn diệt khởi, đắc quả Bất hoàn.

Nếu chứng nhập Tĩnh lự, bốn căn vĩnh viễn đoạn diệt, sáu căn diệt khởi, một căn diệt không khởi, một căn khởi không diệt, đắc quả Bất hoàn.

Nếu từ quả Nhất lai, sử dụng vô lậu đạo, chứng quả Bất hoàn, không chứng nhập Tĩnh lự, bốn căn vĩnh viễn đoạn diệt, tám căn diệt khởi, đắc quả Bất hoàn.

Nếu chứng nhập Tĩnh lự, bốn căn vĩnh viễn đoạn diệt, bảy căn diệt khởi, một diệt không khởi, một khởi không diệt, đắc quả Bất hoàn.

Hỏi: Có bao nhiêu căn vĩnh viễn diệt khởi, đắc quả A-la-hán?

Đáp: Nếu y cứ Vị chí định, chứng quả A-la-hán, một căn vĩnh viễn đoạn diệt, bảy căn vĩnh viễn đoạn diệt-khởi, một diệt không khởi, một khởi không diệt, đắc quả A-la-hán. Giống như y cứ Vị chí định, y cứ Trung gian Tĩnh lự của Đệ tứ Tĩnh-lự, ba định của Vô sắc giới, cũng là như vậy.

Nếu y cứ Sơ Tĩnh lự, chứng quả A-la-hán, hai căn vĩnh viễn đoạn diệt, sáu căn vĩnh viễn đoạn diệt, khởi, một diệt không khởi, một khởi không diệt, đắc quả A-la-hán. Giống như y cứ Sơ Tĩnh lự, Đệ nhị Tĩnh lự, Đệ tam Tĩnh lự, cũng là như vậy.

PHẨM BA: LUẬN VỀ XÚC

Mười sáu xúc tương nhiếp
Căn tương ưng thành tựu
Biến tri, diệt tác chứng
Chương này nguyện nói đủ.

Có mười sáu xúc, nghĩa là: Hữu đối xúc, tăng ngữ xúc, minh xúc, vô minh xúc, phi minh phi vô minh xúc, ái xúc, nhuế xúc, thuận lạc thọ xúc, thuận khổ thọ xúc, thuận bất khổ bất lạc thọ xúc, nhãn xúc, nhĩ xúc, tỷ xúc, thiệt xúc, thân xúc, ý xúc.

Hỏi: Thế nào là hữu đối xúc?

Đáp: Xúc tương ưng với năm thức thân.

Hỏi: Thế nào là tăng ngữ xúc?

Đáp: Xúc tương ưng với ý thức thân.

Hỏi: Thế nào là minh xúc?

Đáp: Xúc vô lậu.

Hỏi: Thế nào là vô minh xúc?

Đáp: Xúc nhiễm ô.

Hỏi: Thế nào là phi minh phi vô minh xúc?

Đáp: Xúc không nhiễm hữu lậu.

Hỏi: Thế nào là ái xúc?

Đáp: Xúc tương ưng với tham.

Hỏi: Thế nào là nhuế xúc?

Đáp: Xúc tương ưng với sân.

Hỏi: Thế nào là thuận lạc thọ xúc?

Đáp: Xúc tương ưng với lạc thọ.

Hỏi: Thế nào là thuận khổ thọ xúc?

Đáp: Xúc tương ưng với khổ thọ.

Hỏi: Thế nào là thuận bất khổ bất lạc thọ xúc?

Đáp: Xúc tương ưng với bất khổ bất lạc thọ.

Hỏi: Thế nào là nhãn xúc?

Đáp: Xúc tương ưng với nhãn thức thân.

Hỏi: Thế nào là nhĩ xúc?

Đáp: Xúc tương ưng với nhĩ thức thân.

Hỏi: Thế nào là tỷ xúc?

Đáp: Xúc tương ưng với tỷ thức thân.

Hỏi: Thế nào là thiệt xúc?

Đáp: Xúc tương ưng với thiệt thức thân.

Hỏi: Thế nào là thân xúc?

Đáp: Xúc tương ưng với thân thức thân.

Hỏi: Thế nào là ý xúc?

Đáp: Xúc tương ưng với ý thức thân.

Hỏi: Hữu đối xúc thâu nhiếp bao nhiêu xúc, cho đến ý xúc thâu nhiếp bao nhiêu xúc?

Đáp: Hữu đối xúc thâu nhiếp hoàn toàn sáu xúc, thâu nhiếp thiếu phần bảy xúc; tăng ngữ xúc thâu nhiếp hoàn toàn ba xúc, thâu nhiếp thiếu phần bảy xúc; minh xúc thâu nhiếp hoàn toàn minh xúc, thâu nhiếp thiếu phần tứ xúc; vô minh xúc thâu nhiếp hoàn toàn ba xúc, thâu nhiếp thiếu phần mười một xúc; phi minh phi vô minh xúc thâu nhiếp hoàn toàn phi minh phi vô minh xúc; phi minh phi vô minh xúc, thâu nhiếp tiểu phần mười một xúc; ái xúc thâu nhiếp hoàn toàn ái xúc, thâu nhiếp thiếu phần mười một xúc; nhuế xúc thâu nhiếp hoàn toàn nhuế xúc, thâu nhiếp thiểu phần mười một xúc; thuận lạc thọ xúc thâu nhiếp hoàn toàn thuận lạc thọ xúc, thâu nhiếp thiểu phần mười hai xúc; thuận khổ thọ xúc thâu nhiếp hoàn toàn thuận khổ thọ xúc, thâu nhiếp thiểu phần mười một xúc; thuận bất khổ bất lạc thọ xúc thâu nhiếp hoàn toàn thuận bất khổ bất lạc thọ xúc, thâu nhiếp thiểu phần mười ba xúc; nhãn xúc thâu nhiếp hoàn toàn nhãn xúc, thâu nhiếp thiểu phần tám xúc. Giống như nhãn xúc, các xúc: nhĩ, tỷ, thiệt, thân, cũng là như vậy. Ý xúc thâu nhiếp hoàn toàn ba xúc, thâu nhiếp thiểu phần bảy xúc.

Hỏi: Hữu đối xúc tương ưng với bao nhiêu căn, cho đến ý xúc tương ưng với bao nhiêu căn?

Đáp: Hữu đối xúc tương ưng hoàn toàn với một căn, tương ưng thiểu phần đối với tám căn; Tăng ngữ xúc tương ưng hoàn toàn với năm căn, tương ưng thiểu phần với tám căn; Minh xúc tương ưng hoàn toàn với ba căn, tương ưng thiểu phần với chín căn; Vô minh xúc tương ưng thiểu phần với sáu căn; Phi minh phi vô minh xúc tương ưng thiểu phần với mười một căn; Ái xú tương ưng thiểu phần với bốn căn; Nhuế xúc tương ưng thiểu phần với bốn căn; Thuận lạc thọ xúc tương ưng hoàn toàn với hai căn, tương ưng thiểu phần với chín căn; Thuận khổ lạc thọ xúc tương ưng hoàn toàn với hai căn, tương ưng thiểu phần với sáu căn; Thuận bất khổ bất lạc thọ xúc tương ưng hoàn toàn với một căn, tương ưng thiểu phần với chín căn; Nhãn xúc tương ưng thiểu phần với chín căn. Giống như nhãn xúc, các xúc thuộc về nhĩ, tỷ, thiệt, thân, cũng là như vậy. Ý xúc tương ưng hoàn toàn với năm căn, tương ưng thiểu phần với tám căn.

Hỏi: Nhân các căn của hữu đối xúc, các căn này tương ưng với hữu đối xúc chăng?

Giả sử các căn tương ưng với hữu đối xúc, thì các căn này là nhân của hữu đối xúc chăng?

Đáp: Các căn tương ưng với hữu đối xúc, nhân của các này là hữu đối xúc.

Trường hợp có các căn là nhân của hữu đối xúc, các căn này, không tương ưng với hữu đối xúc. Các căn là nhân của hữu đối xúc, tương ưng với các xúc khác và dị-thục sinh khởi, không phải do sở duyên. Giống như hữu đối xúc, ngoại trừ hai xúc, mười ba xúc khác, cũng là như vậy.

Hỏi: Nhân của các căn là minh xúc, các căn này tương ưng với minh xúc chăng?

Đáp: Đúng là như vậy.

Hỏi: Nhân của căn là phi minh phi vô minh xúc, các căn này tương ưng với phi minh phi vô minh xúc chăng?

Giả sử các căn này, tương ưng với phi minh phi vô minh xúc, nhân của các này là phi minh phi vô minh xúc chăng?

Đáp: Các căn tương ưng với phi minh phi vô minh xúc, nhân của các này là phi minh phi vô minh xúc.

Có trường hợp nhân của các căn phi minh phi vô minh xúc, các căn này không phải là tương ưng với phi minh phi vô minh xúc: Nghĩa là nhân của các căn là phi minh phi vô minh xúc, dị thục sinh không có sở duyên.

Hỏi: Thành tựu các nhãn căn loại này, ấy là thành tựu các thân căn loại này chăng?

Giả sử thành tựu các thân căn loại này, ấy là thành tựu các nhãn căn loại này chăng?

Đáp: Nên nêu lên bốn trường hợp để giải thích:

1- Trường hợp có thành tựu các nhãn căn loại này, không phải là các thân căn loại này: Nghĩa là sinh ở Dục giới, không thể được nhãn căn. Giả sử được rồi mất, được nhãn căn Sắc giới.

2- Trường hợp có thành tựu thân căn loại này, không phải là nhãn căn loại này: Nghĩa là sinh ở Dục giới, không được nhãn căn. Giả sử được rồi đã mất không thể được nhãn căn Sắc giới.

3- Trường hợp có thành tựu nhãn căn loại này, cũng là thân căn loại này: Nghĩa là sinh ở Dục giới, nhãn căn đã được, không mất, hoặc sinh ở Sắc giới.

4- Trường hợp có không thành tựu nhãn căn loại này, cũng không có thân căn loại này: Nghĩa là sinh ở Vô sắc giới. Giống như nhãn căn, nhĩ căn, cũng là như vậy.

Hỏi: Thành tựu các tỷ căn loại này, ấy là thành tựu các thân căn loại này chăng?

Giả sử thành tựu thân căn các loại này, ấy là thành tựu các tỷ căn loại này chăng?

Đáp: Nếu thành tựu các tỷ căn loại này, ấy là thành tựu các thân căn loại này.

Trường hợp có thành tựu thân căn loại này, không phải thành tựu tỷ căn loại này: Nghĩa là sinh ở Dục giới, không được tỷ căn. Giả sử được rồi đã mất. Giống như tỷ căn, thiệt căn cũng là như vậy.

Hỏi: Địa ngục thành tựu bao nhiêu căn? Bàng sinh cho đến các chủng loại ở Vô sắc, tùy tín hành cho đến câu giải thoát thành tựu bao nhiêu căn?

Đáp: Địa ngục giới nhiều nhất là mười chín căn, ít nhất là tám căn. Bàng sinh giới nhiều nhất là mười chín căn, ít nhất là mười ba căn. Ngạ quỷ giới, cũng là như vậy. Các loại đoạn mất thiện căn, nhiều nhất là mười ba căn, ít nhất là tám căn. Tà định tụ, nhiều nhất là mười chín căn, ít nhất là tám căn. Chính định tụ, nhiều nhất là mười chín căn, ít nhất là mười một căn. Bất định tụ, nhiều nhất mười chín căn, ít nhất là tám căn. Nam thiệm bộ châu, nhiều nhất là mười chín căn, ít nhất là tám căn. Tỳ-đề-ha-châu[24], Cù-đà-ni-châu[25], cũng là như vậy. Bắc-

---

[24] Tỳ-đề-ha-châu. Videha. Hán phiên âm Tỳ-đề-ha, Phất-bà-tỳ-đề-ha-châu và dịch là Đông thắng thần châu. Ấy là châu lục nằm phía đông núi Tu-di. Người châu này có thân hình xinh đẹp hơn các châu lục khác, nên gọi Đông thắng thần châu.

"Châu này hình tròn, chu vi chín ngàn do-tuần, mặt người ở đây cũng tròn như quả địa cầu của họ". (*Trường A-hàm* 18, tr 115, *Đại chánh* 1).

Câu-xá luận 11, nói: Địa hình châu này như hình bán nguyệt, phia Đông hẹp, phía Tây rộng. ba chiều Tây, Nam, Bắc, mỗi chiều đều dài 3.000 Du-thiện-na (Do-tuần), phía Đông dài 350 Do-tuần, mặt người giống hình bán nguyệt, thân cao bằng 800 khủy tay, thọ 250 tuổi. Một số kinh luận khác, giải thích về Tỷ-đề-ha-châu nữa, nhưng ở đây không nêu lên. (*Câu-xá luận* 11, *Đại chánh* 29).

[25] Cù-đà-ni-châu: Godānīya. Hán phiên âm là Cù-đà-ni châu, Cù-dạ-ni

câu-lô-châu, nhiều nhất là mười tám căn, ít nhất là mười ba căn. Tứ đại vương chúng thiên, nhiều nhất là mười chín căn, ít nhất là mười bảy căn. Tam thập tam thiên, Dạ-ma thiên, Đỗ-sử-đa thiên[26], Lạc biến hóa thiên, Tha hóa tự tại thiên, cũng là như vậy.

Phạm chúng thiên, nhiều nhất là mười sáu căn, ít nhất là mười lăm căn. Cực quang tịnh thiên, cũng là như vậy. Biến tịnh thiên, nhiều nhất sáu căn, ít nhất mười bốn căn. Quảng quả thiên, nhiều nhất là mười sáu căn, ít nhất là mười ba căn. Trung hữu, nhiều nhất là mười chín căn, ít nhất là mười ba căn.

Các chủng loại Vô sắc giới, nhiều nhất là mười một căn, ít nhất là tám căn.

Các chủng loại Tùy tín hành, nhiều nhất là mười chín căn, ít nhất là mười ba căn. Các chủng loại Tùy pháp hành, cũng là như vậy.

Các chủng loại Tín thắng giải, nhiều nhất là mười chín căn, ít nhất là mười một căn. Các chủng loại Kiến chí cũng là như vậy.

Các vị Thân chứng, nhiều nhất là mười tám, ít nhất là mười một. Nhưng vị Tuệ giải thoát và câu giải thoát cũng là như vậy.

---

châu... và dịch là Tây ngưu hóa châu. Châu này nằm về phía Tây núi Tu di, dùng bò làm tiền tệ giao dịch, nên gọi là tây ngưu hóa châu.

Theo *Khởi thế nhân bổn kinh 1*: "Ngưu hóa, do là dưới cây Trấn-đầu-ca của châu này, có một con bò bằng đá, nên đặt tên câu này là Ngưu. (*Khởi thế nhân bổn kinh 1, Đại chánh 1*).

Trường A-hàm 18, Kinh Thế ký nói rằng: "Châu này hình bán nguyệt, rộng 8.000 do tuần, khuôn mặt cư dân ở đây giống như hình bán nguyệt, thân cao độ 3,5 khuỷy tay, thọ 200 tuổi thường dùng bò, dê, ngọc Ma-ni làm vật trao đổi.". (*Kinh Thế ký, Trường A-hàm 18, Đại chánh 1*).

Nhưng, theo *Câu-xá luận* 11, nói rằng: "Châu này hình thể giống như mặt trăng tròn, khuôn mặt cư dân ở đây cũng như vậy, thân cao sáu khuỷy tay, sống 500 năm tuổi". (*Câu-xá luận 11, Đại chánh 29*).

[26] Đỗ-sử-đa thiên: Ske Tuṣita. Pali Tusita. Hán phiên âm Đỗ-sử-đa thiên, Đâu-suất-đa-thiên, Đâu-suất thiên và dịch là Tri túc thiên, Diệu túc thiên, Hỷ túc thiên, Hỷ lạc thiên. Ấy là cõi trời thứ tư trong sáu cõi trời thuộc Dục giới. Chư thiên cõi trời này rất vui sướng, đầy đủ mọi nhu cầu, tinh tấn tu tập Bát Chánh Đạo, nên gọi là Đâu-suất-đà thiên và Bồ tát giáo cõi trời này phần nhiều tu tập hỷ túc, nên gọi là Hỷ túc thiên (*Lập thế A-tỳ-đàm luận 6, Đại chánh 32; Thập địa kinh luận 5, Đại chánh 26*).

Hỏi: Nhãn căn cho đến tuệ căn khi được biến tri, có bao nhiêu căn được biến tri?

Đáp: Khi nhãn căn được biến tri, cho đến xả ly ái nhiễm đối với Sắc giới, năm căn được biến tri, các căn: Nhĩ, tỷ, thiệt, thân, cũng là như vậy.

Khi nữ căn được biến tri, cho đến xả ly ái nhiễm thuộc Dục giới, bốn căn được biến tri. Các căn: nam, khổ, ưu, cũng là như vậy.

Khi mạng căn được biến tri, cho đến xả ly ái nhiễm đối với Vô sắc giới, tám căn được biến tri. Các căn: Ý, xả; năm căn: tín, tấn, niệm, định, tuệ, cũng là như vậy.

Khi lạc căn được biến tri, cho đến xả ly ái nhiễm đối với trời Biến tịnh, chính lạc căn biến tri.

Khi hỷ căn được biến tri, cho đến xả ly ái nhiễm đối với cõi trời Cực quang tịnh, chính hỷ căn được biến tri.

Hỏi: Khi nhãn căn cho đến tuệ căn diệt-tác-chứng, có bao nhiêu căn diệt-tác-chứng?

Đáp: Khi nhãn căn diệt-tác-chứng, cho đến xả ly ái nhiễm đối với Sắc giới, năm căn diệt-tác-chứng. Đến A-la-hán, mười chín căn diệt-tác-chứng. Các căn: Tỷ, thiệt, thân, cũng là như vậy.

Khi nữ căn diệt-tác-chứng, cho đến xả ly ái nhiễm đối với Dục giới, bốn căn diệt-tác-chứng. Đến A-la-hán, mười chín căn diệt-tác-chứng. Các căn: Ý, xả; năm căn: Tín, tấn, niệm, định, tuệ, cũng là như vậy.

Khi lạc căn diệt-tác-chứng, cho đến xả ly ái nhiễm đối với trời Biến tịnh, chính là lạc căn diệt-tác-chứng. Đến A-la-hán, mười chín căn diệt-tác-chứng.

Khi hỷ căn, diệt-tác-chứng, đến xả ly ái nhiễm đối với trời Cực quang tịnh, chính là hỷ căn diệt-tác-chứng. Đến A-la-hán, mười chín căn diệt-tác-chứng.

PHẨM BỐN: LUẬN VỀ ĐẲNG TÂM

Đẳng tâm, thọ, hai định
Vô tưởng nhiếp tương ưng
Tử sinh, Niết-bàn giới
Chương này nguyện nói đủ.

Hỏi: Tâm của hết thảy hữu tình, nên bảo rằng: Đồng đẳng khởi, đồng đẳng trú, đồng đẳng diệt chăng?

Đáp: Đúng là như vậy.

Hỏi: Tâm có tham, tâm xả ly tham, nên bảo rằng: đồng đẳng khởi, đồng đẳng trú, đồng đẳng diệt chăng?

Đáp: Đúng là như vậy.

Hỏi: Tâm có sân, tâm xả ly sân, tâm có si, tâm xả ly si, tâm lược, tán, tâm xuống, lên, tâm lớn, nhỏ, tâm trạo cử, không trạo cử, tâm tĩnh lặng, không tĩnh lặng, tâm định, bất định, tâm tu, bất tu, tâm giải thoát, không giải thoát, nên nói là đồng đẳng khởi, đồng đẳng trú, đồng đẳng diệt chăng?

Đáp: Đúng là như vậy.

Hỏi: Thọ mạng, nên nói là thuận theo tâm chuyển hay không thuận theo tâm chuyển?

Đáp: Không thuận theo tâm chuyển.

Hỏi: Nên nói tùy tương tục chuyển một khởi là liền trú chăng?

Đáp: Nếu hữu tình ở Dục giới, thì không trú. Đối với Vô tưởng diệt tận đẳng chí định, nên nói là tương tục chuyển. Nếu trú, thì Vô tưởng diệt tận đẳng chí định và các hữu tình ở Sắc giới, Vô sắc giới, nên nói một khởi là liền trú.

Hỏi: Trú Vô tưởng diệt tận đẳng chí định, thọ mạng nên nói chuyển là trú chăng?

Đáp: Nên nói là chuyển.

Như đức Thế Tôn dạy: "Thọ mạng của con người từ từ hết, như nước của con sông nhỏ".

Hỏi: Nếu thọ mạng các loài hữu tình khởi, liền trú, làm sao biết thọ mạng ấy từ từ hết chăng?

Đáp: Bởi vì do đời hết, kiếp hết.

Hỏi: Nhập Vô tưởng định, có bao nhiêu căn tịch diệt?

Đáp: Có bảy căn tịch diệt.

Hỏi: Các tâm, tâm sở tịch diệt, hệ thuộc cõi nào?

Đáp: Hệ thuộc Sắc giới.

Hỏi: Xuất Vô tưởng định, có bao nhiêu căn hiện tiền?

Đáp: Bảy căn.

Hỏi: Các tâm, tâm sở hiện tiền hệ thuộc giới nào?

Đáp: Hệ thuộc Sắc giới.

Hỏi: Nhập Diệt tận định, có bao nhiêu căn tịch diệt?

Đáp: Bảy căn.

Hỏi: Các tâm, tâm sở tịch diệt hệ thuộc giới nào?

Đáp: Hệ thuộc Vô sắc giới.

Hỏi: Xuất Diệt tận định có bao nhiêu căn hiện tiền?

Đáp: Hoặc bảy căn, hoặc tám căn. Tâm hữu lậu có bảy, tâm vô lậu có tám.

Hỏi: Các tâm, tâm sở hiện tiền hệ thuộc giới nào?

Đáp: Hoặc hệ thuộc Vô sắc giới, hoặc bất hệ.

Hỏi: Sinh trời Vô tưởng có bao nhiêu căn tịch diệt?

Đáp: Tám căn.

Hỏi: Các tâm, tâm sở tịch diệt hệ thuộc giới nào?

Đáp: Hệ thuộc Sắc giới.

Hỏi: Có bao nhiêu căn hiện tiền?

Đáp: Tám căn.

Hỏi: Các tâm, tâm sở hiện tiền hệ thuộc giới nào?

Đáp: Hệ thuộc Sắc giới.

Hỏi: Vô tưởng thiên mất, có bao nhiêu căn tịch diệt?

Đáp: Tám.

Hỏi: Các tâm, tâm sở tịch diệt hệ thuộc giới nào?

Đáp: Hệ thuộc Sắc giới.

Hỏi: Có bao nhiêu căn hiện tiền?

Đáp: Hoặc có tám căn, hoặc có chín căn, hoặc có mười căn, không hình sắc có tám căn, một hình sắc có chín căn, hai hình sắc có mười căn.

Hỏi: Các tâm, tâm sở hiện tiền hệ thuộc giới nào?

Đáp: Hệ thuộc Dục giới.

Hỏi: Khi loài hữu tình sinh ở Vô tưởng thiên, nên nói là hữu tưởng hay vô tưởng?

Đáp: Nên nói là hữu tưởng.

Như đức Thế Tôn dạy: "Các loài hữu tình ở cõi trời ấy, vì do tưởng mà khởi sinh, từ cõi tưởng ấy mà mất".

Hỏi: Khi từ nơi cõi tưởng ấy mất, tưởng ấy nên nói là diệt hay không diệt chăng?

Đáp: Nên nói là diệt.

Hỏi: Nên nói trú xứ nào, tưởng ấy diệt?

Đáp: Nên nói trú chính ngay ở nơi xứ tưởng ấy.

Hỏi: Tưởng ấy, nên nói là thiện hay vô ký?

Đáp: Hoặc là thiện, hoặc là vô ký.

Hỏi: Tưởng ấy có bao nhiêu tùy miên, có bao nhiêu tùy tăng?

Đáp: Duyên hữu lậu hệ thuộc Sắc giới.

Hỏi: Hệ thuộc bao nhiêu kiết sử?

Đáp: Sáu kiết sử.

Như đức Thế Tôn dạy: "Tất cả hữu tình giai do thực trú".

Hỏi: Các hữu tình ở trời Vô tưởng sống do ăn gì?

Đáp: Xúc thực, ý thực, tư thực, thức thực.

Hỏi: Nhãn căn thâu nhiếp bao nhiêu căn, cho đến cụ tri căn thâu nhiếp bao nhiêu căn?

Đáp: Nhãn căn thâu nhiếp nhãn căn. Giống như nhãn căn, các căn: Nhĩ, tỷ, thiệt, thân, mạng, khổ, ưu, cũng là như vậy.

Thân căn thâu nhiếp ba căn. Nữ căn thâu nhiếp nữ căn, ít phần thân căn. Giống như nữ căn, nam căn cũng là như vậy. Ý căn thâu nhiếp ý căn, ít phần ba căn. Giống như ý căn, các căn: Lạc, xả; năm căn: Tín, tấn, niệm, định, tuệ, cũng là như vậy. Vị tri đương tri căn thâu nhiếp vị tri đương tri căn, ít phần chín căn. Giống như vị tri đương tri căn, dĩ tri căn, cụ tri căn, cũng là như vậy.

Hỏi: Tín lực cho đến tuệ lực; Niệm giác chi cho đến xả giác chi; Chánh kiến cho đến chánh định; Pháp trí cho đến Đạo trí; Không, Vô nguyện, Vô tướng, thâu nhiếp bao nhiêu căn?

Đáp: Tín lực thâu nhiếp một căn, thâu nhiếp thiểu phần đối với ba căn. Giống như tín lực, các lực khác cũng là như vậy.

Niệm giác chi thâu nhiếp thiểu phần đối với ba căn. Giống như Niệm giác chi, trạch pháp giác chi, tinh tấn giác chi, hỷ giác chi, định giác chi, cũng là như vậy. Các giác chi còn lại không thâu nhiếp các căn.

Chánh kiến thâu nhiếp ít phần đối với bốn căn. Giống như Chánh kiến, chánh cần, chánh niệm, chánh định, cũng là như vậy. Các đạo chi còn lại không thâu nhiếp các căn.

Pháp trí thâu nhiếp ít phần đối với bốn căn. Giống như Pháp trí,

Loại trí, Khổ trí, Tập trí, Diệt trí, Đạo trí, cũng là như vậy. Tha tâm trí thâu nhiếp ít phần đối với ba căn. Thế tục trí thâu nhiếp ít phần đối với một căn. Không thâu nhiếp ít phần đối với bốn căn. Giống như Không, Vô nguyện, Vô tướng, cũng là như vậy.

Hỏi: Ý căn tương ưng với bao nhiêu căn, cho đến cụ tri căn tương ưng với bao nhiêu căn?

Đáp: Ý căn tương ưng với mười căn, tương ưng ít phần với ba căn; lạc, hỷ căn, xả căn, tương ưng ít phần với chín căn; khổ căn, ưu căn tương ưng ít phần với sáu căn; tín căn tương ưng với bốn căn, tương ưng ít phần với chín căn. Giống như tín căn, các căn: Tấn, niệm, định, tuệ, cũng là như vậy.

Hỏi: Vị tri đương tri căn, cùng với vị tri đương tri căn, tương ưng ít phần với chín căn. Giống như vị tri đương tri căn, dĩ tri căn, cụ tri căn, cũng là như vậy.

Tín lực cho đến tuệ lực; Niệm giác chi cho đến xả giác chi; Chánh kiến cho đến chánh định; Pháp trí cho đến đạo trí; Không, Vô nguyện, Vô tướng, có bao nhiêu căn tương ưng?

Đáp: Tín lực có tương ưng với bốn căn, tương ưng ít phần với chín căn. Giống như Tín lực, bốn tín lực còn lại cũng là như vậy.

Niệm giác chi, tương ưng ít phần với mười một căn. Giống như niệm giác chi, các giác tri, như: Trạch pháp, tinh tấn, định, cũng là như vậy. Hỷ giác chi tương ưng với ít phần với chín căn; các giác chi: Khinh an, xả, tương ưng với ba căn, tương ưng ít phần với chín căn.

Chánh kiến tương ưng ít phần với mười một căn. Giống như chánh kiến, các đạo chi như: Chánh tư duy, chánh cần, chánh định, cũng là như vậy. Các đạo chi khác, không có tương ưng với các căn.

Pháp trí tương ưng ít phần với mười một căn. Giống như Pháp trí, Loại trí, Khổ trí, Tập trí, Diệt trí, Đạo trí, cũng là như vậy.

Tha tâm trí tương ưng ít phần với mười căn. Thế tục trí tương ưng với hai căn, tương ưng ít phần với tám căn. Không, Vô nguyện, Vô tướng, tương ưng ít phần với mười một căn.

Khi ở Dục giới chết sinh ra ở Dục giới có bao nhiêu căn diệt?

Đáp: Hoặc là bốn căn; hoặc là chín căn; hoặc là tám căn; hoặc mười ba căn; hoặc chín căn; hoặc mười bốn căn; hoặc mười căn; hoặc mười lăm căn.

Đối với kẻ mạng sắp sửa kết thúc, tâm vô ký có bốn căn, tâm thiện có chín căn.

Đối với kẻ chết liền, nếu là vô hình, tâm vô ký có tám căn, tâm thiện có mười ba căn.

Nếu đối với kẻ một hình, tâm vô ký có chín căn, tâm thiện có mười bốn căn.

Nếu đối với kẻ hai hình, tâm vô ký có mười căn, tâm thiện có mười lăm căn.

Hỏi: Các tâm, tâm sở tịch diệt hệ thuộc giới nào?

Đáp: Hệ thuộc Dục giới.

Hỏi: Có bao nhiêu căn hiện tiền?

Đáp: Hoặc là tám căn; hoặc là chín căn; hoặc là mười căn.

Kẻ vô hình, có tám căn; kẻ một hình có chín căn; kẻ hai hình có mười căn.

Hỏi: Các tâm, tâm sở hiện tiền thuộc hệ nào?

Đáp: Hệ thuộc Dục giới.

Hỏi: Khi chết ở Dục giới sinh ra ở Sắc giới, có bao nhiêu căn diệt?

Đáp: Hoặc là bốn căn, hoặc là chín căn; hoặc là chín căn, hoặc là mười bốn căn.

Đối với kẻ mạng kết thúc từ từ, tâm vô ký có bốn căn, thiện tâm có chín căn.

Đối với kẻ mạng kết thúc nhanh chóng, tâm vô ký có chín căn, tâm thiện có mười bốn căn.

Hỏi: Các tâm, tâm sở diệt hệ thuộc giới nào?

Đáp: Hệ thuộc Dục giới.

Hỏi: Có bao nhiêu căn hiện tiền?

Đáp: Có tám căn hiện tiền.

Hỏi: Các tâm, tâm sở hiện tiền thuộc hệ nào?

Đáp: Hệ thuộc Sắc giới.

Hỏi: Khi ở Dục giới chết sinh ở Vô sắc giới, có bao nhiêu căn diệt?

Đáp: Hoặc có bốn căn, hoặc có chín căn; hoặc có chín căn, hoặc có mười bốn căn. Giống như trước đã nói.

Hỏi: Các tâm, tâm sở diệt hệ thuộc giới nào?

Đáp: Hệ thuộc Dục giới.

Hỏi: Có bao nhiêu căn hiện tiền?

Đáp: Có ba căn.

Hỏi: Các tâm, tâm sở hiện tiền thuộc hệ nào?

Đáp: Hệ thuộc Vô sắc giới.

Hỏi: Khi ở Sắc giới chết sinh ở Sắc giới, có bao nhiêu căn diệt?

Đáp: Hoặc có tám căn, hoặc có mười ba căn. Tâm vô ký có tám căn. Tâm thiện có mười ba căn.

Hỏi: Các tâm, tâm sở diệt hệ thuộc giới nào?

Đáp: Hệ thuộc Sắc giới.

Hỏi: Có bao nhiêu căn hiện tiền?

Đáp: Có tám căn.

Hỏi: Các tâm, tâm sở hiện tiền thuộc hệ nào?

Đáp: Hệ thuộc Sắc giới.

Hỏi: Khi ở Sắc giới chết sinh ra Dục giới, có bao nhiêu căn diệt?

Đáp: Hoặc có tám căn, hoặc có mười ba căn. Giống như trước đã nói.

Hỏi: Các tâm, tâm sở diệt hệ thuộc giới nào?

Đáp: Hệ thuộc Sắc giới.

Hỏi: Có bao nhiêu căn hiện tiền?

Đáp: Hoặc có tám căn, hoặc có chín căn, hoặc có mười căn. Giống như trước đã nói.

Hỏi: Các tâm, tâm sở hiện tiền thuộc hệ nào?

Đáp: Hệ thuộc Dục giới.

Hỏi: Khi ở Sắc giới chết sinh ra ở Vô sắc giới, có bao nhiêu căn diệt?

Đáp: Hoặc có tám căn, hoặc có mười ba căn. Giống như trước đã nói.

Hỏi: Các tâm, tâm sở diệt hệ thuộc giới nào?

Đáp: Hệ thuộc Sắc giới.

Hỏi: Có bao nhiêu căn hiện tiền?

Đáp: Có ba căn.

Hỏi: Các tâm, tâm sở hiện tiền thuộc hệ nào?

Đáp: Hệ thuộc Vô sắc giới.

Hỏi: Khi ở Vô sắc giới chết sinh ra ở Vô sắc giới có bao nhiêu căn diệt?

Đáp: Hoặc có ba căn, hoặc có tám căn. Tâm vô ký, có ba căn. Tâm thiện có tám căn.

Hỏi: Các tâm, tâm sở diệt hệ thuộc giới nào?

Đáp: Hệ thuộc Vô sắc giới.

Hỏi: Có bao nhiêu căn hiện tiền?

Đáp: Có ba căn.

Hỏi: Các tâm, tâm sở hiện tiền thuộc hệ nào?

Đáp: Hệ thuộc Vô sắc giới.

Hỏi: Khi ở Vô sắc giới chết sinh ra ở Dục giới, có bao nhiêu căn diệt?

Đáp: Hoặc có ba căn, hoặc có tám căn. Giống như trước đã nói.

Hỏi: Các tâm, tâm sở diệt hệ thuộc giới nào?

Đáp: Hệ thuộc Vô sắc giới.

Hỏi: Có bao nhiêu căn hiện tiền?

Đáp: Hoặc có tám, hoặc có chín, hoặc có mười. Giống như trước đã nói.

Hỏi: Các tâm, tâm sở hiện tiền thuộc hệ nào?

Đáp: Hệ thuộc Dục giới.

Hỏi: Khi ở Vô sắc giới chết sinh ra ở Sắc giới, có bao nhiêu căn diệt?

Đáp: Hoặc có ba căn, hoặc có tám căn. Giống như trước đã nói.

Hỏi: Các tâm, tâm sở diệt hệ thuộc giới nào?

Đáp: Hệ thuộc Vô sắc giới.

Hỏi: Có bao nhiêu căn hiện tiền?

Đáp: Có tám căn.

Hỏi: Các tâm, tâm sở hiện tiền thuộc hệ nào?

Đáp: Hệ thuộc Vô sắc giới.

Hỏi: Khi A-la-hán nhập Niết-bàn, có bao nhiêu căn sau cùng diệt?

Đáp: Hoặc có bốn căn, hoặc có chín căn; hoặc có tám căn, hoặc có mười ba căn.

Những Thánh giả tạm nhập Niết-bàn ở Dục giới, có bốn căn. Những Thánh giả nhập Niết-bàn một cách nhanh chóng, có chín căn, nơi Sắc giới có tám căn, nơi Vô sắc giới có ba căn.

PHẨM NĂM: LUẬN VỀ NHẤT TÂM

Tương ưng duyên, không ly
Không tu, tu được căn
Xả được vị tri căn
Năm môn, biện hai trí
Đầu, Tận, vô sinh trí
Sở duyên, Tận, vô sinh
Bảy chánh hỗ tương ưng
Chương này nguyện nói đủ.

Hỏi: Các pháp cùng với tâm đồng nhất khởi, đồng nhất trú, đồng nhất diệt, các pháp ấy tương ưng cùng với tâm chăng?

Đáp: Nếu các pháp tương ưng cùng với tâm, các pháp ấy, cùng đồng nhất khởi, đồng nhất trú, đồng nhất diệt với tâm.

Trường hợp có các pháp cùng đồng nhất khởi, đồng nhất trú, đồng nhất diệt mà các pháp ấy không tương ưng với tâm. Nghĩa là tùy tâm chuyển biến sắc, tâm bất tương ưng hành.

Hỏi: Các pháp cùng đồng nhất khởi, đồng nhất trú, đồng nhất diệt với tâm, các pháp ấy cùng với một sở duyên với tâm chăng?

Đáp: Nếu các pháp cùng một sở duyên với tâm, các pháp ấy cùng đồng nhất khởi, đồng nhất trú, đồng nhất diệt với tâm.

Trường hợp có các pháp đồng nhất khởi, đồng nhất trú, đồng nhất diệt với tâm, các pháp ấy không phải cùng một sở duyên với tâm. Nghĩa là tùy tâm chuyển biến sắc, tâm bất thương ưng hành.

Hỏi: Các pháp cùng với tâm đều khởi lên không rời tâm, các pháp ấy đều cùng trú, cùng diệt với tâm mà không rời tâm chăng?

Đáp: Các hữu tình ở Dục giới, Sắc giới, không an trú ở Vô tưởng,

Diệt tận định, thì đại chủng của các căn, đều cùng khởi lên với tâm, không rời tâm, đều cùng trú, cùng diệt với tâm, không rời tâm. Nếu những vị an trú Vô tưởng, Diệt tận định, vị ấy liền rời khỏi tâm.

Hỏi: Như nói không tu nhãn căn cho đến thân căn. Vậy, thế nào là không tu nhãn căn cho đến thân căn?

Đáp: Nếu ở nhãn căn chưa ly tham, chưa xả ly mọi vui nhuận đối với khát ái của Dục giới.

Lại nữa, đối với vô gián đạo, có thể tận diệt tham ái đối với sắc, ngay khi ấy đối với vô gián đạo này, chưa có tu tập, chưa có an trú. Giống như không tu tập nhãn căn, không tu tập các căn, như: Tỷ, thiệt, thân, cũng là như vậy.

Hỏi: Như nói không tu tập ý căn. Vậy, thế nào là không tu tập ý căn?

Đáp: Nếu ở nơi ý căn, chưa xả ly tham, chưa xả ly mọi vui nhuận đối với khát ái của Dục giới.

Lại nữa, đối với vô gián đạo, có thể tận diệt tham ái đối với Vô sắc giới, ngay khi ấy đối với vô gián đạo này, chưa có tu tập, chưa có an trú.

Hỏi: Như nói tu nhãn căn cho đến thân căn. Vậy, thế nào là tu nhãn căn cho đến thân căn?

Đáp: Nếu nơi nhãn căn đã xả ly tham ái, đã xả ly mọi vui nhuận đối với khát ái của Dục giới.

Lại nữa, đối với vô gián đạo, có thể tận diệt tham ái đối với Sắc giới, ngay khi ấy đối với vô gián đạo này, đã có tu tập, đã có an trú. Giống như tu tập nhãn căn, tu tập các căn, như: Nhĩ, tỷ, thiệt, thân, cũng là như vậy.

Hỏi: Như nói tu tập ý căn. Vậy, thế nào là tu tập ý căn?

Đáp: Nếu ở nơi ý căn đã xả ly tham, đã xả ly mọi vui nhuận đối với khát ái của Dục giới.

Lại nữa, đối với vô gián đạo, có thể tận diệt tham ái đối với Vô sắc giới, ngay khi ấy đối với vô gián đạo này, đã có tu tập, đã có an trú.

Hỏi: Các vị không thành tựu căn của hữu học, khi đạt được căn của bậc hữu học, tất cả những vị ấy, đều chứng nhập Chánh tính ly sinh chăng?

Đáp: Nếu những vị chứng nhập Chánh tính ly sinh, tất cả những vị ấy không thành tựu căn của bậc hữu học mà vẫn đạt được căn của bậc hữu học.

Trường hợp có không thành tựu căn của bậc hữu học mà vẫn đạt được căn của bậc hữu học, mà những vị ấy không chứng nhập Chánh tánh ly sinh. Nghĩa là khi vị ấy suy thoái quả A-la-hán.

Hỏi: Không thành tựu các căn của bậc hữu học, mà đạt được căn hữu học, ngay lúc ấy tất cả Thế đệ nhất pháp là đẳng vô gián chăng?

Đáp: Nếu Thế đệ nhất pháp là đẳng vô gián, thì ngay lúc ấy, tất cả không thành tựu các căn của hữu học mà vẫn đạt được căn của bậc hữu học.

Có trường hợp không thành tựu các căn hữu học, mà vẫn đạt được căn hữu học, ngay lúc ấy không phải Thế đệ nhất pháp là Đẳng vô gián duyên. Nghĩa là lúc quả A-la-hán suy thoái.

Hỏi: Bỏ các căn vô lậu, mà đạt được các căn vô lậu, khi ấy tất cả từ quả đến quả chăng?

Đáp: Nếu từ quả đến quả, ngay khi ấy, tất cả bỏ căn vô lậu mà đạt được căn vô lậu.

Có trường hợp bỏ căn vô lậu, đạt được căn vô lậu, khi ấy không phải là từ quả đến quả. Nghĩa là khi ngắn mé hiện quán của Đạo loại trí hiện khởi. Nếu khi A-la-hán giải thoát là khi các căn đã luyện tập tạo thành bất động.

Hỏi: Xả các căn vô lậu mà đạt được căn vô lậu, ngay lúc ấy tất cả các căn vô lậu diệt, các căn vô lậu khởi sinh chăng?

Đáp: Nên nêu lên bốn trường hợp để giải thích:

1- Trường hợp có xả bỏ các căn vô lậu, đạt được căn vô lậu, ngay khi ấy không có căn vô lậu diệt, không có căn vô lậu khởi. Nghĩa là lúc các quả A-la-hán, Bất hoàn, Nhất lai suy thoái và khi sử dụng Thế tục đạo đạt được các quả Nhất lai, Bất hoàn.

2- Trường hợp có căn vô lậu diệt, căn vô lậu khởi, ngay lúc ấy không xả bỏ căn vô lậu mà đạt được căn vô lậu: Nghĩa là đã đạt được căn vô lậu, diệt, khởi hiện tiền.

3- Trường hợp có xả bỏ căn vô lậu, đạt được căn vô lậu, ngay khi ấy cũng là căn vô lậu diệt, căn vô lậu khởi: Nghĩa là khi ngằn mé hiện quán Đạo loại trí khởi hiện và do sử dụng vô gián đạo và khi đạt được các quả Nhất lai, Bất hoàn, A-la-hán; khi giải thoát A-la-hán luyện căn lúc tạo thành bất động.

4- Có trường hợp không phải là xả bỏ căn vô lậu mà đạt được căn vô lậu, ngay khi ấy cũng không phải là căn vô lậu diệt, không phải căn vô lậu khởi. Nghĩa là ngoại trừ các hành tướng ở trước.

Hỏi: Các vị tri đương tri căn, tất cả căn ấy đối với Tứ Thánh đế chưa hiện quán, có thể hiện quán chăng?

Đáp: Nêu nêu lên bốn trường hợp để giải thích:

1- Trường hợp có vị tri đương tri căn, căn ấy không phải là chưa hiện quán ở nơi Tứ Thánh đế hiện quán: Nghĩa là vị tri đương tri căn ở quá khứ hoặc vị lai.

2- Trường hợp có khả năng hiện quán chưa ở nơi hiện quán Tứ Thánh đế, ấy không phải là vị tri đương tri căn: Nghĩa là các pháp không phải là căn có thể hiện quán mà chưa ở nơi Tứ Thánh đế hiện quán.

3- Trường hợp có vị tri đương tri căn, ấy cũng là có thể hiện quán nơi chưa hiện quán Tứ Thánh đế: Nghĩa là vị tri đương tri căn, có thể hiện quán ở nơi chưa hiện quán Tứ Thánh đế.

4- Trường hợp không có vị tri đương tri căn, ấy cũng không có thể hiện quán ở nơi chưa hiện quán Tứ Thánh đế. Nghĩa là ngoại trừ các hành tướng ở trước.

Hỏi: Tận trí, nên bảo là Tận trí cho đến Đạo trí chăng? Nên bảo là có tầm, có tứ, cho đến vô tầm, vô tứ chăng? Nên bảo là lạc căn cho đến xả căn tương ưng chăng? Nên nói là Không cho đến vô nguyện, vô tướng chăng? Nên nói là duyên hệ thuộc Dục giới cho đến duyên không hệ thuộc chăng? Như Tận trí, vô sinh trí, vô học, chánh kiến cũng là như vậy chăng?

Đáp: Tận trí, nên nói là Tận trí. Hoặc Pháp trí, Loại trí; hoặc Khổ trí, Tập trí, Diệt trí, Đạo trí; hoặc có tầm, có tứ; hoặc không tầm, chỉ có tứ; hoặc không có tầm, không có tứ; hoặc tương ưng với lạc căn; hoặc tương ưng với hỷ căn, xả căn; hoặc tương ưng với nguyện; hoặc tương ưng với vô tướng; hoặc duyên hệ thuộc Dục giới; hoặc duyên hệ thuộc Sắc giới, Vô sắc giới; duyên bất hệ. Như Tận trí, Vô sinh trí cũng là như vậy.

Vô học, chánh kiến, nên nói là Vô học-chánh kiến; Pháp trí, Loại trí, Tha tâm trí; hoặc Khổ trí, Tập trí, Diệt trí, Đạo trí; hoặc có tầm, có tứ; hoặc vô tầm, chỉ có tứ; hoặc không có tầm, không có tứ; hoặc tương ưng với lạc căn; hoặc tương ưng với hỷ-xả căn; hoặc tương ưng với Không; hoặc tương ưng với Vô nguyện, Vô tướng; hoặc duyên hệ thuộc Dục giới; hoặc duyên hệ thuộc Sắc giới, Vô sắc giới; hoặc duyên bất hệ.

Hỏi: Các Tận trí đầu tiên, ấy là tất cả vô gián đạo, đẳng vô gián chăng?

Đáp: Đúng là như vậy.

Hỏi: Giả sử vô gián đạo, đẳng vô gián, ấy là tất cả Tận trí chăng?

Đáp: Đúng là như vậy.

Hỏi: Giả sử Tận trí, đẳng vô gián, ấy là tất cả Vô sinh trí chăng?

Đáp: Hoặc là Tận trí, hoặc Vô sinh trí, hoặc Vô học-chánh kiến.

Hỏi: Các duyên khởi vô gián đạo ấy, chính là duyên của Tận trí ấy khởi hiện đầu tiên chăng?

Đáp: Nếu duyên khởi sinh vô gián đạo, chính là duyên khởi hiện Tận trí ấy đầu tiên. Nếu duyên sinh khởi vô gián đạo không khởi hiện, chính không phải là duyên của Tận trí ấy đầu tiên khởi hiện.

Hỏi: Các duyện của Tận trí ấy đầu tiên khởi, chính là duyên của Vô sinh trí ấy khởi hiện chăng?

Đáp: Đúng là như vậy.

Hỏi: Giả sử duyên của Vô sinh trí ấy khởi hiện, chính là duyên của Tận trí ấy khởi hiện chăng?

Đáp: Đúng là như vậy.

Hỏi: Các pháp tương ưng với Vô học-chánh kiến, các pháp ấy tương ưng với Vô học-chánh tư duy chăng?

Đáp: Nên nêu lên bốn trường hợp để giải thích:

1- Trường hợp có pháp tương ưng với Vô học-chánh kiến không phải là Vô học-chánh tư duy: Nghĩa là Vô học-chánh kiến tương ưng với Vô học-chánh tư duy và Vô học-chánh tư duy không tương ưng với pháp Vô học-chánh kiến.

2- Trường hợp có pháp tương ưng với Vô học-chánh tư duy, không phải là Vô học-chánh kiến: Nghĩa là Vô học-chánh tư duy tương ưng với chánh kiến và Vô học-chánh kiến không tương ưng với pháp tương ưng với Vô học-chánh tư duy.

3- Trường hợp có pháp Vô học-chánh kiến tương ưng với chánh tư duy: Nghĩa là ngoại trừ Vô học-chánh kiến tương ưng với chánh tư duy và ngoại trừ Vô học-chánh tư duy tương ưng với chánh kiến. Các pháp Vô học-chánh kiến còn lại tương ưng với chánh tư duy.

4- Trường hợp có pháp không phải là Vô học-chánh kiến tương ưng với chánh tư duy: Nghĩa là Vô học-chánh kiến không tương với chánh tư duy; Vô học-chánh tư duy không tương ưng với chánh kiến và trước kia không thâu nhiếp các pháp thuộc tâm, tâm sở, cùng với tâm bất tương ưng hành của vô vi Sắc giới.

Hỏi: Các pháp tương ưng với Vô học-chánh kiến, pháp ấy là tương ưng với Vô học-chánh cần chăng?

Đáp: Nên nêu lên bốn trường hợp để giải thích:

1- Trường hợp có pháp tương ưng với Vô học-chánh kiến không phải là Vô học-chánh cần: Nghĩa là Vô học-chánh kiến với chánh cần tương ưng.

2- Trường hợp có pháp Vô học-chánh cần, không phải là pháp Vô học-chánh kiến: Nghĩa là Vô học-chánh kiến và Vô học-chánh kiến không tương ưng với pháp Vô học-chánh cần tương ưng.

3- Trường hợp có pháp Vô học-chánh kiến tương ưng với chánh cần: Nghĩa là ngoại trừ Vô học-chánh kiến tương ưng với chánh cần, các pháp còn lại tương ưng với Vô học-chánh kiến.

4- Trường hợp có pháp không phải Vô học-chánh kiến tương ưng với chánh cần: Nghĩa là Vô học-chánh kiến với chánh cần không tương ưng và không thâu nhiếp các pháp thuộc tâm, tâm sở trước đó và tâm bất tương ưng hành của vô vi Sắc giới. Giống như với chánh cần, đối với chánh niệm, chánh định, chánh giải thoát, cũng là như vậy.

Hỏi: Các pháp tương ưng với Vô học-chánh kiến, các pháp ấy không phải là tương ưng với Vô học-chánh trí; các pháp tương ưng với Vô học-chánh trí, các pháp ấy không tương ưng với Vô học-chánh kiến; các pháp tương ưng với Vô học-chánh tư duy, các pháp ấy không tương ưng với Vô học-chánh cần chăng?

Đáp: Nên nêu lên bốn trường hợp để giải thích:

1- Trường hợp có pháp tương ưng với Vô học-chánh tư duy, không phải là Vô học-chánh cần: Nghĩa là Vô học-chánh tư duy với chánh cần tương ưng.

2- Trường hợp có tương ưng với Vô học-chánh cần, không phải là Vô học-chánh tư duy: Nghĩa là Vô học-chánh cần với chánh tư duy tương ưng và Vô học-chánh tư duy không tương ưng với pháp tương ưng với Vô học-chánh cần.

3- Trường hợp có pháp Vô học-chánh tư duy tương ưng với chánh cần: Nghĩa là ngoại trừ Vô học-chánh tư duy tương ưng với chánh cần, với các pháp khác tương ưng với Vô học-chánh tư duy.

4- Trường hợp có pháp không phải tương ưng với Vô học-chánh tư duy-chánh cần: Nghĩa là Vô học-chánh tư duy không tương ưng với chánh cần và không thâu nhiếp các pháp tâm, tâm sở trước đó, cùng với tâm bất tương ưng hành của vô vi Sắc giới. Giống như đối với chánh cần, chánh niệm, chánh định, chánh giải thoát, cũng là như vậy.

Hỏi: Các pháp tương ưng với Vô học-chánh tư duy, các pháp ấy tương ưng với Vô học-chánh trí chăng?

Đáp: Nên nêu lên bốn trường hợp để giải thích:

1- Trường hợp có pháp tương ưng với Vô học-chánh tư duy không tương ưng với Vô học-chánh trí: Nghĩa là Vô học-chánh tư duy tương ưng với chánh trí và Vô học-chánh trí không tương ưng với pháp tương ưng của Vô học-chánh tư duy.

2- Trường hợp có pháp tương ưng với Vô học-chánh trí, không phải là Vô học-chánh tư duy: Nghĩa là tương ưng với Vô học-chánh trí-chánh tư duy và Vô học-chánh tư duy không tương ưng với pháp tương ưng của Vô học-chánh trí.

3- Trường hợp có pháp Vô học-chánh tư duy tương ưng với chánh trí: Nghĩa là ngoại trừ Vô học-chánh tư duy tương ưng với chánh trí và ngoại trừ vô học chánh trí tương ưng với chánh tư duy và các pháp Vô học-chánh tư duy khác tương ưng với chánh trí.

4- Trường hợp có pháp không phải là Vô học-chánh tư duy tương ưng với chánh trí: Nghĩa là Vô học-chánh tư duy không tương ưng với Vô học-chánh trí. Vô học-chánh trí không tương ưng với Vô học-chánh tư duy và không thâu nhiếp các pháp thuộc tâm, tâm sở về trước, cùng với tâm bất tương hành thuộc vô vi Sắc giới.

Hỏi: Các pháp tương ưng với Vô học-chánh cần, các pháp ấy có tương ưng với Vô học-chánh niệm không?

Đáp: Nên nêu lên bốn trường hợp để giải thích:

1- Trường hợp có pháp tương ưng với Vô học-chánh cần, không phải là chánh niệm: Nghĩa là Vô học-chánh niệm.

2- Trường hợp có pháp tương ưng với Vô học-chánh niệm, không phải là Vô học-chánh cần: Nghĩa là Vô học-chánh cần.

3- Trường hợp có pháp tương ưng với Vô học-chánh cần-chánh niệm: Nghĩa là ngoại trừ Vô học-chánh cần-chánh niệm. Các pháp khác tương ưng với Vô học-chánh cần-chánh niệm.

4- Trường hợp có pháp không phải là tương ưng với Vô học-chánh cần-chánh niệm: Nghĩa là các pháp thuộc tâm sở không thâu nhiếp ở trước đó và tâm bất tương ưng với vô vi Sắc giới. Giống như với chánh niệm, đối với chánh định, chánh giải thoát, cũng là như vậy.

Hỏi: Các pháp tương ưng với Vô học-chánh cần, các pháp ấy tương ưng với Vô học-chánh trí chăng?

Đáp: Nên nêu lên bốn trường hợp để giải thích:

1- Trường hợp có pháp tương ưng với Vô học-chánh cần không phải là Vô học-chánh trí: Nghĩa là Vô học-chánh trí và Vô học-chánh trí không tương ưng với pháp tương ưng của Vô học-chánh cần.

2- Trường hợp có pháp tương ưng với Vô học-chánh trí không phải là Vô học-chánh cần: Nghĩa là Vô học-chánh trí tương ưng với chánh cần.

3- Trường hợp có pháp tương ưng với Vô học-chánh trí-chánh cần: Nghĩa là ngoại trừ Vô học-chánh trí tương ưng với chánh cần, các pháp còn lại tương ưng với Vô học-chánh trí.

4- Trường hợp có pháp không phải là tương ưng với Vô học-chánh cần-chánh trí: Nghĩa là Vô học-chánh trí không tương ưng với chánh cần và không có thâu nhiếp các pháp thuộc tâm, tâm sở ở trước đó, cùng với tâm bất tương hành của vô vi Sắc giới. Giống như chánh cần, chánh niệm, chánh định, cũng là như vậy.

Hỏi: Các pháp tương ưng với Vô học-chánh giải thoát, các pháp ấy có tương ưng với Vô học-chánh trí chăng?

Đáp: Nên nêu lên bốn trường hợp để giải thích:

1- Trường hợp có pháp tương ưng với Vô học-chánh giải thoát không tương ưng với Vô học-chánh trí: Nghĩa là Vô học chánh trí và Vô học-chánh trí không tương ưng với pháp tương ưng của Vô học-chánh giải thoát.

2- Trường hợp có pháp tương ưng với Vô học-chánh trí, không phải là pháp vô học-chánh giải thoát: Nghĩa là Vô học-chánh trí tương ưng với chánh giải thoát.

3- Trường hợp có pháp tương ưng với Vô học-chánh giải thoát-chánh trí: Nghĩa là ngoại trừ Vô học-chánh trí tương ưng với chánh giải thoát. Các pháp khác tương ưng với tương ưng của Vô học-chánh trí.

4- Trường hợp có pháp không tương ưng với Vô học-chánh giải thoát-chánh trí: Nghĩa là Vô học-chánh trí không tương ưng với chánh giải thoát và các pháp thuộc tâm, tâm sở ở trước đó, cùng tâm bất tương ưng hành của vô vi Sắc giới.

Quyển mười sáu
Chương sáu: Căn Uẩn

PHẨM SÁU: LUẬN VỀ NGƯ

Gồm ba đời[27] thành tựu
Không thành tựu cũng vậy;
Nhân[28] căn[29], thiện, bất thiện
Chương này, nguyện nói đủ.

Hỏi: Nếu thành tựu nhãn căn, căn ấy đối với hai mươi hai căn, có bao nhiêu căn thành tựu? Có bao nhiêu căn không thành tựu? Cho đến cụ tri căn, câu hỏi cũng là như vậy?

Đáp: Nếu thành tựu nhãn căn, ấy là quyết định thành tựu năm căn, các căn còn lại thì không nhất định, như: nhĩ, tỷ, thiệt, cũng là như vậy.

Nếu thành tựu thân căn, ấy là quyết định thành tựu bốn căn. Các căn còn lại thì không nhất định.

Nếu thành tựu nữ căn, ấy là quyết định thành tựu tám căn. Các căn còn lại là bất định. Nam căn cũng là như vậy.

Nếu thành tựu mạng căn, ấy là quyết định thành tựu ba căn. Các căn còn lại là bất định. Ý căn và xả căn cũng là như vậy.

---

[27] Ba đời: Gồm, quá khứ, hiện tại, vị lai.

[28] Nhân: Gồm, các nhân, các duyên hữu lậu do liên hệ đến các trí và các căn trong ba đời mà thành tựu hay không thành tựu đối với các thiện pháp, bất thiện pháp.

[29] Căn: Gồm, hai mươi hai căn.

Nếu thành tựu lạc căn, ấy là quyết định thành tựu bốn căn. Các căn còn lại thì không nhất định.

Nếu thành tựu khổ căn, ấy là quyết định thành tựu bảy căn. Các căn còn lại thì không nhất định.

Nếu thành tựu hỷ căn, ấy là quyết định thành tựu năm căn. Các căn còn lại thì không nhất định.

Nếu thành tựu ưu căn, ấy là quyết định thành tựu tám căn. Quyết định không thành tựu một căn. Các căn còn lại thì không nhất định.

Nếu thành tựu tín căn, ấy là quyết định thành tựu tám căn. Các căn còn lại thì không nhất định. Các căn: tấn, niệm, định, tuệ, cũng là như vậy.

Nếu thành tựu vị tri đương tri căn, ấy là quyết định thành tựu mười ba căn. Quyết định không thành tựu hai căn. Các căn còn lại thì không nhất định.

Nếu thành tựu dĩ tri căn, ấy là quyết định thành tựu mười một căn. Quyết định không thành tựu hai căn. Các căn còn lại thì không nhất định.

Nếu thành tựu cụ tri căn, ấy là quyết định thành tựu mười một căn. Quyết định không thành tựu ba căn. Các căn còn lại thì không nhất định.

Hỏi: Nếu thành tựu nhãn căn, căn ấy đối với hai mươi hai căn ở ba đời, có bao nhiêu căn thành tựu, có bao nhiêu căn không thành tựu, cho đến cụ tri căn, câu hỏi cũng là như vậy?

Đáp: Nếu thành tựu nhãn căn, căn ấy quyết định không thành tựu, quá khứ, vị lai, hiện tại, có tám căn; quyết định thành tựu quá khứ, vị lai có hai căn, hiện tại có ba căn. Các căn còn lại không quyết định. Nhĩ căn, tỷ căn, thiệt căn, cũng là như vậy.

Nếu thành tựu thân căn, căn ấy quyết định không thành tựu, quá khứ, vị lai có tám căn; quyết định thành tựu quá khứ, vị lai có hai căn, hiện tại có ba căn. Các căn còn lại không quyết định.

Nếu thành tựu nữ căn, căn ấy quyết định không thành tựu, quá khứ, vị lai có tám căn; quyết định thành tựu quá khứ, vị lai có năm căn, hiện tại có ba căn. Các căn còn lại không quyết định. Nam căn, cũng là như vậy.

Nếu thành tựu mạng căn, căn ấy quyết định không thành tựu, quá khứ, vị lai có tám căn; quyết định thành tựu quá khứ, vị lai có hai căn, hiện tại có một căn. Các căn còn lại không quyết định. Ý căn, xả căn, cũng là như vậy.

Nếu thành tựu lạc căn, căn ấy quyết định không thành tựu, quá khứ, vị lai có tám căn; quyết định thành tựu quá khứ, vị lai có hai căn, vị lai có một căn, hiện tại có một căn. Các căn còn lại không quyết định.

Nếu thành tựu khổ căn, căn ấy quyết định không thành tựu, quá khứ, vị lai có tám căn; quyết định thành tựu quá khứ, vị lai có năm căn, hiện tại có hai căn. Các căn còn lại không quyết định.

Nếu thành tựu hỷ căn, căn ấy quyết định không thành tựu, quá khứ, vị lai có tám căn; quyết định thành tựu quá khứ, vị lai có hai căn, vị lai có hai căn, hiện tại có một căn. Các căn còn lại không quyết định.

Nếu thành tựu ưu căn, căn ấy quyết định không thành tựu, quá khứ, vị lai có tám căn; ba đời có một căn, quyết định thành tựu quá khứ, vị lai có bốn căn, ba đời có hai, hiện tại có hai căn. Các căn còn lại không quyết định.

Nếu thành tựu tín căn, căn ấy quyết định không thành tựu, quá khứ, vị lai có tám căn; ba đời có một căn, quyết định thành tựu quá khứ, vị lai có bảy căn, hiện tại có một căn. Các căn: Tấn, niệm, định, tuệ, cũng là như vậy.

Nếu thành tựu vị tri đương tri căn, căn ấy quyết định không thành tựu, quá khứ, vị lai có tám căn; ba đời có hai căn, hiện tại có hai, quyết định thành tựu ba đời có bảy, quá khứ, vị lai có ba căn, vị lai, hiện tại có một căn, hiện tại có hai. Các căn còn lại không quyết định.

Nếu thành tựu dĩ tri đương tri căn, căn ấy quyết định không thành tựu, quá khứ, vị lai có tám căn; ba đời có hai căn, quyết định thành tựu quá khứ, vị lai có bảy căn, vị lai có ba căn, hiện tại có một. Các căn còn lại không quyết định.

Nếu thành tựu cụ tri căn, căn ấy quyết định không thành tựu, quá khứ, vị lai có tám căn; ba đời có ba căn, quyết định thành tựu quá khứ, vị lai có bảy căn, vị lai có ba căn, hiện tại có một. Các căn còn lại không quyết định.

Hỏi: Nếu không thành tựu nhãn căn, căn ấy ở nơi hai mươi hai căn, có bao nhiêu căn không thành tựu, có bao nhiêu căn thành tựu, cho đến cụ tri căn, câu hỏi cũng là như vậy?

Đáp: Nếu không thành tựu nhãn căn, căn ấy quyết định không thành tựu, có một căn; quyết định thành tựu, có ba căn. Các căn còn lại không quyết định. Các căn: Nhĩ, tỷ, thiệt, thân, nữ, nam, ba căn vô lậu, cũng là như vậy.

Nếu không thành tựu thân căn, căn ấy quyết định không thành tựu, có mười căn; quyết định thành tựu, có tám căn. Các căn còn lại không quyết định. Mạng căn, ý căn, xả căn không phải không có thành tựu.

Nếu không thành tựu lạc căn, căn ấy quyết định không thành tựu, có chín căn; quyết định thành tựu, có tám căn. Các căn còn lại không quyết định.

Nếu không thành tựu khổ căn, căn ấy quyết định không thành tựu, có năm căn; quyết định thành tựu, có tám căn. Các căn còn lại không quyết định.

Nếu không thành tựu hỷ căn, căn ấy quyết định không thành tựu, có tám căn; quyết định thành tựu, có tám căn. Các căn còn lại không quyết định.

Nếu không thành tựu ưu căn, căn ấy quyết định không thành tựu, có một căn; quyết định thành tựu, có tám căn. Các căn còn lại không quyết định.

Nếu không thành tựu tín căn, căn ấy quyết định không thành tựu, có tám căn; quyết định thành tựu, có tám căn. Các căn còn lại không quyết định. Các căn: tín, tấn, niệm, định, tuệ, cũng là như vậy.

Hỏi: Nếu không thành tựu nhãn căn, căn ấy đối với hai mươi hai căn ở ba đời, có bao nhiêu căn không thành tựu, có bao nhiêu căn thành tựu, cho đến cụ tri căn, câu hỏi cũng là như vậy?

Đáp: Nếu không thành tựu nhãn căn, căn ấy quyết định không thành tựu ba đời có một căn, quá khứ, vị lai có bảy căn; quyết định thành tựu quá khứ, vị lai có hai căn, hiện tại có một căn. Các căn còn lại không quyết định. Các căn: nhĩ, tỷ, thiệt, nữ, nam, cũng là như vậy.

Đáp: Nếu không thành tựu thân căn, căn ấy quyết định không thành tựu ba đời có mười căn, quá khứ, vị lai có một căn; quyết định thành tựu quá khứ, vị lai có năm căn, ba đời có hai căn, hiện tại có một căn. Các căn còn lại không quyết định. Các căn: Mạng, ý, xả không phải là không có thành tựu.

Nếu không thành tựu lạc căn, căn ấy quyết định không thành tựu ba đời có chín căn, quá khứ, vị lai có sáu căn; quyết định thành tựu quá khứ, vị lai có bảy căn, hiện tại có một căn. Các căn còn lại không quyết định.

Nếu không thành tựu khổ căn, căn ấy quyết định không thành tựu ba đời có năm căn, quá khứ, vị lai có sáu căn; quyết định thành tựu quá khứ, vị lai có bảy căn, hiện tại có một căn. Các căn còn lại không quyết định.

Nếu không thành tựu hỷ căn, căn ấy quyết định không thành tựu ba đời có tám căn, quá khứ, vị lai có sáu căn; quyết định thành tựu quá khứ, vị lai có bảy căn, hiện tại có một căn. Các căn còn lại không quyết định.

Nếu không thành tựu ưu căn, căn ấy quyết định không thành tựu ba đời có một căn, quá khứ, vị lai có tám căn; quyết định thành tựu quá khứ, vị lai có bảy căn, hiện tại có một căn. Các căn còn lại không quyết định.

Nếu không thành tựu tín căn, căn ấy quyết định không thành tựu ba đời có tám căn, quá khứ, vị lai có tám căn; quyết định thành tựu quá khứ, vị lai có bốn căn, ba đời có hai căn, hiện tại có hai căn. Các căn còn lại không quyết định. Các căn: tấn, niệm, định, tuệ, cũng là như vậy.

Nếu không thành tựu vị tri đương tri căn, căn ấy quyết định không thành tựu ba đời có một căn, quá khứ, vị lai có tám căn; quyết định thành tựu quá khứ, vị lai có hai căn, hiện tại có một căn. Các căn còn lại không quyết định. Dĩ tri căn, cụ tri căn, cũng là như vậy.

Hỏi: Các thiện căn, nhân của căn ấy là thiện căn chăng?

Giả sử nhân của căn là thiện căn, căn ấy là thiện chăng?

Đáp: Các căn thiện, nhân của các ấy là thiện.

Trường hợp có nhân của căn là thiện căn, căn ấy không phải là thiện. Nghĩa là do căn của thiện dẫn tới dị thục sinh khởi căn.

Hỏi: Các căn bất thiện, nhân của căn ấy là bất thiện chăng? Giả sử nhân của căn là căn bất thiện, căn ấy là bất thiện chăng?

Đáp: Các căn bất thiện, nhân của các căn ấy là căn bất thiện. Có trường hợp nhân của căn là căn bất thiện, căn ấy không phải bất thiện. Nghĩa là căn bất thiện dẫn tới dị thục sinh khởi căn và ở Dục giới có các căn tương ưng với hữu kiến, thân kiến, biên kiến, chấp kiến.

Hỏi: Các căn vô ký, nhân của các căn ấy là căn vô ký chăng? Giả sử nhân của căn là căn vô ký, căn ấy không phải là vô ký chăng?

Đáp: Nên nêu lên bốn trường hợp để giải thích:

1- Trường hợp có căn vô ký, căn ấy không phải căn của nhân vô ký: Nghĩa là căn không có duyên.

2- Trường hợp có nhân của căn là căn vô ký, căn ấy không phải là vô ký: Nghĩa là căn bất thiện.

3- Trương hợp có căn vô ký, căn ấy cũng là nhân của căn vô ký: Nghĩa là vô ký có duyên với căn.

4- Trường hợp có căn không phải là vô ký, căn ấy cũng không phải là nhân của căn vô ký: Nghĩa là thiện căn.

Vả lại, có căn không phải là nhân thiện căn, không phải là nhân bất thiện căn, không phải là nhân của căn vô ký, các căn ấy không phải là nhân chăng?

Đáp: Có. Nghĩa là căn không có duyên đối với nhân của sắc-tâm bất tương hành.

PHẨM BẢY: LUẬN VỀ NHÂN DUYÊN

Năm, ba, bốn, bốn, tám
Tám, tám, tám, bốn môn
Biện nhân căn sở duyên
Chương này, nguyện nói đủ.

Hỏi: Nhân của các căn quá khứ, ấy là duyên của căn quá khứ chăng?

Đáp: Nhân của các căn quá khứ, các căn ấy hoặc là duyên quá khứ, hoặc là duyên vị lai, hoặc là duyên hiện tại, hoặc là duyên vô vi, hoặc là không có sở duyên.

Có nhân của căn quá khứ, duyên là quá khứ: Nghĩa là căn quá khứ, duyên quá khứ và các căn vị lai, hiện tại, có nhân là quá khứ, có duyên là quá khứ.

Có nhân là quá khứ, duyên là vị lai: Nghĩa là căn là quá khứ, duyên là vị lai và căn là vị lai, hiện tại.

Có nhân là quá khứ, duyên là vị lai, nhân là quá khứ, duyên là hiện tại: Nghĩa là căn là quá khứ, duyên là hiện tại và căn vị lai, hiện tại.

Có nhân là quá khứ, duyên hiện tại, nhân là quá khứ, duyên là vô vi: Nghĩa là căn là quá khứ, duyên là vô vi và căn vị lai, hiện tại.

Có nhân là quá khứ, duyên là vô vi, nhân là quá khứ không có sở duyên: Nghĩa là căn là vô duyên, nhân là quá khứ.

Hỏi: Giả sử duyên của căn là quá khứ, nhân của căn ấy là quá khứ chăng?

Đáp: Duyên của các căn là quá khứ, các căn ấy, hoặc nhân là quá khứ, hoặc nhân là vị lai, hoặc nhân là hiện tại.

Duyên của các căn là quá khứ, nhân là quá khứ: Nghĩa là căn là quá khứ, duyên là quá khứ và căn là vị lai, hiện tại.

Có duyên là quá khứ, nhân là hiện tại: Nghĩa là căn hiện tại là duyên quá khứ và căn vị lai, có nhân hiện tại và duyên quá khứ.

Hỏi: Nhân của các căn là vị lai, duyên các căn ấy là vị lai chăng?

Đáp: Nhân của các căn là vị lai, các căn ấy hoặc là duyên vị lai, hoặc duyên là quá khứ, hoặc duyên là hiện tại, hoặc duyên là vô vi, hoặc không có sở duyên.

Nhân của các căn là vị lai, duyên là vị lai: Nghĩa là căn là vị lai duyên vị lai.

Nhân là vị lai, duyên là quá khứ: Nghĩa là căn vị lai, duyên quá khứ.

Nhân là vị lai, duyên là hiện tại: Nghĩa là căn là vị lai, duyên là hiện tại.

Nhân là vị lai, duyên là vô vi: Nghĩa là căn là vị lai, duyên là vô vi.

Nhân là vị lai không có sở duyên: Nghĩa là căn không có duyên, nhân là vị lai.

Hỏi: Giả sử duyên của căn là vị lai, nhân của căn ấy là vị lai chăng?

Đáp: Duyên của các căn là vị lai, các căn ấy hoặc là nhân vị lai, hoặc là nhân quá khứ, hoặc là nhân hiện tại.

Duyên của căn là vị lai, nhân là vị lai: Nghĩa là các căn vị lai, duyên là vị lai.

Duyên là vị lai, nhân là quá khứ: Nghĩa là căn là quá khứ, duyên là vị lai và căn là vị lai, hiện tại.

Nhân là quá khứ, duyên là vị lai, duyên là vị lai, nhân là hiện tại: Nghĩa là căn là hiện tại, duyên là vị lai và căn là vị lai, nhân là hiện tại-duyên vị lai.

Hỏi: Nhân của các căn là hiện tại, duyên của các căn ấy là hiện tại chăng?

Đáp: Nhân của các căn là hiện tại, các căn ấy, hoặc là duyên hiện tại, hoặc là duyên quá khứ, hoặc là duyên vị lai, hoặc là duyên vô vi, hoặc là không có sở duyên.

Nhân của căn là hiện tại, duyên là hiện tại: Nghĩa là căn là hiện tại, duyên là hiện tại và căn vị lai.

Nhân là hiện tại, duyên là hiện tại, nhân là hiện tại, duyên là quá khứ: Nghĩa là căn hiện tại, duyên là quá khứ và căn là vị lai.

Nhân là hiện tại, duyên là quá khứ, nhân hiện tại, duyên là vị lai: Nghĩa là căn hiện tại, duyên là vị lai và căn là vị lai.

Nhân hiện tại, duyên là vị lai, nhân hiện tại, duyên là vô vi: Nghĩa là căn hiện tại, duyên vô vi và căn là vị lai.

Nhân hiện tại, duyên là vô vi, nhân hiện tại, không có sở duyên: Nghĩa căn là vô duyên, nhân là hiện tại.

Hỏi: Giả sử duyên của căn hiện tại, nhân của căn ấy là hiện tại chăng?

Đáp: Duyên của các căn là hiện tại, các căn ấy, hoặc nhân là hiện tại, hoặc nhân là quá khứ, hoặc nhân là vị lai.

Duyên của các căn là hiện tại, nhân là hiện tại: Nghĩa là các căn hiện tại, duyên là hiện tại và các căn là vị lai.

Nhân hiện tại, duyên là hiện tại, căn của duyên ở tại nhân quá khứ: Nghĩa là căn quá khứ, duyên là hiện tại và căn là vị lại, hiện tại.

Nhân quá kh, duyên là hiện tại, duyên hiện tại, nhân là vị lai: Nghĩa là căn vị lai, duyên hiện tại.

Hỏi: Nhân của căn là thiện, duyên của các ấy là thiện chăng?

Đáp: Nhân của các ấy là thiện, các căn ấy, hoặc duyên là thiện, hoặc duyên là bất thiện, hoặc duyên là vô ký, hoặc không có sở duyên.

Nhân của căn là thiện, duyên là thiện: Nghĩa là căn là thiện, duyên là thiện và căn là vô ký.

Nhân là thiện, duyên là thiện, nhân là thiện, duyên là bất thiện: Nghĩa là căn là thiện, duyên là bất thiện.

Lại nữa, căn là vô ký, nhân là thiện, duyên là bất thiện, nhân là thiện, duyên là vô ký: Nghĩa là căn thiện, duyên là vô ký, và căn là vô ký.

Nhân là thiện, duyên là vô ký, nhân là thiện, nhân là thiện không có sở duyên: Nghĩa là căn không có duyên, nhân là thiện.

Hỏi: Giả sử duyên là thiện của các căn, nhân của các căn ấy là thiện chăng?

Đáp: Duyên của các căn là thiện, các căn ấy, hoặc nhân là thiện, hoặc nhân là bất thiện, hoặc nhân là vô ký.

Duyên của các căn là thiện, nhân là thiện: Nghĩa là duyên của các căn là thiện và các căn là vô ký.

Nhân là thiện, duyên là thiện, duyên là thiện, nhân là bất thiện: Nghĩa là các căn là bất thiện, duyên là thiện và căn là vô ký, nhân là bất thiện.

Nhân là bất thiện, duyên là thiện, duyên là thiện, nhân là vô ký: Nghĩa là các căn là vô ký, duyên là thiện và các căn là bất thiện. Nhân là vô ký, duyên là thiện.

Hỏi: Nhân của các căn là bất thiện, duyên của các căn ấy là bất thiện chăng?

Đáp: Nhân của các căn là bất thiện, duyên của các căn ấy, hoặc duyên là bất thiện, hoặc duyên là thiện, hoặc duyên là vô ký, hoặc không có sở duyên.

Nhân của các căn là bất thiện, duyên là bất thiện: Nghĩa là căn bất thiện, duyên là bất thiện và căn là vô ký, nhân là bất thiện.

Duyên là bất thiện, nhân là bất thiện, duyên là thiện: Nghĩa là căn bất thiện, duyên là thiện và căn vô ký, nhân là bất thiện.

Duyên là thiện, nhân là bất thiện, duyên là vô ký: Nghĩa là căn bất thiện, duyên vô ký và căn vô ký.

Nhân bất thiện, duyên là vô ký, nhân bất thiện không có sở duyên: Nghĩa là các căn không có duyên, nhân là bất thiện.

Hỏi: Giả sử duyên của căn là bất thiện, nhân của căn ấy là bất thiện chăng?

Đáp: Duyên của các căn là bất thiện, các căn ấy, hoặc nhân là bất thiện, hoặc nhân là thiện, hoặc nhân là vô ký.

Duyên của căn là bất thiện, nhân là bất thiện: Nghĩa là căn bất thiện, duyên là bất thiện và các căn là vô ký.

Nhân bất thiện, duyên là bất thiện, duyên bất thiện, nhân là thiện: Nghĩa là căn là thiện, duyên là bất thiện và căn là vô ký.

Nhân là thiện, duyên là bất thiện, duyên là bất thiện, nhân là vô ký: Nghĩa là căn vô ký, duyên là bất thiện và căn là bất thiện, nhân là vô ký, duyên là bất thiện.

Hỏi: Nhân của căn là vô ký, duyên của các căn ấy là vô ký chăng?

Đáp: Nhân của các căn là vô ký, các căn ấy, hoặc duyên là vô ký, hoặc duyên là thiện, hoặc duyên là bất thiện, hoặc không có sở duyên.

Nhân của các căn là vô ký, duyên là vô ký: Nghĩa là các căn vô ký, duyên là vô ký và căn là bất thiện.

Nhân là vô ký, duyên là vô ký, nhân là vô ký, duyên là thiện: Nghĩa là căn vô ký, duyên là thiện và căn là bất thiện.

Nhân vô ký, duyên là thiện, nhân vô ký, duyên là bất thiện: Nghĩa là căn là vô ký, duyên là bất thiện và căn là bất thiện.

Nhân là vô ký, duyên là bất thiện, nhân là vô ký, không có sở duyên: Nghĩa là căn không có duyên, nhân là vô ký.

Hỏi: Giả sử duyên của các căn là vô ký, nhân của các căn ấy là vô ký chăng?

Đáp: Duyên của các căn là vô ký, các căn ấy, hoặc nhân là vô ký, hoặc nhân là thiện, hoặc nhân là bất thiện.

Duyên của căn là vô ký, nhân là vô ký: Nghĩa là căn vô ký, duyên là vô ký và căn là bất thiện.

Nhân vô ký, duyên vô ký, duyên vô ký, nhân là thiện: Nghĩa là căn là thiện, duyên là vô ký và căn là vô ký.

Nhân là thiện, duyên là vô ký, duyên là vô ký, nhân là bất thiện: Nghĩa là căn là thiện, duyên là vô ký và căn là vô ký.

Nhân là thiện, duyên là vô ký, duyên là vô ký, nhân là bất thiện: Nghĩa là căn bất thiện, duyên vô ký và căn vô ký, nhân là bất thiện, duyên là vô ký.

Hỏi: Nhân của các căn Dục giới, duyên của các căn ấy là ở Dục giới chăng?

Đáp: Nhân của các căn Dục giới, các căn ấy, hoặc là duyên ở Dục giới, hoặc là duyên ở Sắc giới, hoặc là duyên ở Vô sắc giới, hoặc là duyên bất hệ, hoặc không có sở duyên.

Nhân của các căn Dục giới, duyên là ở Dục giới: Nghĩa là các căn là ở Dục giới, duyên là ở Dục giới.

Nhân là ở Dục giới, duyên là ở Sắc giới: Nghĩa là căn Dục giới, duyên là Vô sắc giới.

Nhân là ở Dục giới, duyên là bất hệ: Nghĩa là căn là ở Dục giới, duyên là bất hệ.

Nhân là ở Dục giới, không có sở duyên: Nghĩa là căn không có duyên, nhân là ở Dục giới.

Hỏi: Giả sử duyên của căn là ở Dục giới, nhân của các căn ấy là ở Dục giới chăng?

Đáp: Duyên của các căn là Dục giới, các căn ấy, hoặc nhân là ở Dục giới, hoặc nhân là ở Sắc giới, hoặc nhân là bất hệ.

Duyên của các căn là ở Dục giới, nhân là ở Dục giới: Nghĩa là căn ở Dục giới, duyên là ở Dục giới, duyên là ở Dục giới, nhân là ở Sắc giới: Nghĩa là căn ở Sắc giới, duyên là ở Dục giới, duyên là ở Dục giới, nhân là bất hệ: Nghĩa là căn bất hệ, duyên là Dục giới.

Hỏi: Nhân của các căn là ở Sắc giới, duyên của các căn ấy là Sắc giới chăng?

Đáp: Nhân của các căn là ở Sắc giới, các căn ấy, hoặc là duyên ở Sắc giới, hoặc duyên ở Dục giới, hoặc duyên là ở Vô sắc giới, hoặc duyên bất hệ, hoặc không có sở duyên.

Nhân của các căn là ở Sắc giới, duyên là sắc giới: Nghĩa là căn ở Sắc giới, duyên là ở Sắc giới.

Nhân là ở Sắc giới, duyên là ở Dục giới: Nghĩa là căn ở Sắc giới, duyên là ở Dục giới.

Nhân là ở Sắc giới, duyên là ở Vô sắc giới: Nghĩa là căn ở Sắc giới, duyên là ở Vô sắc giới.

Nhân là ở Sắc giới, duyên là bất hệ: Nghĩa là căn ở Sắc giới, duyên là bất hệ.

Nhân là ở Sắc giới, không có sở duyên: Nghĩa là căn không có sở duyên, nhân là ở Sắc giới.

Hỏi: Giả sử duyên của các căn là ở Sắc giới, nhân của các căn ấy là ở Sắc giới chăng?

Đáp: Duyên của các căn là ở Sắc giới, căn ấy hoặc là nhân ở Sắc giới, hoặc là nhân ở Dục giới, hoặc là nhân ở Vô sắc giới, hoặc là nhân bất hệ.

Duyên của các căn là ở Sắc giới, nhân là ở Sắc giới: Nghĩa là căn là ở Sắc giới, duyên là ở Sắc giới.

Duyên là ở Sắc giới, nhân là ở Dục giới: Nghĩa là căn là Dục giới, duyên là ở Sắc giới.

Duyên là ở Sắc giới, nhân là ở Vô sắc giới: Nghĩa là căn là ở Vô sắc giới, duyên là ở Sắc giới.

Duyên là ở Sắc giới, nhân là bất hệ: Nghĩa là căn là bất hệ, duyên là ở sắc giới.

Hỏi: Nhân của các căn là ở Vô Sắc giới, duyên của các căn ấy là ở Vô sắc giới chăng?

Đáp: Nhân của các căn là Vô sắc giới, các căn ấy, hoặc duyên ở Vô sắc giới, hoặc duyên là ở Sắc giới, hoặc duyên là bất hệ, hoặc không có sở duyên.

Nhân của các căn ở Vô sắc giới, duyên là ở Vô sắc giới: Nghĩa là căn ở Vô sắc giới, duyên là ở Vô sắc giới.

Nhân là ở Vô sắc giới, duyên là ở Vô sắc giới: Nghĩa là căn ở Vô sắc giới, duyên là ở Vô sắc giới.

Nhân là ở Vô sắc giới, duyên là bất hệ: Nghĩa là căn ở Vô sắc giới, duyên là bất hệ.

Nhân ở Vô sắc giới, không có sở duyên: Nghĩa là căn không có sở duyên, nhân là ở Vô sắc giới.

Hỏi: Giả sử duyên của các căn là ở Vô sắc giới, nhân của căn ấy là ở Vô sắc giới chăng?

Đáp: Duyên của các căn là ở Vô sắc giới, các căn ấy, hoặc nhân là ở Vô sắc giới, hoặc nhân là ở Dục giới, hoặc nhân là Sắc giới, hoặc nhân là bất hệ.

Duyên của các căn là ở Vô sắc giới, nhân là ở Vô sắc giới: Nghĩa là căn ở Vô sắc giới, duyên là ở Vô sắc giới.

Duyên là ở Vô sắc giới, nhân là ở Dục giới: Nghĩa là căn là ở Dục giới, duyên là ở Vô sắc giới.

Duyên là ở Vô sắc giới, nhân là ở Sắc giới: Nghĩa là căn là ở Sắc giới, duyên là ở Vô sắc giới.

Duyên là ở Vô sắc giới, nhân là bất hệ: Nghĩa là căn bất hệ, duyên là Vô sắc giới.

Hỏi: Nhân của các căn là học, duyên của các ấy là học chăng?

Đáp: Nhân của các căn là học, các căn ấy, hoặc duyên là học, hoặc duyên là vô học, hoặc là duyên phi học phi vô học.

Nhân của các căn là học, duyên là học: Nghĩa là căn là học, duyên là học và căn là vô học, nhân là học, duyên là học.

Nhân là học, duyên là vô học: Nghĩa là căn là học, duyên là vô học và căn vô học, nhân là học.

Duyên là vô học, nhân là học, duyên phi học phi vô học: Nghĩa là căn là học, duyên là phi học phi vô học và căn vô học, nhân là học, duyên phi học phi vô học.

Hỏi: Giả sử duyên của các căn là học, nhân của các căn ấy là học chăng?

Đáp: Duyên của các căn là học, các căn ấy, hoặc nhân là học, hoặc nhân là vô học, hoặc nhân là phi học phi vô học.

Duyên của các căn là học, nhân là học: Nghĩa là căn học, duyên là học và căn là vô học, nhân là học, duyên là học.

Nhân là học, duyên vô học: Nghĩa là căn vô học, duyên là học.

Duyên là học, nhân là phi học phi vô học: Nghĩa là căn phi học phi vô học, duyên là học.

Hỏi: Nhân của các căn là vô học, duyên của các căn ấy là vô học chăng?

Đáp: Nhân của các căn là vô học, các căn ấy, hoặc duyên là vô học, hoặc duyên là học, hoặc duyên là phi học phi vô học.

Nhân của các căn là vô học, duyên là vô học: Nghĩa là căn vô học, duyên là vô học.

Nhân là vô học, duyên là học: Nghĩa là căn vô học, duyên học.

Nhân là vô học, duyên phi học phi vô học: Nghĩa là căn vô học, duyên phi học phi vô học.

Hỏi: Giả sử duyên của các căn là vô học, nhân của các căn ấy là vô học chăng?

Đáp: Duyên của các căn là vô học, các căn ấy, hoặc nhân là vô học, hoặc nhân là học, hoặc nhân là phi học phi vô học.

Duyên của các căn là vô học, nhân là vô học: Nghĩa là các căn là vô học, duyên là vô học.

Duyên là vô học, nhân là học: Nghĩa là căn học, duyên là vô học và căn là vô học, nhân là học, duyên là vô học.

Duyên vô học, nhân phi học phi vô học: Nghĩa là các căn phi học phi vô học, duyên vô học.

Hỏi: Nhân của các căn là phi học phi vô học, duyên của các căn ấy là phi học phi vô học chăng?

Đáp: Nhân của các căn là phi học phi vô học, các căn ấy, hoặc duyên là phi học phi vô học, hoặc duyên là học, hoặc duyên là vô học, hoặc không có sở duyên.

Nhân của các căn là phi học phi vô học, duyên là phi học phi vô học: Nghĩa là các căn phi học phi vô học, duyên là phi học phi vô học, nhân là phi học phi vô học, duyên là học: Nghĩa là các căn phi học phi vô học, duyên là học.

Nhân là phi học phi vô học, duyên là vô học: Nghĩa là các căn phi học phi vô học, duyên là vô học.

Nhân là phi học phi vô học, không có sở duyên: Nghĩa là căn không có duyên, nhân là phi học phi vô học.

Hỏi: Giả sử duyên của các căn là phi học phi vô học, nhân của các căn ấy là phi học phi vô học chăng?

Đáp: Duyên của các căn là phi học phi vô học, các căn ấy, hoặc nhân là phi học phi vô học, hoặc nhân là học, hoặc nhân là vô học.

Duyên của các căn là phi học phi vô học, nhân là phi học phi vô học: Nghĩa là căn là phi học phi vô học, duyên là phi học phi vô học.

Duyên là phi học phi vô học, nhân là học: Nghĩa là căn là học, duyên là phi học phi vô học và căn là vô học, nhân là học, duyên là phi học phi vô học.

Duyên là phi học phi vô học, nhân là vô học: Nghĩa là các căn vô học, duyên là phi học phi vô học.

Hỏi: Nhân của các căn do chứng kiến đoạn trừ, duyên của các căn ấy, do chứng kiến đoạn trừ chăng?

Đáp: Nhân của các căn do chứng kiến đoạn trừ, các căn ấy, hoặc duyên do chứng kiến đoạn trừ, hoặc duyên do tu tập đoạn trừ, hoặc duyên là bất đoạn, hoặc duyên không có sở đoạn.

Nhân của các căn do chứng kiến đoạn: Nghĩa là các căn do chứng kiến đoạn, duyên do chứng kiến đoạn và căn do tu tập đoạn.

Nhân là do chứng kiến đoạn, duyên là do tu tập đoạn, nhân là do chứng kiến đoạn, duyên là bất đoạn: Nghĩa là căn do chứng kiến đoạn, duyên là bất đoạn.

Nhân là do chứng kiến đoạn, không có sở duyên: Nghĩa là các căn không có duyên, nhân là do chứng kiến mà đoạn.

Hỏi: Giả sử duyên của căc căn do chứng kiến mà đoạn, nhân của các căn ấy, do chứng kiến mà đoạn chăng?

Đáp: Duyên của căn do chứng kiến mà đoạn, các căn ấy, hoặc nhân là do chứng kiến mà đoạn, hoặc nhân là do tu tập mà đoạn, hoặc nhân là bất đoạn.

Duyên của các căn là do chứng kiến mà đoạn, nhân là do chứng kiến mà đoạn: Nghĩa là các căn là do chứng kiến mà đoạn, duyên là do chứng kiến mà đoạn.

Duyên là do chứng kiến mà đoạn, nhân là bất đoạn: Nghĩa là các căn là bất đoạn, duyên do chứng kiến mà đoạn.

Hỏi: Nhân của các căn là do tu tập mà đoạn, duyên của các căn ấy là do tu tập mà đoạn chăng?

Đáp: Nhân của các căn là do tu tập mà đoạn, các căn ấy, hoặc duyên là do tu tập mà đoạn, hoặc duyên là do chứng kiến mà đoạn, hoặc duyên là bất đoạn, hoặc không có sở duyên.

Nhân của các căn do tu tập mà đoạn, duyên là do tu tập mà đoạn: Nghĩa là căn do tu tập đoạn trừ, duyên là do tu tập mà đoạn trừ.

Nhân là do tu tập đoạn trừ, duyên do chứng kiến đoạn trừ: Nghĩa là các căn do tu tập đoạn trừ, duyên là do chứng kiến đoạn trừ.

Nhân là do tu tập đoạn trừ, duyên không có đoạn trừ: Nghĩa là các căn do tu tập mà đoạn trừ, duyên là không đoạn trừ.

Nhân là do tu tập đoạn trừ, không có sở duyên: Nghĩa là căn không có duyên, nhân do tu tập mà đoạn trừ.

Hỏi: Giả sử duyên của căn là do tu tập mà đoạn trừ, nhân của các căn ấy là do tu tập mà đoạn trừ chăng?

Đáp: Duyên của các căn là do tu tập mà đoạn trừ, các căn ấy, hoặc nhân là do tu tập mà đoạn trừ, hoặc nhân là do chứng kiến mà đoạn trừ, hoặc nhân là bất đoạn.

Duyên các căn là do tu tập mà đoạn trừ, nhân là do tu tập mà đoạn trừ: Nghĩa là căn do tu tập mà đoạn trừ, duyên là do tu tập mà đoạn trừ.

Duyên là do tu tập mà đoan trừ, nhân là do chứng kiến mà đoạn trừ: Nghĩa là các căn là do chứng kiến mà đoạn trừ, duyên là do tu tập mà đoạn trừ và các căn là do tu tập mà đoạn trừ, nhân là do chứng kiến đoạn, duyên là do tu tập mà đoạn.

Duyên là do tu tập mà đoạn, nhân là bất đoạn: Nghĩa là các căn là bất đoạn, duyên là do tu tập mà đoạn.

Hỏi: Nhân của các căn là bất đoạn, duyên của các căn ấy là bất đoạn chăng?

Đáp: Nhân của các căn là bất đoạn, các căn ấy, hoặc duyên là bất đoạn, hoặc duyên là do chứng kiến mà đoạn, hoặc là duyên do tu tập mà đoạn.

Nhân của các căn là bất đoạn, duyên là bất đoạn: Nghĩa là các căn là bất đoạn, duyên là bất đoạn.

Nhân là bất đoạn, duyên là do chứng kiến mà đoạn: Nghĩa là căn bất đoạn, duyên là do chứng kiến mà đoạn.

Nhân là bất đoạn, duyên là do tu tập mà đoạn: Nghĩa là các căn bất đoạn, duyên là do tu tập mà đoạn.

Hỏi: Giả sử duyên của các căn là bất đoạn, nhân của các căn là bất đoạn chăng?

Đáp: Duyên của các căn là bất đoạn, các căn ấy, hoặc nhân là bất đoạn, hoặc nhân là do chứng kiến mà đoạn, hoặc nhân là do tu tập mà đoạn.

Duyên của các căn là bất đoạn, nhân là bất đoạn: Nghĩa là căn là bất đoạn.

Duyên là bất đoạn, nhân là do chứng kiến mà đoạn: Nghĩa là căn do chứng kiến mà đoạn, duyên là bất đoạn.

Duyên là bất đoạn, nhân là do tu tập mà đoạn: Nghĩa là căn do tu tập mà đoạn, duyên là bất đoạn.

Hỏi: Nhân của các căn là do chứng kiến Khổ mà đoạn, duyên của các căn ấy là do chứng kiến Khổ mà đoạn chăng?

Đáp: Nhân của các căn do chứng kiến Khổ mà đoạn trừ, các căn ấy, hoặc duyên là do chứng kiến Khổ mà đoạn, hoặc duyên là do chứng kiến Tập mà đoạn, hoặc duyên là do chứng kiến Diệt mà đoạn, hoặc là duyên do chứng kiến Đạo mà đoạn, hoặc duyên là do tu tập mà đoạn, hoặc là duyên bất đoạn, hoặc không có sở duyên.

Nhân của các căn là do chứng kiến Khổ mà đoạn, duyên là do chứng kiến Khổ mà đoạn: Nghĩa là các căn do chứng kiến Khổ mà đoạn, duyên là do chứng kiến Khổ mà đoạn và các căn là do chứng kiến Tập mà đoạn, nhân là do chứng kiến Khổ mà đoạn, duyên là do chứng kiến Khổ mà đoạn.

Nhân là do chứng kiến Khổ mà đoạn, duyên là do chứng kiến Tập mà đoạn: Nghĩa là các căn do chứng kiến Khổ mà đoạn, duyên là do chứng kiến Tập mà đoạn và các căn là do chứng kiến Tập mà đoạn.

Nhân là do chứng kiến Khổ mà đoạn, duyên là do chứng kiến Tập mà đoạn.

Nhân là do chứng kiến Khổ mà đoạn, duyên là do chứng kiến Diệt mà đoạn: Nghĩa là các căn là do chứng kiến Khổ mà đoạn, duyên là do chứng kiến Diệt mà đoạn và các căn là do chứng kiến Tập, chứng kiến Diệt mà đoạn, nhân là do chứng kiến Khổ mà đoạn, duyên là do chứng kiến Diệt mà đoạn.

Nhân là do chứng kiến Khổ mà đoạn, duyên là do chứng kiến Đạo mà đoạn: Nghĩa là các căn do chứng kiến Khổ mà đoạn, duyên là do chứng kiến Đạo mà đoạn và các căn là do chứng kiến Tập, chứng kiến Đạo mà đoạn.

Nhân là do chứng kiến Khổ mà đoạn, duyên là do chứng kiến Đạo mà đoạn, nhân là do chứng kiến Khổ mà đoạn, duyên là do tu tập Đạo mà đoạn: Nghĩa là các căn do chứng kiến Khổ mà đoạn, duyên do tu tập Đạo mà đoạn và các căn do chứng kiến Tập, tu tập mà đoạn.

Nhân là do chứng kiến Khổ mà đoạn, duyên là do tu tập Đạo mà đoạn, nhân là do chứng kiến Khổ mà đoạn, duyên là bất đoạn: Nghĩa là các căn do chứng kiến Diệt, chứng kiến Đạo mà đoạn.

Nhân là do chứng kiến Khổ mà đoạn, duyên là bất đoạn, nhân là do chứng kiến Khổ mà đoạn, không có sở duyên: Nghĩa là các căn là không có duyên, nhân là do kiến Khổ mà đoạn.

Hỏi: Giả sử duyên của các căn là do chứng kiến Khổ mà đoạn, nhân của các căn ấy là do chứng Khổ mà đoạn chăng?

Đáp: Duyên của các căn là do chứng kiến Khổ mà đoạn, các căn ấy, hoặc nhân là do chứng kiến Khổ mà đoạn, hoặc là nhân do chứng kiến Tập mà đoạn, hoặc là nhân do tu tập mà đoạn, hoặc nhân là bất đoạn.

Duyên của các căn là do chứng kiến Khổ mà đoạn, nhân là do chứng kiến Khổ mà đoạn: Nghĩa là các căn do chứng kiến Khổ mà đoạn, duyên là do chứng kiến Khổ mà đoạn và các căn là do chứng kiến Tập mà đoạn, nhân là do chứng Khổ mà đoạn.

Duyên là do chứng kiến Khổ mà đoạn, nhân là do chứng kiến Tập mà đoạn: Nghĩa là các căn do chứng kiến Tập mà đoạn, duyên là do chứng kiến Khổ mà đoạn và các căn là do chứng kiến Khổ mà đoạn.

Nhân là do chứng kiến Tập mà đoạn, duyên là do chứng Khổ mà đoạn, duyên là do chứng kiến Khổ mà đoạn, nhân là do tu tập mà đoạn: Nghĩa là các căn do tu tập mà đoạn, duyên là do chứng kiến Khổ mà đoạn.

Duyên là do chứng kiến Khổ mà đoạn, nhân là bất đoạn: Nghĩa là các căn là bất đoạn, duyên là do chứng kiến Khổ mà đoạn. Giống như do chứng kiến Khổ mà đoạn, do chứng kiến Tập mà đoạn, cũng là như vậy.

Hỏi: Nhân của các căn là do chứng kiến Diệt mà đoạn, duyên của các căn ấy là do chứng kiến Diệt mà đoạn chăng?

Đáp: Nhân của các căn là do chứng kiến Diệt mà đoạn, các căn ấy hoặc duyên là do chứng kiến Diệt mà đoạn, hoặc duyên vào tu tập mà đoạn, hoặc duyên bất đoạn, hoặc không có sở duyên.

Nhân của các căn là do chứng kiến Diệt mà đoạn, duyên là do chứng kiến Diệt mà đoạn: Nghĩa là các căn là do chứng kiến Diệt mà đoạn, duyên là do chứng kiến Diệt mà đoạn.

Nhân là do chứng kiến Diệt mà đoạn, duyên là do tu tập mà đoạn: Nghĩa là các căn do tu tập mà đoạn, nhân là do chứng kiến Diệt mà đoạn, duyên là do tu tập mà đoạn.

Nhân là do chứng kiến Diệt mà đoạn, duyên là bất đoạn: Nghĩa là các căn là do chứng kiến Diệt mà đoạn, duyên là bất đoạn.

Nhân là do chứng kiến Diệt mà đoạn, duyên không có sở đoạn: Nghĩa là các căn không có duyên, nhân là do chứng kiến Diệt mà đoạn.

Hỏi: Giả sử duyên của các căn là do chứng kiến Diệt mà đoạn, nhân của các căn ấy là do chứng kiến Diệt mà đoạn chăng?

Đáp: Duyên của các căn là do chứng kiến Diệt mà đoạn, các căn ấy, hoặc nhân là do chứng kiến Diệt mà đoạn, hoặc nhân là do chứng kiến Khổ mà đoạn, hoặc nhân là do chứng kiến Tập mà đoạn, hoặc nhân là do tu tập mà đoạn, hoặc nhân là bất đoạn.

Duyên của các căn là do chứng kiến Diệt mà đoạn, nhân là do chứng kiến Diệt mà đoạn: Nghĩa là nhân của các căn là do chứng kiến Diệt mà đoạn, duyên là do chứng kiến Diệt mà đoạn.

Duyên là do chứng kiến Diệt mà đoạn, nhân là do chứng kiến Khổ mà đoạn: Nghĩa là các căn là do chứng kiến Khổ mà đoạn, duyên là do chứng kiến Diệt mà đoạn và các căn do chứng kiến Tập, chứng kiến Diệt mà đoạn, nhân là do chứng kiến Khổ mà đoạn, duyên là do chứng kiến Diệt mà đoạn.

Duyên là do chứng kiến Diệt mà đoạn, nhân là do chứng kiến Tập mà đoạn: Nghĩa là các căn do chứng kiến Tập mà đoạn, duyên là do chứng kiến Diệt mà đoạn và các căn do chứng Khổ, chứng kiến Diệt mà đoạn, nhân là do kiến Tập mà đoạn, duyên là do chứng kiến Diệt mà đoạn.

Duyên là do chứng kiến Diệt mà đoạn, nhân là do tu tập mà đoạn: Nghĩa là các căn là do tu tập mà đoạn, duyên là do chứng kiến Diệt mà đoạn.

Duyên là do chứng kiến Diệt mà đoạn, nhân là bất đoạn: Nghĩa là căn bất đoạn, duyên là do kiến Diệt mà đoạn. Giống như do chứng kiến Diệt mà đoạn, do chứng kiến Đạo mà đoạn, cũng là như vậy.

Hỏi: Nhân của các căn là do chứng kiến Khổ mà đoạn, duyên của các căn ấy là Khổ trí, pháp trí chăng?

Đáp: Nhân của các căn do chứng kiến Khổ mà đoạn, các căn ấy, hoặc do duyên vào Khổ trí, Pháp trí mà đoạn, hoặc do duyên vào Khổ trí, Loại trí mà đoạn, hoặc do duyên vào Tập trí, Pháp trí mà đoạn, hoặc do duyên vào Tập trí, Loại trí mà đoạn, hoặc do duyên vào Diệt trí, Pháp trí mà đoạn, hoặc do duyên vào Diệt trí, Loại trí mà đoạn, hoặc do duyên vào Đạo trí, Pháp trí mà đoạn, hoặc do duyên vào Đạo trí, Loại trí mà đoạn, hoặc do duyên vào tu tập mà đoạn, hoặc do duyên bất đoạn, hoặc không có sở duyên.

Nhân của các căn là do chứng kiến Khổ mà đoạn, duyên do Khổ trí, Pháp trí mà đoạn: Nghĩa là các căn do chứng kiến Khổ mà đoạn, duyên do Khổ trí, Pháp trí mà đoạn và các căn do chứng kiến Tập mà đoạn, nhân là do chứng kiến Khổ mà đoạn, duyên là do Khổ trí, Pháp trí mà đoạn.

Nhân là do chứng kiến Khổ mà đoạn, duyên là do Khổ trí, Loại trí mà đoạn: Nghĩa là căn do chứng kiến Khổ mà đoạn, duyên là do Khổ trí, Loại trí mà đoạn và các căn là do chứng kiến Tập mà đoạn, nhân là do chứng kiến Khổ mà đoạn, duyên là do Khổ trí, Loại trí mà đoạn.

Nhân là do chứng kiến Khổ mà đoạn, duyên là do Tập trí, Pháp trí mà đoạn: Nghĩa là các căn là do chứng kiến Khổ mà đoạn, duyên là do Tập trí, Pháp trí mà đoạn và các căn là do chứng kiến Tập mà đoạn, nhân là do chứng kiến Khổ mà đoạn, duyên là do Tập trí, Pháp trí mà đoạn.

Nhân là do chứng kiến Khổ mà đoạn, duyên là do Tập trí, Loại trí mà đoạn: Nghĩa là các căn là do chứng kiến Khổ mà đoạn, duyên là do Tập trí, Loại trí mà đoạn.

Nhân là do chứng kiến Khổ mà đoạn, duyên là do Diệt trí, Pháp trí mà đoạn: Nghĩa là các căn do chứng kiến Khổ mà đoạn, duyên là do Diệt trí, Pháp trí mà đoạn và các căn là do chứng kiến Tập, chứng kiến Diệt mà đoạn, nhân là do chứng kiến Khổ mà đoạn, duyên là do Diệt trí, Pháp trí mà đoạn.

Nhân là do chứng kiến Khổ mà đoạn, duyên là do Diệt trí, Loại trí mà đoạn: Nghĩa là các căn do chứng kiến Khổ mà đoạn, duyên là do Diệt trí, Loại trí mà đoạn và các căn là do chứng kiến Tập, chứng kiến

Diệt mà đoạn, nhân là do chứng kiến Khổ mà đoạn, duyên là do Diệt trí, Loại trí mà đoạn.

Nhân là do chứng kiến Khổ mà đoạn, duyên là do Đạo trí, Pháp trí mà đoạn: Nghĩa là các căn do chứng kiến Khổ mà đoạn, duyên là do Đạo trí, Pháp trí mà đoạn và các căn là do chứng kiến Tập, chứng kiến Đạo mà đoạn, nhân là do chứng kiến Khổ mà đoạn, duyên là do Đạo trí, Pháp trí mà đoạn.

Nhân là do chứng kiến Khổ mà đoạn, duyên là do Đạo trí, Loại trí mà đoạn: Nghĩa là các căn do chứng kiến Khổ mà đoạn, duyên là do Đạo trí, Loại trí mà đoạn và các căn là do chứng kiến Tập, chứng kiến Đạo mà đoạn, nhân là do chứng kiến Khổ mà đoạn, duyên là do Đạo trí, Loại trí mà đoạn.

Nhân là do chứng kiến Khổ mà đoạn, duyên là do tu tập mà đoạn: Nghĩa là các căn do chứng kiến Khổ mà đoạn, duyên là do tu tập mà đoạn và các căn do chứng kiến Tập, tu tập mà đoạn, nhân là do chứng kiến Khổ mà đoạn, duyên là do tu tập mà đoạn.

Nhân là do chứng kiến Khổ mà đoạn, duyên là bất đoạn: Nghĩa là các căn do chứng kiến Diệt, chứng kiến Đạo mà đoạn, nhân là do chứng kiến Khổ mà đoạn, duyên là không có đoạn.

Nhân là do chứng kiến Khổ mà đoạn, duyên là không có đoạn: Nghĩa là căn không có duyên, nhân là do chứng kiến Khổ mà đoạn.

Hỏi: Giả sử duyên của các căn là do Khổ trí, Pháp trí mà đoạn, nhân của các ấy là do chứng kiến Khổ mà đoạn chăng?

Đáp: Duyên của các căn là do Khổ trí, Pháp trí mà đoạn-các căn ấy, hoặc nhân là do chứng kiến Khổ mà đoạn, hoặc nhân là do chứng kiến Tập mà đoạn, hoặc nhân là do tu tập mà đoạn, hoặc nhân là bất đoạn.

Duyên của các căn là do Khổ trí, Pháp trí mà đoạn, nhân là do chứng kiến Khổ mà đoạn: Nghĩa là các căn do chứng kiến Khổ mà đoạn, duyên là do Khổ trí, Pháp trí mà đoạn và các căn là do chứng kiến Tập mà đoạn, nhân là do chứng kiến Khổ mà đoạn, duyên là do Khổ trí, Pháp trí mà đoạn.

Duyên là do Khổ trí, Pháp trí mà đoạn, nhân là do chứng kiến Tập mà đoạn: Nghĩa là các căn do chứng kiến Tập mà đoạn, duyên là do Khổ trí, Pháp trí mà đoạn và các căn là do chứng kiến Khổ mà đoạn, nhân là do chứng kiến Tập mà đoạn, duyên là do Khổ trí, Pháp trí mà đoạn.

Duyên là do Khổ trí, Pháp trí mà đoạn, nhân là do tu tập mà đoạn: Nghĩa là các căn là do tu tập mà đoạn, duyên là do Khổ trí, Pháp trí mà đoạn.

Duyên là do Khổ trí, Pháp trí mà đoạn, nhân là bất đoạn: Nghĩa là các căn là bất đoạn, duyên là do Khổ trí, Pháp trí mà đoạn.

Hỏi: Nhân của các căn do chứng kiến Khổ mà đoạn, duyên của các căn ấy, do Khổ trí, Loại trí mà đoạn chăng?

Đáp: Nhân của các căn là do chứng kiến Khổ mà đoạn, các căn ấy, hoặc là do duyên vào Khổ trí, Loại trí mà đoạn, hoặc là do duyên vào Khổ trí, Pháp trí mà đoạn, hoặc do duyên vào Tập trí, Pháp trí mà đoạn, hoặc là do duyên vào Tập trí, Loại trí mà đoạn, hoặc là do duyên vào Diệt trí, Pháp trí mà đoạn, hoặc là do duyên vào Diệt trí, Loại trí mà đoạn, hoặc là do duyên vào Đạo trí, Pháp trí mà đoạn, hoặc là do duyên vào Đạo trí, Loại trí mà đoạn, hoặc là do vào tu tập mà đoạn, hoặc là duyên vào bất đoạn, hoặc không có sở duyên.

Nhân của các căn do chứng kiến Khổ mà đoạn, duyên vào Khổ trí, Loại trí mà đoạn: Nghĩa là các căn do chứng kiến Khổ mà đoạn, duyên là do Khổ trí, Loại trí mà đoạn và các căn là do chứng kiến Tập mà đoạn, nhân là do chứng kiến Khổ mà đoạn, duyên là do Khổ trí, Loại trí mà đoạn.

Nhân là do chứng kiến Khổ mà đoạn, duyên là do Khổ trí, Pháp trí mà đoạn: Nghĩa là các căn là do chứng kiến Khổ mà đoạn, duyên là do Khổ trí, Pháp trí mà đoạn và các căn là do chứng kiến Tập mà đoạn, nhân là do chứng kiến Khổ mà đoạn, duyên là do Khổ trí, Pháp trí mà đoạn.

Nhân là do chứng kiến Khổ mà đoạn, duyên là do Tập trí, Pháp trí mà đoạn: Nghĩa là các căn là do chứng kiến Khổ mà đoạn, duyên là do Tập trí, Pháp trí mà đoạn và các căn là do chứng kiến Tập mà đoạn, nhân là do chứng kiến Khổ mà đoạn, duyên là do Tập trí, Pháp trí mà đoạn.

Nhân là do chứng kiến Khổ mà đoạn, duyên là do Tập trí, Loại trí mà đoạn: Nghĩa là các căn là do chứng kiến Khổ mà đoạn, duyên là do Tập trí, Loại trí mà đoạn và các căn là do chứng kiến Tập mà đoạn, nhân là do chứng kiến Khổ mà đoạn, duyên là do Tập trí, Loại trí mà đoạn.

Nhân là do chứng kiến Khổ mà đoạn, duyên là do Diệt trí, Pháp trí mà đoạn: Nghĩa là các căn do chứng kiến Khổ mà đoạn, duyên là do Diệt trí, Pháp trí mà đoạn và các căn là do chứng kiến Tập, chứng kiến Diệt mà đoạn, nhân là do chứng kiến Khổ mà đoạn, duyên là do Diệt trí, Pháp trí mà đoạn.

Nhân là do chứng kiến Khổ mà đoạn, duyên là do Diệt trí, Loại trí mà đoạn: Nghĩa là các căn do chứng kiến Khổ mà đoạn, duyên là do Diệt trí, Loại trí mà đoạn và các căn là do chứng kiến Tập, chứng kiến Diệt mà đoạn, nhân là do chứng kiến Khổ mà đoạn, duyên là do Diệt trí, Loại trí mà đoạn.

Nhân là do chứng kiến Khổ mà đoạn, duyên là do Đạo trí, Pháp trí mà đoạn: Nghĩa là các căn do chứng kiến Khổ mà đoạn, duyên là do Đạo trí, Pháp trí mà đoạn và các căn là do chứng kiến Tập, chứng kiến Đạo mà đoạn, nhân là do chứng kiến Khổ mà đoạn, duyên là do Đạo trí, Loại trí mà đoạn.

Nhân là do chứng kiến Khổ mà đoạn, duyên là do Đạo trí, Loại trí mà đoạn: Nghĩa là các căn do chứng kiến Khổ mà đoạn, duyên là do Đạo trí, Loại trí mà đoạn và các căn là do chứng kiến Tập, chứng kiến Đạo mà đoạn, nhân là do chứng kiến Khổ mà đoạn, duyên là do Đạo trí, Loại trí mà đoạn.

Nhân là do chứng kiến Khổ mà đoạn, duyên là do tu tập Đạo mà đoạn: Nghĩa là các căn do chứng kiến Khổ mà đoạn, duyên là do tu tập Đạo mà đoạn và các căn là do chứng kiến Tập, tu tập mà đoạn, nhân là do chứng kiến Khổ mà đoạn, duyên là do tu tập mà đoạn.

Nhân là do chứng kiến Khổ mà đoạn, duyên là do bất đoạn: Nghĩa là các căn do chứng kiến Diệt, chứng kiến Đạo mà đoạn, nhân là do chứng kiến Khổ mà đoạn, duyên là bất đoạn.

Nhân là do chứng kiến Khổ mà đoạn, không có sở duyên: Nghĩa là các căn là không có duyên, nhân là do chứng kiến Khổ mà đoạn.

Hỏi: Giả sử duyên của các căn là do Khổ trí, Loại trí đoạn, nhân của của các căn ấy là do chứng kiến Khổ mà đoạn chăng?

Đáp: Duyên của các căn là do Khổ trí, Loại trí đoạn, các căn ấy, hoặc là nhân do chứng kiến Khổ đoạn, hoặc là nhân do chứng kiến Tập đoạn, hoặc là nhân do tu tập đoạn, hoặc là nhân bất đoạn.

Duyên của các căn là do Khổ trí, Loại trí đoạn, nhân do chứng kiến Khổ đoạn: Nghĩa là các căn do chứng kiến Khổ đoạn, duyên là do Khổ trí, Loại trí đoạn và các căn là do chứng kiến Tập đoạn, nhân do chứng kiến Khổ đoạn, duyên là do Khổ trí, Loại trí đoạn.

Duyên là do Khổ trí, Loại trí đoạn, nhân là do chứng kiến Tập đoạn: Nghĩa là các căn là do chứng kiến Tập đoạn, duyên là do Khổ trí, Loại trí đoạn và các căn do chứng kiến Khổ mà đoạn, nhân là do chứng kiến Tập mà đoạn, duyên là do Khổ trí, Loại trí đoạn.

Duyên là do Khổ trí, Loại trí đoạn, nhân là do tu tập mà đoạn: Nghĩa là các căn do tu tập mà đoạn, duyên là do Khổ trí, Loại trí đoạn.

Duyên là do Khổ trí, Loại trí đoạn, nhân là bất đoạn: Nghĩa là các căn là bất đoạn, duyên là do Khổ trí, Loại trí đoạn. Giống như ở nơi Khổ, ở nơi Tập, cũng là như vậy.

Hỏi: Nhân của các căn là do chứng kiến diệt mà đoạn trừ, duyên của các căn ấy là do Diệt trí, Pháp trí mà đoạn chăng?

Đáp: Nhân của các căn là do chứng kiến Diệt mà đoạn trừ, các căn ấy, hoặc duyên là do Diệt trí, Pháp trí mà đoạn, hoặc duyên là do Diệt trí, Loại trí mà đoạn, hoặc duyên là do tu tập mà đoạn, hoặc duyên là bất đoạn, hoặc không có sở duyên.

Nhân của các căn là do chứng kiến Diệt mà đoạn, duyên là do Diệt trí, Pháp trí mà đoạn: Nghĩa là các căn do chứng kiến Diệt mà đoạn, duyên là do Diệt trí, Pháp trí mà doạn.

Nhân là do chứng kiến Diệt mà đoạn, duyên là do Diệt trí, Loại trí mà đoạn: Nghĩa là các căn do chứng kiến Diệt mà đoạn, duyên là do Diệt trí, Loại trí mà doạn.

Nhân là do chứng kiến Diệt mà đoạn, duyên là do tu tập mà đoạn: Nghĩa là các căn là do tu tập mà đoạn, nhân là do chứng kiến Diệt mà đoạn, duyên là do tu tập mà đoạn.

Nhân là do chứng kiến Diệt mà đoạn, duyên là bất đoạn: Nghĩa là các căn do chứng kiến Diệt mà đoạn, duyên là bất đoạn.

Nhân là do chứng kiến Diệt mà đoạn, không có sở duyên: Nghĩa là căn không có duyên, nhân là do chứng kiến Diệt mà đoan.

Hỏi: Giả sử duyên của các căn là do Diệt trí, Pháp trí mà đoạn, nhân của các căn ấy là do chứng kiến Diệt mà đoạn chăng?

Đáp: Duyên của các căn là do Diệt trí, Pháp trí đoạn, các căn ấy, hoặc nhân là do chứng kiến Diệt mà đoạn, hoặc nhân là do chứng kiến Khổ mà đoạn, hoặc nhân là do chứng kiến Tập mà đoạn, hoặc nhân là do tu tập mà đoạn, hoặc nhân là bất đoạn.

Duyên của các căn là do Diệt trí, Pháp trí mà đoạn, nhân là do chứng kiến Diệt mà đoạn: Nghĩa là các căn là do chứng kiến Diệt mà đoạn, duyên là do Diệt trí, Pháp trí mà đoạn.

Duyên là do Diệt trí, Pháp trí mà đoạn, nhân là do chứng kiến Khổ mà đoạn: Nghĩa là các căn là do chứng kiến Khổ mà đoạn, duyên là do Diệt trí, Pháp trí mà đoạn và các căn là do chứng kiến Tập, chứng kiến Diệt mà đoạn, nhân là do chứng Khổ mà đoạn, duyên là do Diệt trí, Pháp trí mà đoạn.

Duyên là do Diệt trí, Pháp trí mà đoạn, nhân là do chứng kiến Tập mà đoạn: Nghĩa là các căn là do chứng kiến Tập mà đoạn, duyên là do Diệt trí, Pháp trí mà đoạn và các căn là do chứng kiến Khổ, chứng kiến Diệt mà đoạn, nhân là do chứng Tập mà đoạn, duyên là do Diệt trí, Pháp trí mà đoạn.

Duyên là do Diệt trí, Pháp trí mà đoạn, nhân là do tu tập mà đoạn: Nghĩa là các căn là do tu tập mà đoạn, duyên là do Diệt trí, Pháp trí mà đoạn.

Duyên là do Diệt trí, Pháp trí mà đoạn, nhân là bất đoạn: Nghĩa là các căn là bất đoạn, duyên là do Diệt trí, Pháp trí mà đoạn.

Hỏi: Nhân của các căn là do chứng kiến Diệt mà đoạn, duyên của các căn ấy là Diệt trí, Loại trí chăng?

Đáp: Nhân của các căn là do chứng kiến Diệt mà đoạn, các căn ấy hoặc duyên là do Diệt trí, Loại trí mà đoạn, hoặc duyên là do Diệt trí, Pháp trí mà đoạn, hoặc duyên là do tu tập mà đoạn, hoặc duyên là bất đoạn, hoặc không có sở duyên.

Nhân của các căn là do chứng kiến Diệt mà đoạn, duyên là do Diệt trí, Loại trí mà đoạn: Nghĩa là các căn là do chứng kiến Diệt mà đoạn, duyên là do Diệt trí, Loại trí mà đoạn.

Nhân là do chứng kiến Diệt mà đoạn, duyên là do Diệt trí, Pháp trí mà đoạn: Nghĩa là các căn do chứng kiến Diệt mà đoạn, duyên là do Diệt trí, Pháp trí mà đoạn.

Nhân là do chứng kiến Diệt mà đoạn, duyên là do tu tập mà đoạn: Nghĩa là căn do tu tập mà đoạn, nhân là do chứng kiến Diệt mà đoạn, duyên là do tu tập mà đoạn.

Nhân là do chứng kiến Diệt mà đoạn, duyên là bất đoạn: Nghĩa là các căn là do chứng kiến Diệt mà đoạn, duyên là bất đoạn.

Nhân là do chứng kiến Diệt mà đoạn, không có sở duyên: Nghĩa là căn không có duyên, nhân là do chứng kiến Diệt mà đoạn.

Hỏi: Duyên của các căn là do Diệt trí, Loại trí mà đoạn, nhân của các căn ấy là do chứng kiến Diệt mà đoạn chăng?

Đáp: Duyên của các căn là do Diệt trí, Loại trí mà đoạn, các căn ấy, hoặc nhân là do chứng kiến Diệt mà đoạn, hoặc nhân là do chứng kiến Khổ mà đoạn, hoặc nhân là do chứng kiến Tập mà đoạn, hoặc nhân là do tu tập mà đoạn, hoặc nhân là bất đoạn.

Duyên của các căn là do Diệt trí, Loại trí mà đoạn, nhân là do chứng kiến Diệt mà đoạn: Nghĩa là các căn là do chứng kiến Diệt mà đoạn, duyên là do Diệt trí, Loại trí mà đoạn.

Duyên là do Diệt trí, Loại trí mà đoạn, nhân là do chứng kiến Khổ mà đoạn: Nghĩa là các căn là do chứng kiến Khổ mà đoạn, duyên là do Diệt trí, Loại trí mà đoạn và các căn là do chứng kiến Tập, chứng kiến Diệt mà đoạn, nhân là do chứng kiến Khổ mà đoạn, duyên là do Diệt trí, Loại trí mà đoạn.

Duyên là do Diệt trí, Loại trí mà đoạn, nhân là do chứng kiến Tập mà đoạn: Nghĩa là các căn do chứng kiến Tập mà đoạn, duyên là do Diệt trí, Loại trí mà đoạn và các căn do chứng kiến Khổ, chứng kiến Diệt mà đoạn, nhân là do chứng kiến Tập mà đoạn, duyên là do Diệt trí, Loại trí mà đoạn.

Duyên là do Diệt trí, Loại trí mà đoạn, nhân là do tu tập mà đoạn: Nghĩa là các căn là do tu tập mà đoạn, duyên là do Diệt trí, Loại trí mà đoạn.

Duyên là do Diệt trí, Loại trí mà đoạn, nhân là bất đoạn: Nghĩa là các căn là bất đoạn, duyên là do Diệt trí, Loại trí mà đoạn. Giống như ở nơi Diệt, Đạo cũng là như vậy.

Hỏi: Nhân của các căn là do Khổ trí, Pháp trí mà đoạn, duyên của các ấy là do Khổ trí, Pháp trí mà đoạn chăng?

Đáp: Nhân của các căn là do Khổ trí, Pháp trí mà đoạn, các căn ấy hoặc duyên Khổ trí, Pháp trí mà đoạn, hoặc duyên Khổ trí, Loại trí mà đoạn, hoặc duyên Tập trí, Pháp trí mà đoạn, hoặc duyên Tập trí, Loại trí mà đoạn, hoặc duyên Diệt trí, Pháp trí mà đạo, hoặc duyên Diệt trí, Loại trí mà đoạn, hoặc duyên Đạo trí, Pháp trí mà đoạn, hoặc duyên Đạo trí, Loại trí mà đoạn, hoặc duyên tu tập mà đoạn, hoặc duyên bất đoạn, hoặc không có sở duyên.

Nhân của các căn là do Khổ trí, Pháp trí mà đoạn, duyên là do Khổ trí, Pháp trí mà đoạn: Nghĩa là các căn do Khổ trí, Pháp trí mà đoạn, duyên là do Khổ trí, Pháp trí mà đoạn và các căn là do Tập trí, Pháp trí mà đoạn, nhân là do Khổ trí, Pháp trí mà đoạn, duyên là do Khổ trí, Pháp trí mà đoạn.

Nhân là do Khổ trí, Pháp trí mà đoạn, duyên là do Khổ trí, Loại trí mà đoạn: Nghĩa là các căn do Khổ trí, Pháp trí mà đoạn, duyên là do Khổ trí, Loại trí mà đoạn và các căn là do Tập trí, Pháp trí mà đoạn, nhân là do Khổ trí, Pháp trí mà đoạn, duyên là do Khổ trí, Loại trí mà đoạn.

Nhân là do Khổ trí, Pháp trí mà đoạn, duyên là do Tập trí, Pháp trí mà đoạn: Nghĩa là các căn do Khổ trí, Pháp trí mà đoạn, duyên là do Tập trí, Pháp trí mà đoạn và các căn là do Tập trí, Pháp trí mà đoạn, nhân là do Khổ trí, Pháp trí mà đoạn, duyên là do Tập trí, Pháp trí mà đoạn.

Nhân là do Khổ trí, Pháp trí mà đoạn, duyên là do Tập trí, Loại trí mà đoạn: Nghĩa là các căn do Khổ trí, Pháp trí mà đoạn, duyên là do Tập trí, Loại trí mà đoạn và các căn là do Tập trí, Pháp trí mà đoạn, nhân là do Khổ trí, Pháp trí mà đoạn, duyên là do Tập trí, Loại trí mà đoạn.

Nhân là do Khổ trí, Pháp trí mà đoạn, duyên là do Diệt trí, Pháp trí mà đoạn: Nghĩa là các căn là do Khổ trí, Pháp trí mà đoạn, duyên là do Diệt trí, Pháp trí mà đoạn và các căn là do Tập trí, Diệt trí, Pháp trí mà đoạn, nhân là do Khổ trí, Pháp trí mà đoạn, duyên là do Diệt trí, Pháp trí mà đoạn.

Nhân là do Khổ trí, Pháp trí mà đoạn, duyên là do Diệt trí, Loại trí mà đoạn: Nghĩa là các căn do Khổ trí, Pháp trí mà đoạn, duyên là do Diệt trí, Loại trí mà đoạn và các căn là do Tập trí, Pháp trí mà đoạn, nhân là do Khổ trí, Pháp trí mà đoạn, duyên là do Diệt trí, Loại trí mà đoạn.

Nhân là do Khổ trí, Pháp trí mà đoạn, duyên là do Đạo trí, Pháp trí mà đoạn: Nghĩa là các căn do Khổ trí, Pháp trí mà đoạn, duyên là do Đạo trí, Pháp trí mà đoạn và các căn là do Tập trí, Đạo trí, Pháp trí mà đoạn, nhân là do Khổ trí, Pháp trí mà đoạn, duyên là do Đạo trí, Pháp trí mà đoạn.

Nhân là do Khổ trí, Pháp trí mà đoạn, duyên là do Đạo trí, Loại trí mà đoạn: Nghĩa là các căn do Khổ trí, Pháp trí mà đoạn, duyên là do Đạo trí, Loại trí mà đoạn và các căn là do Tập trí, Pháp trí mà đoạn, nhân là do Khổ trí, Pháp trí mà đoạn, duyên là do Đạo trí, Loại trí mà đoạn.

Nhân là do Khổ trí, Pháp trí mà đoạn, duyên là do tu tập mà đoạn: Nghĩa là các căn do Khổ trí, Pháp trí mà đoạn, duyên là do tu tập mà đoạn và các căn do Tập trí, Pháp trí, tu tập mà đoạn, nhân là do Khổ trí, Pháp trí mà đoạn, duyên là do tu tập mà đoạn.

Nhân là do Khổ trí, Pháp trí mà đoạn, duyên là bất đoạn: Nghĩa là các căn là do Diệt trí, Đạo trí, Pháp trí mà đoạn, nhân là do Khổ trí,

Pháp trí mà đoạn, duyên là bất đoạn.

Nhân do là Khổ trí, Pháp trí mà đoạn, không có sở duyên: Nghĩa là căn không có duyên, nhân do Pháp trí, Khổ trí mà đoạn.

Hỏi: Giả sử duyên của các căn do Khổ trí, Pháp trí mà đoạn, nhân của các căn ấy là do Khổ trí, Pháp trí mà đoạn chăng?

Đáp: Duyên của các căn là do Khổ trí, Pháp trí mà đoạn, các căn ấy, hoặc nhân do Khổ trí, Pháp trí mà đoạn, hoặc nhân do Tập trí, Pháp trí mà đoạn, hoặc nhân là do tu tập mà đoạn, hoặc nhân là bất đoạn.

Duyên là do Khổ trí, Pháp trí mà đoạn, nhân là do Khổ trí, Pháp trí mà đoạn: Nghĩa là các căn do Khổ trí, Pháp trí mà đoạn, duyên là do Khổ trí, Pháp trí mà đoạn và các căn do Tập trí, Pháp trí mà đoạn, nhân do Khổ trí, Pháp trí mà đoạn, duyên là do Khổ trí, Pháp trí mà đoạn.

Duyên là do Khổ trí, Pháp trí mà đoạn, nhân do Tập trí, Pháp trí mà đoạn: Nghĩa là các căn là do Tập trí, Pháp trí mà đoạn, duyên là do Khổ trí, Pháp trí mà đoạn và các căn là Khổ trí, Pháp trí mà đoạn, nhân là do Tập trí, Pháp trí mà đoạn, duyên là do Khổ trí, Pháp trí mà đoạn.

Duyên là do Khổ trí, Pháp trí mà đoạn, nhân là do tu tập mà đoạn: Nghĩa là các căn do tu tập mà đoạn, duyên là do Khổ trí, Pháp trí mà đoạn.

Duyên là do Khổ trí, Pháp trí mà đoạn, nhân là bất đoạn: Nghĩa là các căn là bất đoạn, duyên là do Khổ trí, Pháp trí mà đoạn.

Hỏi: Nhân của các căn là do Khổ trí, Loại trí mà đoạn, các căn ấy, hoặc là do do Khổ trí, Loại trí mà đoạn chăng?

Đáp: Nhân của các căn là do Khổ trí, Loại trí mà đoạn, các căn ấy, hoặc duyên Khổ trí, Loại trí mà đoạn, hoặc duyên do Tập trí, Loại trí mà đoạn, hoặc duyên do Diệt trí, Loại trí mà đoạn, hoặc duyên do Đạo trí, Loại trí mà đoạn, hoặc duyên do tu tập mà đoạn, hoặc duyên là bất đoạn.

Nhân của các căn là do Khổ trí, Loại trí mà đoạn, duyên là do Khổ trí, Loại trí mà đoạn: Nghĩa là các căn là do Khổ trí, Loại trí mà đoạn, duyên là do Khổ trí, Loại trí mà đoạn và các căn là do Tập trí, Loại trí mà đoạn, nhân là do Khổ trí, Loại trí mà đoạn, duyên là do Khổ loại trí mà đoạn.

Nhân là do Khổ trí, Loại trí mà đoạn, duyên là do Tập trí, Loại trí mà đoạn: Nghĩa là các căn là do Khổ trí, Loại trí mà đoạn, duyên là do Tập trí, Loại trí mà đoạn và các căn là do Tập trí, Loại trí mà đoạn, nhân là do Khổ trí, Loại trí mà đoạn, duyên là do Tập trí, Loại trí mà đoạn.

Nhân là do Khổ trí, Loại trí mà đoạn, duyên là do Diệt trí, Loại trí mà đoạn: Nghĩa là các căn do Khổ trí, Loại trí mà đoạn, duyên là do Diệt trí, Loại trí mà đoạn và các căn do Tập trí, Diệt trí, Loại trí mà đoạn, nhân là do Khổ trí, Loại trí mà đoạn, duyên là do Diệt trí, Loại trí mà đoạn.

Nhân là do Khổ trí, Loại trí mà đoạn, duyên là Đạo trí, Loại trí mà đoạn: Nghĩa là các căn do Khổ trí, Loại trí mà đoạn, duyên là do Đạo trí, Loại trí mà đoạn và các căn là do Tập trí, Đạo trí, Loại trí mà đoạn, nhân là do Khổ trí, Loại trí mà đoạn, duyên là Đạo trí, Loại trí mà đoạn.

Nhân là do Khổ trí, Loại trí mà đoạn, duyên là do tu tập mà đoạn: Nghĩa là căn do Khổ trí, Loại trí mà đoạn, duyên là do tu tập mà đoạn và các căn là do Tập trí, Loại trí, tu tập mà đoạn, nhân là Khổ trí, Loại trí mà đoạn, duyên là do tu tập mà đoạn.

Nhân là do Khổ trí, Loại trí mà đoạn, duyên là bất đoạn: Nghĩa là các căn do Diệt trí, Đạo trí, Loại trí mà đoạn, nhân là do Khổ trí, Loại trí mà đoạn, duyên là bất đoạn.

Hỏi: Giả sử duyên các căn là do Khổ trí, Loại trí mà đoạn, nhân của các căn ấy là do Khổ trí, Loại trí mà đoạn chăng?

Đáp: Duyên của các căn là do Khổ trí, Loại trí mà đoạn, các căn ấy, hoặc nhân là do Khổ trí, Loại trí mà đoạn, hoặc nhân là do Khổ trí, Pháp trí mà đoạn, hoặc nhân là do Tập trí, Pháp trí mà đoạn, hoặc nhân là do Tập trí, Loại trí mà đoạn, hoặc nhân là do tu tập mà đoạn, hoặc nhân là bất đoạn.

Duyên là do Khổ trí, Loại trí mà đoạn, nhân là do Khổ trí, Loại trí mà đoạn: Nghĩa là các căn là do Khổ trí, Loại trí mà đoạn, duyên là do Khổ trí, Loại trí mà đoạn và các căn là do Tập trí, Loại trí mà đoạn, nhân là do Khổ trí, Loại trí mà đoạn, duyên là do Khổ trí, Loại trí mà đoạn.

Duyên là do Khổ trí, Loại trí mà đoạn, nhân là do Khổ trí, Pháp trí mà đoạn: Nghĩa là các căn là do Khổ trí, Pháp trí mà đoạn, duyên là do Khổ trí, Loại trí mà đoạn và các căn là là do Tập trí, Pháp trí mà đoạn, nhân là do Khổ trí, Pháp trí mà đoạn, duyên là do Khổ trí, Loại trí mà đoạn.

Duyên là do Khổ trí, Loại trí mà đoạn, nhân là do Tập trí, Pháp trí mà đoạn: Nghĩa là các căn là do Tập trí, Pháp trí mà đoạn, duyên là do Khổ trí, Loại trí mà đoạn và các căn là do Khổ trí, Pháp trí mà đoạn, nhân là do Tập trí, Pháp trí mà đoạn, duyên là do Khổ trí, Loại trí mà đoạn.

Duyên là do Khổ trí, Loại trí mà đoạn, nhân là do Tập trí, Loại trí mà đoạn: Nghĩa là các căn là do Tập trí, Loại trí mà đoạn, duyên là do Khổ trí, Loại trí mà đoạn và các căn là do Khổ trí, Loại trí mà đoạn, nhân là do Tập trí, Loại trí mà đoạn, duyên là do Khổ trí, Loại trí mà đoạn.

Duyên là do Khổ trí, Loại trí mà đoạn, nhân là do tu tập mà đoạn: Nghĩa là các căn là do tu tập mà đoạn, duyên là do Khổ trí, Loại trí mà đoạn.

Duyên là do Khổ trí, Loại trí mà đoạn, nhân là bất đoạn: Nghĩa là các căn là bất đoạn, duyên là do Khổ trí, Loại trí mà đoạn. Giống như ở nơi Khổ, Tập cũng là như vậy.

Hỏi: Nhân của các căn là do Diệt trí, Pháp trí mà đoạn, duyên của các căn ấy là do Diệt trí, Pháp trí mà đoạn chăng?

Đáp: Nhân của các căn là do Diệt trí, Pháp trí mà đoạn, các căn ấy hoặc duyên là do Diệt trí, Pháp trí mà đoạn, hoặc duyên do tu tập mà đoạn, hoặc là bất đoạn, hoặc không có sở duyên.

Nhân của các căn là do Diệt trí, Pháp trí mà đoạn, duyên là do Diệt trí, Pháp trí mà đoan: Nghĩa là các căn là do Diệt trí, Pháp trí mà đoạn, duyên là do Diệt trí, Pháp trí mà đoạn.

Nhân là do Diệt trí, Pháp trí mà đoạn, duyên là do tu tập mà đoạn: Nghĩa là các căn do tu tập mà đoạn, nhân là do Diệt trí, Pháp trí mà đoạn, duyên là do tu tập mà đoạn.

Nhân là do Diệt trí, Pháp trí mà đoạn, duyên là bất đoạn: Nghĩa là các căn là do Diệt trí, Pháp trí mà đoạn, duyên là bất đoạn.

Nhân là do Diệt trí, Pháp trí mà đoạn, không có sở duyên: Nghĩa là các căn không có duyên, nhân là do Diệt trí, Pháp trí mà đoạn.

Hỏi: Giả sử duyên của các căn là do Diệt trí, Pháp trí mà đoạn, nhân của các căn ấy là do Diệt trí, Pháp trí mà đoạn chăng?

Đáp: Duyên của các căn là do Diệt trí, Pháp trí mà đoạn, các căn ấy, hoặc nhân là do Diệt trí, Pháp trí mà đoạn, hoặc nhân là do Khổ trí, Pháp trí mà đoạn, hoặc nhân là do Tập trí, Pháp trí mà đoạn, hoặc nhân là do tu tập mà đoạn, hoặc nhân là bất đoạn.

Duyên của các căn là do Diệt trí, Pháp trí mà đoạn, nhân là do Diệt trí, Pháp trí mà đoạn: Nghĩa là các căn do Diệt trí, Pháp trí mà đoạn, duyên do Diệt trí, Pháp trí mà đoạn.

Duyên là do Diệt trí, Pháp trí mà đoạn, nhân là do Khổ trí, Pháp trí mà đoạn: Nghĩa là các căn là do Khổ trí, Pháp trí mà đoạn, duyên là do Diệt trí, Pháp trí mà đoạn và các căn là do Tập trí-Diệt trí, Pháp trí mà đoạn, nhân là do Khổ trí, Pháp trí mà đoạn, duyên là do Diệt trí, Pháp trí mà đoạn.

Duyên là do Diệt trí, Pháp trí mà đoạn, nhân là do Tập trí, Pháp trí mà đoạn: Nghĩa là các căn là do Tập trí, Pháp trí mà đoạn, duyên là do Diệt trí, Pháp trí mà đoạn và các căn là do Khổ trí, Pháp trí mà đoạn, do Diệt trí, Pháp trí mà đoạn, nhân là do Tập trí, Pháp trí mà đoạn, duyên là do Diệt trí, Pháp trí mà đoạn.

Duyên là do Diệt trí, Pháp trí mà đoạn, nhân là do tu tập mà đoạn: Nghĩa là các căn do tu tập mà đoạn, duyên là do Diệt trí, Pháp trí mà đoạn.

Duyên là do Diệt trí, Pháp trí mà đoạn, nhân là bất đoạn: Nghĩa là các căn là bất đoạn, duyên là do Diệt trí, Pháp trí mà đoạn.

Hỏi: Nhân của các căn là do Diệt trí, Loại trí mà đoạn, duyên của các căn ấy là do Diệt trí, Loại trí mà đoạn chăng?

Đáp: Nhân của các căn là do Diệt trí, Loại trí mà đoạn, các căn ấy hoặc duyên là do Diệt trí, Loại trí mà đoạn, hoặc duyên là bất đoạn.

Nhân của căn ấy là do Diệt trí, Loại trí mà đoạn, duyên là do Diệt trí, Loại trí mà đoạn: Nghĩa là các căn là do Diệt trí, Loại trí mà đoạn, duyên là do Diệt trí, Loại trí mà đoạn.

Nhân là do Diệt trí, Loại trí mà đoạn, duyên là bất đoạn: Nghĩa là các căn do Diệt trí, Loại trí mà đoạn, duyên là bất đoạn.

Hỏi: Giả sử duyên của các căn là do Diệt trí, Loại trí mà đoạn, nhân của các căn ấy là do Diệt trí, Loại trí mà đoạn chăng?

Đáp: Duyên của các căn là do Diệt trí, Loại trí mà đoạn, các căn ấy, hoặc nhân là do Diệt trí, Loại trí mà đoạn, hoặc nhân là do Khổ trí, Pháp trí mà đoạn, hoặc nhân là do Khổ trí, Loại trí mà đoạn, hoặc nhân là do Tập trí, Pháp trí mà đoạn, hoặc là do Tập trí, Loại trí mà đoạn, hoặc nhân là do tu tập mà đoạn, hoặc nhân là bất đoạn.

Duyên của các căn là do Diệt trí, Loại trí mà đoạn, nhân là do Diệt trí, Loại trí mà đoạn: Nghĩa là các căn là do Diệt trí, Loại trí mà đoạn, duyên là do Diệt trí, Loại trí mà đoạn.

Duyên là do Diệt trí, Loại trí mà đoạn, nhân là do Khổ trí, Pháp trí mà đoạn: Nghĩa là các căn là do Khổ trí, Pháp trí mà đoạn, duyên là do Diệt trí, Loại trí mà đoạn và các căn là do Tập trí, Pháp trí mà đoạn, nhân là do Khổ trí, Pháp trí mà đoạn, duyên là do Diệt trí, Loại trí mà đoạn.

Duyên là do Diệt trí, Loại trí mà đoạn, nhân là do Khổ trí, Loại trí mà đoạn: Nghĩa là các căn là do Khổ trí, Loại trí mà đoạn, duyên là do Diệt trí, Loại trí mà đoạn và các căn là do Tập trí, Diệt trí, Loại trí mà đoạn, nhân là Khổ trí, Loại trí mà đoạn, duyên là do Diệt trí, Loại trí mà đoạn.

Duyên là do Diệt trí, Loại trí mà đoạn, nhân là do Tập trí, Pháp trí mà đoạn: Nghĩa là các căn do Tập trí, Pháp trí mà đoạn, duyên là do

Diệt trí, Loại trí mà đoạn và các căn là do Khổ trí, Pháp trí mà đoạn, nhân là do Tập trí, Pháp trí mà đoạn, duyên là do Diệt trí, Loại trí mà đoạn.

Duyên là do Diệt trí, Loại trí mà đoạn, nhân là do Tập trí, Loại trí mà đoạn: Nghĩa là các căn do Tập trí, Loại trí mà đoạn, duyên là do Diệt trí, Loại trí mà đoạn và các căn là do Khổ trí, Diệt trí, Loại trí mà đoạn, nhân là do Tập trí, Loại trí mà đoạn, duyên là do Diệt trí, Loại trí mà đoạn.

Duyên là do Diệt trí, Loại trí mà đoạn, nhân là do tu tập mà đoạn: Nghĩa là các căn do tu tập mà đoạn, duyên là do Diệt trí, Loại trí mà đoạn.

Duyên là do Diệt trí, Loại trí mà đoạn, nhân là bất đoạn: Nghĩa là các căn là bất đoạn, duyên là do Diệt trí, Loại trí mà đoạn. Giống như ở Diệt, Đạo, cũng là như vậy.

Hỏi: Nhân của các căn là do Khổ trí, Pháp trí mà đoạn, duyên của các căn ấy là do chứng kiến Khổ mà đoạn chăng?

Đáp: Nhân của các căn là do Khổ trí, Pháp trí mà đoạn, các căn ấy, hoặc duyên là do chứng kiến Khổ mà đoạn, hoặc là duyên do chứng kiến Tập mà đoạn, hoặc là duyên do chứng kiến Diệt mà đoạn, hoặc là duyên do chứng kiến Đạo mà đoạn, hoặc duyên là do tu tập mà đoạn, hoặc là bất đoạn, hoặc là không có sở duyên.

Nhân của các căn là do Khổ trí, Pháp trí mà đoạn, duyên là do chứng kiến Khổ mà đoạn: Nghĩa là các căn do Khổ trí, Pháp trí mà đoạn, duyên là do chứng kiến Khổ mà đoạn và các căn là do Tập trí, Pháp trí mà đoạn, nhân là do Khổ trí, Pháp trí mà đoạn, duyên là do chứng kiến Khổ mà đoạn.

Nhân là do Khổ trí, Pháp trí mà đoạn, duyên là do chứng kiến Tập mà đoạn: Nghĩa là các căn là do Khổ trí, Pháp trí mà đoạn, duyên là do chứng kiến Tập mà đoạn và các căn là do Tập trí, Pháp trí mà đoạn, nhân là do Khổ trí, Pháp trí mà đoạn, duyên là do chứng kiến Tập mà đoạn.

Duyên là do Khổ trí, Pháp trí mà đoạn, duyên là do chứng kiến Diệt mà đoạn: Nghĩa là các căn do Khổ trí, Pháp trí mà đoạn, duyên là do chứng kiến Diệt mà đoạn và các căn là do Tập trí, Diệt trí, Pháp trí mà đoạn, nhân là do Khổ trí, Pháp trí mà đoạn, duyên là do chứng kiến Diệt mà đoạn.

Nhân là do Khổ trí, Pháp trí mà đoạn, duyên là do chứng kiến Đạo mà đoạn: Nghĩa là các căn là do Khổ trí, Pháp trí mà đoạn, duyên là do chứng kiến Đạo mà đoạn và các căn là do Tập trí, Đạo trí, Pháp trí mà đoạn, nhân là do Khổ trí, Pháp trí mà đoạn, duyên là do chứng kiến Đạo mà đoạn.

Nhân là do Khổ trí, Pháp trí mà đoạn, duyên là do tu tập mà đoạn: Nghĩa là các căn là do Khổ trí, Pháp trí mà đoạn, duyên là do tu tập mà đoạn và các căn là do Tập trí, Pháp trí mà đoạn, do tu tập mà đoạn, nhân là do Khổ trí, Pháp trí mà đoạn, duyên là do tu tập mà đoạn.

Nhân là do Khổ trí, Pháp trí mà đoạn, duyên là bất đoạn: Nghĩa là các căn do Diệt trí, Đạo trí, Pháp trí mà đoạn, nhân là do Khổ trí, Pháp trí mà đoạn, duyên là bất đoạn.

Nhân là do Khổ trí, Pháp trí mà đoạn, không có sở duyên: Nghĩa là căn không có duyên, nhân là do Khổ trí, Pháp trí mà đoạn.

Hỏi: Giả sử duyên của các căn là do chứng kiến Khổ mà đoạn, nhân của các căn ấy là do Khổ trí, Pháp trí mà đoạn chăng?

Duyên của các căn là do chứng kiến Khổ mà đoạn, các căn ấy hoặc nhân là do Khổ trí, Pháp trí mà đoạn, hoặc nhân là do Khổ trí, Loại trí mà đoạn, hoặc nhân là do Tập trí, Pháp trí mà đoạn, hoặc nhân là do Tập trí, Loại trí mà đoạn, hoặc nhân là do tu tập mà đoạn, hoặc nhân là bất đoạn.

Duyên của các căn là do chứng kiến Khổ mà đoạn, nhân là do Khổ trí, Pháp trí mà đoạn: Nghĩa là các căn do Khổ trí, Pháp trí mà đoạn, duyên là do chứng kiến Khổ mà đoạn và các căn là do Tập trí, Pháp trí mà đoạn, nhân là do Khổ trí, Pháp trí mà đoạn, duyên là do chứng kiến Khổ mà đoạn.

Duyên là do chứng kiến khổ mà đoạn, nhân là do Khổ trí, Loại trí mà đoạn: Nghĩa là các căn là do Khổ trí, Loại trí mà đoạn, duyên là do chứng kiến Khổ mà đoạn và các căn là do Tập trí, Loại trí mà đoạn, nhân là do Khổ trí, Loại trí mà đoạn, duyên là do chứng kiến Khổ mà đoạn.

Duyên là do chứng kiến Khổ mà đoạn, nhân là do Tập trí, Pháp trí mà đoạn: Nghĩa là các căn là do Tập trí, Pháp trí mà đoạn, duyên là do chứng kiến Khổ mà đoạn và các căn là do Khổ trí, Pháp trí mà đoạn, nhân là do Tập trí, Pháp trí mà đoạn, duyên là do chứng kiến Khổ mà đoạn.

Duyên là do chứng kiến Khổ mà đoạn, nhân là do Tập trí, Loại trí mà đoạn: Nghĩa là các căn do Tập trí, Loại trí mà đoạn, duyên là do chứng kiến Khổ mà đoạn và các căn là do Khổ trí, Loại trí mà đoạn, nhân là do Tập trí, Loại trí mà đoạn, duyên là do chứng kiến Khổ mà đoạn.

Duyên là do chứng kiến Khổ mà đoạn, nhân là do tu tập mà đoạn: Nghĩa là các căn do tu tập mà đoạn, duyên do chứng kiến Khổ mà đoạn.

Duyên do chứng kiến Khổ mà đoạn, nhân là bất đoạn: Nghĩa là các căn bất đoạn, duyên do chứng kiến Khổ mà đoạn.

Hỏi: Nhân của các căn là do Khổ trí, Loại trí mà đoạn, duyên của các căn ấy là do chứng kiến Khổ mà đoạn chăng?

Đáp: Nhân của các căn là do Khổ trí, Loại trí mà đoạn, các căn ấy hoặc duyên là do chứng kiến Khổ mà đoạn, hoặc duyên là do chứng kiến Tập mà đoạn, hoặc duyên là do chứng kiến Diệt mà đoạn, hoặc duyên là do chứng kiến Đạo mà đoạn, hoặc duyên là do tu tập mà đoạn, hoặc duyên là bất đoạn.

Nhân của các căn là do Khổ trí, Loại trí mà đoạn, duyên là do chứng kiến Khổ mà đoạn: Nghĩa là các căn do Khổ trí, Loại trí mà đoạn, duyên là do chứng kiến Khổ mà đoạn và các căn là do Tập trí, Loại trí mà đoạn, nhân là do Khổ trí, Loại trí mà đoạn, duyên là do chứng kiến Khổ mà đoạn.

Nhân là do Khổ trí, Loại trí mà đoạn, duyên là do chứng kiến Tập mà đoạn: Nghĩa là các căn do Khổ trí, Loại trí mà đoạn, duyên là do chứng kiến Tập mà đoạn và các căn là Tập trí, Loại trí mà đoạn, nhân là do Khổ trí, Loại trí mà đoạn, duyên là do chứng kiến Tập mà đoạn.

Nhân là do Khổ trí, Loại trí mà đoạn, duyên là do chứng kiến Diệt mà đoạn: Nghĩa là các căn là do Khổ trí, Loại trí mà đoạn, duyên là do chứng kiến Diệt mà đoạn và các căn là do Tập trí, Diệt trí, Loại trí mà đoạn, nhân là do Khổ trí, Loại trí mà đoạn, duyên là do chứng kiến Diệt mà đoạn.

Nhân là do Khổ trí, Loại trí mà đoạn, duyên là do chứng kiến Đạo mà đoạn: Nghĩa là các căn do Khổ trí, Loại trí mà đoạn, duyên là do chứng kiến Đạo mà đoạn và các căn là do Tập trí, Đạo trí, Loại trí mà đoạn, duyên là do chứng kiến Đạo mà đoạn.

Nhân là do Khổ trí, Loại trí mà đoạn, duyên là do tu tập mà đoạn: Nghĩa là các căn là do Khổ trí, Loại trí mà đoạn, duyên là do tu tập mà đoạn và các căn là do Tập trí, Loại trí mà đoạn, do tu tập mà đoạn, nhân là do Khổ trí, Loại trí mà đoạn, duyên là do tu tập mà đoạn.

Nhân là do Khổ trí, Loại trí mà đoạn, duyên là bất đoạn: Nghĩa là các căn do Diệt trí, Đạo trí, Loại trí mà đoạn, nhân là do Khổ trí, Loại trí mà đoạn, duyên là bất đoạn.

Hỏi: Giả sử các căn là do chứng kiến Khổ mà đoạn, nhân của các căn ấy là do Khổ trí, Loại trí mà đoạn chăng?

Đáp: Duyên của các căn ấy là do chứng kiến Khổ mà đoạn, các căn ấy, hoặc nhân là do Khổ trí, Loại trí mà đoạn, hoặc nhân là do Khổ trí, Pháp trí mà đoạn, hoặc nhân là do Tập trí, Pháp trí mà đoạn, hoặc nhân là do Tập trí, Loại trí mà đoạn, hoặc nhân là do tu tập mà đoạn, hoặc nhân là bất đoạn.

Duyên của các căn là do chứng kiến Khổ mà đoạn, nhân là do Khổ trí, Loại trí mà đoạn: Nghĩa là các căn là do Khổ trí, Loại trí mà đoạn, duyên là do chứng kiến Khổ mà đoạn và các căn là do Tập trí, Loại trí mà đoạn, nhân là do Khổ trí, Loại trí mà đoạn, duyên là do chứng kiến Khổ mà đoạn.

Duyên là do chứng kiến Khổ mà đoạn, nhân là do Khổ trí, Pháp trí mà đoạn: Nghĩa là các căn do Khổ trí, Pháp trí mà đoạn, duyên là do chứng kiến Khổ mà đoạn và các căn là do Tập trí, Pháp trí mà đoạn, nhân là do Khổ trí, Pháp trí mà đoạn, duyên là do chứng kiến Khổ mà đoạn.

Duyên là do chứng kiến Khổ mà đoạn, nhân là do Tập trí, Pháp trí mà đoạn: Nghĩa là các căn là do Tập trí, Pháp trí mà đoạn, duyên là do chứng kiến Khổ mà đoạn và các căn là do Khổ trí, Pháp trí mà đoạn, nhân là do Tập trí, Pháp trí mà đoạn, duyên là do chứng kiến Khổ mà đoạn.

Duyên là do chứng kiến Khổ mà đoạn, nhân là do Tập trí, Loại trí mà đoạn: Nghĩa là các căn là do Tập trí, Loại trí mà đoạn, duyên là do chứng kiến Khổ mà đoạn và các căn là do Khổ trí, Loại trí mà đoạn, nhân là do Tập trí, Loại trí mà đoạn, duyên là do chứng kiến Khổ mà đoạn.

Duyên là do chứng kiến Khổ mà đoạn, nhân là do tu tập mà đoạn: Nghĩa là các căn là do tu tập mà đoạn, duyên là do chứng kiến Khổ mà đoạn.

Duyên là do chứng kiến Khổ mà đoạn, nhân là bất đoạn: Nghĩa là các căn là bất đoạn, duyên là do chứng kiến Khổ mà đoạn. Giống như ở Khổ, Tập cũng là như vậy.

Hỏi: Nhân của các căn là do Diệt trí, Pháp trí mà đoạn, duyên của các căn ấy là do chứng kiến Diệt mà đoạn chăng?

Đáp: Nhân của các căn là do Diệt trí, Pháp trí mà đoạn, các căn ấy hoặc duyên là do chứng kiến Diệt mà đoạn, hoặc duyên do tu tập mà đoạn, hoặc duyên là bất đoạn, hoặc không có sở duyên.

Nhân của các căn là do Diệt trí, Pháp trí mà đoạn, duyên là do chứng kiến Diệt mà đoạn: Nghĩa là các căn là do Diệt trí, Pháp trí mà đoạn, duyên là do chứng kiến Diệt mà đoạn.

Nhân là do Diệt trí, Pháp trí mà đoạn, duyên là do tu tập mà đoạn: Nghĩa là các căn do tu tập mà đoạn, nhân là do Diệt trí, Pháp trí mà đoạn, duyên là do tu tập mà đoạn.

Nhân là do Diệt trí, Pháp trí mà đoạn, duyên là bất đoạn: Nghĩa là các căn là do Diệt trí, Pháp trí mà đoạn, duyên là bất đoạn.

Nhân là do Diệt trí, Pháp trí mà đoạn, không có sở duyên: Nghĩa là các căn không có duyên, nhân là do Diệt trí, Pháp trí mà đoạn.

Hỏi: Giả sử duyên của các căn là do chứng kiến Diệt mà đoạn, nhân của căn ấy là do Diệt trí, Pháp trí mà đoạn chăng?

Đáp: Duyên của các căn là do chứng kiến Diệt mà đoạn, các căn ấy, hoặc nhân là do Diệt trí, Pháp trí mà đoạn, hoặc nhân là do Diệt trí, Loại trí mà đoạn, hoặc nhân là do Khổ trí, Pháp trí mà đoạn, hoặc nhân là do Khổ trí, Loại trí mà đoạn, hoặc nhân là do Tập trí, Pháp trí mà đoạn, hoặc nhân là do Tập trí, Loại trí mà đoạn, hoặc nhân là do tu tập mà đoạn, hoặc nhân là bất đoạn.

Duyên của các căn là do chứng kiến Diệt mà đoạn, nhân là do Diệt trí, Pháp trí mà đoạn: Nghĩa là các căn là do Diệt trí, Pháp trí mà đoạn, duyên là do chứng kiến Diệt mà đoạn.

Duyên là do chứng kiến Diệt mà đoạn, nhân là do Diệt trí, Loại trí mà đoạn: Nghĩa là các căn là do Diệt trí, Loại trí mà đoạn, duyên là do chứng kiến Diệt mà đoạn.

Duyên là do chứng kiến Diệt mà đoạn, nhân là do Khổ trí, Pháp trí mà đoạn: Nghĩa là các căn là do Khổ trí, Pháp trí mà đoạn, duyên là do chứng kiến Diệt mà đoạn và các căn là do Tập trí, Diệt trí, Pháp trí mà đoạn, nhân là do Khổ trí, Pháp trí mà đoạn, duyên là do chứng kiến Diệt mà đoạn.

Duyên là do chứng kiến Diệt mà đoạn, nhân là do Khổ trí, Loại trí mà đoạn: Nghĩa là các căn là do Khổ trí, Loại trí mà đoạn, duyên là do chứng kiến Diệt mà đoạn và các căn là do Tập trí, Diệt trí, Loại trí mà đoạn, nhân là do Khổ trí, Loại trí mà đoạn, duyên là do chứng kiến Diệt mà đoạn.

Duyên là do chứng kiến Diệt mà đoạn, nhân là do Tập trí, Pháp trí mà đoạn: Nghĩa là các căn là do Tập trí, Pháp trí mà đoạn, duyên là do chứng kiến Diệt mà đoạn và các căn là do Khổ trí, Diệt trí, Pháp trí mà đoạn, nhân là do Tập trí, Pháp trí mà đoạn, duyên là do chứng kiến Diệt mà đoạn.

Duyên là do chứng kiến Diệt mà đoạn, nhân là do Tập trí-loại trí mà đoạn: Nghĩa là các căn là do Tập trí, Loại trí mà đoạn, duyên là do chứng kiến Diệt mà đoạn và các căn là do Khổ trí, Diệt trí, Loại trí mà đoạn, nhân là do Tập trí, Loại trí mà đoạn, duyên là do chứng kiến Diệt mà đoạn.

Duyên là do chứng kiến Diệt mà đoạn, nhân là do tu tập mà đoạn: Nghĩa là các căn do tu tập mà đoạn, duyên là do chứng kiến Diệt mà đoạn.

Duyên là do chứng kiến Diệt mà đoạn, nhân là bất đoạn: Nghĩa là các căn là bất đoạn, duyên là do chứng kiến Diệt mà đoạn.

Hỏi: Nhân của các căn là do Diệt trí, Loại trí mà đoạn, duyên của các căn ấy là do chứng kiến Diệt mà đoạn chăng?

Đáp: Nhân của các căn là do Diệt trí, Loại trí mà đoạn, các căn ấy hoặc duyên là do chứng kiến Diệt mà đoạn, hoặc duyên là bất đoạn.

Nhân của các căn là do Diệt trí, Loại trí mà đoạn, duyên là do chứng kiến Diệt mà đoạn: Nghĩa là nhân của các căn là do Diệt trí, Loại trí mà đoạn, duyên là do chứng kiến Diệt mà đoạn.

Nhân là do Diệt trí, Loại trí mà đoạn, duyên là bất đoạn: Nghĩa là các căn do Diệt trí, Loại trí mà đoạn, duyên là bất đoạn.

Hỏi: Giả sử các căn duyên là do chứng kiến Diệt mà đoạn, nhân của các căn ấy là do Diệt trí, Loại trí mà đoạn chăng?

Đáp: Duyên của các căn là do chứng kiến Diệt mà đoạn, các căn ấy hoặc nhân là do Diệt trí, Loại trí mà đoạn, hoặc nhân là do Diệt trí, Pháp trí mà đoạn, hoặc nhân là do Khổ trí, Pháp trí mà đoạn, hoặc nhân là do Khổ trí, Loại trí mà đoạn, hoặc nhân là do Tập trí, Pháp trí mà đoạn, hoặc nhân là do Tập trí, Loại trí mà đoạn, hoặc nhân là do tu tập mà đoạn, hoặc nhân là bất đoạn.

Duyên của các căn là do chứng kiến Diệt mà đoạn, nhân là do Diệt trí, Loại trí mà đoạn: Nghĩa là các căn là do Diệt trí, Loại trí mà đoạn, duyên là do chứng kiến Diệt mà đoạn.

Duyên là do chứng kiến Diệt mà đoạn, nhân là do Diệt trí, Pháp trí mà đoạn: Nghĩa là các căn do Diệt trí, Pháp trí mà đoạn, duyên là do chứng kiến Diệt mà đoạn.

Duyên là do chứng kiến Diệt mà đoạn, nhân là do Khổ trí, Pháp trí mà đoạn: Nghĩa là các căn do Khổ trí, Pháp trí mà đoạn, duyên là do chứng kiến Diệt mà đoạn và các căn là do Tập trí, Diệt trí, Pháp trí mà đoạn, nhân là do Khổ trí, Pháp trí mà đoạn, duyên là do chứng kiến Diệt mà đoạn.

Duyên là do chứng kiến Diệt mà đoạn, nhân là do Khổ trí, Loại trí mà đoạn: Nghĩa là các căn do Khổ trí, Loại trí mà đoạn, duyên là do chứng kiến Diệt mà đoạn và các căn là do Tập trí, Diệt trí, Loại trí mà đoạn, nhân là do Khổ trí, Loại trí mà đoạn, duyên là do chứng kiến Diệt mà đoạn.

Duyên là do chứng kiến Diệt mà đoạn, nhân là do Tập trí, Pháp trí mà đoạn: Nghĩa là các căn do Tập trí, Pháp trí mà đoạn, duyên là do chứng kiến Diệt mà đoạn và các căn là do Khổ trí, Pháp trí mà đoạn, nhân là do Tập trí, Pháp trí mà đoạn, duyên là do chứng kiến Diệt mà đoạn.

Duyên là do chứng kiến Diệt mà đoạn, nhân là do Tập trí, Loại trí mà đoạn: Nghĩa là các căn do Tập trí, Loại trí mà đoạn, duyên là do chứng kiến Diệt mà đoạn và các căn là do Khổ trí, Diệt trí, Loại trí mà đoạn, nhân là do Tập trí, Loại trí mà đoạn, duyên là do chứng kiến Diệt mà đoạn.

Duyên là do chứng kiến Diệt mà đoạn, nhân là do tu tập mà đoạn: Nghĩa là các căn do tu tập mà đoạn, duyên là do chứng kiến Diệt mà đoạn.

Duyên là do chứng kiến Diệt mà đoạn, nhân là bất đoạn: Nghĩa là các căn là bất đoạn, duyên là do chứng kiến Diệt mà đoạn. Giống như Diệt, Đạo cũng là như vậy.

Quyển mười bảy
Chương bảy: Định Uẩn

PHẨM MỘT: LUẬN VỀ ĐẮC

Năm đắc[30], khởi bốn chi[31]

Vị nhập sinh, vô lượng

---

[30] Đắc: Skt Prāpti. Hết thảy pháp tạo tác thành tựu mà không mất gọi là đắc. Trái lại, không thành tựu gọi là phi đắc. Phi đắc bao gồm ý nghĩa bất hoạch và bất thành tựu.

Đắc là quan hệ đối với pháp hữu vi và hữu tình "Tự tương tục". Đắc thâu nhiếp tự thân hữu tình và liên hệ đến hai pháp Trạch diệt vô vi và Phi trạch diệt vô vi của các pháp vô vi. Đắc không quan hệ với pháp "Tha tương tục" và đối với "Hư không vô vi".

Nếu quan hệ tích cực đối với pháp "Tự tương tục" là cho các pháp hòa hợp và tồn tại, gọi là "đắc". Nếu không quan hệ tích cực, khiến các pháp xa lìa và mất, gọi là phi đắc.

Đắc hàm chứa hai nội dung, gồm: Hoạch và thành tựu.

Hoạch, Skt Pratilambha, nghĩa là trước đó chưa được mà lại được, được rồi lại mất.

Thành tựu, Skt Samanvāgama, nghĩa là được vẫn tiếp tục cho đến hiện tại vẫn còn tiếp tục không mất. Đắc còn có nghĩa là ở vào giai vị hiện tại.

[31] Bốn chi: Ấy là bốn thiền chi liên hệ đến Nhị thiền và Tứ thiền.

Bốn thiền chi của Nhị thiền, gồm: Nội đẳng tịnh, Hỷ, Lạc, Nhất tâm.

Bốn thiền chi của Tứ thiền, gồm: Bất khổ bất lạc, Xả, Niệm, Nhất tâm.

Sơ thiền có năm thiền chi, gồm: Tầm (giác), Tứ (quán), Hỷ, Lạc, Nhất tâm.

Tam thiền có năm thiền chi, gồm: Xả, Niệm, Tuệ, Lạc, Nhất tâm. (*Tạp A-tỳ-đàm tâm luận 7, Đại chánh 28*).

Đoạn kiết, Thọ quả, xứ
Chương này, nguyện nói đủ.

Hỏi: Các pháp đạt được ở quá khứ, các pháp được ấy ở quá khứ chăng?

Đáp: Các pháp đạt được ấy, hoặc là ở quá khứ, hoặc là ở vị lai, hoặc là ở hiện tại.

Hỏi: Giả sử ở quá khứ đạt được, các pháp đạt được ấy là ở quá khứ chăng?

Đáp: Pháp ấy hoặc là ở quá khứ, hoặc là ở vị lại, hoặc là ở hiện tại, hoặc là ở vô vi.

Hỏi: Các pháp đạt được ở vị lai, các pháp ấy là do vị lai đạt được chăng?

Đáp: Các pháp đạt được ấy, hoặc là ở vị lai, hoặc là ở quá khứ, hoặc là ở hiện tại.

Hỏi: Giả sử vị lai đạt được, các pháp ấy là do vị lai đạt được chăng?

Đáp: Các pháp ấy, hoặc là do ở vị lai, hoặc là do ở quá khứ, hoặc là do ở hiện tại, hoặc là do ở vô vi.

Hỏi: Các pháp đạt được do ở hiện tại, các pháp ấy là do hiện tại đạt được chăng?

Đáp: Các pháp ấy đạt được hoặc là do ở hiện tại, hoặc là do ở quá khứ, hoặc là do ở vị lai.

Hỏi: Giả sử có thể được do ở hiện tại, các pháp ấy có thể là do hiện tại đạt được chăng?

Đáp: Các pháp ấy, hoặc là do ở hiện tại, hoặc là do ở quá khứ, hoặc là do ở vị lai, hoặc là do ở vô vi.

Hỏi: Các pháp thiện đạt được, các pháp ấy là thiện chăng?

Đáp: Đúng là như vậy.

Hỏi: Giả sử đạt được thiện, ấy là đạt được pháp thiện chăng?

Đáp: Đúng là như vậy.

Hỏi: Được các pháp bất thiện, ấy là được bất thiện chăng?

Đáp: Đúng là như vậy.

Hỏi: Giả sử được bất thiện, ấy là được pháp bất thiện chăng?

Đáp: Đúng là như vậy.

Hỏi: Được các pháp vô ký, ấy là được vô ký chăng?

Đáp: Đúng là như vậy.

Hỏi: Giả sử được vô ký, ấy là được pháp vô ký chăng?

Đáp: Đúng là như vậy.

Hỏi: Được các pháp hệ thuộc Dục giới, ấy là được Dục giới chăng?

Đáp: Đúng là như vậy.

Hỏi: Giả sử được Dục giới, ấy là được pháp hệ thuộc Dục giới chăng?

Đáp: Pháp ấy, hoặc là hệ thuộc Dục giới, hoặc là bất hệ.

Hỏi: Đạt được các pháp hệ thuộc Sắc giới, ấy là đạt được Sắc giới chăng?

Đáp: Đúng là như vậy.

Hỏi: Giả sử đạt được Sắc giới, ấy là đạt được pháp hệ thuộc Sắc giới chăng?

Đáp: Các pháp ấy, hoặc là hệ thuộc Sắc giới, hoặc là không có hệ thuộc.

Hỏi: Được các pháp hệ thuộc Vô sắc giới, ấy là được Vô sắc giới chăng?

Đáp: Đúng là như vậy.

Hỏi: Đạt được Vô sắc giới, ấy là đạt được pháp Vô sắc giới chăng?

Đáp: Đúng là như vậy.

Hỏi: Giả sử đạt được Vô sắc giới, ấy là đạt được pháp Vô sắc giới chăng?

Đáp: Các pháp ấy, hoặc là Vô sắc giới, hoặc là bất hệ.

Hỏi: Đạt được các pháp học, các pháp ấy là học chăng?

Đáp: Đúng là như vậy.

Hỏi: Giả sử đạt được học, ấy là đạt được pháp học chăng?

Đáp: Các pháp ấy, hoặc là học, hoặc là phi học phi vô học.

Hỏi: Đạt được các pháp vô học, ấy là đạt được vô học chăng?

Đáp: Đúng là như vậy.

Hỏi: Giả sử đạt được Vô học, ấy là đạt được pháp vô học chăng?

Đáp: Các pháp ấy, hoặc là vô học, hoặc là phi học phi vô học.

Hỏi: Đạt được các pháp phi học phi vô học, ấy là đạt được phi học phi vô học chăng?

Đáp: Các pháp đạt được ấy, hoặc là phi học phi vô học, hoặc là học, hoặc là vô học.

Hỏi: Giả sử đạt được phi học phi vô học, ấy là đạt được pháp phi học phi vô học chăng?

Đáp: Đúng là như vậy.

Hỏi: Đạt được các pháp do sở kiến đoạn, ấy là đạt được do sở kiến đoạn chăng?

Đáp: Đúng là như vậy.

Hỏi: Giả sử đạt được do sở kiến đoạn, ấy là đạt được pháp do sở kiến đoạn chăng?

Đáp: Đúng là như vậy.

Hỏi: Đạt được các pháp do tu tập mà đoạn, các pháp ấy là do tu tập mà sở đoạn chăng?

Đáp: Đúng là như vậy.

Hỏi: Giả sử đạt được do tu tập mà sở đoạn, pháp đạt được ấy là do tu tập mà sở đoạn chăng?

Đáp: Các pháp ấy, hoặc do tu tập mà sở đoạn, hoặc là bất đoạn.

Hỏi: Đạt được các pháp bất đoạn, ấy là đạt được các bất đoạn chăng?

Đáp: Các pháp đạt được ấy, hoặc là bất đoạn, hoặc là do tu tập mà đoạn.

Hỏi: Giả sử đạt được bất đoạn, ấy là đạt được pháp bất đoạn chăng?

Đáp: Đúng là như vậy.

Hỏi: Các thiện pháp ở Vô sắc giới phát khởi, các pháp ấy đều là tâm thiện chăng?

Đáp: Các thiện pháp thuộc Vô sắc giới phát khởi, các pháp ấy, hoặc đều là do tâm thiện, hoặc đều là do tâm bất thiện, hoặc đều là do tâm vô ký.

Hỏi: Thế nào đều là do tâm thiện?

Đáp: Do các pháp tương ưng với tâm ấy, tâm ấy đều có thiện ở Vô sắc giới.

Hỏi: Thế nào đều là do tâm bất thiện?

Đáp: Như tâm bất thiện, hoặc thoái, hoặc sinh, thiện pháp được phát khởi.

Hỏi: Thế nào đều là do tâm vô ký?

Đáp: Như tâm vô ký, hoặc thoái, hoặc sinh, thiện pháp được phát khởi.

Hỏi: Các pháp đều do tâm thiện phát khởi, các pháp ấy là thiện ở Vô sắc giới chăng?

Đáp: Các thiện pháp đều do tâm phát khởi, các thiện pháp ấy, hoặc là thiện thuộc Vô sắc giới, hoặc là vô ký ở Vô sắc giới.

Hỏi: Thế nào là thiện thuộc Vô sắc giới?

Đáp: Các pháp tương ưng với tâm ấy, tâm ấy đều có thiện thuộc Vô sắc giới.

Hỏi: Thế nào là vô ký thuộc Vô sắc giới?

Đáp: Như tâm thiện tiến bộ thù thắng, pháp vô ký được phát khởi và tâm thiện an trú, các căn vô ký nuôi dưỡng, các đại chủng tăng ích, các pháp ấy, có được sinh, lão, trú, vô thường.

Hỏi: Các pháp do tâm bất thiện thuộc Vô sắc giới phát khởi, các pháp ấy đều là tâm bất thiện chăng?

Đáp: Các pháp bất thiện thuộc Vô sắc giới phát khởi, các pháp ấy hoặc đều là do tâm bất thiện, hoặc đều là do tâm vô ký.

Hỏi: Thế nào đều là do tâm bất thiện?

Đáp: Các pháp tương ưng với tâm ấy, các pháp ấy tâm đều có bất thiện thuộc Vô sắc giới.

Hỏi: Thế nào đều là có tâm vô ký?

Đáp: Như tâm vô ký, hoặc thoái, hoặc sinh, pháp bất thiện có thể phát khởi.

Hỏi: Giả sử các pháp bất thiện cùng với tâm đều phát khởi, các pháp ấy là bất thiện thuộc Vô sắc giới chăng?

Đáp: Các pháp bất thiện cùng với tâm đều phát khởi, các pháp ấy, hoặc bất thiện ở Vô sắc giới, hoặc là thiện ở Vô sắc giới, hoặc là vô ký ở Vô sắc giới.

Hỏi: Thế nào là bất thiện ở Vô sắc giới?

Đáp: Các pháp tương ưng với tâm ấy, các pháp ấy cùng có với tâm bất thiện thuộc Vô sắc giới.

Hỏi: Thế nào là thiện ở Vô sắc giới?

Đáp: Như tâm bất thiện, hoặc thoái, hoặc sinh, pháp thiện được phát khởi.

Hỏi: Thế nào là vô ký thuộc Vô sắc giới?

Đáp: Như tâm bất thiện, hoặc thoái, hoặc sinh, pháp vô ký được phát khởi và sống với tâm bất thiện, các căn vô ký trưởng dưỡng, các đại chủng tăng ích, các pháp ấy có được sinh, lão, trú, vô thường.

Hỏi: Các pháp vô ký thuộc Vô sắc giới phát khởi, các pháp ấy đều là tâm vô ký chăng?

Đáp: Các pháp vô ký thuộc Vô sắc giới phát khởi, các pháp ấy hoặc đều thuộc tâm vô ký, hoặc đều thuộc tâm thiện, hoặc đều thuộc tâm bất thiện.

Hỏi: Thế nào là cùng với tâm vô ký?

Đáp: Các pháp tương ưng với tâm ấy, tâm ấy đều có vô ký thuộc Vô sắc giới.

Hỏi: Thế nào là cùng với tâm thiện?

Đáp: Như tâm thiện thăng tiến thù thắng, pháp vô ký được phát khởi và an trú tâm thiện, các căn vô ký nuôi lớn, các đại chủng tăng ích, các pháp có được sinh, lão, trú, vô thường.

Hỏi: Thế nào là cùng với tâm bất thiện?

Đáp: Như tâm bất thiện, hoặc thoái, hoặc sinh, pháp vô ký phát khởi và an trú tâm bất thiện, các căn vô ký nuôi lớn, các đại chủng tăng trưởng, các pháp có được sinh, lão, trú, vô thường.

Hỏi: Giả sử các pháp cùng khởi với tâm vô ký, các pháp ấy là vô ký thuộc về Vô sắc giới chăng?

Đáp: Các pháp cùng phát khởi với tâm vô ký, các pháp ấy, hoặc là vô ký thuộc Vô sắc giới, hoặc là thiện thuộc Vô sắc giới, hoặc là bất thiện thuộc Vô sắc giới.

Hỏi: Thế nào là vô ký thuộc Vô sắc giới?

Đáp: Các pháp tương ưng với tâm ấy, tâm ấy đều có mặt với vô ký ở Vô sắc giới.

Hỏi: Thế nào là thiện ở Vô sắc giới?

Đáp: Như tâm vô ký hoặc thoái, hoặc sinh, pháp thiện được phát khởi.

Hỏi: Thế nào là bất thiện ở Vô sắc giới?

Đáp: Như tâm vô ký, hoặc thoái, hoặc sinh, pháp bất thiện được phát khởi.

Hỏi: Các pháp thuộc Dục giới, Vô sắc giới được phát khởi, các pháp ấy là cùng với tâm thuộc Dục giới chăng?

Đáp: Các pháp thuộc Dục giới, Vô sắc giới phát khởi, các pháp ấy, hoặc cùng vơi tâm thuộc Dục giới, hoặc cùng với tâm thuộc Sắc giới, hoặc cùng với tâm thuộc Vô sắc giới, hoặc cùng với tâm bất hệ.

Hỏi: Thế nào là cùng với tâm thuộc Dục giới?

Đáp: Các pháp tương ưng với tâm ấy, tâm ấy đều cùng có ở Dục giới, Sắc giới.

Hỏi: Thế nào là cùng với tâm có mặt ở Sắc giới?

Đáp: Như tâm ở Sắc giới, hoặc sinh, hoặc thăng tiến thù thắng, pháp thuộc Dục giới được phát khởi và tâm an trú ở Sắc giới, các căn thuộc Dục giới tăng trưởng nuôi lớn, các đại chủng tăng ích, pháp ấy được sinh, lão, trú, vô thường.

Hỏi Thế nào là cùng với tâm thuộc Vô sắc giới?

Đáp: Như tâm an trú ở Vô sắc giới, các căn Dục giới trưởng dưỡng, các đại chủng tăng ích, các pháp ấy, được sinh, lão, trú, vô thường.

Hỏi: Thế nào là cùng với tâm bất hệ?

Đáp: Như tâm bất hệ thăng tiến thù thắng, pháp hệ thuộc Dục giới được phát khởi và an trú tâm bất hệ, các căn hệ thuộc Dục giới tăng trưởng, các đại chủng tăng ích, các pháp ấy được sinh, lão, trú, vô thường.

Hỏi: Giả sử tâm cùng với pháp hệ thuộc Dục giới phát khởi, pháp ấy là hệ thuộc Dục giới, Vô sắc giới chăng?

Đáp: Tâm hệ thuộc với các pháp Dục giới đều cùng khởi phát, các pháp ấy, hoặc hệ thuộc Dục giới, Vô sắc giới, hoặc hệ thuộc Sắc giới, Vô sắc giới, hoặc hệ thuộc Vô sắc giới, Vô sắc giới, hoặc bất hệ Vô sắc giới.

Hỏi: Thế nào là hệ thuộc Dục giới, Vô sắc giới?

Đáp: Tâm tương ưng với các pháp ấy, tâm ấy đều cùng có với Dục giới, Vô sắc giới.

Hỏi: Thế nào là hệ thuộc Sắc giới, Vô sắc giới?

Đáp: Như tâm hệ thuộc Dục giới, hoặc thoái, hoặc sinh, pháp hệ thuộc Sắc giới được phát khởi.

Hỏi: Thế nào là Vô sắc giới, hệ thuộc Vô sắc giới?

Đáp: Như tâm hệ thuộc Dục giới, hoặc thoái, hoặc sinh, pháp Vô sắc giới được sinh khởi.

Hỏi: Thế nào là bất hệ Vô sắc giới?

Đáp: Như tâm hệ thuộc Dục giới thoái, pháp bất hệ được sinh khởi.

Hỏi: Các pháp phát khởi hệ thuộc Sắc giới, Vô sắc giới, các pháp ấy đều cùng với tâm hệ thuộc Sắc giới chăng?

Đáp: Các pháp phát khởi hệ thuộc Sắc giới, Vô sắc giới, các pháp ấy cùng với tâm hệ thuộc Sắc giới, hoặc cùng với tâm hệ thuộc Dục giới, hoặc cùng với tâm hệ thuộc Vô sắc giới, hoặc cùng với tâm bất hệ.

Hỏi: Thế nào là cùng với tâm hệ thuộc Sắc giới?

Đáp: Tâm tương ưng với các pháp ấy, tâm ấy đều cùng có mặt với Sắc giới, Vô sắc giới.

Hỏi: Thế nào là tâm đều cùng có mặt với Dục giới?

Đáp: Như tâm hệ thuộc Dục giới, hoặc thoái, hoặc sinh, pháp hệ thuộc Sắc giới được phát khởi.

Hỏi: Thế nào là tâm đều cùng có mặt với Vô sắc giới?

Đáp: Như ở Sắc giới tâm an trú Vô sắc giới, các căn trưởng dưỡng, các đại chủng tăng ích, các pháp ấy có được sinh, lão, trú, vô thường.

Hỏi: Thế nào là tâm đều cùng bất hệ?

Đáp: Như tâm bất hệ thăng tiến thù thắng, pháp hệ thuộc Sắc giới được phát khởi và tâm an trú bất hệ, các căn Sắc giới trưởng dưỡng, các đại chủng tăng ích, các pháp kia có được sinh, lão, trú, vô thường.

Hỏi: Giả sử tâm với các pháp Sắc giới đều cùng phát khởi, pháp ấy là Sắc giới, Vô sắc giới chăng?

Đáp: Tâm cùng phát khởi với các pháp ở Sắc giới, các pháp ấy hoặc ở Sắc giới, hoặc ở Vô sắc giới, hoặc ở Dục giới, Vô sắc giới, hoặc ở Vô sắc giới với Vô sắc giới, hoặc bất hệ Vô sắc giới.

Hỏi: Thế nào là Vô sắc giới hệ thuộc với Sắc giới?

Đáp: Tâm tương ưng với các pháp ấy, tâm ấy đều cùng có mặt với Sắc giới, Vô sắc giới.

Hỏi: Thế nào là Vô sắc giới hệ thuộc với Dục giới?

Đáp: Như tâm hệ thuộc Sắc giới, hoặc sinh, hoặc thăng tiến thù thắng, pháp hệ thuộc Dục giới được phát khởi, tâm an trú Sắc giới, các căn thuộc Dục giới trưởng dưỡng, các đại chủng tăng ích, các pháp ấy có được sinh, lão, trú, vô thường.

Hỏi: Thế nào là Vô sắc giới hệ thuộc với Vô sắc giới?

Đáp: Như tâm hệ thuộc Sắc giới, hoặc thoái, hoặc sinh, pháp hệ thuộc Vô sắc giới được phát khởi.

Hỏi: Thế nào là bất hệ Vô sắc giới?

Đáp: Như tâm hệ thuộc Sắc giới, hoặc thoái, hoặc tăng tiến, pháp bất hệ được phát khởi.

Hỏi: Các pháp Vô sắc giới cùng với Vô sắc giới phát khởi, các pháp ấy tâm đều cùng hệ thuộc với Vô sắc giới chăng?

Đáp: Các pháp Vô sắc giới cùng với Vô sắc giới phát khởi, các pháp ấy, hoặc tâm đều cùng với Vô sắc giới, hoặc tâm đều cùng với Dục giới, hoặc tâm đều cùng với Sắc giới, hoặc tâm cùng với bất hệ.

Hỏi: Thế nào là tâm cùng với Vô sắc giới?

Đáp: Tâm tương ưng với các pháp ấy, tâm ấy đều cùng có mặt với Vô sắc giới-Vô sắc giới.

Hỏi: Thế nào là tâm cùng có mặt với Dục giới?

Đáp: Như tâm hệ thuộc Dục giới, hoặc thoái, hoặc sinh, pháp Vô sắc giới được phát khởi.

Hỏi: Thế nào là tâm đều cùng với Sắc giới?

Đáp: Như tâm hệ thuộc Sắc giới, hoặc thoái, hoặc sinh, pháp Vô sắc giới được phát khởi.

Hỏi: Thế nào là tâm đều cùng với pháp bất hệ?

Đáp: Như tâm bất hệ thăng tiến thù thắng, pháp Vô sắc giới được phát khởi.

Hỏi: Giả sử tâm cùng phát khởi với pháp Vô sắc giới, pháp ấy đều cùng Vô sắc giới với Vô sắc giới chăng?

Đáp: Tâm cùng phát khởi với các pháp hệ thuộc Vô sắc giới, các pháp ấy, hoặc Vô sắc giới cùng với Vô sắc giới, hoặc Vô sắc giới hệ thuộc Dục giới, hoặc Vô sắc giới hệ thuộc Sắc giới, hoặc Vô sắc giới hệ thuộc bất hệ.

Hỏi: Thế nào là Vô sắc giới cùng hệ thuộc với Vô sắc giới?

Đáp: Tâm tương ưng với các pháp ấy, tâm ấy cùng hiện hữu với Vô sắc giới cùng với Vô sắc giới.

Hỏi: Thế nào là Vô sắc giới cùng hệ thuộc Dục giới?

Đáp: Như tâm an trú Vô sắc giới, các căn hệ thuộc Dục giới trưởng dưỡng, các đại chủng tăng ích, pháp ấy cùng có thể được sinh, lão, trú, vô thường.

Hỏi: Thế nào là Vô sắc giới hệ thuộc Dục giới?

Đáp: Như tâm an trú Vô sắc giới, các căn hệ thuộc Sắc giới trưởng dưỡng, các đại chủng tăng ích, pháp ấy có thể được sinh, lão, trú, vô thường.

Hỏi: Thế nào là bất hệ Vô sắc giới?

Đáp: Như tâm hệ thuộc Vô sắc giới, hoặc thoái, hoặc thăng tiến thù thắng, pháp bất hệ được phát khởi.

Hỏi: Các pháp học Vô sắc giới phát khởi, các pháp học ấy cùng với tâm chăng?

Đáp: Các pháp học hệ thuộc Vô sắc giới khởi phát, các pháp ấy, hoặc là pháp học cùng với tâm, hoặc phi học phi vô học cùng với tâm.

Hỏi: Thế nào là tâm cùng với pháp học?

Đáp: Tâm ấy tương ưng với các pháp, tâm ấy đều cùng hiện hữu với pháp học ở Vô sắc giới.

Hỏi: Thế nào là tâm cùng tương ưng với phi học phi vô học?

Đáp: Như tâm phi học phi vô học, hoặc thoái, hoặc thăng tiến thù thắng, học pháp được phát khởi.

Hỏi: Giả sử học pháp đều cùng với tâm phát khởi, học pháp ấy là Vô sắc giới chăng?

Đáp: Các học pháp với tâm đều cùng phát khởi, các pháp ấy, hoặc là học ở Vô sắc giới, hoặc là phi học phi vô học ở Vô sắc giới.

Hỏi: Thế nào là học ở Vô sắc giới?

Đáp: Tâm ấy tương ưng với các pháp, tâm ấy đều cùng có mặt với hữu học ở Vô sắc giới.

Hỏi: Thế nào là phi học phi vô học ở Vô sắc giới?

Đáp: Như hàng hữu học cùng với tâm thăng tiến thù thắng, phi học phi vô học được phát khởi và tâm an trú ở nơi học, các căn phi học phi vô học trưởng dưỡng, các đại chủng tăng ích, pháp ấy có thể được sinh, lão, trú, vô thường.

Hỏi: Các pháp vô học ở Vô sắc giới phát khởi, các pháp ấy, đều cùng với tâm vô học chăng?

Đáp: Các pháp vô học ở Vô sắc giới phát khởi, các pháp ấy, hoặc đều cùng với tâm vô học, hoặc đều cùng với tâm phi học phi vô học.

Hỏi: Thế nào là tâm đều cùng với vô học?

Đáp: Tâm ấy tương ưng với các pháp, tâm ấy đều cùng có mặt với vô học ở Vô sắc giới.

Hỏi: Thế nào là tâm đều cùng với phi học phi vô học?

Đáp: Như tâm với phi học phi vô học, hoặc thoái, hoặc thăng tiến thù thắng pháp vô học được phát khởi,

Hỏi: Giả sử tâm cùng với pháp vô học đều phát khởi, ấy là pháp vô học ở Vô sắc giới chăng?

Đáp: Tâm với các pháp vô học đều cùng phát khởi, các pháp ấy, hoặc là vô học ở Vô sắc giới, hoặc là phi học phi vô học ở Vô sắc giới.

Hỏi: Thế nào là vô học ở Vô sắc giới?

Đáp: Tâm ấy tương ưng với các pháp, tâm ấy đều cùng có vô học ở Vô sắc giới.

Hỏi: Thế nào là phi học phi vô học ở Vô sắc giới?

Đáp: Như tâm vô học thăng tiến thù thắng, pháp phi học phi vô học được phát khởi và tâm an trú ở vô học, các căn phi học phi vô học trưởng dưỡng, các đại chủng tăng ích, các pháp ấy có thể được sinh, lão, trú, vô thường.

Hỏi: Các pháp phi học phi vô học ở Vô sắc giới phát khởi, các pháp phi học phi vô học ấy đều cùng với tâm chăng?

Đáp: Các pháp phi học phi vô học ở Vô sắc giới phát khởi, các pháp ấy, hoặc phi học phi vô học đều cùng với tâm, hoặc các pháp học đều cùng với tâm, hoặc các pháp vô học đều cùng với tâm.

Hỏi: Thế nào là các pháp phi học phi vô học đều cùng với tâm?

Đáp: Tâm ấy tương ưng với các pháp, tâm ấy đều cùng hiện hữu với pháp phi học phi vô học ở Vô sắc giới.

Hỏi: Thế nào là tâm đều cùng với pháp học?

Đáp: Như tâm với pháp học thăng tiến thù thắng, pháp phi học phi vô học được phát khởi và tâm an trú ở pháp học, các căn pháp phi học phi vô học trưởng dưỡng, các đại chủng tăng ích, pháp ấy có được sinh, lão, trú, vô thường.

Hỏi: Thế nào là tâm đều cùng với pháp vô học?

Đáp: Như tâm cùng với pháp vô học thăng tiến thù thắng, pháp phi học phi vô học được phát khởi và tâm an trú vô học, các căn phi học phi vô học tăng trưởng, các đại chủng tăng ích, các pháp ấy có được sinh, lão, trú, vô thường.

Hỏi: Giả sử các pháp phi học phi vô học, đều cùng với tâm phát khởi, các pháp phi học phi vô học ấy là ở Vô sắc giới chăng?

Đáp: Các pháp phi học phi vô học đều cùng với tâm phát khởi, các pháp ấy, hoặc phi học phi vô học ở Vô sắc giới, hoặc là pháp học ở Vô sắc giới, hoặc là pháp vô học ở Vô sắc giới.

Hỏi: Thế nào là pháp phi học phi vô học ở Vô sắc giới?

Đáp: Tâm ấy tương ưng với các pháp, tâm ấy đều cùng hiện hữu với pháp phi học phi vô học ở Vô sắc giới.

Hỏi: Thế nào là pháp học ở Vô sắc giới?

Đáp: Như tâm với pháp phi học phi vô học, hoặc thoái, hoặc thăng tiến thù thắng, pháp học được phát khởi.

Hỏi: Thế nào là pháp vô học ở Vô sắc giới?

Đáp: Như tâm với pháp phi học phi vô học, hoặc thoái, hoặc thăng tiến thù thắng, pháp vô học được phát khởi.

Hỏi: Các pháp do tâm chứng kiến mà đoạn ở Vô sắc giới phát khởi, các pháp ấy đều cùng với tâm chăng?

Đáp: Các pháp do tâm chứng kiến mà đoạn ở Vô sắc giới phát khởi, các pháp ấy, hoặc do chứng kiến mà đoạn đều cùng với tâm, hoặc đều cùng với tâm do tu tập mà đoạn.

Hỏi: Thế nào là đều cùng với tâm do chứng kiến mà đoạn?

Đáp: Tâm ấy tương ưng với các pháp, tâm ấy đều cùng hiện hữu với chứng kiến mà đoạn ở Vô sắc giới.

Hỏi: Thế nào là tâm đều cùng với tu tập mà đoạn?

Đáp: Như tâm đều cùng với tu tập mà đoạn, hoặc thoái, hoặc sinh, pháp do chứng kiến mà đoạn được phát khởi.

Hỏi: Giả sử tâm cùng với pháp do chứng kiến đoạn mà phát khởi, ấy là pháp do chứng kiến đoạn là ở Vô sắc giới chăng?

Đáp: Tâm đều cùng phát khởi với các pháp do chứng kiến đoạn, các pháp ấy, hoặc do chứng kiến mà đoạn là ở Vô sắc giới, hoặc do tu tập mà đoạn là ở Vô sắc giới.

Hỏi: Thế nào là do chứng kiến mà đoạn ở Vô sắc giới?

Đáp: Tâm ấy tương ưng với các pháp, tâm ấy đều cùng hiện hữu do chứng kiến mà đoạn ở Vô sắc giới.

Hỏi: Thế nào là do tu tập mà đoạn ở Vô sắc giới?

Đáp: Giống như tâm do chứng kiến mà đoạn, hoặc thoái, hoặc sinh, pháp do tu tập mà được phát khởi và tâm an trú do chứng kiến mà đoạn, các căn do tu tập mà đoạn, trưởng dưỡng, các đại chủng tăng ích, pháp ấy có được sinh, lão, trú, vô thường.

Hỏi: Các pháp do tu tập mà đoạn ở Vô sắc giới phát khởi, các pháp ấy đều cùng với tâm do tu tập mà đoạn chăng?

Đáp: Các pháp do tu tập mà đoạn ở Vô sắc giới phát khởi, các pháp ấy, cùng hiện hữu với tâm do tu tập mà đoạn, hoặc cùng với tâm do chứng kiến mà đoạn, hoặc cùng với tâm bất đoạn.

Hỏi: Thế nào là cùng với tâm do tu tập mà đoạn?

Đáp: Tâm ấy tương ưng với các pháp, tâm ấy cùng hiện hữu do tu tập mà đoạn ở Vô sắc giới.

Hỏi: Thế mào là tâm cùng với chứng kiến mà đoạn?

Đáp: Giống như tâm do chứng kiến mà đoạn, hoặc thoái, hoặc sinh, các pháp do tu tập mà đoạn được phát khởi và tâm an trú do chứng kiến mà đoạn, các căn do tu tập mà đoạn, trưởng dưỡng, các đại chủng tăng ích, các pháp ấy có được sinh, lão, trú, vô thường.

Hỏi: Thế nào là cùng với tâm bất đoạn?

Đáp: Giống như tâm bất đoạn thăng tiến thù thắng, các pháp do tu tập mà đoạn được phát khởi và do tâm an trú với bất đoạn, các căn do tu tập mà đoạn, trưởng dưỡng, các đại chủng tăng ích, các pháp ấy có được sinh, lão, trú, vô thường.

Hỏi: Giả sử tâm cùng phát khởi với các pháp do tu tập mà đoạn, các pháp do tu tập mà đoạn ấy là ở Vô sắc giới chăng?

Đáp: Các pháp cùng với tâm phát khởi do tu tập mà đoạn, các pháp ấy, hoặc ở Vô sắc giới do tu tập mà đoạn, hoặc ở Vô sắc giới do chứng kiến mà đoạn, hoặc ở Vô sắc giới bất đoạn.

Hỏi: Thế nào là ở Vô sắc giới, do tu tập mà đoạn?

Đáp: Tâm ấy tương ưng với các pháp, tâm ấy đều cùng hiện hữu ở Vô sắc giới, do tu tập mà đoạn.

Hỏi: Thế nào là ở Vô sắc giới, do chứng kiến mà đoạn?

Đáp: Giống như tâm do tu tập mà đoạn, hoặc thoái, hoặc sinh, pháp do chứng kiến đoạn mà phát khởi.

Hỏi: Thế nào là ở Vô sắc giới mà bất đoạn?

Đáp: Giống như tâm do tu tập mà đoạn, hoặc thoái, hoặc thăng tiến, pháp do bất đoạn được phát khởi.

Hỏi: Các pháp ở Vô sắc giới do bất đoạn mà phát khởi, tâm là cùng với các pháp do bất đoạn ấy chăng?

Đáp: Các pháp ở Vô sắc giới, do bất đoạn mà phát khởi, các pháp ấy, hoặc là cùng với tâm do bất đoạn mà phát khởi, hoặc cùng với tâm do tu tập mà đoạn trừ.

Hỏi: Thế nào là cùng với tâm bất đoạn?

Đáp: Tâm ấy tương ưng với các pháp, tâm ấy đều cùng hiện hữu ở Vô sắc giới, do bất đoạn.

Hỏi: Thế nào là tâm đều cùng do tu tập mà đoạn?

Đáp: Giống như tâm do tu tập mà đoạn, hoặc thoái, hoặc thăng tiến, pháp được phát khởi do bất đoạn.

Hỏi: Giả sử pháp cùng với tâm phát khởi do bất đoạn, pháp ấy là ở Vô sắc giới bất đoạn chăng?

Đáp: Tâm cùng phát khởi với các pháp bất đoạn, các pháp ấy, hoặc ở Vô sắc giới là bất đoạn, hoặc ở Vô sắc giứi, do tu tập mà đoạn.

Hỏi: Thế nào ở Vô sắc giới là bất đoạn?

Đáp: Tâm ấy tương ưng với các pháp, tâm ấy đều cùng hiện hữu ở Vô sắc giới do bất đoạn.

Hỏi: Thế nào là ở Vô sắc giới do tu tập mà đoạn?

Đáp: Giống như tâm bất đoạn, thăng tiến thù thắng, pháp được phát khởi, do tu tập mà đoạn và tâm an trú bất đoạn, các căn do tu tập mà đoạn, trưởng dưỡng, các đại chủng tăng ích, các pháp ấy có được sinh, lão, trú, vô thường.

Hỏi: Tất cả Sơ thiền đều có cả năm chi chăng?

Đáp: Không có nhiễm ô có đủ cả năm chi. Nhiễm ô thì không có đủ năm chi.

Hỏi: Vì sao không có năm chi?

Đáp: Vì không có hai chi hỷ, lạc do ly sinh.

Hỏi: Tất cả đệ Nhị thiền đều có bốn chi chăng?

Đáp: Không có nhiễm ô là có bốn. Nhiễm ô thì không có bốn.

Hỏi: Vì sao không có bốn chi?

Đáp: Vì không có nội đẳng tịnh.

Hỏi: Tất cả đệ Tam thiền đều có năm chi chăng?

Đáp: Không nhiễm thì có năm. Nhiễm ô thì không có năm.

Hỏi: Vì sao không có năm chi?

Đáp: Vì do không có chánh niệm, chánh tri.

Hỏi: Tất cả đệ Tứ thiền đều có bốn chi chăng?

Đáp: Không có nhiễm ô có bốn chi, nhiễm ô thì không có bốn chi.

Hỏi: Vì sao không có bốn chi?

Đáp: Vì không có xả niệm thanh tịnh.

Hỏi: Vị tương ưng với Sơ thiền, nên nói là vị do nhập, hay là vị do xuất chăng?

Đáp: Ở nơi năng vị, nên nói là nhập, ở nơi sở vị, nên nói là xuất.

Hỏi: Cho đến, vị tương ưng với Phi tưởng phi phi tưởng xứ, nên nói vị là do nhập, hay là vị do xuất?

Đáp: Ở nơi năng vị, nên nói là nhập, ở nơi sở vị, nên nói là xuất.

Hỏi: Các vị tương ưng với Sơ thiền đều là hữu phú vô ký chăng? Giả sử hữu phú vô ký ở Sơ thiền đều là tương ưng với vị chăng?

Đáp: Các vị tương ưng với Sơ thiền đều là hữu phú vô ký.

Có trường hợp hữu phú vô ký ở Sơ thiền, không phải tương ưng với vị: Nghĩa là ngoại trừ ái, các phiền nào còn lại hiện tiền.

Hỏi: Cho đến các loại phiền não tương ưng với Phi tưởng phi phi tưởng xứ, đều là hữu phú vô ký chăng? Giả sử hữu phú vô ký không có ở Phi tưởng phi phi tưởng xứ, đều là tương ưng với vị chăng?

Đáp: Phi tưởng phi phi tưởng tương ưng với các vị, đều là hữu phú-vô ký.

Trường hợp có Phi tưởng phi phi tưởng xứ, hữu phú vô ký, không có tương ưng với vị: Nghĩa là ngoại trừ ái, các phiền não còn lại hiện tiền.

Hỏi: Vả lại, có trường hợp nào không chứng nhập Sơ thiền mà chứng nhập đệ Nhị thiền chăng?

Đáp: Có chứng nhập.

Hỏi: Vả lại, cho đến có trường hợp nào không chứng nhập Vô sở hữu xứ mà chứng nhập Phi tưởng phi phi tưởng xứ chăng?

Đáp: Có chứng nhập.

Hỏi: Vả lại, có trường hợp nào không chứng nhập Sơ thiền mà sinh vào cõi Phạm thế không?

Đáp: Có sinh.

Hỏi: Vả lại, cho đến có trường hợp không có chứng nhập Phi tưởng phi phi tưởng xứ mà sinh ra ở Phi tưởng phi phi tưởng xứ không?

Đáp: Có sinh ra.

Hỏi: Nếu đạt được Sơ thiền, không có đệ Nhị thiền, hành giả ấy khi mạng chung, sinh ra ở xứ nào?

Đáp: Hoặc sinh vào cõi trời Phạm thế, hoặc sinh vào cõi trời Cực quang tịnh, hoặc sinh vào cõi trời Biến tịnh, hoặc sinh cõi trời Quảng quả, hoặc sinh vào Không vô biên xứ, hoặc sinh vào Thức vô biên xứ, hoặc sinh vào Vô sở hữu xứ, hoặc sinh vào Phi tưởng phi phi tưởng xứ, hoặc sinh ở vô xứ sở.

Hỏi: Cho đến, nếu hành giả đạt được Vô sở hữu xứ, Phi tưởng phi phi tưởng xứ, khi mạng chung hành giả ấy sinh ở xứ sở nào?

Đáp: Hoặc sinh ở Vô sở hữu xứ, hoặc sinh ở Phi tưởng phi phi tưởng xứ, hoặc sinh ở vô xứ sở.

Hỏi: Do tư duy nào mà chứng nhập định Từ?

Đáp: Đem lại niềm vui cho các loài hữu tình.

Hỏi: Do tư duy nào mà chứng nhập định Bi?

Đáp: Nhổ sạch khổ đau cho hữu tình.

Hỏi: Do tư duy nào mà chứng nhập định Hỷ?

Đáp: Vui mừng cùng với các hữu tình.

Hỏi: Do tư duy nào mà chứng nhập định Xả?

Đáp: Xả đối với các loại hữu tình.

Hỏi: Từ, đoạn trừ kiết sử hệ thuộc cõi nào?

Đáp: Không có.

Hỏi: Bi, hỷ, xả, đoạn trừ kiết sử hệ thuộc cõi nào?

Đáp: Không có.

Hỏi: An tịnh của Sơ tĩnh lự, đoạn trừ kiết sử hệ thuộc cõi nào?

Đáp: Không có.

Hỏi: Cho đến an tịnh của Phi tưởng phi phi tưởng đoạn trừ kiết sử hệ thuộc cõi nào?

Đáp: Không có.

Hỏi: Các sự giải thoát của Sơ thiền, Nhị thiền, Tam thiền, đoạn trừ các kiết sử hệ thuộc cõi nào?

Đáp: Không có.

Hỏi: Sự giải thoát của Không vô biên xứ, đoạn trừ kiết sử hệ thuộc cõi nào?

Đáp: Hoặc Không vô biên xứ, hoặc Thức vô biên xứ, hoặc Vô sở hữu xứ, hoặc Phi tưởng phi phi tưởng xứ, hoặc vô xứ sở.

Hỏi: Sự giải thoát của Thức vô biên xứ, đoạn trừ các kiết sử hệ thuộc cõi nào?

Đáp: Hoặc Thức vô biên xứ, hoặc Vô sở hữu xứ, hoặc Phi tưởng phi

phi tưởng xứ, hoặc vô xứ sở.

Hỏi: Sự giải thoát của Vô sở hữu xứ, đoạn trừ các kiết sử hệ thuộc cõi nào?

Đáp: Hoặc Vô sở hữu xứ, hoặc Phi tưởng phi phi tưởng xứ, hoặc vô xứ sở.

Hỏi: Sự giải thoát của Phi tưởng phi phi tưởng xứ và sự giải thoát của Diệt thọ tưởng, đoạn trừ các kiết sử hệ thuộc cõi nào?

Đáp: Không có.

Hỏi: Thắng xứ đầu tiên, đoạn trừ các kiết sử hệ thuộc cõi nào?

Đáp: Không có.

Hỏi: Cho đến Thắng xứ thứ tám, đoạn trừ các kiết sử hệ thuộc cõi nào?

Đáp: Không có.

Hỏi: Biến xứ đầu tiên, đoạn trừ các kiết sử hệ thuộc cõi nào?

Đáp: Không có.

Hỏi: Cho đến biến xứ thứ mười, đoạn trừ các kiết sử hệ thuộc cõi nào?

Đáp: Không có.

Hỏi: Pháp trí, đoạn trừ các kiết sử hệ thuộc cõi nào?

Đáp: Hoặc hệ thuộc Dục giới, hoặc hệ thuộc Sắc giới, hoặc hệ thuộc Vô sắc giới, hoặc không hệ thuộc xứ sở nào.

Hỏi: Loại trí, đoạn trừ các kiết sử hệ thuộc cõi nào?

Đáp: Hoặc hệ thuộc Sắc giới, hoặc hệ thuộc Vô sắc giới, hoặc không hệ thuộc xứ sở nào.

Hỏi: Tha tâm trí, đoạn trừ các kiết sử hệ thuộc cõi nào?

Đáp: Không có.

Hỏi: Thế tục trí, đoạn trừ các kiết sử hệ thuộc cõi nào?

Đáp: Hoặc hệ thuộc Dục giới, hoặc hệ thuộc Sắc giới, hoặc hệ thuộc

Vô sắc giới, hoặc không hệ thuộc xứ sở nào.

Giống như Thế tục trí, Khổ trí, Tập trí, Diệt trí, Đạo trí, Không, Vô tướng, Vô nguyện, Tam-ma-địa, cũng là như vậy.

Hỏi: Dị thục của Từ, thọ sinh ở cõi xứ nào?

Đáp: Hoặc cõi trời Phạm thế, hoặc cõi trời Cực tịnh quang, hoặc cõi trời Biến tịnh, hoặc cõi trời Quảng quả, hoặc không có xứ sở.

Giống như Từ, đối với dị thục của Bi và Xả, cũng là như vậy.

Hỏi: Dị thục của Hỷ, thọ sinh ở cõi xứ nào?

Đáp: Hoặc cõi trời Phạm thế, hoặc cói trời Cực quang tịnh, hoặc không có xứ sở nào.

Hỏi: Dị thục an tịnh của Sơ thiền, thọ sinh ở cõi xứ nào?

Đáp: Cõi trời Phạm thế, hoặc vô xứ sở.

Hỏi: Dị thục an tịnh của đệ Nhị thiền, thọ sinh ở cõi xứ nào?

Đáp: Hoặc cõi trời Cực quang tịnh, hoặc vô xứ sở.

Hỏi: Dị thục an tịnh của đệ Tam thiền, thọ sinh ở cõi xứ nào?

Đáp: Hoặc cõi trời Biến tịnh, hoặc vô xứ sở.

Hỏi: Dị thục an tịnh của đệ Tứ thiền, thọ sinh ở cõi xứ nào?

Đáp: Hoặc cõi trời Quảng quả, hoặc vô xứ sở.

Hỏi: Dị thục an tịnh của Không vô biên xứ, thọ sinh ở cõi xứ nào?

Đáp: Hoặc Không vô biên xứ, hoặc không có xứ sở nào.

Hỏi: Dị thục an tịnh của Thức vô biên xứ, thọ sinh ở cõi xứ nào?

Đáp: Hoặc Thức vô biên xứ, hoặc không có xứ sở nào.

Hỏi: Dị thục an tịnh của Vô sở hữu xứ, thọ sinh ở cõi xứ nào?

Đáp; Hoặc Vô sở hữu xứ, hoặc không có xứ sở nào.

Hỏi: Dị thục an tịnh của Phi tưởng phi phi tưởng xứ, thọ sinh ở cõi xứ nào?

Đáp: Hoặc Phi tưởng phi phi tưởng xứ, hoặc không có xứ sở nào.

Hỏi: Dị thục của Sơ giải thoát, đệ Nhị giải thoát, thọ sinh ở cõi xứ nào?

Đáp: Hoặc cõi trời Phạm thế, hoặc cõi Cực quang tịnh, hoặc không có xứ sở nào.

Hỏi: Dị thục của tịnh giải thoát, thọ sinh ở xứ sở nào?

Đáp: Hoặc cõi trời Quảng quả, hoặc không có xứ sở nào.

Hỏi: Giải thoát của Không vô biên xứ, cho đến dị thục giải thoát của Phi tưởng phi phi tưởng, thọ sinh ở xứ sở nào?

Đáp: Hoặc ở nơi địa vị của chính nó, hoặc không có xứ sở.

Hỏi: Dị thục giải thoát của Diệt thọ tưởng, thọ sinh ở xứ sở nào?

Đáp: Hoặc Phi tưởng phi phi tưởng xứ, hoặc không có xứ sở nào.

Hỏi: Dị thục của Thắng xứ đầu tiên đến Thắng xứ thứ tư, thọ sinh ở xứ sở nào?

Đáp: Hoặc ở cõi trời Phạm thế, hoặc ở cõi trời Cực quang tịnh, hoặc không có xứ sở nào.

Hỏi: Dị thục của các Thắng xứ, sau bốn Thắng xứ, thọ sinh ở xứ sở nào?

Đáp: Hoặc cõi trời Quảng quả, hoặc không có xứ sở.

Giống như các Thắng xứ, sau bốn Thắng xứ, tám biến xứ ở trước, cũng là như vậy.

Hỏi: Dị thục của hai biến xứ sau, thọ sinh ở xứ sở nào?

Đáp: Hoặc ở nơi địa vị của chính nó, hoặc không có xứ sở.

Hỏi: Dị thục của Tha tâm trí, thọ sinh ở xứ sở nào?

Đáp: Hoặc ở cõi trời Phạm thế, hoặc ở cõi trời Cực quang tịnh, hoặc ở cõi trời Biến tịnh, hoặc ở cõi trời Quảng quả, hoặc không có xứ sở nào.

Hỏi: Dị thục của Thế tục trí, thọ sinh ở xứ sở nào?

Đáp: Hoặc ở Dục giới, hoặc ở Sắc giới, hoặc ở Vô sắc giới, hoặc không có xứ sở nào.

Chương bảy: Định Uẩn

PHẨM HAI: LUẬN VỀ DUYÊN

Tám, vị[32], tịnh, vô lậu
Thành, bất thành, đắc,
Thoái, tu, sơ nhập, duyên
Chương này, nguyện nói đủ.

Có tám định, nghĩa là: Bốn Tĩnh lự, bốn Vô sắc định. Có ba định, nghĩa là: Tịnh vô lậu tương ưng với vị.

Ở trong đây, bảy loại định trước, mỗi loại có ba loại. Định thứ tám chỉ có hai loại. Nghĩa là trừ vô lậu.

Hỏi: Vả lại, trường hợp có Sơ tĩnh lự thành tựu, tương ưng với vị, không phải là tịnh vô lậu chăng?

Đáp: Có. Nghĩa là ái nhiễm hệ thuộc Dục giới chưa có đoạn tận.

Hỏi: Trường hợp có Sơ tĩnh lự an tịnh thành tựu, không phải tương ưng với vị vô lậu chăng?

Đáp: Có. Nghĩa là phàm phu sinh ở Dục giới, cõi trời Phạm thế. Ái

---

[32] Vị: *Skt. Pāli* Rasa. Đối tượng của thiệt căn. Đối với cảnh, thì vị là một trong sáu trần cảnh; đối với xứ, thì vị là một trong mười hai xứ; đối với giới, thì vị là một trong mười tám giới; đối với pháp, thì vị là một trong bảy mươi lăm pháp của luận Câu-xá và một trong trăm pháp của luận Duy thức; đối với thiền, thì vị ở trong pháp vị và thiền vị của các mùi vị của Tứ thiền và Tứ định.

Câu-xá luận 1: Vị có sáu loại, gồm: Ngọt, chua, mặn, cay, đắng, lạt. (*Câu-xá luận* 1, Đại chánh 29).

nhiễm hết đối với cõi trời Phạm thế.

Hỏi: Vả lại, trường hợp có Sơ tĩnh lự vô lậu thành tựu, không có vị tương ưng với thanh tịnh chăng?

Đáp: Có. Nghĩa là Thánh giả sinh trên cõi trời Phạm thế.

Hỏi: Vả lại, trường hợp có Sơ tĩnh lự thành tựu vị với tịnh mà không phải là vô lậu không?

Đáp: Có. Nghĩa là phàm phu sinh ở Dục giới, ái nhiễm đối với Dục giới chấm dứt, ái nhiễm đối với cõi trời Phạm thế chưa chấm dứt và sinh ở Phạm thế, ở cõi trời Phạm thế ái nhiễm chưa chấm dứt.

Hỏi: Vả lại, trường hợp có Sơ thiền thành tựu vô lậu tương ưng với vị, không phải là tịnh chăng?

Đáp: Không có.

Hỏi: Vả lại, trường hợp có Sơ thiền thành tựu vô lậu tịnh, không tương ưng với vị không?

Đáp: Có. Nghĩa là Thánh giả sinh ở Dục giới, cõi trời Phạm thế, ái nhiễm đối với cõi trời Phạm thế chấm dứt.

Hỏi: Vả lại, trường hợp có Sơ thiền thành tựu vị, tương ưng với vô lậu tịnh không?

Đáp: Có. Nghĩa là Thánh giả sinh ở Dục giới, ái nhiễm đối Dục giới chấm dứt, ái nhiễm đối với cõi trời Phạm thế chưa đoạn tận và sinh ở Phạm thế, ái nhiễm đối với cõi trời Phạm thế chưa chấm dứt.

Hỏi: Vả lại, trường hợp có Sơ thiền không thành tựu vị tương ưng, không phải là vô lậu tịnh chăng?

Đáp: Có. Nghĩa là Thánh giả sinh ở Dục giới, ở cõi trời Phạm thế, ái nhiễm đối với cõi trời Phạm thế chấm dứt.

Hỏi: Vả lại, trường hợp có Sơ thiền không thành tựu tịnh, tương ưng với vô lậu, không có vị chăng?

Đáp: Không có.

Hỏi: Vả lại, trường hợp có Sơ thiền không thành tựu vô lậu, tương ưng với tịnh, không có vị chăng?

Đáp: Có. Nghĩa là phàm phu sinh ở Dục giới, ái nhiễm đối với Dục giới diệt tận, ái nhiễm đối với Phạm thế chưa diệt tận và sinh ở Phạm thế. Ái nhiễm đối với Phạm thế chưa diệt tận.

Hỏi: Vả lại, trường hợp có Sơ thiền không có thành tựu vị tương ưng với tịnh, không phải là vô lậu chăng?

Đáp: Có. Nghĩa là Thánh giả sinh trên cõi trời Phạm thế.

Hỏi: Vả lại, trường hợp có Sơ thiền không thành tựu vị tương ưng với vô lậu, không phải là tịnh chăng?

Đáp: Có. Nghĩa là phàm phu sinh ở Dục giới, ở cõi trời Phạm thế, ái nhiễm đối với cõi trời Phạm thế đã chấm dứt.

Hỏi: Vả lại, trường hợp có Sơ thiền, không thành tựu vô lậu tịnh, không có tương ưng với vị chăng?

Đáp: Có. Nghĩa là ái nhiễm đối với Dục giới chưa chấm dứt.

Hỏi: Vả lại, trường hợp có Sơ thiền không thành tựu vị tương ưng với vô lậu tịnh chăng?

Đáp: Có. Nghĩa là phàm phu sinh lên ở cõi trời Phạm thế.

Hỏi: Vả lại, trường hợp có Sơ thiền được vị tương ưng, không phải là vô lậu tịnh chăng?

Đáp: Có. Nghĩa là từ khi ái nhiễm đối với cõi trời Phạm thế suy thoái và từ trên cõi trời Phạm thế chết xuống, khi sinh ra ở Dục giới.

Hỏi: Vả lại, trường hợp có Sơ thiền được tịnh, không phải vị tương ưng với vô lậu chăng?

Đáp: Có. Nghĩa là khi phàm phu sinh ở Dục giới, ái nhiễm chấm dứt.

Hỏi: Vả lại, trường hợp có Sơ thiền, được vô lậu, không có vị tương ưng với tịnh chăng?

Đáp: Có. Nghĩa là y cứ vào trung gian Tĩnh lự của Tĩnh lự, chứng nhập Chánh tính ly sinh và khi được quả A-la-hán.

Hỏi: Vả lại, trường hợp có Sơ thiền được vị tương ưng với tịnh, không phải là vô lậu chăng?

Đáp: Có. Nghĩa là ở trên cõi trời Phạm thế chết, lúc sinh ra ở cõi trời Phạm thế.

Hỏi: Vả lại, trường hợp có Sơ thiền được vị tương ưng với vô lậu, không có tịnh chăng?

Đáp: Không có.

Hỏi: Vả lại, trường hợp có Sơ thiền được vô lậu tịnh, không có tương ưng với vị chăng?

Đáp: Có. Nghĩa là Thánh giả ái nhiễm đối với Dục giới đã chấm dứt.

Hỏi: Vả lại, trường hợp có Sơ thiền được vị tương ưng với vô lậu tịnh chăng?

Đáp: Không có.

Hỏi: Vả lại, trường hợp có Sơ thiền tương ưng với xả vị, không phải là vô lậu tịnh chăng?

Đáp: Có. Nghĩa là khi ái nhiễm đối với cõi trời Phạm thế chấm dứt.

Hỏi: Vả lại, trường hợp có Sơ thiền xả tịnh, không có tương ưng với vị vô lậu chăng?

Đáp: Có. Nghĩa là khi phàm phu từ Dục giới ái nhiễm suy thoái chấm dứt và chết ở Dục giới, ở cõi trời Phạm thế, khi sinh lên ở cõi trời Phạm thế và khi chết ở cõi trời Phạm thế, sinh ở Dục giới.

Hỏi: Vả lại, trường hợp có Sơ thiền xả tịnh vô lậu, không có tương ưng với vị chăng?

Đáp: Có. Nghĩa là Thánh giả từ khi ái nhiễm suy thoái và chấm dứt đối với Dục giới.

Hỏi: Trường hợp có xả còn lại chăng?

Đáp: Không có.

Hỏi: Vả lại, trường hợp có Sơ thiền suy thoái tương ưng với vị, không phải là vô lậu tịnh không?

Đáp: Không có.

Hỏi: Vả lại, trường hợp có Sơ thiền suy thoái tịnh, không có vị tương ưng với vô lậu chăng?

Đáp: Có. Nghĩa là phàm phu từ khi ái nhiễm suy thoái, chấm dứt đối vơi Dục giới.

Hỏi: Vả lại, trường hợp có Sơ thiền suy thoái vô lậu tịnh, không có tương ưng với vị chăng?

Đáp: Có. Nghĩa là Thánh giả từ khi ái nhiễm suy thoái, chấm dứt đối với Dục giới.

Hỏi: Vả lại, trường hợp có suy thoái còn lại chăng?

Đáp: Không có.

Giống như đã nói ở Sơ thiền, cho đến Vô sở hữu xứ, trình bày cũng là như vậy.

Hỏi: Nếu Sơ thiền tu tập tịnh, ấy cũng là vô lậu chăng? Giả sử Sơ thiền tu tập vô lậu, ấy cũng là tu tập tịnh chăng?

Đáp: Nên nêu lên bốn trường hợp để giải thích:

1- Trường hợp có Sơ thiền tu tập tịnh, không phải là vô lậu: Nghĩa là Sơ thiền đã đắc tịnh biểu hiện ngay ở trước mắt.

Nếu Sơ thiền chưa đắc tịnh biểu hiện ngay ở trước mắt, thì vẫn không phải tu tập vô lậu.

Nếu Sơ thiền chưa đắc thế tục trí biểu hiện trước mắt, thì Sơ thiền tu tập tịnh vẫn không phải là vô lậu.

2- Trường hợp có Sơ thiền tu tập vô lậu, không phải là tịnh: Nghĩa là Sơ thiền đã được vô lậu biểu hiện trước mắt.

Nếu Sơ thiền chưa đắc vô lậu biểu hiện trước mắt, thì vẫn không phải là tu tập tịnh.

Nếu chưa đắc Thế tục trí không phải là Sơ thiền và chưa đắc Vô lậu trí không phải là Sơ thiền, những trí ấy biểu hiện trước mắt, dù Sơ thiền tu tập vô lậu vẫn không phải là tịnh.

3- Trường hợp có Sơ thiền tu tập tịnh, cũng là vô lậu: Nghĩa là chưa đắc Sơ thiền tịnh biểu hiện trước mắt, mà vẫn tu tập vô lậu.

Dù chưa đắc Sơ thiền vô lậu biểu hiện trước mắt mà vẫn tu tập tịnh.

Dù chưa đắc Thế tục trí, Vô lậu trí không phải hệ thuộc Sơ thiền mà các trí ấy biểu hiện trước mắt, thì Sơ thiền vẫn tu tập tịnh và vô lậu.

4- Trường hợp có Sơ thiền không tu tập tịnh, cũng không phải vô lậu: Nghĩa là đã được Thế tục trí-vô lậu trí biểu hiện trước mắt không phải ở Sơ thiền, hoặc chưa được Thế tục trí, Vô lậu trí biểu hiện trước mắt không phải là ở Sơ thiền mà vẫn không tu tập tịnh và vô lậu ở Sơ thiền.

Nếu tất cả tâm nhiễm ô, tâm vô ký, biểu hiện trước mắt, hoặc an trú ở Định vô tưởng, Định diệt tận, sinh ở cõi trời Vô tưởng, giống như đã nói ở Sơ thiền. Đệ nhị thiền, Đệ tam thiền trình bày cũng là như vậy.

Hỏi: Nếu tu tập tịnh Đệ tứ thiền, ấy cũng là tu tập vô lậu chăng? Giả sử, tu tập tịnh vô lậu ở Đệ tứ thiền, ấy cũng là tu tập tịnh chăng?

Đáp: Nên nêu lên bốn trường hợp để giải thích:

1- Trường hợp có tu tập tịnh ở Đệ tứ thiền, không phải là vô lậu: Nghĩa là đã được tịnh Đệ tứ thiền biểu hiện trước mắt. Nếu chưa được tịnh ở Đệ tứ thiền biểu hiện trước mắt, thì vẫn không phải là tu tập vô lậu.

2- Trường hợp có tu tập vô lậu ở Đệ tứ thiền, không phải là tịnh: Nghĩa là đã được vô lậu ở Đệ tứ thiền biểu hiện trước mắt.

Nếu chưa được vô lậu Đệ tứ thiền biểu hiện trước mắt, thì vẫn không phải là tu tập tịnh.

Nếu chưa được Thế tục trí, thì không phải là ở Đệ tứ thiền và chưa được vô lậu trí, thì không phải là ở Đệ tứ thiền, các trí ấy biểu hiện trước mắt, thì vẫn tu tập vô lậu trí ở Đệ tứ thiền mà không phải là tịnh.

3- Tường hợp có tu tập tịnh ở Đệ tứ thiền, cũng là vô lậu: Nghĩa là chưa được tịnh ở Đệ tứ thiền, biểu hiện trước mắt, nhưng vẫn tu tập vô lậu.

Nếu chưa được vô lậu ở Đệ tứ thiền biểu hiện trước mắt, nhưng vẫn tu tập tịnh.

Nếu chưa được phi vô lậu ở Đệ tứ thiền biểu hiện trước mắt, nhưng vẫn tu tập tịnh ở Đệ tứ thiền và vô lậu.

4- Trường hợp không tu tập tịnh ở Đệ tứ thiền, cũng không phải là vô lậu: Nghĩa là đã được phi Thế tục trí, Vô lậu trí ở Đệ tứ thiền biểu hiện trước mắt.

Nếu chưa được phi Thế thế tục trí, Vô lậu trí ở Đệ tứ thiền biểu hiện trước mắt mà vẫn không tu tập tịnh và vô lậu ở Đệ tứ thiền.

Nếu tất cả tâm ô nhiễm, tâm vô ký biểu hiện trước mắt, hoặc an trú ở Định vô tưởng, sinh trời Vô tưởng, giống như đã nói ở Đệ tứ thiền. Cho đến Vô sở hữu xứ nói cũng là như vậy.

Hỏi: Nếu đầu tiên vào vô lậu ở Sơ thiền, thì bấy giờ sở đắc các pháp thuộc về tâm, tâm sở vô lậu của vị lai còn lại, tất cả pháp ấy nên nói là có tầm, có tứ chăng?

Đáp: Các pháp ấy, hoặc nói có tầm, có tứ, hoặc là vô tầm, chỉ có tứ, hoặc là vô tầm, vô tứ.

Hỏi: Nếu đầu tiên vào vô lậu ở Đệ nhị thiền, thì bấy giờ sở đắc các pháp thuộc về tâm, tâm sở vô lậu của vị lai còn lại, tất cả pháp ấy, nên nói là tương ưng với hỷ căn chăng?

Đáp: Các pháp ấy, hoặc tương ưng với lạc căn, hoặc tương ưng với hỷ căn, hoặc tương ưng với xả căn.

Hỏi: Nếu đầu tiên vào vô lậu ở Đệ tam thiền, thì bấy giờ sở đắc của các pháp thuộc về tâm, tâm sở vô lậu của vị lai còn lại, tất cả pháp ấy, nên nói là tương ưng với lạc căn chăng?

Đáp: Các pháp ấy, hoặc là tương ưng với lạc căn, hoặc là tương ưng với hỷ căn, hoặc là tương ưng với xả căn.

Hỏi: Nếu đầu tiên vào vô lậu ở Đệ tứ thiền, thì bấy giờ sở đắc của các pháp thuộc về tâm, tâm sở vô lậu của vị lai còn lại, tất cả pháp ấy, nên nói là tương ưng với xả căn chăng?

Đáp: Các pháp ấy, hoặc là tương ưng với lạc căn, hoặc là tương ưng với hỷ căn, hoặc là tương ưng với xả căn.

Hỏi: Nếu đầu tiên vào vô lậu ở Không vô biên xứ, thì bấy giờ sở đắc của các pháp thuộc về tâm, tâm sở vô lậu của vị lai còn lại, tất cả pháp ấy, nên nói thâu nhiếp vào Không vô biên xứ chăng?

Đáp: Các pháp ấy, hoặc thâu nhiếp vào Không vô biên xứ, hoặc thâu nhiếp vào Thức vô biên xứ, hoặc thâu nhiếp vào Vô sở hữu xứ.

Hỏi: Nếu đầu tiên vào vô lậu ở Thức vô biên xứ, thì bấy giờ sở đắc của các pháp thuộc về tâm, tâm sở vô lậu của vị lai còn lại, tất cả pháp ấy, nên nói thâu nhiếp vào Thức vô biên xứ chăng?

Đáp: Các pháp ấy, hoặc thâu nhiếp vào Không vô biên xứ, hoặc thâu nhiếp vào Thức vô biên xứ, hoặc thâu nhiếp vào Vô sở hữu xứ.

Hỏi: Nếu đầu tiên vào vô lậu ở Vô sở hữu xứ, thì bấy giờ sở đắc của các pháp thuộc về tâm, tâm sở vô lậu của vị lai còn lại, tất cả pháp ấy, nên nói thâu nhiếp vào Vô sở hữu xứ chăng?

Đáp: Các pháp ấy, hoặc thâu nhiếp vào Không vô biên xứ, hoặc thâu nhiếp vào Thức vô biên xứ, hoặc thâu nhiếp vào Vô sở hữu xứ.

Hỏi: Vị tương ưng với Sơ thiền, cùng với vị tương ưng Sơ thiền... có bao nhiêu duyên?

Đáp: Tương ưng cùng với vị tự địa là nhân duyên, đẳng vô gián duyên, sở duyên, tăng thượng duyên, cùng với tự địa tịnh là đẳng vô gián duyên, sở duyên, tăng thượng duyên, cùng với tự địa tịnh vô lậu và thượng phần vô lậu tịnh ở Đệ tam thiền là sở duyên, tăng thượng duyên, cùng với pháp khác là một tăng thượng duyên.

Hỏi: Tịnh Sơ thiền, cùng với tịnh Sơ thiền... có bao nhiêu duyên?

Đáp: Cùng với tịnh tự địa là nhân duyên, đẳng vô gián duyên, sở duyên, tăng thượng duyên, cùng tương ưng với vị của tự địa vô lậu và cùng với vô lậu tịnh của Đệ nhị thiền, Đệ tam thiền là đẳng vô gián duyên, sở duyên, tăng thượng duyên, cùng với vô lậu tịnh của Đệ tứ thiền là sở duyên, tăng thượng duyên, cùng với pháp khác là một tăng thượng duyên.

Hỏi: Vô lậu ở Sơ thiền cùng với vô lậu ở Sơ thiền... có bao nhiêu duyên?

Đáp: Cùng với vô lậu tự địa và vô lậu ở Đệ nhị thiền, Đệ tam thiền là nhân duyên, đẳng vô gián duyên, sở duyên, tăng thượng duyên, cùng với tịnh tự địa và tịnh Đệ nhị thiền, Đệ tam thiền là đẳng vô gián duyên, sở duyên, tăng thượng duyên, cùng với tịnh Đệ tứ thiền và tịnh Vô sắc giới là sở duyên, tăng thượng duyên, cùng với vô lậu Đệ tứ thiền và vô lậu ở Vô sắc giới là nhân duyên, sở duyên, tăng thượng duyên, cùng với pháp khác là một tăng thượng duyên.

Hỏi: Vị tương ưng với Đệ nhị thiền, cùng vị tương ưng với Đệ nhị thiền... có bao nhiêu duyên?

Đáp: Cùng tương ưng với vị tự địa là nhân duyên, đẳng vô gián duyên, sở duyên, tăng thượng duyên, cùng với tịnh Đệ nhị thiền là đẳng vô gián duyên, sở duyên, tăng thượng duyên, cùng với tất cả vô lậu thuộc tĩnh lự và tịnh Đệ tam thiền, Đệ tứ thiền là sở duyên, tăng thượng duyên, cùng với pháp khác là một tăng thượng duyên.

Hỏi: Cùng tịnh Đệ nhị thiền với cùng tịnh Đệ nhị thiền... có bao nhiêu duyên?

Đáp: Cùng tịnh với tự địa là nhân duyên, đẳng vô gián duyên, sở duyên, tăng thượng duyên, cùng với tất cả vô lậu tịnh lự và tịnh ở Đệ tam thiền, Đệ tứ thiền, cùng tương ưng với vị tự địa là đẳng vô gián duyên, sở duyên, tăng thượng duyên, cùng với pháp khác là một tăng thượng duyên.

Hỏi: Vô lậu Đệ nhị thiền cùng với vô lậu Đệ nhị thiền... có bao nhiêu duyên?

Đáp: Cùng với tất cả vô lậu tịnh lự là nhân duyên, đẳng vô gián duyên, sở duyên, tăng thượng duyên, cùng với tất cả tịnh tĩnh lự là đẳng vô gián duyên, sở duyên, tăng thượng duyên, cùng với tịnh ở Vô sắc giới là sở duyên, tăng thượng duyên, cùng với vô lậu ở Vô sắc giới là nhân duyên, sở duyên, tăng thượng duyên, cùng với pháp khác là một tăng thượng duyên.

Hỏi: Vị tương ưng với Đệ tam thiền, cùng với vị tương ưng Đệ tam thiền... có bao nhiêu duyên?

Đáp: Cùng tương ưng với vị tự địa là nhân duyên, đẳng vô gián duyên, sở duyên, tăng thượng duyên, cùng với tịnh Đệ nhị tĩnh lự,

Đệ tam tĩnh lự là đẳng vô gián duyên, sở duyên, tăng thượng duyên, cùng với tất cả vô lậu tĩnh lự và tịnh đầu tiên của của Đệ tứ thiền là sở duyên, tăng thượng duyên, cùng với pháp khác là một tăng thượng duyên.

Hỏi: Tịnh Đệ tam thiền cùng với tịnh Đệ tam thiền... có bao nhiêu duyên?

Đáp: Cùng với tịnh tự địa là nhân duyên, đẳng vô gián duyên, sở duyên, tăng thượng duyên, cùng với tất cả vô lậu tĩnh lự và tịnh đầu tiên của Đệ nhị thiền, Đệ tứ thiền và tương ưng với vị của tự địa là đẳng vô gián duyên, sở duyên, tăng thượng duyên, cùng với vô lậu tịnh ở Không vô biên xứ là đẳng vô gián duyên, tăng thượng duyên, cùng với pháp khác là một tăng thượng duyên.

Hỏi: Vô lậu ở Đệ tam thiền cùng với vô lậu ở Đệ tam thiền... có bao nhiêu duyên?

Đáp: Cùng vô lậu ở Đệ tứ thiền với Không vô biên xứ, là nhân duyên, đẳng vô gián duyên, sở duyên, tăng thượng duyên, cùng tịnh ở Đệ tứ thiền với Không vô biên xứ, là đẳng vô gián duyên, sở duyên, tăng thượng duyên, cùng với tịnh ở ba cõi Vô sắc giới ở trên là sở duyên, tăng thượng duyên, cùng với vô lậu của hai cõi Vô sắc giới ở trên là nhân duyên, sở duyên, tăng thượng duyên, cùng với pháp khác là một tăng thượng duyên.

Hỏi: Vị tương ưng với Đệ tứ thiền, cùng tương ưng với vị Đệ tứ thiền... có bao nhiêu duyên?

Đáp: Cùng tương ưng với vị tự địa là nhân duyên, đẳng vô gián duyên, sở duyên, tăng thượng duyên, cùng với tịnh ở Đệ tam thiền, Đệ tứ thiền là đẳng vô gián duyên, sở duyên, tăng thượng duyên, cùng với vô lậu ở Đệ tứ thiền và tịnh ở Sơ thiền, Đệ nhị thiền là sở duyên, tăng thượng duyên, cùng với pháp khác là một tăng thượng duyên.

Hỏi: Tịnh Đệ tứ thiền cùng với tịnh Đệ tứ thiền... có bao nhiêu duyên?

Đáp: Cùng với tịnh của tự địa là nhân duyên, đẳng vô gián duyên, sở duyên, tăng thượng duyên, cùng với vô lậu ở Đệ tam thiền ở trên và tịnh ở Đệ nhị thiền, Đệ tam thiền cùng tương ưng với vị của tự địa là đẳng vô gián duyên, sở duyên, tăng thượng duyên, cùng với vô lậu tịnh ở hai cõi Vô sắc giới ở trước là đẳng vô gián duyên, tăng thượng duyên, cùng với vô lậu tịnh ở Sơ thiền là sở duyên, tăng thượng duyên, cùng với pháp khác là một tăng thượng duyên.

Hỏi: Vô lậu Đệ tứ thiền cùng với Vô lậu Đệ tứ thiền... có bao nhiêu duyên?

Đáp: Cùng với vô lậu ba cõi Thiền ở trên cho đến hai cõi Vô sắc giới ở dưới là nhân duyên, đẳng vô gián duyên, sở duyên, tăng thượng duyên, cùng với tịnh với ba cõi tĩnh lự ở trên, hai cõi Vô sắc giới ở đầu, là đẳng vô gián duyên, sở duyên, tăng thượng duyên, cùng tịnh cõi thiền đầu với hai Vô sắc giới sau, là sở duyên, tăng thượng duyên, cùng vô lậu ở Sơ thiền với Vô sở hữu xứ là nhân duyên, sở duyên, tăng thượng duyên, cùng với pháp khác là một tăng thượng duyên.

Hỏi: Vị tương ưng với Không vô biên xứ, cùng với vị tương ưng với Không vô biên xứ... có bao nhiêu duyên?

Đáp: Vị cùng tương ưng với tự địa là nhân duyên, đẳng vô gián duyên, sở duyên, tăng thượng duyên, cùng với tịnh tự địa và tịnh Đệ tứ thiền, là đẳng vô gián duyên, sở duyên, tăng thượng duyên, cùng với tất cả vô lậu tĩnh lự và hạ phần tịnh ở Đệ tam thiền, là sở duyên, tăng thượng duyên, cùng với pháp khác là một tăng thượng duyên.

Hỏi: Tịnh ở Không vô biên xứ cùng với tịnh ở Không vô biên xứ... có bao nhiêu duyên?

Đáp: Cùng với tịnh của tự địa là nhân duyên, đẳng vô gián duyên, sở duyên, tăng thượng duyên, cùng với vô lậu tịnh tự địa và vô lậu tịnh Đệ tam thiền, Đệ tứ thiền và vị tương ưng với tự địa là đẳng vô gián duyên, sở duyên, tăng thượng duyên, cùng với vô lậu tịnh ở Thức vô biên xứ, Vô sở hữu xứ là đẳng vô gián duyên, tăng thượng duyên, cùng vô lậu tịnh ở Sơ thiền, Đệ nhị thiền là sở duyên, tăng thượng duyên, cùng với pháp khác là một tăng thượng duyên.

Hỏi: Vô lậu ở Không vô biên xứ cùng với vô lậu ở Không vô biên xứ... có bao nhiêu duyên?

Đáp: Cùng với vô lậu ở ba cõi Vô sắc giới, hai cõi Thiền sau là nhân duyên, đẳng vô gián duyên, sở duyên, tăng thượng duyên, cùng với tịnh ở ba cõi Vô sắc giới dưới, hai cõi Thiền ở sau là đẳng vô gián duyên, sở duyên, tăng thượng duyên, cùng với tịnh ở hai cõi Thiền đầu và tịnh ở Phi tưởng phi phi tưởng xứ là sở duyên, tăng thượng duyên, cùng với vô lậu ở hai cõi Thiền đầu là nhân duyên, sở duyên, tăng thượng duyên, cùng với pháp khác là tăng thượng duyên.

Hỏi: Vị tương ưng với Thức vô biên xứ, cùng với vị tương ưng với Thức vô biên xứ... có bao nhiêu duyên?

Đáp: Cùng tương ưng với vị của tự địa là nhân duyên, đẳng vô gián duyên, sở duyên, tăng thượng duyên, cùng với tịnh hai cõi Vô sắc ở dưới là đẳng vô gián duyên, sở duyên, tăng thượng duyên, cùng với vô lậu tịnh ở bốn cõi Thiền và vô lậu ở hai cõi Vô sắc giới dưới là sở duyên, tăng thượng duyên, cùng với pháp khác là tăng thượng duyên.

Hỏi: Tịnh ở Thức vô biên xứ, cùng với tịnh Thức vô biên xứ có bao nhiêu duyên?

Đáp: Cùng với tịnh của tự địa là nhân duyên, đẳng vô gián duyên, sở duyên, tăng thượng duyên, cùng với vô lậu tự địa và vô lậu tịnh ở Đệ tứ thiền, Không vô biên xứ, cùng tương ưng với vị ở tự địa là đẳng vô gián duyên, sở duyên, tăng thượng duyên, cùng với vô lậu tịnh ở Vô sở hữu xứ và tịnh Phi tưởng phi phi tưởng xứ là đẳng vô gián duyên, tăng thượng duyên, cùng với vô lậu tịnh ở ba cõi Thiền dưới là sở duyên, tăng thượng duyên, cùng với pháp khác là tăng thượng duyên.

Hỏi: Vô lậu ở Thức vô biên xứ, cùng với vô lậu ở Thức vô biên xứ... có bao nhiêu duyên?

Đáp: Cùng với vô lậu Đệ tứ thiền, với ba cõi Vô sắc giới là nhân duyên, đẳng vô gián duyên, sở duyên, tăng thượng duyên, cùng tịnh với Đệ tứ thiền, với bốn cõi Vô sắc giới là đẳng vô gián duyên, sở duyên, tăng thượng duyên, cùng với tịnh ở ba cõi Thiền dưới là sở duyên, tăng thượng duyên, cùng với vô lậu ở ba cõi Thiền dưới là nhân duyên, sở duyên, tăng thượng duyên, cùng với pháp khác là tăng thượng duyên.

Hỏi: Vị tương ưng với Vô sở hữu xứ, cùng với vị tương ưng Vô sở hữu xứ... có bao nhiêu duyên tương ưng?

Đáp: Cùng tương ưng với vị ở tự địa là nhân duyên, đẳng vô gián duyên, sở duyên, tăng thượng duyên, cùng với tịnh ở tự địa và tịnh ở Thức vô biên xứ là đẳng vô gián duyên, sở duyên, tăng thượng duyên, cùng tất cả địa vị vô lậu và tịnh ở bốn cõi Thiền, với Không vô biên xứ là sở duyên, tăng thượng duyên, cùng với pháp khác là tăng thượng duyên.

Hỏi: Tịnh Vô sở hữu xứ cùng với tịnh Vô sở hữu xứ... có bao nhiêu duyên?

Đáp: Cùng với tịnh ở tự địa là nhân duyên, đẳng vô gián duyên, sở duyên, tăng thượng duyên, cùng với vô lậu ở ba cõi Vô sắc giới và tịnh ở hai cõi Vô sắc giới dưới, cùng tương ưng với ở tự địa là đẳng vô gián duyên, sở duyên, tăng thượng duyên, cùng với tịnh Phi tưởng phi phi tưởng xứ là đẳng vô gián duyên, tăng thượng duyên, cùng với vô lậu tịnh ở bốn cõi Thiền là sở duyên, tăng thượng duyên, cùng với pháp khác là tăng thượng duyên.

Hỏi: Vô lậu Vô sở hữu xứ, cùng với vô lậu Vô sở hữu xứ... có bao nhiêu duyên?

Đáp: Cùng với vô lậu ở ba cõi Vô sắc giới là nhân duyên, sở duyên, tăng thượng duyên, cùng với tịnh ở bốn cõi Vô sắc giới là đẳng vô gián duyên, sở duyên, tăng thượng duyên, cùng với tịnh ở bốn cõi Thiền là sở duyên, tăng thượng duyên, cùng với vô lậu ở bốn cõi Thiền là nhân duyên, đẳng vô gián duyên, sở duyên, tăng thượng duyên, cùng với pháp khác là tăng thượng duyên.

Hỏi: Vị tương ưng với Phi tưởng phi phi tưởng xứ, cùng với vị tương ưng với Phi tưởng phi phi tưởng xứ... có bao nhiêu duyên?

Đáp: Cùng tương ưng với vị ở tự địa là nhân duyên, đẳng vô gián duyên, sở duyên, tăng thượng duyên, cùng với tịnh ở hai cõi Vô sắc giới trên là đẳng vô gián duyên, sở duyên, tăng thượng duyên, cùng tất cả địa vị vô lậu và tịnh ở sáu địa dưới là sở duyên, tăng thượng duyên, cùng với pháp khác là tăng thượng duyên.

Hỏi: Tịnh Phi tưởng phi phi tưởng xứ, cùng với tịnh Phi tưởng phi

phi tưởng xứ... có bao nhiêu duyên?

Đáp: Cùng với tịnh ở tự địa là nhân duyên, sở duyên, tăng thượng duyên, cùng với vô lậu tịnh ở Thức vô biên xứ, Vô sở hữu xứ và tương ưng với vị ở tự địa là đẳng vô gián duyên, sở duyên, tăng thượng duyên, cùng với vô lậu tịnh ở năm địa dưới là sở duyên, tăng thượng duyên, cùng với pháp khác là tăng thượng duyên.

Quyển mười tám
Chương bảy: Định Uẩn

PHẨM BA: LUẬN VỀ THÂU NHIẾP

Nhiếp, khả đắc, tương ưng
Thành, không thành, xả, thoái
Đốn, tiệm, diệt, y định
Chương này, nguyện nói đủ.

Mười tưởng, gồm: Tưởng về vô thường, Tưởng về vô thường và khổ, Tưởng về khổ và vô ngã, Tưởng về chết, Tưởng về bất tịnh, tưởng về chán ăn, Tưởng về tất cả thế gian không thể nào vui, Tưởng chấm dứt, Tưởng xả ly, Tưởng về diệt tận[33].

---

[33] Mười tưởng:

1- Vô thường tưởng: Quán chiếu các pháp hữu vi luôn luôn sinh diệt, vô thường, biến hoại.

2- Khổ tưởng: Quán chiếu các pháp hữu vi là vô thường, luôn luôn bị ba khổ, tám khổ áp lực, bức hại.

3- Vô ngã tưởng: Quán chiếu hết thảy pháp do nhân duyên sinh khởi, không có tự tính, nên vô ngã.

4- Thực bất tịnh tưởng: Quán chiếu tất cả đồ ăn, thức uống của thế gian đều từ những nhân duyên bất tịnh sinh ra, nên tất cả đều là bất tịnh.

5- Nhất thiết thế gian bất khả lạc tưởng: Quán chiếu hết thảy thế gian không có điều gì có thể vui thú, chỉ là tội lỗi, xấu ác.

6- Tử tưởng: Quán chiếu về tướng của chết.

7- Bất tịnh tưởng: Quán chiếu ba mươi sáu vật trong thân thể con người và chín chỗ bài tiết của con người đều là bất tịnh.

8- Đoạn tưởng: Quán chiếu đoạn trừ.

9- Ly dục tưởng: Quán chiếu xả ly tham dục.

Bốn tĩnh lự[34], bốn vô lượng[35], bốn vô sắc[36], tám giải thoát[37],

---

10- Tận tưởng: Quán chiếu về sự diệt tận.

Quán chiếu mười tưởng, có năng diệt trừ các tham dục, dứt trừ được các loại mê hoặc phiền não, chứng được bồ-đề Niết-bàn.

[34] Bốn Tĩnh lự, gồm: Sơ thiền, Nhị thiền, Tam thiền, Tứ thiền.

[35] Bốn vô lượng tâm, gồm: Từ vô lượng tâm, Bi vô lượng tâm, Hỷ vô lượng tâm, Xả vô lượng tâm.

[36] Bốn vô sắc định, gồm: Không vô biến xứ định, Thức vô biên xứ định, Vô hữu sở xứ định, Phi tưởng phi phi tưởng xứ định.

[37] Tám giải thoát, gồm:

1- Nội hữu sắc tưởng quán chư sắc giải thoát: Diệt trừ mọi ý tưởng có sắc ở trong tâm và quán chiếu các sắc ở bên ngoài đều là không thanh tịnh.

2- Nội vô sắc tưởng quán ngoại sắc giải thoát: Loại trừ hết thảy ý tưởng đối với nội sắc, nhưng tâm ham muốn đối với cõi Dục chưa chấm dứt, nên cần phải quán chiếu tướng ngoại sắc là bất tịnh, khiến tâm sinh khởi nhàm chán và từ bỏ.

3- Tính giải thoát thân tác chứng cụ túc trú: Tu tập thành tựu căn lành, từ bỏ quán chiếu bất tịnh ở nơi ngoại sắc mà quán chiếu sự thanh tịnh ở ngoại sắc, khiến phiền não không khởi sinh, tự thân tác chứng thanh tịnh, giải thoát đầy đủ.

4- Siêu chư sắc tưởng, diệt hữu đối tưởng, bất tư duy chủng chủng tưởng, nhập vô biên không, không vô biên xứ, cụ túc trú giải thoát: Vượt qua mọi ý tưởng về sắc, diệt mọi đối tượng hữu tưởng, không còn tư duy các chủng loại về tưởng, vào chỗ không còn có biên giới, an trú ở nơi giải thoát đầy đủ.

5- Siêu nhất thiết Không vô biên xứ, nhập vô biên thức, Thức vô biên xứ cụ túc trú giải thoát: Vượt qua hết thảy chỗ không biên tế, vào thức vô biên, an trú giải thoát đầy đủ Thức vô biên xứ.

6- Siêu nhất thiết Thức vô biên xứ, nhập Vô sở hữu xứ, Vô sở hữu xứ cụ túc trú giải thoát: Vượt qua tất cả Thức vô biên xứ, vào Vô sở hữu xứ, an trú giải thoát đầy đủ ở Vô sở hữu xứ.

7- Siêu nhất thiết Vô sở hữu xứ, nhập Phi tưởng phi phi tưởng xứ cụ túc trú giải thoát; Vượt qua tất cả Vô sở hữu xứ, vào Phi tưởng phi phi tưởng xứ an trú giải thoát đầy đủ.

8- Siêu nhất thiết Phi tưởng phi phi tưởng xứ, nhập Thọ diệt tưởng, thân tác chứng cụ túc trú giải thoát: Vượt qua hết thảy Phi tưởng phi phi tưởng xứ, vào chỗ hoàn toàn vắng bặt thọ tưởng, tự thân tác chứng giải thoát đầy đủ.

Trong tám giải thoát này, giải thoát một và hai duyên vào Sơ thiền, Nhị thiền mà đối trị lòng tham đối với hiển sắc. Giải thoát thứ ba, duyên vào Tứ thiền lấy vô tham làm bản tính mà quán chiếu khiến có thanh tịnh.

tám   thắng   xứ[38],   mười   biến   xứ[39],

Từ giải thoát thứ tư đến thứ bảy lấy bốn định Vô sắc làm tính chất để tuần tự quán chiếu khiến vượt qua. Giải thoát thứ tám, lấy tâm tịch lặng các duyên làm tính chất. (*Trung A-hàm 24, Đại chánh 1; Câu-xá luận 29, Đại 29; Phẩm loại túc luận 7, Đại chánh 26*).

[38] Tám thắng xứ: Thắng xứ, nghĩa là chỗ thù thắng. Tám thắng xứ là tám chỗ thù thắng tu tập quán chiếu để xả ly tham dục, Sắc dục. Skt là Aṣṭāvabhibhvāyatanāni. Pali Aṭṭa-Abhibhā-yatanāni. Hán dịch là Bát thắng xứ, Bát trừ nhập, Bát trừ xứ. Tám thắng xứ, gồm:

1- Nội hữu sắc tưởng, quán ngoại sắc thiểu thắng xứ: Trong có sắc tưởng, quán chiếu thiểu phần sắc ở bên ngoài. Nghĩa là trong tâm có ý tưởng về sắc, nên tâm quán tưởng về đạo chưa tăng trưởng lớn mạnh. Nếu quán tưởng nhiều sắc, tâm sẽ khởi lên tham dục, khó giữ được tâm đạo, nên chỉ quán tưởng ít sắc để diệt trừ tham dục.

2- Nội hữu sắc tưởng, quán ngoại đa sắc thắng xứ: Trong có sắc tưởng, ngoài quán chiếu nhiều sắc. Nghĩa là bên trong tâm quán tưởng đạo dần dần lớn mạnh, thành thục, nên có quán tưởng đa sắc ở bên ngoài, cũng không có trở ngại. Như quán chiếu kỹ một thây chết, cho đến nhiều thây chết và tiến lên vượt thắng nhiều sắc xứ.

3- Nội vô sắc tưởng, quán ngoại sắc thiểu thắng xứ: Bên trong không có sắc tưởng, quán chiếu thiểu sắc ở bên ngoài. Nghĩa tâm quán chiếu đối với đạo dần dần tinh tế, thù thắng, trong tâm không còn sắc tưởng, nhưng bên ngoài có thiểu sắc, quán chiếu để vượt thắng các sắc.

4- Nội vô sắc tưởng, ngoại sắc đa thắng xứ: Bên trong không có sắc tưởng, quán chiếu nhiều sắc bên ngoài để chế ngự đối với nhiều sắc nhằm vượt thắng đối với nội ngoại sắc.

5- Nội vô sắc tưởng, quán ngoại sắc thanh thắng xứ: Trong không có sắc tưởng, ngoài quán chiếu sắc xanh.

6- Nội vô sắc tưởng, quán ngoại sắc hoàng thắng xứ: Trong không có sắc tưởng, quán chiếu ngoại sắc vàng.

7- Nội vô sắc tưởng, ngoại quán sắc xích thắng xứ: Trong không có sắc tưởng, quán chiếu ngoại sắc đỏ.

8- Nội vô sắc tưởng, ngoại quán sắc bạch thắng xứ: Trong không có sắc tưởng, ngoại quán chiếu sắc trắng.

Các Thắng xứ năm, sáu, bảy, tám, nội tâm không còn có ý tưởng về sắc, quán chiếu các sắc xanh, vàng, đỏ, trắng bên ngoài là để đối trị tâm tham muốn đối với các sắc.

Tám Thắng xứ đều lấy vô tham làm tính thể. Bốn Thắng xứ một, hai, ba, bốn, đều duyên ở Thiền thứ tư mà thành tựu. (*Đại Tỳ-bà-sa luận 85, Đại chánh 27; Đại trí độ luận 21, Đại chánh 25*).

[39] Mười biến xứ: Skt Daśakṛtsnāyanāni. Hán dịch là Thập biến xứ, Thập nhất thiết nhập, Thập nhất thiết biến xứ, Thập biến xứ định.

tám trí[40], ba tam-ma-địa[41].

Hỏi: Tưởng về vô thường... thâu nhiếp với bao nhiêu tĩnh lự...?

Đáp: Tưởng về vô thường thâu nhiếp với bốn tĩnh lự, với bốn vô sắc, với bốn giải thoát.

Giống như tưởng về vô thường, Tưởng về vô thường và khổ, Tưởng về khổ và vô ngã, Tưởng về chết, Tưởng về đoạn tận, Tưởng về xả ly, Tưởng về diệt tận, cũng là như vậy.

Tưởng về bất tịnh thâu nhiếp với tĩnh lự thứ ba, thứ tư, với thâu nhiếp giải thoát thứ nhất, thứ hai.

Giống tưởng về bất tịnh, Tưởng về chán ăn, cũng là như vậy.

Tưởng về thế gian không thể nào vui thâu nhiếp với tĩnh lự thứ ba, thứ tư.

Hỏi: Tĩnh lự thứ nhất... thâu nhiếp với bao nhiêu tĩnh lự...?

Đáp: Tĩnh lự thứ nhất thâu nhiếp với tĩnh lự thứ nhất, với bốn vô lượng, với giải thoát thứ nhất, thứ hai, với bốn thắng xứ trước, với tám trí, với ba tam-ma-địa.

Tĩnh lự thứ hai thâu nhiếp với tĩnh lự thứ hai, với bốn vô lượng, với giải thoát một, hai, với bốn thắng xứ trước, với tám trí, với

---

Mười biến xứ là mười pháp bao trùm hết thảy mọi xứ sở. Nương vào tác ý thắng giải quán xét mười pháp, gồm: Đất, Nước, Gió, Lửa, Xanh, Vàng, Đỏ, Trắng, Không và Thức.

Nếu hành giả tu tập Bát giải thoát, Bát thắng xứ đối với nội sắc, ngoại sắc... đã được thanh tịnh, đối với cảnh sở quán được chuyển biến tự tại, nhưng vẫn chưa trùm khắp, nên cần phải tu tập định mười biến xứ này. (*Câu-xá luận* 29, *Đại chánh* 29).

[40] Tám trí: Khổ trí, Tập trí, Diệt trí, Đạo trí, Khổ loại trí, Tập loại trí, Diệt loại trí, Đạo loại trí.

Khổ trí, Tập trí, Diệt trí, Đạo trí, bốn trí này do quán chiếu mười sáu hành tướng của Tứ Thánh đế hiện quán thuộc Dục giới mà thành tựu.

Khổ loại trí, Tập loại trí, Diệt loại trí, Đạo loại trí, bốn trí này do quán chiếu duyên vào các hành tướng của Tứ Thánh đế thuộc Sắc giới, Vô sắc giới mà thành tựu. (*Câu-xá luận* 26, *Đại chánh* 29).

[41] Ba tam-ma-địa: Ba loại thiền định: Không, Vô tướng, Vô nguyện. (*Tăng nhất A-hàm* 16, *Đại chánh* 2).

ba tam-ma-địa.

Tĩnh lự thứ ba thâu nhiếp với tĩnh lự thứ ba, với ba vô lượng, với tám trí, với ba tam-ma-địa.

Tĩnh lự thứ tư thâu nhiếp với tĩnh lự thứ tư, với ba vô lượng, với tịnh giải thoát, với bốn thắng xứ sau, với tám biến xứ trước, với tám trí, với ba tam-ma-địa.

Hỏi: Từ vô lượng... thâu nhiếp với bao nhiêu vô lượng...?

Đáp: Từ thâu nhiếp với Từ, với Thế tục trí cho đến Xả thâu nhiếp với Xả, với Thế tục trí.

Hỏi: Không vô biên xứ... thâu nhiếp với bao nhiêu Vô sắc giới...?

Đáp: Không vô biên xứ thâu nhiếp với Không vô biên xứ, với các giải thoát ấy, với các biến xứ ấy, với sáu trí, với ba tam-ma-địa.

Thức vô biên xứ thâu nhiếp với Thức vô biên xứ, các giải thoát ấy, các biến xứ ấy, sáu trí, ba tam-ma-địa.

Vô sở hữu xứ thâu nhiếp Vô sở hữu xứ, với các giải thoát ấy, với sáu trí, với ba tam-ma-địa.

Phi tưởng phi phi tưởng xứ thâu nhiếp với Phi tưởng phi phi tưởng xứ và với các giải thoát ấy, với Diệt thọ tưởng giải thoát, với Thế tục trí.

Hỏi: Giải thoát thứ nhất... thâu nhiếp với bao nhiêu giải thoát...?

Đáp: Giải thoát thứ nhất, thứ hai, thứ ba thâu nhiếp với giải thoát thứ nhất, thứ hai, thứ ba, với Thế tục trí.

Không vô biên xứ giải thoát thâu nhiếp với Không vô biên xứ giải thoát và với các biến xứ ấy, với sáu trí, với ba tam-ma-địa.

Thức vô biên xứ giải thoát thâu nhiếp với Thức vô biên xứ giải thoát và với các biến xứ ấy, với sáu trí, với ba tam-ma-địa.

Vô sở hữu xứ giải thoát thâu nhiếp với Vô sở hữu xứ giải thoát, với sáu trí, với ba tam-ma-địa.

Phi tưởng phi phi tưởng xứ giải thoát thâu nhiếp với Phi tưởng phi phi tưởng xứ giải thoát, với Thế tục trí.

Diệt thọ tưởng giải thoát thâu nhiếp với Diệt thọ tưởng giai thoát.

Hỏi: Thắng xứ thứ nhất... thâu nhiếp với bao nhiêu thắng xứ?

Đáp: Thắng xứ thứ nhất thâu nhiếp với thắng xứ thứ nhất, với thế tục trí, cho đến thắng xứ thứ tám thâu nhiếp với thắng xứ thứ tám.

Hỏi: Biến xứ thứ nhất... thâu nhiếp với bao nhiêu biến xứ...?

Đáp: Biến xứ thứ nhất thâu nhiếp với biến xứ thứ nhất, với Thế tục trí, cho đến biến xứ thứ mười thâu nhiếp với biến xứ thứ mười, với Thế tục trí.

Hỏi: Pháp trí... thâu nhiếp với bao nhiêu trí...?

Đáp: Pháp trí thâu nhiếp với Pháp trí, với thiểu phần ngũ trí. Loại trí thâu nhiếp với Loại trí, với thiểu phần ngũ trí. Tha tâm trí thâu nhiếp với Tha tâm trí, với thiểu phần tứ trí. Thế tục trí thâu nhiếp với Thế tục trí, với thiểu phần một trí. Khổ trí thâu nhiếp với Khổ trí, với thiểu phần hai trí. Tập trí thâu nhiếp với Tập trí, với thiểu phần hai trí. Diệt trí thâu nhiếp với Diệt trí, với thiểu phần ba trí. Đạo trí thâu nhiếp với Đạo trí, với thiểu phần ba trí.

Hỏi: Không, ba tam-ma-địa... thâu nhiếp với bao nhiêu tam-ma-địa?

Đáp: Không thâu nhiếp với Không. Vô nguyện thâu nhiếp với Vô nguyện. Vô tướng thâu nhiếp với Vô tướng. Giống như các thâu nhiếp có thể đạt được cũng là như vậy.

Hỏi: Tưởng vô thường... cùng tương ưng với bao nhiêu tĩnh lự...?

Đáp: Tưởng vô thường cùng tương ưng với bốn Tĩnh lự, với bốn Vô sắc, với bốn giải thoát, với bốn trí, với một tam-ma-địa.

Giống như tưởng vô thường, các tưởng về vô thường và khổ, tưởng về vô ngã và khổ, tưởng về chết, tưởng về đoạn diệt, tưởng về xả ly, tưởng về diệt tận, cũng là như vậy.

Tưởng về bất tịnh cùng tương ưng với hai tĩnh lự sau, với hai giải thoát đầu, với Thế tục trí.

Giống như tưởng bất tịnh, Tưởng về chán ăn, cũng là như vậy.

Tưởng hết thảy thế gian đều không thể có niềm vui, cùng tương ưng với hai tĩnh lự sau, với Thế tục trí.

Hỏi: Tĩnh lự thứ nhất... cùng tương ưng với bao nhiêu tĩnh lự...?

Đáp: Tĩnh lự thứ nhất cùng tương ưng với tĩnh lự thứ nhất, với bốn vô lượng, với hai giải thoát đầu, với bốn thắng xứ trước, với tám trí, với ba tam-ma-địa.

Tĩnh lự thứ hai cùng tương ưng với tĩnh lự thứ hai, với bốn vô lượng, với hai giải thoát đầu, với bốn thắng xứ trước, với tám trí, với ba tam-ma-địa.

Tĩnh lự thứ ba cùng tương ưng với tĩnh lự thứ ba, với ba vô lượng, với tám trí, với ba tam-ma-địa.

Tĩnh lự thứ tư cùng tương ưng với tĩnh lự thứ tư, với ba vô lượng, với tịnh giải thoát, với bốn thắng xứ sau, với tám biến xứ trước, với tám trí, với ba tam-ma-địa.

Hỏi: Từ vô lượng... cùng tương ưng với bao nhiêu vô lượng...?

Đáp: Từ cùng tương ưng với Từ, với Thế tục trí. Cho đến Xả, cùng tương ưng với Xả, với Thế tục trí.

Hỏi: Không vô biên xứ... cùng tương ưng với bao nhiêu Vô sắc giới?

Đáp: Không vô biên xứ... cùng tương ưng với Không vô biên xứ, và cùng với các giải thoát ấy, cùng với các biến xứ ấy, với sáu trí, với ba tam-ma-địa.

Thức vô biên xứ cùng tương ưng với Thức vô biên xứ, và với các giải thoát ấy, với các biến xứ ấy, với sáu trí, với ba tam-ma-địa.

Vô sở hữu xứ cùng tương ưng với Vô sở hữu xứ, và cùng với các giải thoát ấy, với sáu trí, với ba tam-ma-địa.

Phi tưởng phi phi tưởng xứ cùng tương ưng với Phi tưởng phi phi tưởng xứ, với các giải thoát ấy, với Thế tục trí.

Hỏi: Giải thoát đầu tiên... cùng tương ưng với bao nhiêu giải thoát...?

Đáp: Các giải thoát thứ nhất, thứ hai, thứ ba cùng tương ưng với các giải thoát thứ nhất, thứ hai, thứ ba, với Thế tục trí.

Không vô biên xứ giải thoát cùng tương ưng với Không vô biên xứ giải thoát, và với các biến xứ ấy, với sáu trí, với ba tam-ma-địa.

Thức vô biên xứ giải thoát cùng tương ưng với Thức vô biên xứ giải thoát, và với các biến xứ ấy, với sáu trí, với ba tam-ma-địa.

Vô sở hữu xứ giải thoát cùng tương ưng với Vô sở hữu xứ giải thoát, với sáu trí, với ba tam-ma-địa.

Phi tưởng phi phi tưởng xứ giải thoát cùng tương ưng với Phi tưởng phi phi tưởng xứ giải thoát, với Thế tục trí.

Diệt thọ tưởng giải thoát phi tương ưng.

Hỏi: Thắng xứ đầu tiên… cùng tương ưng với bao nhiêu thắng xứ?

Đáp: Thắng xứ đầu tiên… cùng tương ưng với thắng xứ đầu tiên… với Thế tục trí. Cho đến thắng xứ thứ tám, cùng tương ưng với thắng xứ thứ tám, với Thế tục trí.

Hỏi: Biến xứ thứ nhất… cùng tương ưng với bao nhiêu biến xứ…?

Đáp: Biến xứ thứ nhất cùng tương ưng với biến xứ thứ nhất, với Thế tục trí. Cho đến biến xứ thứ mười cùng tương ưng với biến xứ thứ mười, với Thế tục trí.

Hỏi: Pháp trí… cùng tương ưng với bao nhiêu ba tam-ma-địa?

Đáp: Pháp trí cùng tương ưng với thiểu phần ba tam-ma-địa.

Giống như Pháp trí, Loại trí cũng là như vậy.

Tha tâm trí cùng tương ưng với một thiểu phần của ba tam-ma-địa.

Giống như tha tâm trí, các trí như Tập, Diệt, Đạo, cũng là như vậy.

Khổ trí cùng tương ưng với hai thiểu phần ba tam-ma-địa.

Hỏi: Nếu thành tựu tĩnh lự đầu tiên… ấy là ở nơi bốn tĩnh lự, có bao nhiêu thành tựu, có bao nhiêu không thành tựu?

Đáp: Nếu thành tựu tĩnh lự đầu tiên, ấy là ở nơi bốn tĩnh lự, hoặc là một-hai-ba-bốn.

Một: Nghĩa là ái nhiễm ở cõi trời Phạm thế chưa đoạn tận.

Hai: Nghĩa là ái nhiễm ở cõi trời Phạm thế đã đoạn tận, ái nhiễm ở cõi trên chưa đoạn tận.

Ba: Nghĩa là ái nhiễm ở cõi trời Cực quang tịnh đã đoạn tận, ái nhiễm ở cõi trên chưa đoạn tận.

Bốn: Nghĩa là ái nhiễm ở nơi cõi trời Biến tịnh đã đoạn tận, ái nhiễm ở thượng phần, đối với bốn vô lượng, hoặc không có, hoặc có ba, hoặc có bốn.

Không: Nghĩa là sinh ở Vô sắc giới. Ba: Nghĩa là sinh ở cõi trời Biến tịnh và cõi trời Quảng quả. Bốn: Nghĩa là sinh ở Dục giới, cõi trời Phạm thế, cõi trời Cực quang tịnh, ở bốn Vô sắc giới.

Hoặc là không. Hoặc là một, hai, ba, bốn.

Không: Nghĩa là ái nhiễm đối với cõi Sắc chưa đoạn tận.

Một: Nghĩa là ái nhiễm ở Sắc giới đã đoạn tận, ái nhiễm ở cõi trên chưa đoạn tận.

Hai: Nghĩa là ái nhiễm ở Không vô biên xứ đã đoạn tận, ái nhiễm ở thượng phần chưa đoạn tận.

Ba: Nghĩa là ái nhiễm ở Thức vô biên xứ đã đoạn tận, ái nhiễm ở cõi trên chưa đoạn tận.

Bốn: Nghĩa là ái nhiễm ở Vô sở hữu xứ đã đoạn tận, ở nơi tám giải thoát, hoặc không, hoặc một, hai, ba, bốn, năm, sáu, bảy, tám.

Không: Nghĩa là sinh ở cõi trời Biến tịnh, ái nhiễm ở cõi trời Biến tịnh chưa đoạn.

Một: Nghĩa là sinh ở cõi trời Biến tịnh, ái nhiễm ở cõi trời Biến tịnh đã đoạn, ái nhiễm ở cõi trên chưa đoạn tận.

Nếu sinh ở cõi trời Quảng quả, chính ái nhiễm ở cõi trời ấy chưa đoạn.

Nếu sinh ở Không vô biên xứ, chính ái nhiễm ở cõi trời ấy chưa đoạn.

Hai: Nghĩa là sinh ở Dục giới, cõi trời Phạm thế, cõi trời Cực quang tịnh, cõi trời Biến tịnh, ái nhiễm chưa đoạn.

Nếu sinh ở cõi trời Biến tịnh, cói trời Quảng quả, ái nhiễm đã đoạn tận, ái nhiễm ở cõi trên chưa đoạn tận.

Nếu sinh ở Không vô biên xứ, chính ái nhiễm ở cõi ấy đã đoạn tận, ái nhiễm ở cõi trên chưa đoạn tận.

Nếu sinh ở Thức vô biên xứ, chính ái nhiễm ở cõi ấy chưa đoạn tận.

Ba: Nghĩa là sinh ở Dục giới, cõi trời Phạm thế, cõi trời Cực quang tịnh, cõi trời Biến tịnh, ái nhiễm đã đoạn tận, ái nhiễm ở cõi trên chưa đoạn tận.

Nếu sinh ở cõi trời Biến tịnh, cõi trời Quảng quả, Không vô biên xứ, ái nhiễm đã đoạn tận, ái nhiễm ở cõi trên chưa đoạn tận.

Nếu sinh ở Không vô biên xứ, Thức vô biên xứ, ái nhiễm ở nơi Thức vô biên xứ đã đoạn tận, ái nhiễm ở cõi trên chưa đoạn tận.

Nếu sinh ở Vô sở hữu xứ, chính ái nhiễm ở nơi xứ ấy chưa đoạn tận.

Bốn: Nghĩa là sinh ở Dục giới, cõi trời Phạm thế, cõi trời Cực quang tịnh, cõi trời Quảng quả ái nhiễm đã đoạn, ái nhiễm của cõi trên chưa đoạn tận.

Nếu sinh ở cõi trời Biến tịnh, cõi trời Quảng quả, Thức vô biên xứ, ái nhiễm đã đoạn tận, ái nhiễm ở cõi trên chưa đoạn tận.

Nếu sinh Không vô biên xứ, Thức vô biên xứ, Vô sở hữu xứ, ái nhiễm đã đoạn tận ở Vô sở hữu xứ.

Nếu sinh ở Phi tưởng phi phi tưởng xứ, không đạt được Diệt tận định.

Năm: Nghĩa là sinh ở Dục giới, cõi trời Phạm thế, cõi trời Cực quang tịnh, Không vô biên xứ, ái nhiễm đã đoạn tận, ái nhiễm ở cõi trên chưa đoạn tận.

Nếu sinh ở cõi trời Biến tịnh, cõi trời Quảng quả, Vô sở hữu xứ, ái nhiễm đã đoạn tận, không đạt được Diệt tận định. Nếu sinh ở Phi tưởng phi phi tưởng xứ, đạt được Diệt tận định.

Sáu: Nghĩa là sinh ở Dục giới, cõi trời Phạm thế, cõi trời Cực quang tịnh, cõi trời Thức vô biên xứ ái nhiễm đã đoạn tận, ái nhiễm ở cõi trên chưa đoạn tận. Nếu sinh ở cõi trời Biến tịnh, cõi trời Quảng quả, đắc Diệt tận định.

Bảy: Nghĩa là sinh ở Dục giới, cõi trời Phạm thế, cõi trời Cực quang tịnh, cõi trời Vô sở hữu xứ ái nhiễm đã đoạn tận, không đạt được Diệt tận định.

Tám: Nghĩa là sinh ở Dục giới, cõi trời Phạm thế, cõi trời Cực quang tịnh, đạt được Diệt tận định.

Ở nơi tám xứ, hoặc không, hoặc bốn, hoặc tám.

Không: Nghĩa là sinh ở cõi trời Biến tịnh, chính ái nhiễm ở cõi ấy chưa đoạn trừ. Hoặc sinh ở Vô sắc giới.

Bốn: Nghĩa là sinh ở Dục giới, cõi trời Phạm thế, cõi trời Cực quang tịnh, cõi trời Biến tịnh ái nhiễm chưa đoạn tận.

Nếu sinh ở cõi trời Biến tịnh, chính ái nhiễm ở cõi ấy đoạn tận. Hoặc sinh ở cõi trời Quảng quả.

Tám: Nghĩa là sinh ở Dục giới, cõi trời Phạm thế, cõi trời Cực quang tịnh, cõi trời Biến tịnh ái nhiễm đã đoạn tận.

Ở mười biến xứ: Hoặc không. Hoặc một-hai-tám-chín-mười.

Không: Nghĩa là sinh ở Dục giới, cõi trời Phạm thế, cõi trời Cực quang tịnh, cõi trời Biến tịnh, ái nhiễm chưa đoạn tận ở cõi trời Biến tịnh. Nếu sinh ở Vô sở hữu xứ, Phi tưởng phi phi tưởng xứ.

Một: Nghĩa là sinh ở Không vô biên xứ, chính ở cõi ấy ái nhiễm chưa đoạn tận. Hoặc sinh ở Thức vô biên xứ.

Hai: Nghĩa là sinh ở Không vô biên xứ, chính ở cõi ấy ái nhiễm đã đoạn tận.

Tám: Nghĩa là sinh ở Dục giới, cõi trời Phạm thế, cõi trời Cực quang tịnh, cõi trời Biến tịnh ái nhiễm đã đoạn tận, ái nhiễm ở cõi trên chưa đoạn tận. Hoặc sinh ở cõi trời Quảng quả, chính ở cõi ấy, ái nhiễm chưa đoạn tận.

Chín: Nghĩa là sinh ở Dục giới, Sắc giới, ái nhiễm ở Dục giới đã đoạn tận, ái nhiễm cõi trên chưa đoạn tận.

Mười: Nghĩa là sinh ở Dục giới, Sắc giới, Không vô biên xứ, ái nhiễm đã đoạn tận.

Ở tám trí: Hoặc hai, bốn, năm, sáu, bảy, tám.

Hai: Nghĩa là phàm phu, Khổ pháp nhẫn vị.

Bốn: Nghĩa là Khổ trí, Pháp trí, Khổ loại nhẫn vị.

Năm: Nghĩa là Khổ trí, Loại trí, Tập pháp nhẫn vị.

Sáu: Nghĩa là Tập trí, Pháp trí cho đến Diệt pháp nhẫn vị.

Bảy: Nghĩa là Diệt trí, Pháp trí cho đến Đạo pháp nhẫn vị.

Tám: Nghĩa là Đạo trí, Pháp trí.

Những phẩm vị ở trên, ở ba tam-ma-địa, hoặc không. Hoặc hai, ba.

Không: Nghĩa là các hạng phàm phu.

Hai: Nghĩa là các hàng Thánh giả, Diệt pháp nhẫn chưa sinh.

Ba: Nghĩa là Diệt pháp nhẫn đã sinh.

Giống như thành tựu Sơ thiền cho đến thành tựu đệ Tứ thiền, tùy theo chỗ tương ưng, cũng là như vậy.

Bảy Bổ-đặc-già-la, gồm: Tùy tín hành, Tùy pháp hành, Tín thắng giải, Kiến chí, Thân chứng, Tuệ giải thoát, Câu giải thoát.

Hỏi: Tùy tín hành… tương ưng ở nơi vị… Tứ thiền, Tứ vô sắc, có bao nhiêu thành tựu, có bao nhiêu không thành tựu?

Đáp: Tùy tín hành tương ưng ở nơi vị Tứ thiền, hoặc là không, hoặc là có.

Không: Ái nhiễm đối với Sắc giới đoạn tận.

Một: Nghĩa là ái nhiễm ở nơi biến hành đoạn tận. Ái nhiễm ở cõi trên chưa đoạn tận.

Cho đến bốn: Ái nhiễm ở cõi trời Phạm thế chưa đoạn tận.

Đối với tịnh ở bốn cõi Tĩnh lự, hoặc là không, hoặc là một, hai, ba, bốn.

Không: Nghĩa là ái nhiễm ở Dục giới chưa đoạn tận.

Một: Nghĩa là ái nhiễm ở Dục giới đã đoạn tận. Ái nhiễm ở cõi trên chưa đoạn tận.

Cho đến bốn: Nghĩa là ái nhiễm ở nơi cõi trời Biến tịnh đã đoạn tận.

Đối với vô lậu ở bốn cõi Tĩnh lự, hoặc là không, hoặc là một, hai, ba, bốn.

Không: Nghĩa là y ở vị chí định, vào Chánh tánh ly sinh.

Một: Nghĩa là y ở Tĩnh lự thứ nhất, hoặc ở trung gian Tĩnh lự, vào Chánh tánh ly sinh.

Cho đến bốn: Nghĩa là y ở cõi Tĩnh lự thứ tư vào Chánh tánh ly sinh.

Đối với Vô sắc giới tương ưng với vị, hoặc một, hai, ba, bốn.

Một: Nghĩa là ái nhiễm ở Vô sở hữu xứ đã đoạn, ái nhiễm cõi trên chưa đoạn.

Cho đến bốn: Nghĩa là ái nhiễm ở Không vô biên xứ chưa đoạn trừ.

Bốn cõi Vô sắc giới đối với tịnh, hoặc là không, hoặc là một, hai, ba, bốn.

Không: Nghĩa là ái nhiễm ở Sắc giới chưa đoạn tận.

Một: Nghĩa là ái nhiễm ở Sắc giới đã đoạn tận, ái nhiễm ở cõi trên chưa đoạn tận.

Cho đến bốn: Nghĩa là ái nhiễm đối với Vô sở hữu xứ đã đoạn tận.

Ở ba cõi Vô sắc giới, vô lậu đều không thành tựu.

Giống như Tùy tín hành, Tùy pháp hành, cũng là như vậy.

Tín thắng giải:

Tứ Tĩnh lự tương ưng với vị, hoặc là không, hoặc là một, hai, ba, bốn.

Không: Nghĩa là ái nhiễm ở Sắc giới đã đoạn tận.

Một: Nghĩa là ái nhiễm đối với biến hành đã đoạn tận. Ái nhiễm ở cõi trên chưa đoạn tận.

Cho đến bốn: Nghĩa là ái nhiễm ở cõi trời Phạm thế chưa đoạn.

Bốn Tĩnh lự đối với tịnh, hoặc là không, hoặc là một, hai, ba, bốn.

Không: Nghĩa là ái nhiễm ở Dục giới chưa đoạn, hoặc sinh ở Vô sắc giới.

Một: Nghĩa là sinh ở Dục giới, ái nhiễm ở Dục giới đã đoạn tận. Ái nhiễm cõi trên chưa đoạn. Nếu sinh ở cõi trời Phạm thế, chính ở cõi trời ấy, ái nhiễm chưa đoạn tận. Nếu sinh ở cõi trời Cực quang tịnh, chính ở cõi trời ấy, ái nhiễm chưa đoạn tận. Hoặc sinh ở cõi trời Biến tịnh, chính ở nơi cõi trời ấy, ái nhiễm chưa đoạn tận, hoặc sinh ở cõi trời Quảng quả.

Hai: Nghĩa là sinh ở Dục giới, ở cõi trời Phạm thế, ái nhiễm ở cõi trời Phạm thế đã đoạn tận. Ái nhiễm ở cõi trên chưa đoạn. Nếu sinh ở cõi trời Cực quang tịnh, chính ở nơi cõi ấy, ái nhiễm đã đoạn tận. Ái nhiễm ở cõi trên chưa đoạn tận. Nếu sinh ở cõi trời Biến tịnh, chính ở nơi cõi ấy, ái nhiễm đã đoạn tận.

Ba: Nghĩa là sinh ở Dục giới, ở các cõi trời: Phạm thế, Cực quang tịnh, ái nhiễm đã đoạn tận. Ái nhiễm ở cõi trên chưa đoạn tận. Nếu sinh các cõi trời Cực quang tịnh, Biến tịnh, ái nhiễm đã đoạn tận.

Bốn: Nghĩa là sinh ở Dục giới, các cõi trời Phạm thế, Biến tịnh, ái nhiễm đã đoạn tận.

Bốn Tĩnh lự đối với vô lậu, hoặc là không, hoặc là một, hai, ba, bốn.

Không: Nghĩa là Dục giới ái nhiễm chưa đoạn tận.

Một: Nghĩa là ái nhiễm ở Dục giới đã đoạn tận. Ái nhiễm ở cõi trên chưa đoạn tận.

Cho đến bốn: Nghĩa là ái nhiễm đối với cõi trời Biến tịnh đã đoạn tận.

Bốn cõi trời Vô sắc giới tương ưng với vị, hoặc là một, hai, ba, bốn.

Một: Nghĩa là ái nhiễm đối với Vô sở hữu xứ đã đoạn tận. Ái nhiễm đối với cõi trên chưa đoạn tận.

Cho đến bốn: Nghĩa là ái nhiễm đối với Không vô biên xứ chưa đoạn tận.

Bốn cõi trời Vô sắc giới đối với tịnh, hoặc là không, hoặc là một, hai, ba, bốn.

Không: Nghĩa là sinh ở Dục giới, ái nhiễm đối với Sắc giới chưa đoạn tận.

Một: Nghĩa là sinh ở Dục giới, Sắc giới ái nhiễm đối với Sắc giới đã đoạn. Ái nhiễm đối với cõi trên chưa đoạn tận.

Nếu sinh ở Không vô biên xứ, chính ở nơi cõi ấy, ái nhiễm chưa đoạn tận.

Nếu sinh ở Thức vô biên xứ, chính ở nơi cõi ấy, ái nhiễm chưa đoạn tận.

Nếu sinh ở Vô sở hữu xứ, chính ở nơi cõi ấy, ái nhiễm chưa đoạn tận, hoặc sinh ở Phi tưởng phi phi tưởng xứ.

Hai: Nghĩa là sinh ở Dục giới, Sắc giới, Không vô biên xứ, ái nhiễm đối với Không vô biên xứ đã đoạn tận. Ái nhiễm đối với cõi trên chưa đoạn tận.

Nếu sinh ở Thức vô biên xứ, chính ở nơi cõi ấy, ái nhiễm đã đoạn tận. Ái nhiễm ở cõi trên chưa đoạn tận.

Nếu sinh ở Vô sở hữu xứ, chính ở nơi cõi ấy, ái nhiễm đã đoạn tận.

Ba: Nghĩa là sinh ở Dục giới, Sắc giới, Không vô biên xứ, Thức vô biên xứ, ái nhiễm đã đoạn tận. Ái nhiễm đối với cõi trên chưa đoạn tận, hoặc sinh ở Thức vô biên xứ, Vô sở hữu xứ, ái nhiễm đã đoạn tận.

Bốn; Nghĩa là sinh ở Dục giới, Sắc giới, Không vô biên xứ, Vô sở hữu xứ, ái nhiễm đã đoạn tận.

Ba cõi Vô sắc giới đối với vô lậu, hoặc là không, hoặc là một-hai-ba.

Không: Nghĩa là ái nhiễm đối với Sắc giới chưa đoạn tận.

Một: Nghĩa là ái nhiễm đối với Sắc giới đã đoạn tận. Ái nhiễm ở cõi trên chưa đoạn tận.

Cho đến ba: Nghĩa là ái nhiễm đối với Thức vô biên xứ đã đoạn tận.

Giống như Tín thắng giải, Kiến chí cũng là như vậy.

Thân chứng đối với vị, tương ưng với bốn Tĩnh lự đều không thành tựu.

Bốn Tĩnh lự đối với tịnh, hoặc không, hoặc một, hai, ba, bốn.

Không: Nghĩa là sinh ở Phi tưởng phi phi tưởng xứ.

Một: Nghĩa sinh ở cõi trời Quảng quả.

Cho đến bốn: Nghĩa là sinh ở Dục giới, ở cõi trời Phạm thế.

Bốn Tĩnh lự đối với vô lậu đều là thành tựu.

Bốn Vô sắc giới tương ưng đối với vị, thành tựu, không thành tựu ba.

Bốn Vô sắc giới đối với tịnh, hoặc một, hoặc bốn.

Một: Nghĩa là sinh ở Phi tưởng phi phi tưởng xứ.

Bốn: Nghĩa là sinh ở Dục giới, Sắc giới.

Ba cõi Vô sắc giới, đều thành tựu đối với vô lậu.

Tuệ giải thoát ở bốn Tĩnh lự đều không thành tựu tương ưng đối với vị.

Bốn cõi Tĩnh lự đối với tịnh, hoặc là không, hoặc một-hai-ba-bốn.

Không: Nghĩa là sinh ở Vô sắc giới.

Một: Nghĩa là sinh ở cõi trời Quảng quả.

Cho đến bốn: Nghĩa là sinh ở Dục giới, ở cõi trời Phạm thế.

Bốn cõi Tịnh lự, đối với vô lậu, đều thành tựu.

Bốn cõi Vô sắc giới đều không thành tựu tương ưng với vị.

Bốn cõi Vô sắc giới đối với tịnh, hoặc là một, hai, ba, bốn.

Một: Nghĩa là sinh ở Phi tưởng phi phi tưởng xứ.

Cho đến bốn: Nghĩa là sinh ở các cõi Dục giới, Sắc giới, Không vô biến xứ.

Ba cõi Vô sắc giới đều không thành tựu đối với vô lậu.

Câu giải thoát ở bốn cõi Tĩnh lự đều không thành tựu tương ưng đối với vị.

Bốn cõi Tĩnh lự đối với tịnh, hoặc là không, hoặc một-hai-ba-bốn.

Không: Nghĩa là sinh Phi tưởng phi phi tưởng xứ.

Một: Nghĩa là sinh ở cõi trời Quảng quả.

Cho đến bốn: Nghĩa là sinh ở cõi Dục giới, ở cõi trời Phạm thế.

Bốn cõi Tĩnh lự đều không thành tựu đối với vô lậu.

Bốn cõi Vô sắc giới đều không thành tựu tương ưng đối với vị.

Bốn cõi Vô sắc giới đối với tịnh, hoặc một, hoặc bốn.

Một: Nghĩa là sinh ở Phi tưởng phi phi tưởng xứ.

Bốn: Nghĩa là sinh ở Dục giới, Sắc giới. Ba cõi ở Vô sắc giới đều không thành tựu đối với vô lậu.

Hỏi: Vả lại, có bốn cõi Tĩnh lự thành tựu tương ưng với vị, không phải là tịnh, không phải là vô lậu chăng?

Đáp: Có. Nghĩa là ái nhiễm đối với Dục giới chưa đoạn tận.

Hỏi: Vả lại, có bốn cõi Tĩnh lự thành tựu tịnh, không có tương ưng với vị, không phải là vô lậu chăng?

Đáp: Có. Nghĩa là phàm phu sinh ở Dục giới, cõi trời Phạm thế, ái nhiễm đối với Sắc giới đã tận.

Hỏi: Vả lại, có bốn cõi Tĩnh lự thành tựu vô lậu, không có tương ưng với vị, không phải là tịnh chăng?

Đáp: Có. Nghĩa là Thánh nhân sinh ở Vô sắc giới.

Hỏi: Vả lại, có bốn cõi Tĩnh lự thành tựu vô lậu tịnh, không có tương ưng với vị chăng?

Đáp: Có. Nghĩa là Thánh giả sinh ở Dục giới, cõi trời Phạm thế, ái nhiễm đối với cõi Sắc giới đã đoạn tận.

Vả lại, có trường hợp nào thành tựu hoặc là hai, hoặc là ba pháp khác chăng?

Đáp: Không có.

Hỏi: Vả lại, có trường hợp nào bốn cõi Tĩnh lự không thành tựu tương ưng với vị, không phải là tịnh, không phải là vô lậu chăng?

Đáp: Có. Nghĩa là Thánh giả sinh ở cõi Dục giới, ở cõi Phạm thế, ái nhiễm đối với Sắc giới đã đoạn tận.

Hỏi: Vả lại, có trường hợp nào bốn cõi Tĩnh lự không thành tựu tịnh, không tương ưng với vị, không phải là vô lậu chăng?

Đáp: Không có.

Hỏi: Vả lại, có trường hợp nào bốn cõi Tĩnh lự không thành tựu vô lậu, không tương ưng với vị, không phải là tịnh chăng?

Đáp: Không có.

Hỏi: Vả lại, có trường hợp nào bốn cõi Tĩnh lự không thành tựu tương ưng với vị, không phải là vô lậu chăng?

Đáp: Có. Nghĩa là Thánh giả sinh ở Vô sắc giới.

Hỏi: Vả lại, có trường hợp nào bốn cõi Tĩnh lự không thành tựu vô lậu tương ưng với vị, không phải là tịnh không?

Đáp: Có. Nghĩa là phàm phu sinh ở Dục giới, ở cõi trời Phạm thế, ái nhiễm đối với Sắc giới đã đoạn tận.

Hỏi: Vả lại, có trường hợp nào bốn cõi Tĩnh lự không thành tựu vô lậu tịnh, không tương ưng với vị chăng?

Đáp: Có. Nghĩa là ái nhiễm đối với Dục giới chưa đoạn tận.

Hỏi: Vả lại, có trường hợp nào bốn cõi Tĩnh lự không thành tựu vô lậu tịnh tương ưng với vị chăng?

Đáp: Có. Nghĩa là phàm phu sinh ở Vô sắc giới.

Hỏi: Vả lại, có trường hợp nào bốn cõi Vô sắc giới thành tựu tương ưng với vị, không phải là tịnh, không phải là vô lậu chăng?

Đáp: Có. Nghĩa là ái nhiễm đối với Sắc giới chưa đoạn tận.

Hỏi: Vả lại, có trường hợp nào bốn cõi Vô sắc giới, thành tựu đối với vô lậu tịnh, không tương ưng với vị chăng?

Đáp: Có. Nghĩa là bậc A-la-hán sinh ở Dục giới, ở Sắc giới, Không vô biên xứ.

Hỏi: Vả lại, có trường hợp thành tựu pháp nào khác không?

Đáp: Không có.

Hỏi: Vả lại, có trường hợp nào bốn cõi Vô sắc giới, không thành tựu tương ưng với vị, không phải là tịnh, không phải là vô lậu chăng?

Đáp: Có. Nghĩa là bậc A-la-hán sinh ở Dục giới, ở Sắc giới, Không vô biên xứ.

Hỏi: Vả lại, có trường hợp nào bốn cõi Vô sắc giới, không thành tựu vô lậu tịnh, không có tương ưng với vị chăng?

Đáp: Có. Nghĩa là ái nhiễm đối với Vô sắc giới chưa đoạn tận.

Hỏi: Vả lại, có trường hợp không thành tựu pháp nào khác không?

Đáp: Không có.

Hỏi: Vả lại, có trường hợp nào bốn cõi Tĩnh lự đạt được tương ưng với vị, không phải là tịnh, không phải là vô lậu chăng?

Đáp: Có. Nghĩa là ái nhiễm đối với Sắc giới đã đoạn tận, lúc khởi lên ái triền đối với Dục giới suy thoái, hoặc khi ở Vô sắc giới chết, sinh ở Dục giới.

Hỏi: Vả lại, có trường hợp nào bốn cõi Tĩnh lự, đạt được tịnh, không tương ưng với vị, không phải là vô lậu chăng?

Đáp: Không có.

Hỏi: Vả lại, có trường hợp nào bốn cõi Tĩnh lự, đạt được vô lậu, không có tương ưng với vị, không phải là tịnh chăng?

Đáp: Có. Nghĩa là y cứ ở Tĩnh lự thứ tư, nhập Chánh tánh ly sinh, hoặc đạt được quả A-la-hán.

Hỏi: Vả lại, có trương hợp đạt được pháp nào khác không?

Đáp: Không có.

Hỏi: Vả lại, có trường hợp nào bốn cõi Tĩnh lự, tương ưng với xả vị, không có tịnh, không có vô lậu chăng?

Đáp: Không có.

Hỏi: Vả lại, có trường hợp nào bốn cõi Tĩnh lự, có xả tịnh, không tương ưng với vị, không tương ưng với vô lậu chăng?

Đáp: Có. Nghĩa là phàm phu, ái nhiễm đối với cõi trời Biến tịnh đã đoạn tận, khi khởi phát ở Dục giới, ái triền suy thoái. Nếu ở Dục giới, ở cõi trời Phạm thế chết, khi sinh ở Vô sắc giới.

Hỏi: Vả lại, có trường hợp nào bốn cõi Tĩnh lự, có vô lậu xả tịnh, không tương ưng với vị chăng?

Đáp: Có. Nghĩa là Thánh giả ái nhiễm đối với cõi trời Biến tịnh đã đoạn tận, khi khởi phát ở Dục giới, ái triền suy thoái.

Hỏi: Vả lại, có trường hợp đạt được pháp nào khác không?

Đáp: Không có.

Hỏi: Vả lại, có trường hợp bốn cõi Vô sắc giới, đạt được tương ưng với vị, không có tịnh, không phải là vô lậu chăng?

Đáp: Có. Nghĩa là A-la-hán, khi khởi phát ở Dục giới, ái triền suy thoái.

Hỏi: Vả lại, có trường hợp ở ba cõi Vô sắc giới đạt được vô lậu, không tương ưng với vị, không phải là tịnh chăng?

Đáp: Có. Nghĩa là khi đắc quả A-la-hán.

Hỏi: Vả lại, có trường hợp đạt được pháp nào khác không?

Đáp: Không có.

Hỏi: Vả lại, có trường hợp nào bốn cõi Vô sắc giới, tương ưng với xả vị, không phải là tịnh, không phải là vô lậu chăng?

Đáp: Không có.

Hỏi: Vả lại, có trường hợp nào bốn cõi Vô sắc giới có xả tịnh, không tương ưng với vị, không phải là vô lậu chăng?

Đáp: Có. Nghĩa là phàm phu ái nhiễm ở Vô sở hữu xứ đã đoạn tận, khi khởi phát ở Dục giới, ái triền suy thoái.

Hỏi: Vả lại, ở ba cõi Vô sắc giới đối với xả vô lậu, không tương ưng với vị, không phải là tịnh chăng?

Đáp: Có. Nghĩa là Tín thắng giải, ái nhiễm đối với Thức vô biên xứ đã đoạn tận, khi duyên căn đã hết.

Hỏi: Bốn cõi Vô sắc giới, có xả vô lậu tịnh, không tương ưng với vị chăng?

Đáp: Có. Nghĩa là Thánh giả, ái nhiễm Vô sở hữu xứ đã đoạn tận, khởi phát ở Dục giới, khi ái triền suy thoái.

Hỏi: Vả lại, có trường hợp đạt được pháp nào khác không?

Đáp: Không có.

Hỏi: Vả lại, ở bốn cõi Tĩnh lự có tương ưng với thoái vị, không phải là tịnh, không phải là vô lậu chăng?

Đáp: Không có.

Hỏi: Vả lại, ở bốn cõi Tĩnh lự có tương ưng với thoái tịnh, không phải tương ưng với vị, không phải là vô lậu chăng?

Đáp: Có. Nghĩa là phàm phu, ái nhiễm đối với cõi trời Biến tịnh đã đoạn, khởi phát ở Dục giới, khi ái triền suy thoái.

Hỏi: Vả lại, ở bốn cõi Tĩnh lự có tương ưng với vô lậu tịnh suy thoái, không phải là tương ưng với vị chăng?

Đáp: Có. Nghĩa là Thánh giả ái nhiễm đối với cõi trời Biến tịnh đã đoạn tận, khởi phát ở Dục giới, khi ái triền suy thoái.

Hỏi: Vả lại, có trường hợp đạt được pháp nào khác không?

Đáp: Không có.

Hỏi: Vả lại, ở bốn Vô sắc giới có tương ưng với thoái vị, không phải là tịnh, không phải là vô lậu chăng?

Đáp: Không có.

Hỏi: Vả lại, ở bốn Vô sắc giới có tương ưng với thoái tịnh, không tương ưng với vị, không phải là vô lậu chăng?

Đáp: Có. Nghĩa là đối với phàm phu, ái nhiễm ở Vô sở hữu xứ đã đoạn tận, khởi phát ở Dục giới, khi ái triền suy thoái.

Hỏi: Vả lại, ở bốn Vô sắc giới có tương ưng với vô lậu thoái tịnh, không phải tương ưng với vị chăng?

Đáp: Có. Nghĩa là Thánh giả ái nhiễm đối với Vô sở hữu xứ đã đoạn tận, khởi phát ở Dục giới, khi ái triền suy thoái.

Hỏi: Vả lại, có trường hợp đạt được pháp nào khác không?

Đáp: Không có.

Hỏi: Vả lại, ở bốn cõi Tĩnh lự có thể đạt được tức thì, tương ưng với vị chăng?

Đáp: Có. Nghĩa là ái nhiễm đối với Sắc giới đã đoạn tận, khởi phát ở Dục giới, ở cõi trời Phạm thế, khi ái triền suy thoái, hoặc ở Vô sắc chết, khi sinh ở Dục giới, ở cõi trời Phạm thế.

Hỏi: Vả lại, ở bốn cõi Tĩnh lự có tương ưng với vị, tức thì có xả chăng?

Đáp: Không có.

Hỏi: Vả lại, ở bốn cõi Tĩnh lự có từ từ đạt được tương ưng với vị chăng?

Đáp: Có.

Hỏi: Vả lại, ở bốn cõi Tĩnh lự có từ từ đạt được tương ưng với xả chăng?

Đáp: Có.

Hỏi: Vả lại, ở bốn cõi Tĩnh lự có đạt được tức thì, với tịnh chăng?

Đáp: Không có.

Hỏi: Vả lại, ở bốn cõi Tĩnh lự có tịnh tức thì với xả không?

Đáp: Có. Nghĩa là ái nhiễm đối với cõi trời Biến tịnh đã đoạn tận, khởi phát ở Dục giới, khi ái triền suy thoái. Nếu ở Dục giới, ở cõi trời Phạm thế chết, khi sinh ở Vô sắc giới.

Hỏi: Vả lại, ở bốn cõi Tĩnh lự, có từ từ đạt được tịnh không?

Đáp: Có.

Hỏi: Vả lại, ở bốn cõi Tĩnh lự từ từ xả có tịnh không?

Đáp: Có.

Hỏi: Vả lại, ở bốn cõi Tĩnh lự có tức thì đạt được vô lậu không?

Đáp: Có. Nghĩa là y cứ ở cõi Tĩnh lự thứ tư, vào Chánh tánh ly sinh, hoặc đắc quả A-la-hán.

Hỏi: Vả lại, ở bốn cõi Tĩnh lự có tức thì xả đối với vô lậu không?

Đáp: Có. Nghĩa là Thánh giả ái nhiễm đối với cõi trời Biến tịnh đã đoạn tận, khởi phát ở Dục giới, khi ái triền suy thoái.

Hỏi: Vả lại, ở bốn cõi Tĩnh lự có từ từ đạt được vô lậu không?

Đáp: Có.

Hỏi: Vả lại, ở bốn cõi Tĩnh lự có từ từ xả với vô lậu không?

Đáp: Có.

Hỏi: Vả lại, ở bốn cõi Vô sắc giới có tức thì, đạt được tương ưng với vị không?

Đáp: Có. Nghĩa là A-la-hán, khởi phát ở Dục giới, ở Sắc giới, ở Không vô biên xứ, khi ái triền suy thoái.

Hỏi: Vả lại, ở bốn cõi Vô sắc giới có tức thì xả tương ưng với vị không?

Đáp: Không có.

Hỏi: Vả lại, ở bốn cõi Vô sắc giới có từ từ đạt được tương ưng với vị không?

Đáp: Có.

Hỏi: Vả lại, ở bốn cõi Vô sắc giới có từ từ xả tương ưng với vị không?

Đáp; Có.

Hỏi: Vả lại, ở bốn cõi Vô sắc giới có đạt được tức thì xả đối với tịnh không?

Đáp: Không có.

Hỏi: Vả lại, ở bốn cõi Vô sắc giới có đạt được tức thì xả đối với tịnh không?

Đáp: Có. Nghĩa là ái nhiễm đối với Vô sở hữu xứ đã đoạn tận. Khởi phát ở Dục giới, khi ái triền suy thoái.

Hỏi: Vả lại, ở bốn cõi Vô sắc giới có từ từ đạt được tịnh không?

Đáp: Có.

Hỏi: Vả lại, ở bốn cõi Vô sắc giới có từ từ xả với tịnh không?

Đáp: Có.

Hỏi: Vả lại, ở ba cõi Vô sắc giới có tức thì, đạt được đối với vô lậu không?

Đáp: Có. Nghĩa là khi đắc quả A-la-hán.

Hỏi: Vả lại, ở ba cõi Vô sắc giới có tức thì xả đối với vô lậu không?

Đáp: Có. Nghĩa là Thánh giả, ái nhiễm đối với Thức vô biên xứ đã đoạn tận. Khởi phát ở Dục giới, Sắc giới, khi ái triền suy thoái.

Hỏi: Vả lại, ở ba cõi Vô sắc giới, có từ từ đạt được đối với vô lậu không?

Đáp: Có.

Hỏi: Vả lại, ở ba cõi Vô sắc giới có từ từ xả đối với vô lậu không?

Đáp: Có.

Hỏi: Thân biểu, ngữ biểu, thân vô biểu, ngữ vô biểu y cứ định nào để diệt?

Đáp: Thân biểu, ngữ biểu y cứ Sơ định, hoặc vị chí định; thân vô biểu, ngữ vô biểu y cứ vào bốn định hoặc vị chí định.

Hỏi: Ba ác hành, ba diệu hành, ba bất thiện căn, ba thiện căn, y cứ định nào để diệt?

Đáp: Y cứ Vị chí định.

Hỏi: Bốn phi Thánh ngữ, bốn Thánh ngữ, bốn sinh, bốn chủng loại nhập thai, bốn thức an trú, y cứ định nào để diệt?

Đáp: Bốn phi Thánh ngữ, bốn Thánh ngữ, thai sinh, noãn sinh, thấp sin, bốn chủng loại nhập thai là y cứ Vị chí định, hóa sinh, ba thức an trú sau là y cứ ở bảy định, hoặc vị chí định; sắc thức an trú là y cứ ở bốn định, hoặc vị chí định.

Hỏi: Năm uẩn, năm thủ uẩn, năm thú, năm diệu dục, năm học xứ là y cứ vào định nào để diệt?

Đáp: Sắc uẩn, sắc thủ uẩn là y cứ vào bốn định, hoặc vị chí định; bốn uẩn, bốn thủ uẩn, thiên thú là y cứ vào bảy định, hoặc vị chí định. Bốn thú còn lại, năm diệu dục, năm học xứ là y cứ vào vị chí định.

Hỏi: Sáu nội xứ, sáu ngoại xứ, sáu thức thân, sáu xúc thân, sáu thọ thân, sáu tưởng thân, sáu tư thân, sáu ái thân là y cứ vào định nào để diệt?

Đáp: Năm nội xứ, các ngoại xứ: sắc, thanh, xúc là y cứ vào bốn định, hoặc vị chí định. Ý nội xứ, pháp ngoại xứ, ý thức thân, và xúc, thọ, tưởng, tư, ái thân tương ưng với chúng ấy là y cứ vào bảy định, hoặc vị chí định. Hương, vị ở ngoại xứ, tỷ, thiệt thức thân và xúc, thọ, tưởng, tư, ái thân tương ưng với chúng ấy là y cứ vào vị chí định.

Các thức thân, như: nhãn, nhĩ và các ái thân, như: thọ, xúc, thọ, tưởng, tư tương ưng với chúng ấy là y cứ vào sơ định, hoặc vị chí định.

Hỏi: Bảy thức trú, tám thế pháp, chín cư trú hữu tình, mười nghiệp đạo là y cứ vào định nào để diệt?

Đáp: Thức trú thứ nhất, tám thế pháp, chỗ hữu tình cư trú đầu tiên, mười thiện nghiệp đạo là y cứ vào vị chí định.

Thức trú thứ hai, chỗ hữu tình cư trú thứ hai là y cứ vào định đầu tiên, hoặc vị chí định.

Thức trú thứ ba, chỗ hữu tình cư trú thứ ba là y cứ vào định thứ hai, hoặc vị chí định.

Thức trú thứ tư, chỗ hữu tình cư trú thứ tư là y cứ vào định thứ ha, hoặc vị chí định.

Chỗ hữu tình cư trú thứ năm là y cứ vào định thứ tư, hoặc vị chí định.

Thức trú thứ năm, chỗ hữu tình cư trú thứ sáu là ý cứ vào định thứ năm hoặc vị chí định.

Thức trú thứ sáu, chỗ hữu tình cư trú thứ bảy là y cứ vào định thứ sáu, hoặc vị chí định.

Thức trú thứ bảy, chỗ cư trú hữu tình thứ tám, thứ chín là y cứ vào định thứ bảy, hoặc vị chí định.

Bốn Tĩnh lự, bốn Vô lượng, bốn Vô sắc giới, tám Giải thoát, tám Thắng xứ, mười Biến xứ là y cứ vào định nào để diệt?

Đáp: Tĩnh lự thứ nhất y cứ vào định thứ nhất, hoặc vị chí định. Tĩnh lự thứ hai, hỷ vô lượng, giải thoát thứ nhất, thứ hai, bốn thắng xứ trước, y cứ vào định thứ hai, hoặc vị chí định.

Tĩnh lự thứ ba, y cứ vào định thứ ba, hoặc vị chí định. Tĩnh lự thứ tư, ba vô lượng, tịnh giải thoát, bốn thắng xứ sau, tám biến xứ trước, y cứ vào định thứ tư, hoặc vị chí định.

Không vô biên xứ, các giải thoát, biến xứ của cõi ấy, y cứ vào định thứ năm, hoặc vị chí định. Thức vô biên xứ và các giải thoát, các biến xứ của cõi ấy, y cứ vào định thứ sáu, hoặc vị chí định.

Hai cõi Vô sắc giới sau, ba giải thoát sau, y cứ vào định thứ bảy, hoặc vị chí định.

Hỏi: Tha tâm trí, thế tục trí, y cứ vào định nào để diệt?

Đáp: Tha tâm trí, y cứ vào định thứ tư, hoặc vị chí định. Thế tục trí, y cứ vào định thứ bảy, hoặc vị chí định.

PHẨM BỐN: LUẬN VỀ BẤT HOÀN

Bất hoàn, học, vô học
Thuận, nghịch, trú, hai cuối
Vô tranh, bốn cặp riêng
Pháp trụ-đoạn, điều phục
Tùy pháp và hành pháp
Pháp luân, chánh pháp, thế
Chương này, nguyện nói đủ.

Có năm Bất hoàn, gồm: Trung bát Niết-bàn, sinh bát Niết-bàn, hữu hành bát Niết-bàn, vô hành bát Niết-bàn, thượng lưu vãng sắc cứu cánh.

Hỏi: Năm là thâu nhiếp tất cả hay là tất cả thâu nhiếp năm?

Đáp: Tất cả thâu nhiếp năm, không phải năm thâu nhiếp tất cả.

Hỏi: Những gì là không thâu nhiếp?

Đáp: Ấy là Hiện pháp bát Niết-bàn và Vãng vô sắc Bất hoàn.

Hỏi: Trung bát Niết-bàn, Sinh bát Niết-bàn, loại Niết-bàn nào thù thắng?

Đáp: Nếu an trú đẳng đoạn, thì Trung bát Niết-bàn là thù thắng. Nếu Sinh bát Niết-bàn đoạn nhiều kiết sử, thì Niết-bàn ấy là thù thắng.

Hỏi: Từ Trung bát Niết-bàn cho đến Thượng lưu vãng sắc cứu cánh, loại nào thù thăng?

Đáp: Nếu an trú đẳng đoạn, thì Trung bát Niết-bàn là thù thắng. Hoặc cho đến Thượng lưu vãng sắc cứu cánh, đoạn nhiều kiết sử, thì Niết-bàn ấy là thù thắng.

Hỏi: Như vậy, Sinh bát Niết-bàn cho đến Thượng lưu vãng sắc cứu cánh; Hữu hành bát Niết-bàn cho đến Thượng lưu vãng sắc cứu cánh;

Vô hành bát Niết-bàn cho đến Thượng lưu vãng sắc cứu cánh, loại Niết-bàn nào là thù thắng?

Đáp: Nếu an trú đẳng đoạn, thì Sinh bát Niết-bàn…, là thù thắng. Nếu Hữu hành bát Niết-bàn…, đoạn nhiều kiết sử, thì Niết-bàn ấy là thù thắng.

Hỏi: Các học, tất cả học ấy là do đạt được hay chưa đạt được mà học chăng? Giả sử, vì do đạt được hay chưa đạt được mà học, tất cả học ấy là học chăng?

Đáp: Nêu nêu lên bốn trường hợp để giải thích:

1- Trường hợp có học không phải là do vì đạt được hay chưa đạt được mà học: Nghĩa là học an trú ở nơi tính bản hữu.

2- Trường hợp có do đạt được hay chưa đạt được mà học, học ấy là phi học: Nghĩa là A-la-hán và phàm phu, tinh tấn mong cầu thượng pháp.

3- Trường hợp có học, cũng là đạt được hay chưa đạt được mà học: Nghĩa là học tinh tấn mong cầu thượng pháp.

4- Có trường hợp không phải là học, cũng không phải là đạt được hay chưa đạt được mà học: Nghĩa là A-la-hán và phàm phu, an trú ở tính bản hữu.

Hỏi: Những bậc vô học, tất cả những bậc ấy, không phải là đạt được hay chưa đạt được mà học chăng? Giả sử, không phải là đạt được hay chưa đạt được mà học, tất cả những vị ấy là vô học chăng?

Đáp: Nêu nêu lên bốn trường hợp để giải thích:

1- Trường hợp có bậc vô học không phải vì không đạt được hay chưa đạt được mà học: Nghĩa là bậc A-la-hán tinh tấn mong cầu thượng pháp.

2- Trường hợp có không phải là vì được hay chưa được mà học, không phải là vô học: Nghĩa là học và phàm phu an trú ở tính bản hữu.

3- Trường hợp có vô học cũng không phải là đạt được hay chưa đạt được là chẳng học: Nghĩa là A-la-hán an trú bản tính.

4- Có trường hợp không phải là vô học, cũng không phải là chẳng đạt được hay chưa đạt được mà học: Nghĩa là học và phàm phu tinh tấn mong cầu thượng pháp.

Hỏi: Thuận lưu, nghĩa là gì?

Đáp: Đối với các loại sinh ra, các thú hướng, các hữu, các chủng loại, các sinh tử, làm thành chi phần, làm thành cửa ngõ, làm thành sự kiện, làm thành đường, làm thành dấu tích hướng đến, ấy gọi là nghĩa thuận lưu.

Hỏi: Nghịch lưu, nghĩa là gì?

Đáp: Đối với những loại sinh diệt, hướng đến diệt, hữu diệt, chủng loại diệt, sinh tử diệt, làm thành chi phần, làm thành cửa ngõ, làm thành sự kiện, làm thành đường, làm thành dấu tích hướng đến, ấy gọi là nghĩa nghịch lưu.

Hỏi: Tự trú nghĩa là gì?

Đáp: Không phải đối với các loại sinh, cho đến các loại sinh tử làm thành chi phần, cho đến làm thành dấu tích hướng tới, cũng không phải đối với sinh diệt cho đến sinh tử diệt, làm thành chi phần, cho đến làm thành dấu tích hướng tới. Ấy là nghĩa tự trú.

Hỏi: Các bậc A-la-hán, tất cả các bậc A-la-hán ấy, đều là tự trú chăng? Giả sử, tự trú, tất cả những bậc tự trú ấy đều là A-la-hán chăng?

Đáp: Các bậc A-la-hán, tất cả những bậc A-la-hán ấy đều là tự tại. Có trường hợp tự tại mà không phải là A-la-hán. Nghĩa là Bất hoàn. Như đức Thế Tôn dạy:

> *"Vĩnh đoạn năm phiền não,*
> *Học đầy, không pháp dẫn*
> *Được định căn tự tại*
> *Vị ấy, gọi tự tại".*

Hỏi: Đạt được những điều cản ngăn cuối cùng, tất cả những điều ấy là dấu tích đạt được cuối cùng chăng? Giả sử, đạt được dấu tích cuối cùng, tất cả dấu tích đạt được ấy là đạt được những cản ngăn cuối cùng chăng?

Đáp: Đạt được những điều cản ngăn cuối cùng, tất cả những điều đạt được ấy là dấu tích cuối cùng.

Trường hợp có đạt được dấu tích cuối cùng, không phải là đạt được chỗ cản ngăn cuối cùng: Nghĩa là Bất hoàn. Như đức Thế Tôn dạy: "Dấu tích đạt được cuối cùng của một Tỷ-khưu là gì? Nghĩa là năm thuận hạ phần kiết sử, vĩnh viễn đoạn trừ và biến tri".

Hỏi: Gọi bồ-tát đầy đủ là gì?

Đáp: Đầy đủ khả năng tạo tác tăng trưởng tướng của nghiệp dị thục.

Hỏi: Thế nào là đạt được danh hiệu Bồ-tát?

Đáp: Đạt được tướng của nghiệp dị thục. Như đức Phật nói: "Này Từ Thị, Ngươi ở đời sau, sẽ được tác Phật với danh hiệu: "Từ Thị Như Lai, Ứn Cúng, Chánh Đẳng Giác".

Hỏi: Đây là trí gì?

Đáp: Nhân trí, Đạo trí.

Hỏi: Đối với trí này chuyển như thế nào?

Đáp: Trường hợp có chuyển ở nơi tướng của nghiệp dị thục. Do đó, gọi là nhân trí. Trường hợp có chuyển đổi thành vô lậu, do ngũ căn, ngũ lực, thất giác chi, bát đạo chi, đạt được Vô thượng chánh đẳng chánh giác. Do đó, gọi là Đạo trí. Như kinh nói: "Này các Tỷ-khưu! Ở đây, chính là ở nơi hiện pháp, sẽ thấu rõ yếu chỉ của bậc Thánh".

Hỏi: Trí này là gì?

Đáp: Đạo trí.

Hỏi: Trí này chuyển như thế nào?

Đáp: Trí này chuyển đổi thành vô lậu, do ngũ căn, ngũ lực, thất giác chi, bát đạo chi vĩnh viễn đoạn tận các lậu. Do đó, gọi là đạo trí.

Hỏi: Thế nào là nguyện trí?

Đáp: Như A-la-hán, hoặc thành tựu thần thông, đạt được tâm tự tại, biết nghĩa theo ý muốn, phát nguyện rồi, liền vào biên tế của Tĩnh lự thứ tư.

Hỏi: Từ định đã khởi, nguyện trí như nguyện đều biết, nên nói là thiện hay vô ký?

Đáp: Hoặc là thiện, hoặc là vô ký.

Hỏi: Thế nào là hạnh vô tránh?

Đáp: Tất cả A-la-hán, lúc đạt được nội chứng rõ ràng, đối với bên ngoài không phải là như vậy. Hoặc đối với bên ngoài, khi đạt được cũng rõ ràng. Gọi là hạnh vô tránh.

Hỏi: Vô tránh, gọi là pháp gì?

Đáp: Khiến cho người khác chuyển đổi tương tục không có uế nhiễm xen tạp. Như đức Thế Tôn dạy: "Trong đệ tử của Ta, Đồng tử Nhân-nho là thông tuệ bậc nhất, Ba-hê-ca..., mẫn tiệp bậc nhất".

Hỏi: Hai vị này khác nhau như thế nào?

Đáp: Tôn giả Đồng tử Nhân-nho, tâm ngay thẳng tăng thượng, tâm không cong vạy tăng thượng, tâm thuần chất tăng thượng.

Tôn giả Ba-hê-ca..., tâm thấm nhuần tăng thượng, tâm điều nhu tăng thượng, tâm hòa thuận tăng thượng. Như đức Thế Tôn dạy: "Trong đệ tử của Ta, Tiểu-lộ ở nơi tâm hồi thiện, Đại-lộ ở nơi tưởng hồi thiện".

Hỏi: Hai nghĩa này khác nhau thế nào?

Đáp: Tôn giả Tiểu-lộ, phần nhiều an trú thuận theo tâm, niệm trú ở quán tâm. Tôn giả Đại-lộ phần nhiều an trú ở nơi pháp, thuận theo pháp, niệm trú ở quán pháp. Như đức Thế Tôn dạy: "Trong đệ tử của Ta: Tôn giả Xá-lợi-phất đầy đủ đại tuệ biện; Chấp-đại-tạng đạt được vô ngại giải".

Hỏi: Hai nghĩa này, khác nhau thế nào?

Đáp: Tôn giả Xá-lợi-phất đa phần an trú ở Vô ngại giải. Tôn giả Chấp-đại-tạng đa phần an trú Tứ vô ngại giải.

Như đức Thế Tôn dạy: "Trong hàng đệ tử của Ta: Đại Ca-diếp-ba, thiểu dục, tri túc, đầy đủ hạnh đầu-đà. Bạc-củ-la thiểu bệnh, tiết kiệm, giới hành thanh tịnh đầy đủ".

Hỏi: Hai nghĩa này, khác nhau thế nào?

Đáp: Tôn giả Đại Ca-diếp-ba có được thực phẩm ăn uống, dù ngon, dù dở đều tuần tự thọ thực, không có phân biệt, lựa chọn.

Tôn giả Bạc-củ-la có được thực phẩm ăn uống, dù dở, dù ngon, lựa thực phẩm ngon bỏ ra, dùng thực phẩm dở.

Lại nữa, Tôn giả Đại Ca-diếp-ba nhận biết phước báo rộng lớn, dễ có được y phục, ẩm thực, ngọa cụ, thuốc men và những vật dụng cần thiết khác, trước khi chưa thọ trì công đức của hạnh đầu-đà vẫn có thể phụng hành.

Tôn giả Bạc-củ-la không có nhận biết đại phúc rộng lớn, khó có được y phục, ẩm thực, ngọa cụ, thuốc men và những vật dụng cần thiết khác, trước khi thọ trì công đức hạnh đầu-đà cũng có thể phụng hành.

Tỷ-khưu ít nhận biết thọ trì công đức đầu-đà, ở trong tùy chuyển, điều này không phải là khó.

Như đức Thế Tôn dạy: "Đại danh-học đa trú ở năm cái, mà đoạn trừ từ từ".

Hỏi: Trong điều này, thế nào là học?

Đáp: Dự lưu hoặc Nhất lai.

Hỏi: Thế nào là học đa trú ở năm cái mà đoạn trừ dần?

Đáp: Dần dần đoạn, dần dần xả ly, dần dần điều phục, dần dần từ bỏ.

Như đức Thế Tôn dạy: "Này các Tỷ-khưu! Pháp xả ly, nên gọi Tỳ-nại-da là xả ly; Tỳ-nại-da là xả ly, nên gọi là pháp xả ly".

Hỏi: Thế nào là pháp?

Đáp: Thánh đạo tám chi.

Hỏi: Thế nào là Tỳ-nại-da?

Đáp Tham, sân, si diệt tận.

Hỏi: Thế nào là pháp do xả ly, nên gọi là Tỳ-nại-da. Xả ly là Tỳ-nại-da, do xả ly, nên gọi là pháp xả ly?

Đáp: Nếu ở Thánh đạo tám chi, khi không tu tập, khi ấy ở nơi tham, sân, si trừ diệt, không có khả năng tác chứng. Nếu nơi tham, sân, si trừ diệt, khi không có tác chứng, thì khi ấy đối với Thánh đạo tám chi không thể tu tập. Do nhân duyên này, nên nói như vậy.

Như đức Thế Tôn dạy: "Pháp tùy, pháp hành".

Hỏi: Thế nào là pháp?

Đáp: Tịch diệt Niết-bàn.

Hỏi: Thế nào là tùy pháp?

Đáp: Thánh đạo tám chi.

Hỏi: Thế nào là pháp tùy, pháp hành?

Đáp: Hoặc ở trong đây, tùy theo nghĩa mà hành.

Lại nữa, Biệt giải thoát, gọi là Pháp biệt giải thoát. Luật nghi, gọi là tùy pháp. Hoặc ở trong đây, tùy theo nghĩa mà hành, gọi là Pháp tùy, pháp hành.

Lại nữa, Thân luật nghi, ngữ luật nghi, mạng thanh tịnh, gọi là pháp thọ. Đây gọi là tùy pháp. Nếu ở trong đây, tùy theo nghĩa mà hành, gọi là Pháp tùy, pháp hành.

Hỏi: Thế nào là Pháp luân?

Đáp: Thánh đạo tám chi.

Hỏi: Hội đủ điều gì mà nói là chuyển pháp luân?

Đáp: Hoặc khi Cụ thọ A-nhã Kiều-trần-như thấy pháp.

Hỏi: Thế nào là chánh pháp?

Đáp; Ngũ căn, Ngũ lực, Thất giác chi, Thánh đạo tám chi vô lậu.

Hỏi: Hội đủ điều gì, gọi là chánh pháp trú?

Đáp: Nếu khi người hành pháp an trú.

Hỏi: Hội đủ điều gì, gọi là chánh pháp diệt?

Đáp: Nếu khi người hành pháp diệt.

Hỏi: Nếu đầu tiên chứng nhập vô lậu ở Tĩnh lự thứ nhất, vì do đạt được định này, đạt được các pháp thuộc tâm, tâm sở vô lậu khác, các tâm ấy thâu nhiếp thuộc đời nào?

Đáp: Vị lai.

Hỏi: Nếu chứng nhập Tĩnh lự đầu tiên cho đến Vô sở hữu xứ vô lậu, do đạt được vô lậu này, nên đạt được các pháp thuộc tâm, tâm sở vô lậu khác, các tâm ấy thuộc về đời nào?

Đáp: Vị lai.

Hỏi: Các sự sinh khởi, thâu nhiếp đời nào?

Đáp: Vị lai.

Hỏi: Các diệt, thâu nhiếp đời nào?

Đáp: Hiện tại.

Quyển mười chín
Chương bảy: Định Uẩn

PHẨM NĂM: LUẬN VỀ NHẤT HÀNH

Nhất hành, sáu, bảy, tu
Đoạn, chánh tính, hai trí
Hai vui khác hai khởi
Tướng nghe định, xuất định
Định, bất định, giác chi
Đoạn, biết, thiên nhãn, nhĩ
Thoái, đắc quả ngũ thông
Chương này, nguyện nói đủ.

Ba Tam-ma-địa: Nghĩa là Không, Vô nguyện, Vô tướng.

Hỏi: Nếu thành tựu Không, ấy là Vô nguyện chăng?

Đáp: Đúng là như vậy.

Hỏi: Giả sử, thành tựu Vô nguyện, ấy là Không chăng?

Đáp: Đúng là như vậy.

Hỏi: Nếu thành tựu Không, ấy là Vô tướng chăng?

Đáp: Nếu đạt được.

Hỏi: Giả sử, thành tựu Vô tướng, ấy là Không chăng?

Đáp: Đúng là như vậy.

Hỏi: Nếu thành tựu Vô nguyện, ấy là Vô tướng chăng?

Đáp: Nếu đạt được.

Hỏi: Giả sử, thành tựu Vô tướng, ấy là Vô nguyện chăng?

Đáp: Đúng là như vậy.

Hỏi: Nếu thành tựu Không thuộc quá khứ, ấy là vị lai chăng?

Đáp: Đúng là như vậy.

Hỏi: Giả sử, thành tựu Không thuộc vị lai, ấy là quá khứ chăng?

Đáp: Nếu đã diệt, không mất thì thành tựu, hoặc chưa diệt. Giả sử đã diệt mà mất, thì không thành tựu.

Hỏi: Nếu thành tựu Không thuộc quá khứ, ấy là hiện tại chăng?

Đáp: Nếu biểu hiện trước mắt.

Hỏi: Giả sử, nếu thành tựu Không thuộc hiện tại, ấy là quá khứ chăng?

Đáp: Nếu đã diệt, không mất thì thành tựu, hoặc chưa diệt. Giả sử đã diệt mà mất, thì không thành tựu.

Hỏi: Nếu thành tựu Không thuộc vị lai, ấy là hiện tại chăng?

Đáp: Nếu biểu hiện trước mắt.

Hỏi: Giả sử, thành tựu Không thuộc hiện tại, ấy là vị lai chăng?

Đáp: Đúng là như vậy.

Hỏi: Nếu thành tựu Không thuộc quá khứ, ấy là hiện tại, vị lai chăng?

Đáp: Vị lai. Thành tựu hiện tại, nếu biểu hiện trước mắt.

Hỏi: Giả sử, thành tựu Không thuộc vị lai, hiện tại, ấy là quá khứ chăng?

Đáp: Nếu đã diệt, không mất thì thành tựu, hoặc chưa diệt. Giả sử đã diệt mà mất, thì không thành tựu.

Hỏi: Nếu thành tựu Không thuộc vị lai, ấy là quá khứ, hiện tại chăng?

Đáp: Trường hợp có thành tựu Không thuộc vị lai, không phải là quá khứ, hiện tại. Trường hợp có quá khứ, không phải là hiện tại.

Trường hợp có hiện tại, không phải là quá khứ. Trường hợp có quá khứ, hiện tại.

Thành tựu Không thuộc vị lai, không phải là quá khứ, hiện tại: Nghĩa là đã được Không, chưa diệt. Giả sử, đã diệt mà mất, không có biểu hiện trước mắt.

Quá khứ, không phải là hiện tại: Nghĩa là Không, đã diệt, không mất, không có biểu hiện trước mắt.

Hiện tại, không phải là quá khứ: Nghĩa là Không, biểu hiện trước mắt, chưa diệt. Giả sử đã diệt mà mất.

Quá khứ, hiện tại: Nghĩa là Không đã diệt, không mất, biểu hiện trước mắt.

Hỏi: Giả sử, thành tựu Không thuộc quá khứ, hiện tại, ấy là vị lai chăng?

Đáp: Đúng là như vậy.

Hỏi: Nếu thành tựu Không thuộc hiện tại, ấy là quá khứ, vị lai chăng?

Đáp: Thành tựu thuộc vị lai, còn quá khứ, nếu đã diệt, không mất, thì thành tựu, hoặc chưa diệt. Giả sử đã diệt mà mất, thì không thành tựu.

Hỏi: Giả sử thành tựu Không thuộc quá khứ, vị lai, ấy là hiện tại chăng?

Đáp: Nếu có biểu hiện trước mắt. Giống như Không, trải qua sáu trường hợp, nên biết: Vô tướng, Vô nguyện, cũng là như vậy.

Hỏi: Thành tựu Không quá khứ, ấy là Vô nguyện quá khứ chăng?

Đáp: Nếu đã diệt, không mất, thì thành tựu, hoặc chưa diệt. Giả sử đã diệt mà mất, thì không thành tựu.

Hỏi: Giả sử thành tựu Vô nguyện quá khứ, ấy là Không quá khứ chăng?

Đáp: Nếu đã diệt, không mất, thì thành tựu, hoặc chưa diệt. Giả sử đã diệt mà mất, thì không thành tựu.

Hỏi: Nếu thành tựu Không quá khứ, ấy là Vô nguyện vị lai chăng?

Đáp: Đúng là như vậy.

Hỏi: Giả sử thành tựu Vô nguyện vị lai, ấy là Không quá khứ chăng?

Đáp: Nếu đã diệt, không mất, thì thành tựu, hoặc chưa diệt. Giả sử đã diệt mà mất, thì không thành tựu.

Hỏi: Nếu thành tựu Không quá khứ, ấy là Vô nguyện hiện tại chăng?

Đáp: Nếu biểu hiện trước mắt.

Hỏi: Giả sử thành tựu Vô nguyện hiện tại, ấy là Không thuộc quá khứ chăng?

Đáp: Nếu đã diệt, không mất, thì thành tựu, hoặc chưa diệt. Giả sử đã diệt mà mất, thì không thành tựu.

Hỏi: Nếu thành tựu Không quá khứ, ấy là Vô nguyện quá khứ, hiện tại chăng?

Đáp: Trường hợp có thành tựu Không thuộc quá khứ, không phải là Vô nguyện thuộc quá khứ, hiện tại. Có trường hợp hệ thuộc quá khứ không phải hệ thuộc hiện tại. Có trường hợp hệ thuộc hiện tại không hệ thuộc quá khứ. Có trường hợp hệ thuộc quá khứ, hiện tại.

Thành tựu Không quá khứ, không phải là Vô nguyện hệ thuộc quá khứ, hiện tại: Nghĩa là Không đã diệt không mất, Vô nguyện vị lai đã diệt. Giả sử đã diệt, không mất, không biểu hiện trước mắt.

Quá khứ, không hệ thuộc hiện tại: Nghĩa là Không, Vô nguyện đã diệt, không mất, Vô nguyện không biểu hiện trước mắt.

Hiện tại, không hệ thuộc quá khứ: Nghĩa là Không đã diệt, không mất, Vô nguyện biểu hiện trước mắt. Vị lai đã diệt, giả sử đã diệt, không mất.

Quá khứ, hiện tại: Nghĩa là Không, Vô nguyện đã diệt không mất, Vô nguyện biểu hiện trước mắt.

Hỏi: Giả sử thành tựu Vô nguyện quá khứ, hiện tại, ấy là Không thuộc quá khứ chăng?

Đáp: Nếu đã diệt, không mất, thì thành tựu, hoặc chưa diệt. Giả sử đã diệt mà mất, thì không thành tựu.

Hỏi: Nếu thành tựu Không thuộc quá khứ, ấy là Vô nguyện vị lai, hiện tại chăng?

Đáp: Vị lai thì thành tựu, hiện tại, nếu biểu hiện trước mắt.

Hỏi: Giả sử thành tựu Vô nguyện vị lai, hiện tại, ấy là Không thuộc quá khứ chăng?

Đáp: Nếu đã diệt, không mất, thì thành tựu, hoặc chưa diệt. Giả sử đã diệt mà mất, thì không thành tựu.

Hỏi: Nếu thành tựu Không thuộc quá khứ, ấy là Vô nguyện thuộc quá khứ, vị lai chăng?

Đáp: Vị lai thì thành tựu. Quá khứ, nếu đã diệt không mất, thì thành tựu. Nếu vị lai đã diệt, giả sử đã diệt mà mất, thì không thành tựu.

Hỏi: Giả sử thành tựu Vô nguyện thuộc quá khứ, vị lai, ấy là Không thuộc quá khứ chăng?

Đáp: Nếu đã diệt, không mất, thì thành tựu, hoặc chưa diệt. Giả sử đã diệt mà mất, thì không thành tựu.

Hỏi: Nếu thành tựu Không thuộc quá khứ, ấy là Vô nguyện thuộc Quá khứ, vị lai, hiện tại chăng?

Đáp: Trường hợp có thành tựu Không thuộc quá khứ và Vô nguyện vị lai, không phải thuộc quá khứ, hiện tại.

Trường hợp có hệ thuộc vị lai, hiện tại không thuộc quá khứ.

Trường hợp có hệ thuộc quá khứ, vị lai không hệ thuộc hiện tại.

Trường hợp có hệ thuộc quá khứ, vị lai, hiện tại.

Thành tựu Không thuộc quá khứ và Vô nguyện vị lai, không hệ thuộc quá khứ, hiện tại: Nghĩa là Không đã diệt, không mất, Vô nguyện chưa diệt, giả sử đã diệt, không mất, không có biểu hiện trước mắt.

Vị lai, hiện tại, không hệ thuộc quá khứ: Nghĩa là Không đã diệt, không mất. Vô nguyện có biểu hiện trước mắt không phải đã diệt, giả sử đã diệt mà mất.

Quá khứ, vị lai, không hệ thuộc hiện tại: Nghĩa là Không-Vô nguyện đã diệt không mất. Vô nguyện có biểu hiện trước mắt.

Hỏi: Giả sử thành tựu Vô nguyện quá khứ, vị lai, hiện tại, ấy là Không hệ thuộc quá khứ chăng?

Đáp: Nếu đã diệt, không mất, thì thành tựu, hoặc chưa diệt. Giả sử đã diệt mà mất, thì không thành tựu.

Hỏi: Nếu thành tựu Không thuộc quá khứ, ấy là Vô tướng hệ thuộc quá khứ chăng?

Đáp: Nếu đã diệt, không mất, thì thành tựu, hoặc chưa diệt. Giả sử đã diệt mà mất, thì không thành tựu.

Hỏi: Giả sử thành tựu Vô tướng thuộc quá khứ, ấy là Không hệ thuộc quá khứ chăng?

Đáp: Nếu đã diệt, không mất, thì thành tựu, hoặc chưa diệt. Giả sử đã diệt mà mất, thì không thành tựu.

Hỏi: Nếu thành tựu Không hệ thuộc quá khứ, ấy là Vô tướng hệ thuộc vị lai chăng?

Đáp: Nếu đạt được.

Hỏi: Giả sử thành tựu Vô tướng vị lai, ấy là Không thuộc quá khứ chăng?

Đáp: Nếu đã diệt, không mất, thì thành tựu, hoặc chưa diệt. Giả sử đã diệt mà mất, thì không thành tựu.

Hỏi: Nếu thành tựu Không thuộc quá khứ, ấy là Vô tướng thuộc hiện tại chăng?

Đáp: Nếu có biểu hiện trước mắt.

Hỏi: Giả sử thành tựu Vô tướng hiện tại, ấy là Không hệ thuộc quá khứ chăng?

Đáp: Nếu đã diệt, không mất, thì thành tựu, hoặc chưa diệt. Giả sử đã diệt mà mất, thì không thành tựu.

Hỏi: Nếu thành tựu Không thuộc quá khứ, ấy là Vô tướng hệ thuộc quá khứ, hiện tại chăng?

Đáp: Trường hợp có thành tựu Không thuộc quá khứ, không phải là Vô tướng thuộc hiện tại-quá khứ.

Trường hợp có thuộc quá khứ, không phải là hiện tại.

Trường hợp có thuộc hiện tại, không phải hệ thuộc quá khứ.

Trường hợp có hệ thuộc quá khứ, hiện tại.

Thành tựu Không hệ thuộc quá khứ, không phải là Vô tướng hệ thuộc quá khứ, hiện tại: Nghĩa là Không đã diệt, không mất, Vô tướng chưa diệt, giả sử đã diệt mà mất, không có biểu hiện trước mắt.

Quá khứ không hệ thuộc hiện tại: Nghĩa là Không, Vô tướng đã diệt, không mất, Vô tướng không có biểu hiện trước mắt.

Hiện tại không hệ thuộc quá khứ: Nghĩa là Không đã diệt, không mất, Vô tướng có biểu hiện trước mắt, chưa diệt, giả sử đã diệt mà mất.

Quá khứ, hiện tại: Nghĩa là Không, Vô tướng đã diệt, không mất, Vô tướng có biểu hiện trước mắt.

Hỏi: Giả sử thành tựu Vô tướng quá khứ, hiện tại, ấy là Không thuộc quá khứ chăng?

Đáp: Nếu đã diệt, không mất, thì thành tựu, hoặc chưa diệt. Giả sử đã diệt mà mất, thì không thành tựu.

Hỏi: Nếu thành tựu Không thuộc quá khứ, ấy là Vô tướng vị lai, hiện tại chăng?

Đáp: Trường hợp có thành tựu Không thuộc quá khứ, không phải Vô tướng thuộc vị lai, hiện tại.

Trường hợp có hệ thuộc vị lai, không phải hệ thuộc hiện tại.

Trường hợp có hệ thuộc vị lai, hiện tại.

Thành tựu Không thuộc quá khứ, không phải là Vô tướng hệ thuộc vị lai, hiện tại: Nghĩa là Không đã diệt, chưa đạt được Vô tướng.

Vị lai, không hệ thuộc hiện tại: Nghĩa là Không đã diệt, không mất, đã đạt được Vô tướng, không có biểu hiện trước mắt.

Vị lai, hiện tại: Nghĩa là Không đã diệt, không mất, Vô tướng có biểu hiện trước mắt.

Hỏi: Giả sử thành tựu Vô tướng vị lai, hiện tại, ấy là Không thuộc quá khứ chăng?

Đáp: Nếu đã diệt, không mất, thì thành tựu, hoặc chưa diệt. Giả sử đã diệt mà mất, thì không thành tựu.

Hỏi: Nếu thành tựu Không hệ thuộc quá khứ, ấy là Vô tướng thuộc quá khứ, vị lai chăng?

Đáp: Trường hợp có thành tựu Không hệ thuộc quá khứ, Vô tướng không hệ thuộc quá khứ, vị lai. Trường hợp có quá khứ, vị lai.

Thành tựu Không hệ thuộc quá khứ, Vô tướng không hệ thuộc quá khứ, vị lai: Nghĩa là Không đã diệt, không mất, đã đạt được Vô tướng, hoặc chưa diệt, giả sử đã diệt mà mất.

Quá khứ, vị lai: Nghĩa là Không, Vô tướng đã diệt, không mất.

Hỏi: Giả sử thành tựu Vô tướng thuộc quá khứ, vị lai, ấy là Không thuộc quá khứ chăng?

Đáp: Nếu đã diệt, không mất, thì thành tựu, hoặc chưa diệt. Giả sử đã diệt mà mất, thì không thành tựu.

Hỏi: Nếu thành tựu Không thuộc quá khứ, ấy là Vô tướng hệ thuộc quá khứ, vị lai, hiện tại chăng?

Đáp: Trường hợp có thành tựu Không thuộc quá khứ, không phải là Vô tướng hệ thuộc quá khứ, vị lai, hiện tại.

Trường hợp có hệ thuộc vị lai, không phải hệ thuộc quá khứ, hiện tại.

Trường hợp có hệ thuộc vị lai, hiện tại, không hệ thuộc quá khứ.

Trường hợp có hệ thuộc quá khứ, vị lai, không hệ thuộc hiện tại.

Trường hợp có hệ thuộc quá khứ, vị lai, hiện tại.

Thành tựu Không thuộc quá khứ, không phải là Vô tướng hệ thuộc quá khứ, vị lai, hiện tại: Nghĩa là Không đã diệt, chưa đạt được Vô tướng.

Vị lai, không hệ thuộc quá khứ, hiện tại: Nghĩa là Không đã diệt, không mất, đã đạt được Vô tướng, hoặc chưa diệt, giả sử đã diệt mà mất, không có biểu hiện trước mắt.

Vị lai, hiện tại không phải là hệ thuộc quá khứ: Nghĩa là Không đã diệt, không mất, Vô tướng có biểu hiện trước mắt, hoặc chưa diệt, giả sử đã diệt mà mất.

Quá khứ, vị lai không hệ thuộc hiện tại: Nghĩa là Không, Vô tướng đã diệt, không mất, Vô tướng không có biểu hiện trước mắt.

Hỏi: Giả sử thành tựu Vô tướng, thuộc quá khứ, vị lai, hiện tại, ấy là Không thuộc quá khứ chăng?

Đáp: Nếu đã diệt, không mất, thì thành tựu, hoặc chưa diệt. Giả sử đã diệt mà mất, thì không thành tựu.

Giống như Không đối với Vô tướng, nên biết: Vô nguyện đối với Vô tướng, cũng là như vậy.

Giống như bảy tiểu, nên biết: bảy lớn, cũng là như vậy.

Khác nhau: Do dùng hai đối với một. Giống như dùng Không thuộc quá khứ, Vô nguyện thuộc quá khứ, đối với Vô tướng quá khứ có bảy.

Hỏi: Nếu tu tập với Không, ấy là Vô nguyện chăng? Giả sử tu tập với Vô nguyện, ấy là Không chăng?

Đáp: Nên nêu lên bốn trường hợp để giải thích:

1- Trường hợp có tu tập với Không, không phải là Vô nguyện: Nghĩa là đã đạt được Không biểu hiện trước mắt.

2- Trường hợp có tu tập Vô nguyện, không phải là Không: Nghĩa là đã đạt được Vô nguyện biểu hiện trước mắt. Nếu chưa đạt được Vô nguyện biểu hiện trước mắt, thì không là tu tập Không.

3- Trường hợp có đều cùng tu tập: Nghĩa là chưa đạt được Không biểu hiện trước mắt. Nếu chưa đạt được Vô nguyện biểu hiện trước mắt đối với tu tập Không. Nếu chưa đạt được Vô tướng và chưa đạt được Thế tục trí có biểu hiện trước mắt, tu tập không cùng với Vô nguyện.

4- Trường hợp đều không cùng tu tập: Nghĩa là đã đạt được Vô tướng có biểu hiện trước mắt, nếu chưa đạt được Vô tướng biểu hiện trước mắt, không tu tập cùng với Không, Vô nguyện. Nếu đã được Thế tục trí có biểu hiện trước mắt, hoặc chưa đạt được Thế tục trí biểu hiện trước mắt, không cùng tu tập với Không, Vô nguyện. Tất cả phàm phu với tâm nhiễm ô, tâm vô ký, đều ở Vô tưởng định, Diệt tận định, sinh Vô tưởng thiên.

Hỏi: Nếu tu tập với Không, ấy là Vô tướng chăng? Giả sử tu tập với Vô tướng, ấy là Không chăng?

Đáp: Nên nêu lên bốn trường hợp để giải thích:

1- Trường hợp có tu tập với Không, không phải là Vô tướng: Nghĩa là đã đạt được Không, có biểu hiện trước mắt. Nếu chưa đạt được Không, có biểu hiện trước mắt, thì không phải cùng tu tập Vô tướng. Nếu chưa đạt được Vô nguyện, có biểu hiện trước mắt, thì cùng tu tập với Không, không phải là Vô tướng.

2- Trường hợp có tu tập cùng với Vô tướng, không phải là Không: Nghĩa là đã được Vô tướng biểu hiện trước mắt. Nếu chưa đạt được Vô tướng biểu hiện trước mắt, không cùng tu tập với Không.

3- Trường hợp có đều cùng tu tập: Nghĩa là chưa đạt được Không, có biểu hiện trước mắt cùng tu tập với Không. Nếu chưa đạt được Vô nguyện và chưa đạt được Thế tục trí có biểu hiện trước mắt, cùng tu tập với Không, Vô tướng.

4- Trường hợp có cùng không tu tập: Nghĩa là đã đạt được Vô nguyện, có biểu hiện trước mắt. Nếu chưa đạt được Vô nguyện, có biểu hiện trước mắt, không cùng tu tập với Không, Vô tướng. Nếu đã được Thế tục trí, có biểu hiện trước mắt. Nếu chưa đạt được Thế tục trí biểu hiện trước mắt, không cùng tu tập với Không, Vô tướng. Tất cả phàm phu với tâm nhiễm ô, tâm vô ký, đều ở Vô tưởng định, Diệt tận định, sinh Vô tưởng thiên.

Hỏi: Nếu tu tập với Vô nguyện, ấy là Vô tướng chăng? Giả sử tu tập với Vô tướng, ấy là Vô nguyện chăng?

Đáp: Nên nêu lên bốn trường hợp để giải thích:

1- Trường hợp có tu tập Vô nguyện, không phải là Vô tướng: Nghĩa là đã đạt được Vô nguyện, có biểu hiện trước mắt. Nếu chưa đạt được Vô nguyện và chưa đạt được Không biểu hiện trước mắt, không phải là tu tập Vô tướng.

2- Trường hợp có tu tập Vô tướng, không phải là Vô nguyện: Nghĩa là đã được Vô tướng, có biểu hiện trước mắt. Nếu chưa đạt được Vô tướng, có biểu hiện trước mắt là không phải tu tập Vô tướng.

3- Trường hợp có cùng tu tập: Nghĩa là chưa đạt được Vô nguyện, có biểu hiện trước mắt. Tu tập Vô tướng, nếu chưa đạt được Vô tướng biểu hiện trước mắt. Tu tập Vô nguyện, nếu chưa đạt được Không và chưa đạt được Thế tục trí, có biểu hiện trước mắt cùng tu tập với Vô nguyện, Vô tướng.

4- Trường hợp có không cùng tu tập: Nghĩa là đã đạt được Không và đã đạt được Thế tục trí, có biểu hiện trước mắt. Nếu chưa đạt được Thế tục trí, có biểu hiện trước mắt, không cùng tu tập với Vô nguyện, Vô tướng. Tất cả phàm phu với tâm nhiễm ô, tâm vô ký, đều ở Vô tưởng định, Diệt tận định, sinh Vô tưởng thiên.

Hỏi: Vả lại, có kiết sử nào đối với Không mà được đoạn, không phải là Vô nguyện, Vô tướng chăng?

Đáp: Không có.

Hỏi: Vả lại, có kiết sử nào đối với Vô nguyện mà được đoạn, không phải là Không, Vô tướng chăng?

Đáp: Có. Nghĩa là kiết sử do chứng kiến Tập, chứng kiến Đạo mà được đoạn Vô nguyện đoạn.

Hỏi: Vả lại, có kiết sử với Vô tướng mà được đoạn không phải là Không, Vô nguyện chăng?

Đáp: Có. Nghĩa là kiết sử do chứng kiến Diệt mà đoạn Vô tướng đoạn.

Hỏi: Vả lại, có kiết sử nào với Không, Vô nguyện mà được đoạn không phải là Vô tướng chăng?

Đáp: Có. Nghĩa là kiết sử do chứng kiến Khổ mà được đoạn Không,

Vô nguyện đoạn.

Hỏi: Vả lại, có kiết sử nào do Không, Vô tướng mà đoạn trừ, không phải là Vô nguyện chăng?

Đáp: Không có.

Hỏi: Vả lại, có kiết sử nào do Vô nguyện, Vô tướng mà được đoạn trừ không phải là Không chăng?

Đáp: Không.

Hỏi: Vả lại, có kiết sử nào do Không, Vô nguyện, Vô tướng mà được trừ chăng?

Đáp: Có. Nghĩa là kiết sử do học chứng kiến dấu Tích tu tập mà được đoạn với Không, Vô nguyện, Vô tướng đoạn.

Hỏi: Vả lại, có kiết sử nào do không phải là Không, Vô nguyện, Vô tướng được đoạn mà tự nó đoạn được chăng?

Đáp: Có. Nghĩa là kiết sử được đoạn bởi phàm phu.

Hỏi: Tác ý như thế nào chứng nhập Chánh tánh ly sinh?

Đáp: Hoặc tư duy về Vô thường, hoặc tư duy về Khổ, hoặc tư duy về Không, hoặc tư duy về Vô ngã.

Hỏi: Hành liên hệ như thế nào với chứng nhập Chánh tánh ly sinh?

Đáp: Liên hệ với Dục giới.

Hỏi: Tận trí, nên nói là niệm trú thuận theo thân, hay quán thân, cho đến nên nói niệm trú theo pháp hay quán pháp?

Đáp: Tận trí nên nói hoặc là niệm trú thuận ở thân, hoặc ở quán thân, hoặc ở thọ, hoặc ở tâm, hoặc ở pháp. Niệm trú thuận ở quán pháp là giống như Tận trí. Vô sinh trí cũng là như vậy.

Hỏi: Những niềm vui vô lậu của Tĩnh lự thứ nhất, cùng với những niềm vui của bảy giác chi, như Khinh an..., hai loại niềm vui này khác nhau như thế nào?

Đáp: Không có khác nhau.

Hỏi: Những niềm vui vô lậu ở Tĩnh lự thứ hai, cùng với những niềm vui của bảy giác chi, như Khinh an…, hai loại niềm vui này khác nhau như thế nào?

Đáp: Không có khác nhau.

Hỏi: Nếu từ Đẳng-trì[42] xuất khởi, ấy là sở duyên chăng? Giả sử từ sở duyên xuất khởi, ấy là Đẳng-trì chăng?

Đáp: Nên nêu lên bốn trường hợp để giải thích:

1- Trường hợp có từ Đẳng-trì xuất khởi, không phải là sở duyên: Nghĩa là như có một tư duy với hành tướng này, vào Tĩnh lự thứ nhất, lúc ấy lại tư duy với hành tướng này, vào Tĩnh lự thứ hai.

2- Trường hợp có từ sở duyên xuất khởi, không phải là Đẳng-trì: Nghĩa là như có một tư duy với hành tướng này, vào Tĩnh lự thứ nhất, lúc ấy không xuất khởi Tĩnh lự thứ nhất, lại tư duy với hành tướng khác.

3- Trường hợp có từ Đẳng-trì xuất khởi, cũng là sở duyên: Nghĩa là như có một tư duy với hành tướng này, vào Tĩnh lự thứ nhất, lúc ấy lại tư duy với hành tướng khác, vào Tĩnh lự thứ hai.

4- Trường hợp có không phải là từ Đẳng-trì xuất khởi, cũng không phải là sở duyên: Nghĩa là như có một tư duy với hành tướng này, vào Tĩnh lự thứ nhất, an trú trải qua nhiều thời gian.

Như đức Thế Tôn dạy: "Này Tỷ-khưu! Cho đến Tưởng định, có thể đạt đến yếu chỉ của bậc Thánh. Đệ tử của đức Thế Tôn, sinh Phi tưởng phi phi tưởng xứ".

Hỏi: Đệ tử ấy, do dựa vào Định nào, đạt được quả A-la-hán?

---

[42] Đẳng trì: [Skt] Samādhi. Hán dịch là Đẳng trì, Chánh định, Định ý, Chánh tâm hành xứ…

Đẳng trì: Đẳng có nghĩa giữ cho tâm bình đẳng an lành, không lao xao, không lay động; trì là duy trì tâm chuyên nhất vào một đối tượng không dao động. Đẳng trì có ba loại, gồm: Hữu tầm, hữu tứ; Vô tầm hữu tứ; Vô tầm vô tứ. Đẳng trì còn có ba lớp, gồm: Không, Vô tướng, Vô nguyện hoặc Không-không; Vô tướng-vô tướng; Vô nguyện-vô nguyện. Các loại thiền định như: Bốn Tĩnh lự, bốn Vô sắc định đều lấy thiện đẳng trì làm thể. (*Câu-xá luận* 28, *Đại chánh* 29).

Đáp: Vô lậu ở Vô sở hữu xứ.

Như Tôn giả Mục-kiền-liên, nói rằng: "Này Cụ thọ! Tôi tự nhớ lại đã an trú Vô sở hữu xứ định, bên ao Mạn-đà-chỉ-ni, có nghe những âm thanh gầm rống của nhiều loại voi, rồng".

Hỏi: Bấy giờ, Tôn giả nghe ở trong định hay rời khỏi định?

Đáp: Nghe do rời khỏi định, chứ không phải ở trong định.

Hỏi: Những bất định, ấy là tất cả không phải là vô minh hướng đến thông tuệ chăng?

Đáp: Các bất định, tất cả bất định ấy là không phải vô minh hướng tới thông tuệ.

Có trường hợp không phải là vô minh hướng tới thông tuệ mà không phải là bất định. Nghĩa là tà định.

Hỏi: Các định, tất cả định ấy đều là minh hướng tới thông tuệ chăng?

Đáp: Các minh hướng đến thông tuệ, thì tất cả định ấy có định mà định ấy không là vô minh hướng đến thông tuệ, nghĩa là tà định.

Hỏi: Đối với các bất định, ấy là tất cả không thành tựu các giác chi..., chăng?

Đáp: Đối với các bất định, tất cả những định ấy không thành tựu các chi phần của Thất giác chi.

Trường hợp có không thành tựu các chi phần của Thất giác chi mà không phải là bất định. Nghĩa là tà định.

Hỏi: Đối với các định, tất cả những định ấy có thành tựu các chi phần của Thất giác chi chăng?

Đáp: Thành tựu các chi phần của Thất giác chi, ấy là tất cả định. Trường hợp có định mà không thành tựu các chi phần của Thất giác chi. Nghĩa là tà định.

Hỏi: Thành tựu các chi phần của Thất giác chi, ấy là thành tựu pháp vô lậu chăng?

Đáp: Thành tựu các chi phần của Thất giác chi, ấy là thành tựu pháp vô lậu.

Trường hợp có thành tựu pháp vô lậu không phải các chi phần của Thất giác chi: Nghĩa là các phàm phu.

Hỏi: Không thành tựu các chi phần của Thất giác chi, ấy là không thành tựu pháp vô lậu chăng?

Đáp: Không thành tựu pháp vô lậu. Có trường hợp không thành tựu các chi phần của Thất giác chi: Nghĩa là phàm phu.

Hỏi: Đạt được các chi phần của Thất giác chi, ấy là đạt được pháp vô lậu chăng?

Đáp: Đạt được các chi phần của Thất giác chi, ấy là đạt được pháp vô lậu. Có trường hợp đạt được pháp vô lậu, không phải là các chi phần của Thất giác chi: Nghĩa là các loại pháp phàm phu.

Hỏi: Đối với xả giác chi, ở trong Thất giác chi, xả giác chi ấy là pháp vô lậu chăng?

Đáp: Không phải các giác chi toàn là xả giác chi, cũng không phải pháp vô lậu toàn là xả giác chi.

Hỏi: Các giác chi suy thoái, ấy là pháp vô lậu suy thoái chăng?

Đáp: Không có các giác chi hoàn toàn suy thoái, cũng không có pháp vô lậu hoàn toàn suy thoái.

Hỏi: Những gì chưa có đoạn trừ là chưa có biến tri chăng?

Đáp: Những gì chưa biến tri, ấy là do những gì chưa đoạn. Có trường hợp chưa đoạn, không phải là chưa biến tri. Nghĩa là nếu trí biến tri, nên đã biến tri, không phải do đoạn. Do biến tri, nên đã đoạn.

Hỏi: Những gì do đã đoạn, ấy là đã biến tri chăng?

Đáp: Những gì do đã đoạn, ấy là đã biến tri. Có trường hợp đã biến tri, không phải do đã đoạn: Nghĩa là nếu trí biến tri, nên đã biến tri, không phải do đoạn. Do biến tri, nên đã đoạn.

Hỏi: Có những người đời này sinh ra mắt không thấy sắc, những người ấy do dựa vào pháp nào, dẫn phát thiên nhãn?

Đáp: Như có một người đạt được sinh từ nơi bản tính của chính họ, nhớ nghĩ ở trong đời sống khác về trước, mắt đã hội kiến với sắc, người ấy do dựa vào duyên này, nên dẫn phát thiên nhãn.

Hỏi: Có những người đời này sinh ra, tai không nghe âm thanh, người ấy do dựa vào pháp nào, dẫn phát thiên nhĩ?

Đáp: Như có một người đạt được sinh từ nơi bản tính của chính họ, nhớ nghĩ ở trong đời sống khác về trước, tai đã nghe lãnh hội với âm thanh, người ấy do dựa vào duyên này, nên dẫn phát thiên nhĩ.

Hỏi: Tại sao khi phàm phu suy thoái, những kiết sử tăng ích bởi đoạn, do chứng kiến-tu tập? Những đệ tử của đức Thế Tôn khi suy thoái, những kiết sử tăng ích bởi đoạn, chỉ do tu tập?

Đáp: Đối với phàm phu do sử dụng đạo này, đoạn trừ kiết sử là do chứng kiến, nên đoạn, chính do sử dụng đạo này, đoạn trừ các kiết sử do bởi tu tập, nên đoạn. Do đó, khi phàm phu suy thoái, thì hai loại kiết sử này cùng tăng ích.

Đệ tử của đức Thế Tôn do sử dụng đạo này, đoạn các kiết sử do bởi chứng kiến mà đoạn. Nên những đệ tử ấy ở nơi đạo này, quyết định không suy thoái là do sử dụng đạo khác đoạn trừ các kiết sử do tu tập mà đoạn, nên những phàm phu ấy đối với đạo khác có suy thoái hoặc có trường hợp không suy thoái.

Đệ tử của đức Thế Tôn, giả sử sử dụng đạo này, đoạn trừ các kiết sử do chứng kiến mà đoạn, chính là do sử dụng đạo này, đoạn trừ các kiết sử do tu tập mà đoạn, nên các đệ tử ấy của đức Thế Tôn không có suy thoái.

Hỏi: Vì sao ba quả ở cõi trên có suy thoái, không phải là quả Dự lưu?

Đáp: Các kiết sử do tu tập mà đoạn trừ là dựa vào có sự tướng mà khởi hành. Nghĩa là có tướng thanh tịnh, có tướng không thanh tịnh, ấy là do Thánh giả khi quán chiếu tướng thanh tịnh tác ý phi như lý[43], thì ở nơi tưởng bất tịnh liền suy thoái. Các kiết sử do chứng kiến mà

---

⁴³ Phi như lý tác ý: Tác ý không đúng với chân lý. Nghĩa là tác ý không đúng với chân lý giải thoát. Nói cách khác, tác ý không đúng với Tứ Thánh đế.

đoạn trừ là y cứ vào không có sự tướng mà khởi hành, không có một pháp nào là ngã, ngã sở, có thể khiến cho cho những Thánh giả quán chiếu ấy suy thoái đối với những kiến chấp thuộc vô ngã.

Hỏi: Khi ba quả ở cõi trên suy thoái, những điều đạt được do các căn, lực, giác chi, đạo chi vô lậu, nên nói là do trải qua từ đắc này đến đắc khác, hay do chưa trải qua từ đắc này đến đắc khác chăng?

Đáp: Nên nói là do trải qua từ đắc này đến đắc khác.

Hỏi: Khi chết ở cõi Sắc giới, sinh ở cõi Dục giới, các uẩn, xứ, giới đạt được, với các căn là thiện, bất thiện, vô ký, các loại tùy miên kiết sử trói buộc, các loại tùy phiền não buộc ràng, nên nói là trải qua từ đắc này đến đắc khác, hay chưa trải qua từ đắc này đến đắc khác?

Đáp: Nên nói các pháp thuộc thiện, thuộc ô nhiễm trải quả từ đắc này đến đắc khác. Pháp của dị thục, chưa trải qua từ đắc này đến đắc khác.

Hỏi: Khi chết ở cõi Vô sắc giới, sinh ở cõi Sắc giới, các uẩn, xứ, giới đạt được, với các căn là thiện, vô ký, các loại tùy miên kiết sử trói buộc, các loại tùy phiền não buộc ràng, nên nói là trải qua từ đắc này đến đắc khác, hay chưa trải qua từ đắc này đến đắc khác?

Đáp: Nên nói các pháp thuộc thiện, thuộc ô nhiễm trải quả từ đắc này đến đắc khác. Pháp của dị thục, chưa trải qua từ đắc này đến đắc khác.

Khi chết ở cõi Sắc giới, sinh ở cõi Dục giới, các uẩn, xứ, giới..., đạt được. Giống như đã nói khi chết ở Vô sắc giới, sinh ở Dục giới.

Hỏi: Do y vào Tĩnh lự thứ nhất, khi dẫn phát đạo đối với Thần cảnh thông[44], xa nhất khi ấy là đến chỗ nào?

Đáp: Cho đến cõi trời Phạm thế.

Hỏi: Do y vào Tĩnh lự thứ nhất, khi dẫn phát đạo đối với Thiên nhĩ thông, nghe xa nhất khi ấy liên hệ âm thanh nào?

---

[44] Thần cảnh thông: Đối với sáu ngoại cảnh tiếp xúc và chuyển vận không có đối ngại. "Đối với không gian, chuyển vận đến cõi trời Phạm thế không có đối ngại". (*Phát trí luận* 19, *Đại chánh* 26).

Đáp: Cho đến cõi trời Phạm thế.

Hỏi: Do y vào Tĩnh lự thứ nhất, khi dẫn phát đạo đối với Tha tâm thông, biết xa nhất, khi ấy liên hệ đến các pháp thuộc tâm, tâm sở nào?

Đáp: Cho đến cõi trời Phạm thế.

Hỏi: Do y vào Tĩnh lự thứ nhất, khi dẫn phát đạo đối với Túc trú tùy niệm thông, nhớ xa nhất, khi ấy liên hệ đến bản sự túc trú nào?

Đáp: Cho đến cõi trời Phạm thế.

Hỏi: Do y vào Tĩnh lự thứ nhất, khi dẫn phát đạo đối với Thiên nhãn thông, thấy xa nhất, khi ấy liên hệ đến các hình sắc nào?

Đáp: Cho đến cõi trời Phạm thế.

Giống như y cứ vào Tĩnh lự thứ nhất, cho đến y cứ vào Tĩnh lự thứ tư, mỗi mỗi Tĩnh lự tùy hệ thuộc xứ ở nơi chính nó. Nói rộng ra cũng là như vậy.

Hỏi: Nếu ở nơi Khổ tư duy ở nơi Khổ, khi đắc quả A-la-hán, tư duy ấy liên hệ đến Khổ nào?

Đáp: Khổ hệ thuộc Vô sắc giới.

Hỏi: Nếu ở nơi Tập tư duy ở nơi Tập, khi đắc quả A-la-hán, tư duy ấy liên hệ đến Tập nào?

Đáp: Tập hệ thuộc Vô sắc giới.

Hỏi: Nếu ở nơi Diệt tư duy ở nơi Diệt, khi đắc quả A-la-hán, tư duy ấy liên hệ đến các hành Diệt nào?

Đáp: Các hành Diệt hoặc hệ thuộc Dục giới, Sắc giới, Vô sắc giới.

Hỏi: Nếu ở nơi Đạo tư duy ở nơi Đạo, khi đắc quả A-la-hán, tư duy ấy liên hệ đến các hành đạo có thể đoạn nào?

Đáp: Các hành đạo có thể đoạn hoặc hệ thuộc Dục giới, Sắc giới, Vô sắc giới.

Chương tám: Kiến Uẩn

PHẨM MỘT: LUẬN VỀ NIỆM TRÚ[45]

Niệm trú có sáu môn
Như thật tri có tám
Tham, sân, si tăng, giảm
Tử, thọ, tâm Niết-bàn
Đệ tử Niết-bàn trước
Phật Niết-bàn xuất định
Bốn hữu, ba hữu, hành
Chương này, nguyện nói đủ.

Tứ niệm trú, gồm: Thân niệm trú, Thọ niệm trú, Tâm niệm trú, Pháp niệm trú.

Hỏi: Nếu tu tập thân niệm trú, ấy là thọ niệm trú chăng? Giả sử tu tập thọ niệm trú, ấy là thân niệm trú chăng?

Đáp: Nên nêu lên bốn trường hợp để giải thích:

1- Trường hợp tu tập thân niệm trú không phải là thọ niệm trú: Nghĩa là đã được thân niệm trú, có biểu hiện trước mắt.

2- Trường hợp có tu tập thọ niệm trú, không phải là thân niệm trú:

---

[45] Niệm trú: Smṛty-upasthāna. Hán dịch Niệm xứ, Niệm trú. Niệm trú là an trú tâm niệm vào một trong bốn đối tượng: Thân, Thọ, Tâm, Pháp. An trú và quán chiếu tự tướng, cộng tướng của mỗi xứ hay mỗi đối tượng để loại trừ bốn thứ điên đảo: Vô thường cho là thường; khổ cho là vui; bất tịnh cho là tịnh; vô ngã cho là ngã.

Nghĩa là đã đắc thọ niệm trú, có biểu hiện trước mắt. Nếu chưa được thọ niệm trú, có biểu hiện trước mắt, không phải là tu tập thân niệm trú. Nếu chưa được tâm niệm trú, pháp niệm trú, có biểu hiện trước mắt, tu tập thọ niệm trú, không phải là thân niệm trú.

3- Trường hợp có cả hai cùng tu tập: Nghĩa là chưa được thân niệm trú, có biểu hiện trước mắt, nếu chưa được thọ niệm trú, có biểu hiện trước mắt, cùng với tu tập thân niệm trú. Nếu chưa được tâm niệm trú, pháp niệm trú, có biểu hiện trước mắt, cùng tu tập với thân niệm trú, thọ niệm trú.

4- Có trường hợp cả hai không cùng tu tập: Nghĩa là đã được tâm niệm trú, pháp niệm trú, có biểu hiện trước mắt. Nếu chưa có được pháp niệm trú biểu hiện trước mắt, không cùng tu tập với thân niệm trú, thọ niệm trú. Tất cả tâm nhiễm ô, tâm vô ký, ở Vô tưởng định, Diệt tận định, sinh ở Vô tưởng thiên. Như thân niệm trú, thọ niệm trú, nên biết Thân niệm trú, tâm niệm trú, cũng là như vậy.

Hỏi: Nếu tu tập thân niệm trú, ấy là pháp niệm trú chăng? Giả sử, tu tập pháp niệm trú, ấy là tu tập thân niệm trú chăng?

Đáp: Nên nêu lên bốn trường hợp để giải thích:

1- Trường hợp có tu tập thân niệm trú, không phải là pháp niệm trú: Nghĩa là đã đạt được thân niệm trú, có biểu hiện trước mắt.

2- Trường hợp có tu tập pháp niệm trú, không phải là thân niệm trú: Nghĩa là đã đạt được pháp niệm trú, có biểu hiện trước mắt.

Nếu chưa đạt được pháp niệm trú, có biểu hiện trước mắt, không phải là tu tập thân niệm trú. Nếu chưa đạt được thọ niệm trú, tâm niệm trú, có biểu hiện trước mắt là tu tập pháp niệm trú, không là thân niệm trú.

3- Trường hợp có cùng tu tập niệm trú: Nghĩa là chưa đạt được thân niệm trú, có biểu hiện trước mắt, hoặc chưa đạt được pháp niệm trú, có biểu hiện trước mắt là tu tập thân niệm trú. Nếu chưa đạt được thọ niệm trú, tâm niệm trú, có biểu hiện trước mắt là tu tập thân niệm trú, pháp niệm trú.

4- Có trường cả hai cùng không tu tập: Nghĩa là đã đạt được thọ niệm trú, tâm niệm trú, có biểu hiện trước mắt. Tất cả tâm nhiễm ô, tâm vô ký, ở Vô tưởng định, Diệt tận định, sinh Vô tưởng thiên.

Hỏi: Nếu tu tập thọ niệm trú, ấy là tâm niệm trú chăng? Giả sử tu tập tâm niệm trú, ấy là thọ niệm trú chăng?

Đáp: Nên nêu lên bốn trường hợp để giải thích:

1- Trường hợp có tu tập thọ niệm trú, không phải là tâm niệm trú: Nghĩa là đã được thọ niệm trú, có biểu hiện trước mắt.

2- Trường hợp có tu tập tâm niệm trú, không phải là thọ niệm trú: Nghĩa là đã được tâm niệm trú, có biểu hiện trước mắt.

3- Trường hợp có cùng tu tập niệm trú: Nghĩa là chưa đạt được thân niệm trú, thọ niệm trú, tâm niệm trú, có biểu hiện trước mắt. Nếu chưa đạt được pháp niệm trú, có biểu hiện trước mắt là tu tập thọ niệm trú, tâm niệm trú.

4- Có trường hợp cả hai không cùng tu tập: Nghĩa là đã đạt được thân niệm trú, pháp niệm trú, có biểu hiện trước mắt, hoặc chưa đạt được pháp niệm trú, có biểu hiện trước mắt, không phải là tu tập thọ niệm trú, tâm niệm trú. Tất cả tâm nhiễm ô, tâm vô ký, ở Vô tưởng định, Diệt tận định, sinh Vô tưởng thiên.

Hỏi: Nếu tu tập thọ niệm trú, ấy là tu tập pháp niệm trú chăng? Giả sử, tu tập pháp niệm trú, ấy là tu tập thọ niệm trú chăng?

Đáp: Nên nêu lên bốn trường hợp để giải thích:

1- Trường hợp có tu tập thọ niệm trú, không phải là pháp niệm trú: Nghĩa là đã được thọ niệm trú, có biểu hiện trước mắt.

2- Trường hợp có tu tập pháp niệm trú, không phải là thọ niệm trú: Nghĩa là đã được pháp niệm trú, có biểu hiện trước mắt. Nếu chưa đạt được pháp niệm trú, có biểu hiện trước mắt, không phải là tu tập thọ niệm trú.

3- Trường hợp có cùng tu tập niệm trú: Nghĩa là chưa đạt được thân niệm trú, thọ niệm trú, tâm niệm trú, có biểu hiện trước mắt. Nếu chưa đạt được pháp niệm trú, có biểu hiện trước mắt là tu tập thọ niệm trú.

4- Có trường hợp cả hai không cùng tu tập: Nghĩa là đã đạt được thân niệm trú, tâm niệm trú, có biểu hiện trước mắt. Tất cả tâm nhiễm ô, tâm vô ký, ở Vô tưởng định, Diệt tận định, sinh Vô tưởng thiên.

Như thọ niệm trú, pháp niệm trú, nên biết Tâm niệm trú, Pháp niệm trú, cũng là như vậy.

Ở nơi Thân, tu tập Thân quán niệm trú, nên nói là Pháp trí, Loại trí, Thế tục trí, Khổ trí, Tập trí, Đạo trí; nên nói là có Tầm, có Tứ, không có Tầm, chỉ có Tứ, không có Tầm, không có Tứ; nên nói là tương ưng với Lạc căn, Hỷ căn, Xả căn; nên nói là cùng có với Không tam-ma-địa, Vô nguyện tam-ma-địa; nên nói duyên hệ thuộc Dục giới, Sắc giới và bất hệ.

Ở nơi Thọ, tu tập Thọ quán niệm trú, nên nói là Pháp trí, Loại trí, Tha tâm trí, Thế tục trí, Khổ trí, Tập trí, Đạo trí; nên nói là có Tầm, có Tứ, không có Tầm, chỉ có Tứ, không có Tầm, không có Tứ; nên nói là tương ưng với Lạc căn, Hỷ căn, Xả căn; nên nói là cùng có với Không tam-ma-địa, Vô nguyện tam-ma-địa; nên nói duyên hệ thuộc cả ba cõi và bất hệ.

Như ở nơi Thọ, ở nơi Tâm cũng là như vậy.

Ở nơi Pháp, tu tập quán niệm trú này, nên nói là Pháp trí, Loại trí, Tha tâm trí, Thế tục trí, Khổ trí, Tập trí, Diệt trí, Đạo trí; nên nói là có Tầm, có Tứ, không có Tầm, chỉ có Tứ, không có Tầm, không có Tứ; nên nói là tương ưng với Lạc căn, Hỷ căn, Xả căn; nên nói là cùng có với Không tam-ma-địa, Vô nguyện tam-ma-địa, Vô tướng tam-ma-địa; nên nói duyên hệ thuộc cả ba cõi và bất hệ.

Như nói khi thọ ở lạc thọ, biết như thật, tôi thọ ở lạc thọ. Đây là thuộc về bốn trí, nghĩa là: Pháp trí, Loại trí, Thế tục trí, Đạo trí.

Khi thọ ở khổ thọ, biết như thật, tôi thọ ở khổ thọ. Đây là thuộc về một trí, nghĩa là: Thế tục trí.

Khi thọ ở bất khổ thọ, bất lạc thọ, biết như thật, tôi ở thọ bất khổ thọ, bất lạc thọ, đây là thuộc về bốn trí, nghĩa là: Pháp trí, Loại trí, Thế tục trí, Đạo trí.

Khi thân thọ lạc, thân thọ khổ, thân thọ bất khổ thọ, bất lạc thọ và tâm thọ khổ, biết như thật, đây là thuộc về một trí, nghĩa là: Thế tục trí.

Khi tâm thọ lạc, tâm thọ bất khổ thọ, bất lạc thọ, biết như thật, đây là bốn trí, nghĩa là: Pháp trí, Loại trí, Thế tục trí, Đạo trí.

Khi thọ lạc có vị, thọ khổ có vị, thọ bất khổ, bất lạc có vị thọ và thọ khổ không có vị thọ, biết như thật, đây là thuộc về một trí, nghĩa là: Thế tục trí.

Khi thọ lạc không có vị, thọ bất khổ, bất lạc không có vị thọ, biết như thật, đây là thuộc về bốn trí, nghĩa là: Pháp trí, Loại trí, Thế tục trí, Đạo trí.

Khi thọ lạc dựa vào ham thích, thọ khổ dựa vào ham thích, thọ không khổ-không lạc dựa vào ham thích và dựa vào thọ xuất ly khổ, như thật biết, đây là thuộc về một trí, nghĩa là: Thế tục trí.

Khi thọ lạc dựa vào xuất ly, thọ bất khổ, bất lạc dựa vào thọ xuất ly, biết như thật, đây là thuộc về bốn trí, nghĩa là: Pháp trí, Loại trí, Thế tục trí, Đạo trí.

Như nói: Tâm có tham, biết như thật là tâm có tham, đây là thuộc về một trí, nghĩa là: Thế tục trí.

Tâm ly tham, như thật biết tâm ly tham, đây là thuộc về bốn trí, nghĩa là: Pháp trí, Loại trí, Thế tục trí, Đạo trí.

Như tâm có tham, tâm ly tham, nên biết. Tâm có si, tâm ly si, tâm nhiễm ô, tâm bất nhiễm ô, tâm giản lược, tâm ly tán, tâm đi xuống, tâm nâng lên, tâm nhỏ nhoi, tâm rộng lớn, tâm trạo cử, tâm không trạo cử, tâm không tĩnh lặng, tâm tĩnh lặng, tâm bất định, tâm định, tâm không tu, tâm tu, tâm không giải thoát, tâm giải thoát, cũng đều là như vậy.

Tâm có sân, biết như thật tâm có sân, đây là thuộc về một trí, nghĩa là: Thế tục trí.

Tâm ly sân, biết như thật tâm ly sân, đây là thuộc về ba trí, nghĩa là: Pháp trí, Thế tục trí, Đạo trí.

Như nói: Có tham dục cái ở bên trong, biết như thật là có tham dục cái ở bên trong, đây là thuộc về một trí, nghĩa là: Thế tục trí. Không có tham dục cái ở bên trong, như thật biết là không có tham dục cái ở bên trong, đây là thuộc về ba trí, nghĩa là: Pháp trí, Thế tục trí, Đạo trí.

Như ở bên trong tham dục cái chưa sinh mà sinh, biết như thật, đây là thuộc về một trí, nghĩa là: Thế tục trí. Sinh rồi đã đoạn, đoạn rồi về sau không sinh trở lại, biết như thật, đây là thuộc về ba trí, nghĩa là: Pháp trí, Thế tục trí, Đạo trí.

Giống như tham dục cái, nên biết các cái, như: Sân nhuế, hôn trầm, thụy miên, trạo cử, ố tác, nghi, cũng là như vậy.

Như nói: Có kiết sử ở nội nhãn, biết như thật có kiết sử ở nội nhãn, đây là thuộc về một trí, nghĩa là: Thế tục trí.

Không có kiết sử ở nội nhãn, biết như thật là không có kiết sử ở nội nhãn, đây là thuộc về bốn trí, nghĩa là: Pháp trí, Loại trí, Thế tục trí, Đạo trí.

Như kiết sử ở nội nhãn chưa sinh mà sinh, biết như thật, đây là thuộc về một trí, nghĩa là: Thế tục trí. Sinh rồi, liền đoạn, đoạn rồi, sau không sinh trở lại, biết như thật, đây là thuộc về bốn trí, nghĩa là: Pháp trí, Loại trí, Thế tục trí, Đạo trí.

Như kiết sử của nhãn, nên biết: Các kiết sử của nhĩ, thân, ý, cũng là như vậy. Các kiết sử của tỷ, thiệt, giống như đã nói ở các cái.

Như nói: Có các giác chi ở bên trong như niệm..., biết như thật, có các giác chi ở bên trong như niệm,... đây là thuộc về bốn trí, nghĩa là: Pháp trí, Loại trí, Thế tục trí, Đạo trí. Không có các giác chi ở bên trong như niệm,... biết như thật, không có các giác chi ở bên trong như niệm,... đây là thuộc về một trí, nghĩa là: Thế tục trí.

Như các giác chi bên trong như niệm..., chưa sinh mà sinh, sinh rồi, trú không quên, khiến tăng lên bội phần viên mãn, trí tác chứng rộng ra, đây là thuộc về bốn trí, nghĩa là: Pháp trí, Loại trí, Thế tục trí, Đạo trí.

Giống như niệm, nên biết các giác chi, như: Trạch pháp, tinh tấn, hỷ, khinh an, định, xả, cũng là như vậy.

Hỏi: Như nói rằng, cùng tùy quán tự tham, sân, si tăng lên, vậy thế nào là tham, sân, si tăng lên?

Đáp: Vì do có tham, sân, si trói buộc ở phẩm hạ, nên gọi là phẩm trung, do có phẩm trung, nên gọi là phẩm thượng, đó gọi là tăng.

Hỏi: Như nói rằng, cùng tùy quán tự tham, sân, si giảm xuống, vậy thế nào là tham, sân, si giảm?

Đáp: Vì do không có tham, sân, si trói buộc ở phẩm thượng, nên gọi là phẩm trung, do không có phẩm trung, nên gọi là phẩm hạ, đó gọi là giảm.

Hỏi: Thế nào là thọ biên tế chết?

Đáp: Do tử huyệt này đoạn dứt, nên mạng căn diệt.

Hỏi: Hội đủ thọ nhận nào, gọi là biên tế tử?

Đáp: Do tử huyệt này hội đủ, nên mạng căn diệt.

Hỏi: Thâu nhiếp thuộc xứ nào?

Đáp: Pháp xứ.

Hỏi: Tương ưng với bao nhiêu thức?

Đáp: Thân thức, ý thức. Đầu tiên tử huyệt đoạn đứt thọ nhận, tương ưng với thân thức; thọ nhận tối hậu tương ưng với ý thức.

Hỏi: Tâm bát Niết-bàn của A-la-hán, nên nói là thiện hay vô ký?

Đáp: Nên nói là vô ký.

Hỏi: Vì sao hai đệ tử ở bậc Hiền Niết-bàn trước, sau đó là Phật?

Đáp: Vì do hai Tôn giả ấy, trong những đêm dài sinh tử đời trước, tạo tác tăng trưởng nghiệp cảm không gián đoạn, chớ có rỗng không, không có quả của dị thục. Lại nữa, vì do pháp vốn là vậy.

Hỏi: Như nói: "Thế Tôn y cứ vào định tịch tịnh bất động mà bát Niết-bàn, con mắt của thế gian đã diệt". Trường hợp này là định hay là xuất định?

Đáp: Xuất định.

Như nói, có bốn hữu, gồm: Bản hữu, tử hữu, trung hữu, sinh hữu.

Vậy, thế nào là bản hữu?

Đáp: Ngoại trừ sinh phần, tử phần là các hữu là trung gian của các uẩn.

Hỏi: Thế nào là tử hữu?

Đáp: Phần chết của các uẩn.

Hỏi: Thế nào là trung hữu?

Đáp: Các hữu trung gian của các uẩn, ngoại trừ tử phần, sinh phần.

Hỏi: Thế nào là sinh hữu?

Đáp: Sinh phần của các uẩn.

Hỏi: Các dục hữu, ấy là tất cả năm hành chăng? Giả sử năm hành, ấy tất cả dục hữu chăng?

Đáp: Nên nêu lên bốn trường hợp để giải thích:

1- Trường hợp có dục hữu, không phải là năm hành: Nghĩa là hữu tình ở Dục giới, tâm an trú nơi không đồng phần và an trú ở nơi Vô tưởng định, Diệt tận định.

2- Trường hợp có năm hành, không phải là Dục hữu: Nghĩa là chư thiên hữu tưởng ở sắc giới, an trú tâm đồng phần, hoặc chư thiên của trời Vô tưởng, không đạt được Vô tưởng.

3- Trường hợp có dục hữu, cùng có ngũ hành: Nghĩa là hữu tình ở Dục giới, tâm an trú đồng phần.

4- Có trường hợp không phải là dục hữu, cũng không phải là ngũ hành: Nghĩa là chư thiên trời Hữu tưởng thuộc Sắc giới, tâm an trú đồng phần và an trú Vô tưởng định, Diệt tận định, hoặc đạt được Vô tưởng của cõi trời Vô tưởng, hoặc sinh ở Vô sắc giới.

Hỏi: Chư Thiên ở cõi Hữu tưởng thuộc Sắc hữu, ấy là tất cả có ngũ hành chăng? Giả sử, có ngũ hành, ấy là tất cả đều là chư thiên cõi Hữu tưởng của Sắc hữu chăng?

Đáp: Nên nêu lên bốn trường hợp để giải thích:

1- Trường hợp có chư Thiên ở cõi Hữu tưởng thuộc Sắc hữu,

không phải là ngũ hành: Nghĩa là chư Thiên ở cõi Hữu tưởng thuộc Sắc hữu, tâm an trú không đồng phần và an trú Vô tưởng định, Diệt tận định.

2- Trường hợp có ngũ hành, không phải là chư Thiên ở cõi Hữu tưởng thuộc Sắc hữu: Nghĩa là hữu tình ở Dục giới, tâm an trú đồng phần, hoặc không đạt được Vô tưởng của cõi trời Vô tưởng.

3- Trường hợp có chư Thiên ở cõi Hữu tưởng thuộc Sắc hữu, cũng có ngũ hành: Nghĩa là chư Thiên ở cõi Hữu tưởng thuộc Sắc hữu, tâm an trú đồng phần.

4- Có trường hợp không phải là chư Thiên ở cõi Hữu tưởng thuộc Sắc hữu, cũng không phải ngũ hành: Nghĩa là hữu tình ở Dục giới, tâm an trú không đồng phần và an trú Vô tưởng định, Diệt tận định, hoặc đạt được vô tưởng ở cõi trời Vô tưởng.

Hỏi: Nếu sinh ở Vô sắc giới, chư Thiên cõi Vô tưởng ở Sắc hữu, tất cả đều có hai hành chăng? Giả sử có hai hành, tất cả Sắc hữu ấy là chư Thiên của cõi trời Vô tưởng thuộc Sắc hữu chăng?

Đáp: Nên nêu lên bốn trường hợp để giải thích:

1- Trường hợp có chư Thiên cõi Vô tưởng ở Sắc hữu, không phải là hai hành: Nghĩa là không đạt được vô tưởng của chư Thiên ở cõi trời Vô tưởng.

2- Trường hợp có hai hành, không phải là chư Thiên cõi Vô tưởng ở Sắc hữu: Nghĩa là hữu tình ở Dục giới, chư Thiên cõi Hữu tưởng ở Sắc giới, tâm an trú không đồng phần và an trú ở Vô tưởng định, Diệt tận định.

3- Trường hợp có ở chư Thiên cõi Vô tưởng ở Sắc hữu, cũng có hai hành: Nghĩa là đạt được vô tưởng của cõi trời Vô tưởng.

4- Trường hợp không có ở chư Thiên cõi Vô tưởng ở Sắc hữu, cũng không phải là hai hành: Nghĩa là hữu tình ở Dục giới, chư Thiên cõi trời Hữu tưởng ở Sắc giới, tâm an trú đồng phần.

Hỏi: Nếu sinh ở Vô sắc giới, các hữu ở cõi Vô sắc, tất cả họ đều có bốn hành chăng? Giả sử có bốn hành, tất cả họ đều là Vô sắc hữu chăng?

Đáp: Đối với bốn hành, tất cả chư thiên cõi ấy đều là Vô sắc hữu.

Có trường hợp Vô sắc hữu không phải là bốn hành: Nghĩa là hữu tình ở Vô sắc giới, tâm an trú ở không đồng phần.

Hỏi: Vả lại, các Hữu có ngũ hành không?

Đáp: Có. Nghĩa là hữu tình ở Dục giới, chư Thiên ở trời Hữu tưởng thuộc Sắc giới, tâm an trú đồng phần, hoặc không đạt được vô tưởng ở cõi trời Vô tưởng.

Hỏi: Vả lại, các Hữu có bốn hành chăng?

Đáp: Có. Nghĩa là hữu tình ở Vô sắc giới, tâm an trú đồng phần.

Hỏi: Vả lại, các Hữu có ba hành chăng?

Đáp: Không.

Hỏi: Vả lại, các Hữu có hai hành chăng?

Đáp: Có. Nghĩa là hữu tình ở Dục giới và chư Thiên ở cõi trời Hữu tưởng thuộc Sắc giới, tâm an trú ở không đồng phần, hoặc an trú ở Vô tưởng định, Diệt tận định, hoặc đạt được vô tưởng, ở cõi trời Vô tưởng.

Hỏi: Vả lại các Hữu có một hành chăng?

Đáp: Có. Nghĩa là hữu tình ở Vô sắc giới, tâm an trú không đồng phần.

Hỏi: Vả lại, các Hữu có không hành không?

Đáp: Không.

PHẨM HAI: LUẬN VỀ BA HỮU

Ba hữu, tùy miên, tưởng
Sáu tầm, minh, vô minh
Đối nhân duyên, hữu, vô
Chương này, nguyện nói đủ.

Hỏi: Xả ly các Dục hữu tương tục ở nơi Dục hữu, ấy là diệt trừ đối với tất cả pháp hệ thuộc Dục giới, vậy pháp hệ thuộc Dục giới có còn biểu hiện trước mắt chăng?

Đáp: Xả ly các Dục hữu tương tục ở nơi Dục hữu, ấy là diệt trừ đối với tất cả pháp hệ thuộc Dục giới. Pháp hệ thuộc Dục giới còn có biểu hiện trước mắt. Có trường hợp pháp hệ thuộc Dục giới diệt, pháp hệ thuộc Dục giới còn có biểu hiện trước mắt, nhưng mà không phải là xả ly các Dục hữu tương tục ở nơi Dục hữu: Nghĩa là mạng căn không có kết thúc, mà pháp hệ thuộc Dục giới đã diệt trừ, pháp hệ thuộc Dục giới còn có biểu hiện trước mắt.

Hỏi: Xả ly các Dục hữu, Sắc hữu tương tục, ấy là tất cả pháp hệ thuộc Dục giới diệt, pháp hệ thuộc Sắc giới còn có biểu hiện trước mắt chăng?

Đáp: Xả ly các Dục hữu, Sắc hữu tương tục, ấy là tất cả pháp hệ thuộc Dục giới diệt, pháp hệ thuộc Sắc giới còn có biểu hiện trước mắt.

Có trường hợp pháp hệ thuộc Dục giới diệt, pháp hệ thuộc Sắc giới còn có biểu hiện trước mắt, mà không phải là xả ly đối với Dục hữu, Sắc hữu tương tục: Nghĩa là mạng căn không có kết thúc, pháp hệ thuộc ở Dục giới diệt, pháp hệ thuộc Sắc giới còn có biểu hiện trước mắt.

Hỏi: Xả ly các Dục hữu, Vô sắc hữu tương tục, ấy là tất cả pháp hệ thuộc Dục giới diệt, pháp hệ thuộc Vô sắc giới có còn biểu hiện trước mắt chăng?

Đáp: Đúng là như vậy.

Hỏi: Xả ly các Sắc hữu tương tục ở nơi Sắc hữu, ấy là tất cả pháp hệ thuộc Sắc giới diệt, pháp hệ thuộc Sắc giới có còn biểu hiện trước mắt chăng?

Đáp: Xả ly các Sắc hữu tương tục ở nơi Sắc hữu, ấy là tất cả pháp hệ thuộc Sắc giới diệt, pháp hệ thuộc Sắc giới có còn biểu hiện trước mắt.

Có trường hợp pháp hệ thuộc Sắc giới diệt, pháp hệ thuộc Sắc giới còn có biểu hiện trước mắt, mà không phải xả ly các Sắc hữu tương tục ở nơi Sắc hữu: Nghĩa là mạng căn chưa kết thúc, pháp hệ thuộc Sắc giới diệt, pháp hệ thuộc Sắc giới còn có biểu hiện trước mắt.

Hỏi: Xả ly các Sắc hữu, Dục hữu tương tục, ấy là tất cả pháp hệ thuộc Sắc giới diệt, pháp hệ thuộc Dục giới có còn biểu hiện trước mắt chăng?

Đáp: Xả ly các Sắc hữu, Dục hữu tương tục, ấy là tất cả pháp hệ thuộc Sắc giới diệt, pháp hệ thuộc Dục giới vẫn còn có biểu hiện trước mắt.

Có trường hợp pháp hệ thuộc Sắc giới diệt, pháp hệ thuộc Dục giới vẫn còn có biểu hiện trước mắt, mà không phải xả ly các Sắc hữu, Dục hữu tương tục: Nghĩa là mạng căn chưa kết thúc mà pháp hệ thuộc Sắc giới diệt, pháp hệ thuộc Dục giới vẫn còn có biểu hiện trước mắt.

Hỏi: Xả ly các Sắc hữu, Vô sắc hữu tương tục, ấy là tất cả pháp hệ thuộc Sắc giới diệt, pháp hệ thuộc Vô sắc giới có biểu hiện trước mắt chăng?

Đáp: Xả ly các Sắc hữu, Vô sắc hữu tương tục, ấy là tất cả pháp hệ thuộc Sắc giới diệt, pháp hệ thuộc Vô sắc giới có biểu hiện trước mắt.

Có trường hợp pháp hệ thuộc Sắc giới diệt, pháp hệ thuộc Vô sắc giới vẫn còn có biểu hiện trước mắt, mà không phải xả ly các Sắc hữu, Vô sắc hữu tương tục: Nghĩa là mạng căn chưa kết thúc mà pháp hệ thuộc Sắc giới diệt, pháp hệ thuộc Vô sắc giới vẫn còn có biểu hiện trước mắt.

Hỏi: Xả ly các Vô sắc hữu, Vô sắc hữu tương tục, ấy là tất cả pháp hệ thuộc Vô sắc giới diệt, pháp hệ thuộc Vô sắc giới có biểu hiện trước mắt chăng?

Đáp: Xả ly các Vô sắc hữu, Vô sắc hữu tương tục, ấy là tất cả pháp hệ thuộc Vô sắc giới diệt, pháp hệ thuộc Vô sắc giới có biểu hiện trước mắt.

Có trường hợp pháp hệ thuộc Vô sắc giới diệt, pháp hệ thuộc Vô sắc giới vẫn còn có biểu hiện trước mắt, mà không phải xả ly các Vô sắc hữu, Vô sắc hữu tương tục: Nghĩa là mạng căn chưa kết thúc mà pháp hệ thuộc Vô sắc giới diệt, pháp hệ thuộc Vô sắc giới vẫn còn có biểu hiện trước mắt.

Hỏi: Xả ly các Vô sắc hữu, Dục hữu tương tục, ấy là tất cả pháp hệ thuộc Vô sắc giới diệt, pháp hệ thuộc Dục giới có biểu hiện trước mắt chăng?

Đáp: Đúng là như vậy.

Hỏi: Giả sử, pháp hệ thuộc Vô sắc giới diệt, pháp hệ thuộc Dục giới có biểu hiện trước mắt, ấy là tất cả xả ly các Vô sắc hữu, Dục hữu tương tục chăng?

Đáp: Đúng là như vậy.

Hỏi: Xả ly các Vô sắc hữu, Sắc hữu tương tục, ấy là tất cả pháp Vô sắc giới diệt, pháp Sắc giới có biểu hiện trước mắt chăng?

Đáp: Xả ly các Vô sắc hữu, Sắc hữu tương tục, ấy là tất cả pháp Vô sắc giới diệt, pháp Sắc giới có biểu hiện trước mắt.

Có trường hợp pháp hệ thuộc Vô sắc giới diệt, pháp hệ thuộc Sắc giới vẫn còn có biểu hiện trước mắt, mà không phải xả ly các Vô sắc hữu, Sắc hữu tương tục: Nghĩa là mạng căn chưa kết thúc mà pháp hệ thuộc Vô sắc giới diệt, pháp hệ thuộc Sắc giới vẫn còn có biểu hiện trước mắt.

Hỏi: Vì sao các tùy miên hệ thuộc Dục giới là không tùy tăng ở pháp hệ thuộc Sắc giới, Vô sắc giới?

Đáp: Vì đã xả ly ái nhiễm ở Dục giới, nên tạp loạn tương ưng với cảnh giới và những biểu hiện không thể tương ưng.

Hỏi: Vì sao tùy miên tương ưng hệ thuộc Sắc giới, không tùy tăng ở pháp hệ thuộc Dục giới?

Đáp: Do tạp loạn tương ưng với cõi giới và vì cõi giới ấy không có sở duyên này.

Hỏi: Vì sao tùy miên hệ thuộc Sắc giới, không tùy tăng ở nơi pháp Vô sắc giới?

Đáp: Vì đã xả ly ái nhiễm đối với Sắc giới, nên tạp loạn tương ưng với cõi giới, cùng không thể nhận biết.

Hỏi: Vì sao tùy miên ở Vô sắc giới, không tùy tăng ở nơi pháp hệ thuộc Dục giới, Sắc giới?

Đáp: Do tạp loạn tương ưng với cõi giới và vì các cõi giới ấy không có sở duyên này.

Hỏi: Vì sao tùy miên không biến hành hệ thuộc Dục giới, không tùy tăng biến hành đối với pháp hệ thuộc Dục giới?

Đáp; Do biến hành tương ưng cõi giới này và cõi giới kia, vì không có sở duyên này.

Hỏi: Vì sao các tùy miên không biến hành hệ thuộc Sắc giới, không tùy tăng biến hành ở nơi pháp hệ thuộc Sắc giới?

Đáp: Như trước đã nói tùy miên không biến hành hệ thuộc Vô sắc giới, nói cũng như vậy.

Có mười tưởng, nghĩa là: Vô thường tưởng cho đến Diệt tưởng.

Hỏi: Nếu tu tập vô thường tưởng, ấy là tư duy vô thường tưởng chăng?

Đáp: Nên nêu lên bốn trường hợp để giải thích:

1- Trường hợp có tu tập vô thường tưởng, không phải là tư duy vô thường tưởng: Nghĩa là tu tập vô thường tưởng do duyên vào pháp khác.

2- Trường hợp có tư duy vô thường tưởng, không phải là tu tập vô thường tưởng: Nghĩa là duyên vô thường tưởng, tu tập tư duy vô thường tưởng khác.

3- Trường hợp có tu tập vô thường tưởng, cũng có tư duy vô thường tưởng: Nghĩa là duyên vào tư duy vô thường tưởng, tu tập vô thường tưởng.

4- Có trường hợp không phải là tu tập vô thường tưởng cũng không phải là tư duy vô thường tưởng: Nghĩa là ngoại trừ các hành tướng đã nêu lên ở trước.

Giống như vô thường tưởng: Vô thường-Khổ tưởng, Khổ-Vô ngã tưởng, cũng là như vậy. Các tưởng khác, cũng thuận theo những tương ưng, nên biết.

Hỏi: Nếu tầm ở Dục giới phát khởi, ấy là tư duy hệ thuộc tầm ở Dục giới chăng?

Đáp: Nên nêu lên bốn trường hợp để giải thích:

1- Trường hợp có tầm ở Dục giới phát khởi, không phải là tư duy hệ thuộc tầm ở Dục giới: Nghĩa là do duyên pháp khác, tầm hệ thuộc Dục giới phát khởi.

2- Trường hợp có tư duy hệ thuộc tầm ở Dục giới, tầm hệ thuộc Dục giới không phát khởi: Nghĩa là duyên vào tầm hệ thuộc Dục giới, phát khởi tầm khác.

3- Trường hợp có phát khởi tầm hệ thuộc Dục giới, cũng là tư duy hệ thuộc tầm Dục giới: Nghĩa là duyên vào tầm hệ thuộc Dục giới, phát khởi tầm hệ thuộc Dục giới.

4- Có trường hợp không phát khởi tầm hệ thuộc Dục giới, cũng không phải là tư duy hệ thuộc tầm ở Dục giới: Nghĩa là ngoại trừ các hành tướng ở trước.

Giống Dục tầm, các tầm, như: Nhuế, hại, xuất ly, vô nhuế, vô hại, cũng là như vậy.

Hỏi: Các pháp nhân là vô minh, duyên của pháp ấy là vô minh chăng?

Đáp: Nếu các pháp nhân là vô minh, duyên của pháp ấy là vô minh. Trường hợp có pháp duyên là vô minh, không phải nhân là vô minh:

Nghĩa là ngoại trừ dị thục vô minh, còn lại các hành hệ thuộc vô phú-vô ký khác và các thiện hành.

Hỏi: Các pháp nhân là minh, duyên của các pháp ấy là minh chăng?

Đáp: Nếu các pháp nhân là minh, duyên của các pháp ấy là minh. Trường hợp có duyên của pháp là minh, nhân của pháp không phải là minh: Nghĩa là minh đầu tiên và các hành hữu lậu.

Hỏi: Nhân của pháp là vô minh, duyên của các pháp ấy là minh chăng?

Đáp: Nếu nhân của các pháp là vô minh, duyên của các pháp ấy là minh. Trường hợp có duyên của pháp là minh, nhân không phải là vô minh: Nghĩa là ngoại dị thục vô minh, còn lại các hành vô phú vô ký và thiện hành.

Hỏi: Các pháp nhân là minh, duyên của pháp ấy là vô minh chăng?

Đáp: Nếu pháp nhân là minh, duyên của các pháp ấy là vô minh. Trường hợp có duyên của pháp là vô minh, nhân không phải là minh: Nghĩa là minh đầu thiện và các hành thuộc hữu lậu.

Hỏi: Nhân của các pháp là vô minh, pháp ấy là bất thiện chăng?

Đáp: Nếu pháp là bất thiện, nhân của pháp ấy là vô minh, không phải là bất thiện: Nghĩa là dị thục vô minh và hành hữu phú-vô ký.

Hỏi: Nhân của các pháp là minh, pháp ấy là thiện chăng?

Đáp: Nếu nhân của pháp là minh, pháp ấy là thiện. Trường hợp có pháp là thiện, nhân không phải là minh: Nghĩa là minh đầu tiên và các thiện hành hữu lậu.

Hỏi: Vả lại, có pháp, không phải nhân là minh, nhân không phải là vô minh, pháp ấy không phải là vô minh chăng?

Đáp: Có. Nghĩa là ngoại trừ dị thục vô minh, các hành còn lại là vô phú-vô ký và minh đầu tiên là thiện hành hữu lậu.

PHẨM BA: LUẬN VỀ TƯỞNG

Tưởng, tâm biết,... có bốn
Không duyên, pháp, kiến, nghi
Nhân đạo thâu nhiếp ba
Chương này, nguyện nói đủ.

Hỏi: Các pháp do vô thường tưởng sinh khởi. Các pháp ấy là tương ưng với vô thường tưởng chăng?

Đáp: Nên nêu lên bốn trường hợp để giải thích:

1- Trường hợp có pháp do vô thường tưởng sinh khởi, không tương ưng với vô thường tưởng: Nghĩa là vô thường tưởng biểu hiện trước mắt, ắt diệt, các tưởng khác biểu hiện trước mắt, tương ưng với pháp ấy, ắt sinh.

2- Trường hợp có pháp tương ưng với vô thường tưởng, không phải do vô thường tưởng sinh khởi: Nghĩa là ngoại trừ pháp vô thường tưởng khác, biểu hiện trước mắt, ắt diệt, vô thường tưởng biểu hiện trước mắt, tương ưng với pháp ấy, ắt sinh.

3- Trường hợp có pháp vô thường tưởng sinh khởi, cũng tương ưng với vô thường tưởng: Nghĩa là vô thường tưởng biểu hiện trước mắt, ắt diệt, vô thường tưởng biểu hiện trước mắt, tương ưng với pháp ấy, ắt sinh.

4- Trường hợp có pháp không phải do vô thường tưởng sinh, cũng không phải tương ưng với vô thường tưởng: Nghĩa là các tưởng khác biểu hiện trước mắt, ắt diệt, các tưởng khác biểu hiện trước mắt, tương ưng với pháp ấy, ắt sinh.

Như vô thường tưởng cho đến diệt tưởng, cũng là như vậy.

Hỏi: Các pháp do vô thường tưởng sinh, pháp ấy cùng một duyên với vô thường tưởng chăng?

Đáp: Nên nêu lên bốn trường hợp để giải thích:

1- Trường hợp có pháp do vô thường tưởng sinh, pháp ấy không cùng một duyên với vô thường tưởng: Nghĩa là vô thường tưởng biểu hiện trước mắt ắt diệt, các tưởng khác biểu hiện trước mắt ắt sinh, các tưởng ấy có cùng với duyên khác.

2- Trường hợp có pháp vô thường tưởng cùng một duyên, không phải do vô thường tưởng sinh: Nghĩa là các tưởng khác biểu hiện trước mắt ắt diệt, vô thường tưởng biểu hiện trước mắt ắt sinh, vô thường tưởng ấy cùng có duyên này.

3- Trường hợp có pháp vô thường tưởng sinh với vô thường tưởng cùng một duyên: Nghĩa là vô thường tưởng biểu hiện trước mắt ắt diệt, vô thường tưởng biểu hiện trước mắt ắt sinh, vô thường thường tưởng ấy có cùng với duyên này.

4- Trường hợp có pháp không phải do vô thường tưởng sinh, cũng không phải với vô thường tưởng cùng một duyên: Nghĩa là tưởng khác biểu hiện trước mắt, ắt diệt, tưởng khác biểu hiện trước mắt ắt sinh, tưởng ấy có cùng với duyên khác.

Như vô thường tưởng cho đến diệt tưởng, cũng là như vậy.

Hỏi: Các pháp do tâm khởi hiện, không phải là pháp nào không do tâm, nếu lúc tâm khởi hiện, bấy giờ là pháp ấy chăng?

Đáp: Tâm khởi hiện trước, pháp ấy là tiếp theo sau.

Hỏi: Nếu lúc tâm diệt, bấy giờ là pháp ấy chăng?

Đáp: Tâm diệt trước, pháp ấy tiếp theo sau.

Hỏi: Nếu khi tâm đạt được, bấy giờ là pháp ấy chăng?

Đáp: Tâm đạt được trước, pháp ấy tiếp theo sau.

Hỏi: Nếu khi tâm xả, bấy giờ là pháp ấy chăng?

Đáp: Pháp ấy xả trước, mới đến tâm sau.

Hỏi: Nếu khi tâm thọ dị thục, bấy giờ là pháp ấy chăng?

Đáp: Hoặc ngay khi ấy, hoặc lúc khác.

Hỏi: Vả lại, có pháp do đã thông đạt, do đã biến tri, không phải là do đoạn, không là do tu tập, không phải là do tác chứng chăng?

Đáp: Có. Nghĩa là hư không, phi trạch diệt.

Hỏi: Vả lại, có pháp do đã thông đạt, do đã biến tri, không phải là do đoạn, không là do tu tập, đó là do tác chứng chăng?

Đáp: Có. Nghĩa là trạch diệt.

Hỏi: Vả lại, có pháp do đã thông đạt, do đã biến tri, không phải là do đoạn, đó là do tu tập, đó là do tác chứng chăng?

Đáp: Có. Nghĩa là pháp vô lậu hữu vi.

Hỏi: Vả lại, có pháp do đã thông đạt, do đã biến tri, đó là do đoạn, đó là do tu tập, đó là do tác chứng chăng?

Đáp: Có. Nghĩa là thiện hành hữu lậu.

Hỏi: Vả lại, có pháp do đã thông đạt, do đã biến tri, đó là do đoạn, không là do tu tập, đó là do tác chứng chăng?

Đáp: Có. Nghĩa là do định khởi phát thiên nhãn, thiên nhĩ.

Hỏi: Vả lại, có pháp do đã thông đạt, do đã biến tri, đó là do đoạn, không là do tu tập, không phải là do tác chứng chăng?

Đáp: Có. Nghĩa là ngoại trừ định khởi phát thiên nhãn, thiên nhĩ. Còn lại là hành vô ký, pháp bất thiện.

Hỏi: Vả lại, có pháp không có duyên với nhân duyên, không có duyên-duyên với pháp, không có pháp với duyên, cùng sinh là có, là có tính, không phải là không, không phải là không tính, khác với sắc, khác với thọ, tưởng, thức, khác với hành tương ưng chăng?

Đáp: Có. Nghĩa là năm thức thân, pháp tương ưng với năm thức kia và duyên với sắc, vô vi, tâm bất tương ưng hành, ý thức thân, pháp tương ưng với ý thức kia, vốn có sinh, lão, trú, vô thường.

Pháp này không có duyên với nhân duyên, không có duyên với pháp duyên, không có duyên với pháp cùng sinh, là có, là có tính, không phải là không, không phải không tính, khác với sắc, khác với thọ, tưởng, thức, khác với hành tương ưng.

Hỏi: Pháp này ở nơi pháp kia, nên nói là nhân hay nên nói là duyên?

Đáp: Nên nói là nhân, nên nói là duyên.

Hỏi: Pháp này nên nói là thiện, bất thiện hay vô ký?

Đáp: Ở nơi thiện, thì nên nói là thiện; ở nơi bất thiện, thì nên nói là bất thiện; ở nơi vô ký, thì nên nói là vô ký.

Hỏi: Pháp này có bao nhiêu tùy miên tùy tăng? Có bao nhiêu kiết sử trói buộc?

Đáp: Tùy miên tùy tăng đối với duyên hữu lậu ở trong ba cõi, có chín kiết sử trói buộc.

Hỏi: Kiến tương ưng với thọ, có bao nhiêu tùy miên tùy tăng?

Đáp: Duyên với hữu lậu ở trong ba cõi và kiến duyên với vô lậu, vô minh tương ưng với kiến ấy.

Hỏi: Kiến không tương ưng với thọ có bao nhiêu tùy miên tùy tăng?

Đáp: Ngoại trừ kiến duyên với vô lậu, vô minh tương ưng với kiến ấy. Còn lại là tùy miên tùy tăng.

Hỏi: Nghi tương ưng với thọ, có bao nhiêu tùy miên tùy tăng?

Đáp: Duyên hữu lậu do kiến đoạn trừ ở trong ba cõi và nghi duyên vô lậu, tùy miên tùy tăng vô minh tương ưng với nghi ấy.

Hỏi: Nghi không tương ưng với thọ, có bao nhiêu tùy miên tùy tăng?

Đáp: Ngoại trừ nghi duyên vô lậu, vô minh tương ưng với nghi ấy. Phần còn lại là tùy miên tùy tăng.

Hỏi: Pháp nhân đạo do duyên khởi, có bao nhiêu giới, có bao nhiêu xứ, thâu nhiếp bao nhiêu uẩn?

Đáp: Mười tám giới, mười hai xứ, năm uẩn, ngoại trừ nhãn-xúc đồng khởi tưởng, thọ, pháp tương ưng với tâm và nhĩ-xúc đồng khởi tưởng, thọ, pháp không tương ưng với tâm.

Hỏi: Pháp còn lại có bao nhiêu giới, có bao nhiêu xứ, thâu nhiếp bao nhiêu uẩn?

Đáp: Mười tám giới, mười hai xứ, năm uẩn, cho đến ngoại trừ thân-xúc đồng khởi thọ, tưởng, pháp bất tương ưng với tâm và ý-xúc đồng khởi thọ, tưởng, pháp không tương ưng với tâm.

Hỏi: Pháp còn lại, có bao nhiêu giới, có bao nhiêu xứ, thâu nhiếp bao nhiêu uẩn?

Đáp: Mười tám giới, mười hai xứ, năm uẩn.

Quyển hai mươi
Chương tám: Kiến Uẩn

PHẨM BỐN: LUẬN VỀ TRÍ

Trí đoạn, yếm ly, tu
Duyên xúc, mạn, nghiệp, sự[46]
Nhiếp còn, nhiếp tất cả
Chương này, nguyện nói đủ.

Hỏi: Nếu sự có thể thông đạt, sự ấy có thể biến tri chăng?

Đáp: Nên nêu lên bốn trường hợp để giải thích:

1- Trường hợp có sự có thể thông đạt mà không thể biến tri: Nghĩa là đối với Khổ trí, Tập trí, Diệt trí, Đạo trí, không đoạn trừ phiền não.

2- Trường hợp có sự có thể biến tri, không thể thông đạt: Nghĩa là đối với Khổ nhẫn, Tập nhẫn, Diệt nhẫn, Đạo nhẫn, đoạn trừ phiền não.

3- Trường hợp có sự có thể thông đạt, cũng có thể biến tri: Nghĩa là đối với Khổ trí, Tập trí, Diệt trí, Đạo trí, đoạn trừ phiền não.

---

[46] Sự: ▦▦ Artha. Chỉ cho tất cả pháp hữu vi do nhân duyên tương tác sinh khởi, ấy là muôn ngàn hiện tượng phô bày trong vũ trụ.

Ngài Tăng Triệu, nói: "Lý hợp muôn đức, sự thì nghìn thứ; sự tuy vô cùng, lý chỉ một đường". (Tăng Triệu, *Bảo tạng luận*, tr 143c, *Đại chánh 45*).

Sự liên hệ đến hoặc và nghiệp ở trong mười hai chi duyên khởi. Hoặc là vô minh, ái, thủ; nghiệp là hành và hữu; Sự là thức, danh sắc, lục nhập, xúc, thọ, sinh, lão tử. (*Câu-xá luận 25, Đại chánh 29*).

4- Có trường hợp sự không có thể thông đạt, không có thể biến tri: Nghĩa là đối với Khổ nhẫn, Tập nhẫn, Diệt nhẫn, Đạo nhẫn, không đoạn trừ phiền não.

Hỏi: Nếu sự có thể nhàm chán, sự ấy có thể xả ly chăng?

Đáp: Nên nêu lên bốn trường hợp để giải thích:

1- Trường hợp có sự có thể nhàm chán, không thể xả ly: Nghĩa là Khổ nhẫn, Khổ trí, Tập nhẫn, Tập trí, không đoạn trừ phiền não.

2- Trường hợp có sự có thể xả ly, không thể nhàm chán: Nghĩa là Diệt nhẫn, Diệt trí, Đạo nhẫn, Đạo trí, đoạn trừ phiền não.

3- Trường hợp có sự có thể nhàm chán, cũng có thể xả ly: Nghĩa là Khổ nhẫn, Khổ trí, Tập nhẫn, Tập trí, đoạn trừ phiền não.

4- Trường hợp có sự không thể nhàm chán, không thể xả ly: Nghĩa là Diệt nhẫn, Diệt trí, Đạo nhẫn, Đạo trí, không đoạn trừ phiền não.

Hỏi: Nếu sự có thể nhàm chán, sự ấy có thể tu tập nhàm chán không?

Nếu sự có thể nhàm chán, sự ấy cũng có thể tu tập đối với nhàm chán.

Có sự tu tập đối với nhàm chán, không thể nhàm chán: Nghĩa là Diệt trí, Đạo trí đoạn phiền não.

Hỏi: Nếu sự có thể xả ly, sự ấy có thể tu tập đối với nhàm chán chăng?

Đáp: Nên nêu lên bốn trường hợp để giải thích:

1- Trường hợp có sự có thể xả ly, không phải là tu tập đối với nhàm chán: Nghĩa là Diệt nhẫn, Đạo nhẫn đoạn trừ phiền não.

2- Trường hợp sự có thể tu tập đối với nhàm chán, không có thể xả ly: Nghĩa là Khổ nhẫn, Khổ trí, Tập nhẫn, Tập trí, không đoạn trừ phiền não.

3- Trường hợp có sự có thể xả ly, cũng có thể tu tập đối với nhàm chán: Nghĩa là Khổ nhẫn, Khổ trí, Tập nhẫn, Tập trí, đoạn trừ phiền não và Diệt trí, Đạo trí, đoạn trừ phiền não.

4- Có trường hợp sự không thể xả ly cũng không thể tu tập đối với nhàm chán: Nghĩa là Diệt nhẫn, Diệt trí, Đạo nhẫn, Đạo trí, không đoạn trừ phiền não.

Hỏi: Nếu pháp này làm nhân cho pháp kia, hoặc có khi pháp này cùng với pháp kia không phải làm nhân chăng?

Đáp: Không có khi nào là không có nhân.

Hỏi: Nếu pháp này cùng với pháp kia làm đẳng vô gián duyên, hoặc có khi pháp này cùng với pháp kia không phải làm đẳng vô gián duyên chăng?

Đáp: Nếu pháp này chưa đến mà đã sinh.

Hỏi: Nếu pháp này cùng với pháp kia làm sở duyên, hoặc có khi pháp này cùng với pháp kia không phải làm sở duyên chăng?

Đáp: Không có thời gian nào là không có sở duyên.

Hỏi: Nếu pháp này cùng với pháp kia làm tăng thượng duyên, hoặc có khi pháp này cùng với pháp kia không phải là tăng thượng duyên chăng?

Đáp: Không có thời gian nào là không có tăng thượng duyên.

Hỏi: Đối với các ý xúc, tất cả xúc ấy là xúc của ba sự hòa hợp chăng?[47]

Đáp: Đối với các ý xúc, tất cả xúc ấy là xúc của ba sự hòa hợp. Có trường hợp xúc của ba sự hòa hợp không phải là ý xúc: Nghĩa là xúc tương ưng với năm thức thân.

Cho nên, đức Thế Tôn dạy: "Này Tỷ-khưu, nên biết! Có ý xứ, có pháp giới, có vô minh giới, do vô minh xúc mà sinh khởi, nên có thọ xúc, kẻ ngu phu không nghe biết, liền chấp có, chấp không, hoặc chấp có, không".

Hỏi: Đối với các kiêu mạn, thì tất cả kiêu mạn ấy là tự chấp chăng?

Đáp: Đối với các kiêu mạn, tất cả kiêu mạn ấy đều là tự chấp.

Có trường hợp tự chấp, không phải kiêu mạn: Nghĩa là các thú hướng đối với kiến. Nên, đức Thế Tôn dạy: "Này Tỷ-khưu, nên biết!

---

[47] Ba sự hòa hợp: Ấy là sáu căn, sáu trần và sáu thức hòa hợp với nhau làm điều kiện cho sáu xúc sinh khởi, sáu xúc làm điều kiện cho sáu thọ sinh khởi, sáu thọ làm điều kiện cho sáu ái sinh khởi, sáu ái làm điều kiện cho sáu thủ sinh khởi, sáu thủ làm điều kiện cho sáu hữu sinh khởi...

Tự chấp có ngã, tự chấp có ngã sở".

Hỏi: Đối với các kiêu mạn, tất cả những kiêu mạn ấy không có tĩnh lặng chăng?

Đáp: Đối với các kiêu mạn, tất cả những kiêu mạn ấy không có tĩnh lặng.

Có trường hợp không có tĩnh lặng không phải là kiêu mạn: Nghĩa là các phiền não khác có biểu hiện trước mắt.

Cho nên, đức Thế Tôn dạy: "Này Tỷ-khưu, nên biết! Động là bị trói buộc bởi ma. Không động là người giải thoát".

Hỏi: Đối với các nghiệp, các nghiệp ấy không phải là luật nghi chăng?

Đáp: Nên nêu lên bốn trường hợp để giải thích:

1- Trường hợp có nghiệp không phải là luật nghi: Nghĩa là thân ngữ luật nghi.

2- Có trường hợp không phải luật nghi, không phải là nghiệp: Nghĩa là căn không có luật nghi.

3- Trường hợp có nghiệp, cũng không phải là luật nghi: Nghĩa là thân nghiệp, ngữ nghiệp không phải là luật nghi.

4- Có trường hợp không phải nghiệp cũng không phải là luật nghi: Nghĩa là căn luật nghi.

Hỏi: Đối với các nghiệp, ấy là luật nghi chăng?

Đáp: Nên nêu lên bốn trường hợp để giải thích:

1- Trường hợp có nghiệp, không phải là luật nghi: Nghĩa là thân ngữ không phải là luật nghi.

2- Trường hợp có luật nghi không phải là nghiệp: Nghĩa là căn luật nghi.

3- Trường hợp có nghiệp cũng là luật nghi: Nghĩa là thân luật nghi, ngữ luật nghi.

4- Có trường hợp không phải là nghiệp, cũng không phải là luật nghi: Nghĩa là căn không phải luật nghi.

Hỏi: Nếu sự chưa đạt được, ấy là chưa thành tựu chăng?

Đáp: Nếu sự chưa đạt được, ấy là chưa thành tựu. Có trường hợp sự không thành tựu, không phải là chưa đạt được: Đạt được rồi, đã mất.

Hỏi: Nếu sự đã được, ấy là thành tựu chăng?

Đáp: Nếu sự thành tựu, ấy là đã được. Có trường hợp sự đã được mà không phải thành tựu: Nghĩa là được rồi, đã mất.

Ngoại trừ Khổ Thánh đế và pháp xứ, các pháp còn lại thâu nhiếp hai giới, một xứ, một uẩn.

Ngoại trừ Tập Thánh đế và pháp xứ, nói cũng là như vậy.

Ngoại trừ Diệt Thánh đế và pháp xứ, các pháp còn lại thâu nhiếp mười bảy giới, mười một xứ, hai uẩn.

Ngoại trừ Đạo Thánh đế và pháp xứ, nói cũng là như vậy.

Ngoại trừ pháp hữu sắc và pháp xứ, các pháp thâu nhiếp gồm thất giới, một xứ, một uẩn.

Ngoại trừ pháp vô sắc và pháp xứ, các pháp thâu nhiếp gồm: mười giới, mười xứ, một uẩn.

Ngoại trừ có pháp hữu kiến và pháp xứ, các pháp còn lại thâu nhiếp gồm: Mười sáu giới, mười xứ, hai uẩn.

Ngoại trừ pháp vô kiến và pháp xứ, các pháp còn lại, thâu nhiếp gồm: Một giới, một xứ, một uẩn.

Ngoại trừ pháp hữu đối và pháp xứ, các pháp còn lại, thâu nhiếp gồm: bảy giới, một xứ, một uẩn.

Ngoại trừ pháp vô đối và pháp xứ, các pháp còn lại, thâu nhiếp gồm: mười giới, mười xứ, một uẩn.

Ngoại trừ pháp hữu lậu và pháp xứ, các pháp còn lại, thâu nhiếp gồm: hai giới, một xứ, một uẩn.

Ngoại trừ pháp vô lậu và pháp xứ, các pháp còn lại, thâu nhiếp gồm: Mười bảy giới, mười một xứ, hai uẩn.

Ngoại trừ pháp hữu vi và pháp xứ, ngoại trừ tất cả pháp này, nhưng hỏi các pháp còn lại, ấy là không có sự, bàn luận điều trống rỗng.

Ngoại trừ pháp vô vi và pháp xứ, các pháp còn lại, thâu nhiếp gồm: Mười bảy giới, mười một xứ, hai uẩn.

Ngoại trừ pháp quá khứ và pháp xứ, các pháp còn lại, thâu nhiếp gồm: Mười bảy giới, mười một xứ, hai uẩn.

Ngoại trừ pháp vị lai, hiện tại và pháp xứ, các pháp còn lại, nói cùng là như vậy.

Ngoại trừ pháp thiện và pháp xứ, các pháp còn lại, thâu nhiếp gồm: Mười bảy giới, mười một xứ, hai uẩn.

Ngoại trừ pháp bất thiện và pháp xứ, các pháp còn lại, nói cũng là như vậy.

Ngoại trừ pháp vô ký và pháp xứ, các pháp còn lại, thâu nhiếp gồm: Chín giới, ba xứ, hai uẩn.

Ngoại trừ pháp hệ thuộc Dục giới và pháp xứ, các pháp còn lại, thâu nhiếp gồm: Mười ba giới, chín xứ, hai uẩn.

Ngoại trừ pháp hệ thuộc Sắc giới và pháp xứ, các pháp còn lại, thâu nhiếp gồm: Mười bảy giới, mười một xứ, hai uẩn.

Ngoại trừ pháp hệ thuộc Vô sắc giới, học pháp, vô học pháp và pháp xứ, cũng nói như vậy.

Ngoại trừ pháp phi học phi vô học và pháp xứ, các pháp còn lại, thâu nhiếp gồm: Hai giới, một xứ, một uẩn.

Ngoại trừ pháp do chứng kiến mà đoạn và pháp xứ, các pháp còn lại, thâu nhiếp gồm: Mười bảy giới, mười một xứ, hai uẩn.

Ngoại trừ pháp do tu tập mà đoạn và pháp xứ, các pháp còn lại, thâu nhiếp gồm: Hai giới, một xứ, một uẩn.

Ngoại trừ pháp bất đoạn và pháp xứ, các pháp còn lại, thâu nhiếp gồm: Mười bảy giới, mười một xứ, hai uẩn.

Ngoại trừ pháp đã sinh và pháp định bất sinh, các pháp còn lại, thâu nhiếp gồm: Mười tám giới, mười hai xứ, năm uẩn.

Ngoại trừ pháp không phải là đã sinh và pháp định bất sinh, ngoại trừ tất cả pháp này, nhưng mà hỏi các pháp còn lại, là không có sự, luận bàn điều trống rỗng.

Ngoại trừ pháp hữu sắc và pháp định bất sinh, các pháp còn lại, thâu nhiếp gồm: Tám giới, hai xứ, bốn uẩn.

Ngoại trừ pháp vô sắc và pháp định bất sinh, các pháp còn lại, thâu nhiếp gồm: Mười một giới, mười một xứ, một uẩn.

Ngoại trừ pháp hữu kiến và pháp định bất sinh, các pháp còn lại, thâu nhiếp gồm: Mười bảy giới, mười một xứ, năm uẩn.

Ngoại trừ pháp vô kiến và pháp định bất sinh, các pháp còn lại, thâu nhiếp gồm: Một giới, một xứ, một uẩn.

Ngoại trừ pháp hữu đối và pháp định bất sinh, các pháp còn lại, thâu nhiếp gồm: Tám giới, hai xứ, năm uẩn.

Ngoại trừ pháp vô đối và pháp định bất sinh, các pháp còn lại, thâu nhiếp gồm: Mười giới, mười xứ, một uẩn.

Ngoại trừ pháp hữu lậu và pháp định bất sinh, các pháp còn lại, thâu nhiếp gồm: Ba giới, hai xứ, năm uẩn.

Ngoại trừ pháp vô lậu và pháp định bất sinh, các pháp còn lại, thâu nhiếp gồm: Mười tám giới, mười hai xứ, năm uẩn.

Ngoại trừ pháp hữu vi và pháp định bất sinh, các pháp còn lại, thâu nhiếp gồm: Tám giới, hai xứ, bốn uẩn, ngoại trừ tất cả pháp này, nhưng mà hỏi các pháp còn lại, là không có sự, luận bàn điều trống rỗng.

Ngoại trừ pháp vô vi và pháp định bất sinh, các pháp còn lại, thâu nhiếp gồm: Mười tám giới, mười hai xứ, năm uẩn.

Ngoại trừ pháp quá khứ, hiện tại và pháp định bất sinh, các pháp còn lại, nói cũng là như vậy.

Ngoại trừ pháp vị lai và pháp định bất sinh, ngoại trừ tất cả pháp này, nhưng mà hỏi các pháp còn lại, là không có sự, luận bàn điều trống rỗng.

Ngoại trừ pháp thiện và pháp định bất sinh, các pháp còn lại, thâu nhiếp gồm: Mười tám giới, mười hai xứ, năm uẩn.

Ngoại trừ pháp bất thiện và pháp định bất sinh, các pháp còn lại, nói cũng là như vậy.

Ngoại trừ pháp vô ký và pháp định bất sinh, các pháp còn lại, thâu nhiếp gồm: Mười giới, bốn xứ, năm uẩn.

Ngoại trừ pháp hệ thuộc Dục giới và pháp định bất sinh, các pháp còn lại, thâu nhiếp gồm: Mười bốn giới, mười xứ, năm uẩn.

Ngoại trừ pháp hệ thuộc Sắc giới và pháp định bất sinh, các pháp còn lại, thâu nhiếp gồm: Mười tám giới, mười hai xứ, năm uẩn.

Ngoại trừ pháp hệ thuộc Vô sắc giới, pháp học pháp vô học và pháp định bất sinh, nói cũng là như vậy.

Ngoại trừ pháp phi học phi vô học và pháp định bất sinh, các pháp còn lại, thâu nhiếp gồm: Năm giới, hai xứ, năm uẩn.

Ngoại trừ pháp do chứng kiến mà đoạn và pháp định bất sinh, các pháp còn lại, thâu nhiếp gồm: Mười tám giới, mười hai xứ, năm uẩn.

Ngoại trừ pháp do tu tập mà đoạn và pháp định bất sinh, các pháp còn lại, thâu nhiếp gồm: Ba giới, hai xứ, năm uẩn.

Ngoại trừ pháp bất đoạn và pháp định bất sinh, các pháp còn lại, thâu nhiếp gồm: Mười tám giới, mười hai xứ, năm uẩn.

Hỏi: Có trường hợp thâu nhiếp một giới, một xứ, một uẩn là tất cả pháp chăng?

Đáp: Có. Một giới, nghĩa là pháp giới. Một xứ, nghĩa là ý xứ. Một uẩn, nghĩa là sắc uẩn.

PHẨM NĂM: LUẬN VỀ KIẾN

Tà đoạn, tà thường kiến
Giới, tà giới, tà thường
Sáu kiến, năm Niết-bàn
Chín loại mạn, thường kiến
Mê chấp tự, tha làm
Ngộ hai đều không có
Mạn đủ và đạt được
Chương này, nguyện nói đủ.

Có những loại kiến chấp như thế này: Không có bố thí, không có yêu thích, không có thờ cùng, không có diệu hành, không có ác hành. Kiến chấp này là tà kiến, bài bác đối với nhân. Do chứng kiến Tập đế mà đoạn. Không có diệu hành, không có ác hành. Kiến chấp là tà kiến bài bác đối với quả. Do chứng kiến Khổ đế mà đoạn. Không có đời này, không có đời khác, không có loài hữu tình hóa sinh. Kiến chấp này, hoặc do chứng kiến Tập đế mà đoạn, hoặc do chứng Khổ đế mà đoạn. Không có cha, không có mẹ. Kiến chấp này là tà hiến bài bác đối với nhân. Do chứng kiến Tập đế mà đoạn.

Có những loại kiến chấp như thế này: Thế gian không có A-la-hán. Kiến chấp này là tà kiến bài bác đối với Đạo. Do chứng kiến Đạo mà đoạn. Không có đến chỗ chánh giác. Kiến chấp này là tà kiến, bác bài đối với Diệt. Do chứng kiến Diệt đế mà đoạn. Không có chánh hành, đối với đời này, đối với đời khác, chính ngay ở nơi pháp hiện tại, biết tự mình thông đạt, an trú với tác chứng đầy đủ, ngã sinh đã hết, phạm hành đã lập, điều cần làm đã làm xong, không thọ nhận sự tồn tại tiếp theo, biết đúng như thật. Kiến chấp này là tà kiến, bài bác đối với Đạo. Do chứng kiến Đạo đế mà đoạn.

Có những loại kiến chấp như thế này: Cho đến có mạng sống này, chết rồi hủy hoại đoạn mất, không có bốn đại chủng, lúc thân của sĩ phu chết, địa chủng ở nơi thân về với đất, thủy chủng ở nơi thân về với nước, hỏa chủng ở nơi thân về với lửa, phong chủng ở nơi thân về với gió, các căn chuyển biến thuận với hư không, xe chở đi là thứ năm, mang tử thi kia đến vứt bỏ nơi hoang vắng, chưa thiêu đốt có thể biết, thiêu đốt rồi thành ra khói, xương khô còn lại sắc đen nám. Người ngu tặng lời cảm thán. Bậc trí khen ngợi tiếp nhận. Có những kẻ luận bàn toàn là vọng ngôn hư dối. Cho đến người ngu, kẻ trí có mạng sống, chết rồi, hủy hoại đoạn mất không còn có gì cả. Kiến chấp này là biên chấp kiến, thuộc về đoạn kiến. Do chứng kiến Khổ đế mà đoạn trừ.

Có những loại kiến chấp như vầy: Không có nhân, không có duyên, khiến cho các loài hữu tình tạp nhiễm; không thuộc nhân, không thuộc duyên mà hữu tình tạp nhiễm. Kiến chấp này là tà kiến bài bác đối với nhân. Do chứng kiến Tập đế mà đoạn trừ.

Không có nhân, không có duyên, khiến cho các loài hữu tình thanh tịnh; không hệ thuộc nhân, không hệ thuộc duyên mà các loài hữu tình thanh tịnh. Kiến chấp này là tà kiến bài bác đối với Đạo. Do chứng kiến Đạo đế mà đoạn.

Không có nhân, không có duyên, khiến cho các loài hữu tình vô trí, vô kiến; không hệ thuộc nhân, không hệ thuộc duyên mà các loài hữu tình vô trí, vô kiến. Kiến chấp này là tà kiến bài bác đối với nhân. Do chứng kiến Tập mà đoạn.

Không có nhân, không có duyên, khiến các loài hữu tình trí, kiến; không hệ thuộc nhân, không hệ thuộc duyên mà các loài hữu tình trí, kiến. Kiến chấp này là tà kiến bài bác đối với Đạo. Do chứng kiến Đạo đế mà đoạn.

Có những loại kiến chấp như thế này: Không có lực, không có tinh tấn, không có lực-tinh tấn, không có sĩ khí, không có uy thế, không có sĩ khí, uy thế, không có tự tác, không có tha tác, không có tự-tha tác, hết thảy loài hữu tình, hết thảy chúng sinh, hết thảy chủng loại, không có lực, không có tự tại, không có tinh tấn, không có uy thế, định thích hợp với tính biến đổi, ở nơi sáu thú sinh ra, thọ nhận các khổ và vui. Những loại kiến chấp này, hoặc bài bác đối với lực, tinh tấn... thuộc hữu lậu, ấy là tà kiến bài bác đối với Đạo. Do chứng kiến Đạo đế mà đoạn.

Có những loại kiến chấp như thế này: Giáo lệnh, tạo nấu nướng, tạo ra lệnh nơi nấu nướng, giáo lệnh sát hại các chúng sinh, không cho mà lấy, ham muốn tà hạnh, biết mà nói dối, cố ý uống các loại rượu, đục tường, mở dây, lấy hết sở hữu, giữ lối ngăn đường, phá hại thôn xóm thành ấp, hại mạng sống của quốc dân, sử dụng dao vòng, chặn vây, đẩy hỏng mặt đất, cắt xẻ, chặt đứt thân thể của chúng sinh, gom lại chất đầy thành một đống thịt, nên biết rằng làm những điều này mà nói không có gì ác, không có ác duyên. Ở bờ Nam sông Hằng, chém chặt đánh giết lẫn nhau. Ở Bắc sông Hằng bố thí, tu phước, nên biết cho những điều này không có tội phước, cũng không có duyên của tội phước, bố thí, ái ngữ, lợi hành, đồng sự, nhiếp hữu tình, đều là không có phước đức. Kiến chấp này là tà kiến bài bác đối với nhân. Do chứng kiến Tập đế mà đoạn.

Có những loại kiến chấp như thế này: Thân bảy sĩ này, không tạo tác mà tạo tác, không hóa hiện mà hóa hiện, không thể sát hại, an trú thường hằng, như Y-sư-ca[48] an trú bất động, không có chuyển biến, không xúc chạm lẫn nhau.

Thân bảy sĩ là gì? Nghĩa là đất, nước, hỏa, phong và khổ, lạc, mạng. Thân bảy sĩ này không do tạo tác cho đến Y-sư-ca, an trú bất động. Hoặc tội, hoặc phúc, hoặc là tội phúc, hoặc khổ, hoặc lạc, hoặc khổ-lạc, không thể nào làm cho di chuyển biến đổi, cũng không thể nào khiến cho đối ngại tiếp xúc lẫn nhau.

Giả sử, có sĩ phu chặt đầu sĩ phu, cũng không thể gọi là sát hại sự sống của thế gian. Hoặc đi, hoặc đứng, trong giữa bảy thân, tuy dao bén xoay quanh, vẫn không tổn hại sinh mạng. Ở trong này, không

---

[48] Y-sư-ca: Isika. Hán dịch là Tiên nhân sơn. Tên ngọn núi ở cận thành Vương xá, nước Ma-kiệt-đà ngày xưa. Nay là ở miền Trung Ấn độ. Núi này rất cao và vững chắc, thường sử dụng núi này để ví dụ cho tâm ngã mạn và thường kiến cao ngất và kiên cố như núi khó mà khử trừ. (*Du-già sư địa luận 6, 34, Đại chánh 30*).

có chủ thể gây hại, không có đối tượng bị hại, không có chủ thể đánh đập, không có đối tượng bị đánh đập, không có biểu hiện, không có chỗ biểu hiện. Kiến chấp này là biên chấp kiến, thuộc về thường kiến. Do chứng kiến Khổ đế mà đoạn trừ.

Có những loại kiến chấp như thế này: Có mười bốn ức, sáu vạn, sáu trăm sinh môn, năm nghiệp, ba nghiệp, hai nghiệp, một nghiệp, nửa nghiệp; sáu mươi hai hành tích; sáu mươi hai trung kiếp, một trăm ba mươi sáu địa ngục; một trăm hai mươi căn; ba mươi sáu trần giới; bốn vạn chín ngàn nhà rồng, bốn vạn chín ngàn nhà chim diệu súy; bốn vạn chín ngàn nhà dị học; bốn vạn chín ngàn nhà hoạt mạng; bảy kho tàng về hữu tưởng; bảy kho tàng về vô tưởng; bảy kho tàng ly hệ; bảy A-tố-lạc; bảy Tất-xá-già; bảy trời; bảy người; bảy mộng; bảy trăm mộng; bảy giác; bảy trăm giác; bảy ao; bảy trăm ao; bảy đèo; bảy trăm đèo; bảy giảm; bảy trăm giảm; bảy tăng; bảy trăm tăng; sáu chủng loại sinh thù thắng; tám địa vị đại sĩ. Nơi trú xứ như vậy, trải qua tám vạn bốn ngàn đại kiếp, hoặc ngu, hoặc trí, lưu chuyển qua lại, mới quyết định tạo thành giới hạn của khổ, như ném cuộn tơ, tơ hết liền dừng.

Trong này không có sa-môn hay bà-la-môn nào có thể nói như thế này: "Ta sử dụng giới, hoặc sử dụng tinh tấn, hoặc sử dụng phạm hành, khiến cho nghiệp sở hữu, chưa thuần thục, thì thuần thục, thuần thục đã tiếp xúc, tức thì chuyển biến thay đổi".

Do suy xét về giới hạn sinh tử, khổ, lạc như vậy, nên không thể nào thiết lập, có tăng, có giảm cũng không thể nào giải thích, hoặc là đúng như vậy, hay không đúng là như vậy. Kiến chấp này là đối với không phải là tác nhân mà chấp cho là tác nhân, thuộc về giới cấm thủ. Do chứng kiến Khổ đế mà đoạn.

Có những loại kiến chấp như thế này: Tất cả sĩ phu và Bổ-đặc-già-la có những sở thọ đều do tác nhân từ đời trước. Kiến chấp này không phải là nhân mà chấp cho là nhân, thuộc về giới cấm thủ kiến. Do chứng kiến Khổ đế mà đoạn.

Có những loại kiến chấp như thế này: Tất cả sĩ phu và Bổ-đặc-già-la có những sở thọ, đều không có tác nhân, không có tác duyên.

Kiến chấp này là tà kiến bài bác đối với nhân. Do chứng kiến Tập đế mà đoạn.

Có những loại kiến chấp như thế này: Tự tạo tác khổ, lạc; tha tạo tác khổ, lạc; tự-tha tạo tác khổ, lạc. Kiến chấp này không phải là nhân, cho là nhân, thuộc về giới cấm thủ. Do chứng kiến Khổ đế mà đoạn.

Có những loại kiến chấp như thế này: Chỗ thọ khổ, lạc, không phải do tự tác, không phải do tha tác, không có nhân mà sinh. Kiến chấp này là tà kiến bài bác đối với nhân. Do chứng kiến Tập đế mà đoạn.

Có những loại kiến chấp như thế này: Ngã và thế gian là thường hằng, tồn tại kiến cố, là pháp không có biến dịch, an trú chính là như vậy. Kiến chấp này là biên chấp kiến, thuộc về thường kiến. Do chứng kiến Khổ đế mà đoạn.

Có những loại kiến chấp như thế này: Chân lý vốn thường trú, vốn là ngã, là hữu ngã. Kiến chấp này là biên chấp kiến, thuộc về thường kiến. Do chứng kiến Khổ đế mà đoạn.

Có những loại kiến chấp như thế này: Chân lý vốn là thường trú, nên ngã vốn là vô ngã. Kiến chấp này là biên chấp kiến, thuộc về đoạn kiến. Do chứng kiến Khổ đế mà đoạn.

Có những loại kiến chấp như thế này: Ta quán chiếu nhãn sắc chính là ngã. Kiến chấp này là hữu thân kiến. Do chứng kiến Khổ đế mà đoạn.

Có những loại kiến chấp như thế này: Ta quán chiếu con mắt vô ngã chính là ngã, sắc là những dụng cụ. Kiến chấp này là hữu thân kiến. Do chứng kiến Khổ đế mà đoạn.

Có những loại kiến chấp như thế này: Đây là ngã, là hữu tình, là mạng căn, là sinh trưởng, là dưỡng dục, là Bổ-đặc-già-la, là ý sinh Nho đồng, là tạo tác, là giáo lệnh, là sinh khởi, là đồng đẳng sinh khởi, là nói năng, là giác tri, là lãnh thọ, không phải là từng không có, không phải là sẽ không có, ở khắp mọi nơi, tạo nghiệp thiện ác, ở khắp mọi chốn nhận quả dị thục, xả uẩn này tiếp tục uẩn khác. Kiến chấp này là biên chấp kiến, thuộc về thường kiến. Do chứng kiến Khổ đế mà đoạn.

Có những loại kiến chấp như thế này: Thọ dụng năm dục vi diệu, gọi là đạt được hiện pháp Niết-bàn bậc nhất. Kiến chấp này là bám lấy pháp hạ liệt cho là thù thắng, thuộc về kiến thủ. Do chứng kiến Khổ đế mà đoạn trừ.

Có những loại kiến chấp như thế này: Xả ly pháp ác tham dục, bất thiện, có tầm, có tứ, ly sinh hỷ lạc, chứng nhập an trú trọn vẹn Sơ thiền, gọi là đạt được hiện pháp Niết-bàn bậc nhất. Tầm tứ tĩnh lặng, tâm có đẳng tịnh bên trong, nhất hướng đến với bản tính, không có tầm, không có tứ, hỷ lạc do định sinh, an trú trọn vẹn ở đệ Nhị thiền, gọi là đạt được hiện pháp Niết-bàn bậc nhất. Xả ly hỷ, an trú ở xả, chánh niệm, chánh tri, thân có lạc thọ đúng như lời bậc Thánh nói, có thể xả, an trú trọn vẹn lạc niệm, chứng nhập và an trú trọn vẹn đệ Tam thiền, gọi là đạt được hiện pháp Niết-bàn bậc nhất. Chấm dứt lạc, chấm dứt khổ, khổ, ưu trước đó ẩn mất, không khổ, không lạc, xả niệm thanh tịnh, chứng nhập và an trú trọn vẹn đệ Tứ thiền, gọi là đạt được hiện pháp Niết-bàn bậc nhất. Kiến chấp này là bám lấy pháp hạ liệt cho là thù thắng, thuộc kiến thủ. Do chứng kiến Khổ đế mà đoạn.

Có chín loại kiêu mạn, gồm: Ngã thắng, ngã đẳng, ngã liệt, hữu thắng ngã, hữu đẳng ngã, hữu liệt ngã, vô thắng ngã, vô đẳng ngã, vô liệt ngã.

Ngã thắng: Đó là y cứ nơi kiến mà khởi lên kiêu mạn cho rằng, ta là hơn người.

Ngã đẳng: Đó là y cứ nơi kiến mà khởi lên kiêu mạn cho rằng, ta là bằng người.

Ngã liệt: Đó là y cứ nơi kiến mà khởi lên kiêu mạn mặc cảm cho rằng, ta là thấp kém thua người.

Hữu thắng ngã: Đó là y nơi kiến mà khởi lên ty mạn cho rằng, có người hơn ta.

Hữu đẳng ngã: Đó là y cứ nơi kiến mà khởi lên ty mạn cho rằng, có người bằng ta.

Hữu liệt ngã: Đó là y cứ nơi kiến mà khởi lên ty mạn cho rằng, có người thua kém ta.

Vô thắng ngã: Đó là y cứ vào kiến mà khởi lên kiêu mạn cho rằng, không có ai hơn ta.

Vô đẳng ngã: Đó là y cứ vào kiến mà khởi lên kiêu mạn cho rằng, không có ai bằng ta.

Vô liệt ngã: Đó là y cứ vào kiêu mạn mà khởi lên kiêu mạn cho rằng, không có ai kém thua ta.

Có những loại kiến chấp như thế này: Gió không thổi, sông không chảy, lửa không cháy, sữa không đọng lại, thai không mang, mặt trời-mặt trăng không mọc, không lặn, trú ở tự tính nhiễm tịnh, không có gì tăng, không có gì giảm. Kiến chấp này là biên kiến thủ, thuộc về thường kiến. Do chứng kiến Khổ đế mà đoạn trừ.

Như trong Khế kinh dạy:

> *"Chúng sinh chấp ta làm*
> *chấp người làm, cũng vậy*
> *Mỗi chấp không như thật*
> *Nhìn biết đây mũi tên".*

Hỏi: Lời dạy này có ý nghĩa như thế nào?

Đáp: Chúng sinh đây là chỉ cho ngoại đạo. Họ chấp rằng: Ngã có thể tạo tác; Ngã có thể sinh trưởng; Ngã có thể hóa hiện. Nên, nói chúng sinh cho rằng: Chúng sinh chấp cho là do Ngã tạo tác.

Lại nữa, có ngoại đạo, cho rằng: Tha có thể tạo tác; Tha có thể sinh trưởng; Tha có thể hóa hiện, nên nói chấp cho rằng, tạo tác là như vậy.

Các: Nghĩa là mỗi một, không phải là tất cả.

Tiễn: Nghĩa là mũi tên. Mũi tên ví như ác kiến. Vì ở trong ác kiến, nên bị trúng thương. Ở trong những kiến chấp ấy, ngoại đạo không thể nào nhìn thấy đúng như thật: "Đây là mũi tên".

> *Nên thấy đây là mũi tên*
> *Chúng sinh cố bám chắc*
> *Như vậy, chẳng có gì*
> *Ngã tác và tha tác.*

Hãy quán chiếu: "Đây là mũi tên". Nghĩa là nên nhìn thấy biết đúng như thật, kiến chấp này là mũi tên độc hại thật sự, vì là kẻ dẫn đường cho sinh, lão, bệnh, tử.

Chúng sinh kiên cố chấp trước: Chúng sinh, nghĩa là ngoại đạo, họ chấp trước kiên cố ở trong xu hướng của kiến thủ ấy, không thể nào thoát ra khỏi. Nếu có thể thấy biết đúng sự thật như vậy, thì không thể nào lại còn chấp chặt rằng: "Ngã tạo tác; Ngã sinh trưởng; Ngã hóa hiện". Cũng lại không còn có chấp cho rằng: "Tha tạo tác; Tha sinh trưởng; Tha biến hóa". Vì đối với phi hữu, vọng chấp cho là có.

> *Chúng sinh đủ kiêu mạn*
> *Mạn vướng, mạn trói buộc*
> *Nơi kiến đối nghịch nhau*
> *Không thể vượt sinh tử.*

Có đầy đủ kiêu mạn: Biểu hiện thành tựu bảy mạn.

Chúng sinh: Nghĩa là ngoại đạo.

Ngoại đạo ở nơi bảy kiêu mạn: Ở nơi vướng mắc, nhiều vướng mắc, vướng mắc khắp nơi, nên nói là mạn trước. Trói buộc, nhiều trói buộc, trói buộc cùng khắp, nên gọi là mạn phược.

Nơi kiến đối nghịch nhau: Nghĩa là hai loại đoạn kiến, thường kiến, trái ngược lẫn nhau.

Không thể vượt sinh tử: Đối với ngoại đạo có giới hạn sinh tử, không thể nào vượt qua mà thủ chứng Niết-bàn.

> *Được, sẽ được đều bụi*
> *Học ít, tắm giới thủ*
> *Thờ một bên Phạm, khổ*
> *Tham nhận tịnh thứ hai*
> *Không thấy cuối đắm chạy*
> *Mắt sáng thể thấy khác*
> *Nơi kia không trần mạn*
> *Tuyệt lộ đến khổ biên.*

- Được: Hiển thị đạt được các uẩn, xứ, giới.

Sẽ được: Hiển thị là chưa đạt được các uẩn, xứ, giới.

- Đều là tro bụi: Cả hai kiến thủ này đều là tham, sân, si, tro bụi, tro bụi biến khắp, tro bụi cùng cực.

- Liệt có hai nghĩa: Một: mắt bệnh. Hai: mắt ngoại đạo. Nay nói ngoại đạo là thấp kém vậy. Ngoại đạo học theo cái học này, nên gọi là học hạ liệt.

Ngoại đạo lập nên học thuyết rằng: Các Bổ-đặc-già-la, học cỡi voi, ngựa, chèo thuyền, lái xe, gánh kiệu, cầm giữ cung tên, dao gậy, móc sắt, vòng quay, dây lụa, áng thơ, in ấn, toán số, đều khiến thiện xảo, do đó liền đạt được thanh tịnh, giải thoát, xuất ly, đến biên cương khổ, lạc. Kiến chấp này, không phải là nhân mà chấp cho là nhân, thuộc về giới cấm thủ. Do chứng kiến Khổ đế mà đoạn.

- Giới: Có những ngoại đạo khởi lên những kiến chấp này, họ lập nên học thuyết như thế này: Các Bổ-đặc-già-la thọ trì giới, thuộc về trâu, hươu, chó, giới thuộc về lõa thể, do giữ các giới này, liền được giải thoát, thanh tịnh, xuất ly đến chỗ giới hạn tận cùng của khổ, lạc. Kiến chấp này không phải là nhân mà chấp cho là nhân, thuộc về giới cấm thủ. Do chứng kiến Khổ đế mà đoạn.

- Cấm: Có những ngoại đạo khởi lên những kiến chấp này, họ lập nên học thuyết như thế này: Các Bổ-đặc-già-la thọ trì giới cấm, thuộc chim quạ, chim cú im lặng..., do giữ các giới này, liền được giải thoát, thanh tịnh, xuất ly đến chỗ giới hạn tận cùng của khổ, lạc. Kiến chấp này không phải là nhân mà chấp cho là nhân, thuộc về giới cấm thủ. Do chứng kiến Khổ đế mà đoạn.

- Tắm: Có những ngoại đạo khởi lên những kiến chấp này, họ lập nên học thuyết như thế này: Các Bổ-đặc-già-la, tắm gội ở trong ba hồ nước ở cửa sông Ma-nại-bà, Tỷ-ba-nại-bà, Căng-già, do đó liền được giải thoát, thanh tịnh, xuất ly đến chỗ giới hạn tận cùng của khổ, lạc. Kiến chấp này không phải là nhân mà chấp cho là nhân, thuộc về giới cấm thủ. Do chứng kiến Khổ đế mà đoạn.

Phạm: Nghĩa là Phạm-hành. Có những ngoại đạo khởi lên những kiến chấp này, họ lập nên học thuyết như thế này: Các Bổ-đặc-già-la, thọ trì Phạm-hành, xả ly dâm dục, do đó liền được giải thoát, thanh tịnh, xuất ly, đến chỗ giới hạn tận cùng của khổ, lạc. Kiến chấp này không phải là nhân mà chấp cho là nhân, thuộc về giới cấm thủ. Do chứng kiến Khổ đế mà đoạn.

- Khổ: Nghĩa là Khổ-hành. Có những ngoại đạo khởi lên những kiến chấp này, họ lập nên học thuyết như thế này: Các Bổ-đặc-già-la thọ trì các loại Khổ-hành, do đó liền được giải thoát, thanh tịnh, xuất ly, đến chỗ giới hạn tận cùng của khổ, lạc. Kiến chấp này không phải là nhân mà chấp cho là nhân, thuộc về giới cấm thủ. Do chứng kiến Khổ đế mà đoạn.

- Sự: Nghĩa là thừa sự. Có những ngoại đạo khởi lên những kiến chấp này, họ lập nên học thuyết như thế này: Các Bổ-đặc-già-la, điều khiển voi, ngựa, trâu, thờ cúng mặt trời, mặt trăng, các tinh tú, lửa, châu ngọc, thuốc thang..., do đó liền được giải thoát, thanh tịnh, xuất ly, đến chỗ giới hạn tận cùng của khổ, lạc. Kiến chấp này không phải là nhân mà chấp cho là nhân, thuộc về giới cấm thủ. Do chứng kiến Khổ đế mà đoạn.

- Nhất biên: Nghĩa là như trên đã nói, đó là Khổ-hành biên.

Thọ dục tịnh: Có những ngoại đạo khởi lên những kiến chấp này, họ lập nên học thuyết như thế này: Các Bổ-đặc-già-la đối với các dục thanh tịnh vi diệu, khoái ý thọ dụng, mà không có lỗi lầm. Đây là kiến chấp bám lấy pháp hạ liệt mà cho là thù thắng, thuộc về kiến thủ. Do chứng kiến Khổ đế mà đoạn trừ.

- Thứ hai: Điều này là nói về lạc hành biên.

- Không thấy: Nghĩa là các ngoại đạo, ở hai biên kiến ở trên, không thấy biết đúng như thật.

- Cực trầm, cực tẩu: Nghĩa là những ngoại đạo kia, vì do không thấy, nên nhất loại khởi lên ái kiến, nên gọi là cực trầm. Nhất loại khởi lên kiến chấp, nên gọi là cực tẩu.

Lại nữa, một loại là giải đãi, nên gọi là cực trầm. Một loại là trạo cử, nên gọi là cực tẩu.

Lại nữa, một loại là khởi mạn, nên gọi là cực trầm. Một loại khởi quá mạn, nên gọi là cực tẩu.

- Minh nhãn kiến: Minh nhãn nghĩa là Phật và đệ tử của Phật. Kiến, như trên đã nói đối với hai biên, phải thấy biết đúng như thật.

- Năng dị: Do vì thấy biết đúng như thật, nên không đồng với những kẻ cực trầm, cực tẩu kia là vì không thể khởi lên ái kiến...

- Đối với trần mạn ấy: Nghĩa là đối với uẩn, xứ, giới đã đạt được, chưa đạt được, không sinh bụi bặm tham, sân, si.

- Đối với trần mạn không có ấy: Nghĩa là đối với hai biên, tuy đều xả ly mà tâm không ỷ lại.

- Tuyệt lộ: Nếu có thể như vậy, thì tuyệt bặt ba đường, nghĩa là phiền não, nghiệp, khổ.

Chí khổ biên: Khổ nghĩa là năm thủ uẩn khổ. Biên nghĩa là Niết-bàn. Nếu tuyệt bặt ba đường, liền đạt đến ngần mé của thủ uẩn khổ này.

PHẨM SÁU: LUẬN VỀ GIÀ-THA[49]

Thấy lưới đẹp Phạm phụ
Xe lưu chuyển gốc tín
Tuệ vương mẫu căn thoát
Chương này, nguyện nói đủ.[50]
Đã thấy, có thể thấy
Đã thấy và không thấy
Người không thấy, không thấy
Không thấy và đã thấy.

Người đã thấy: Nghĩa là người đã thấy được các Khổ, Tập, Diệt, Đạo. Người ấy có khả năng thấy điều đã thấy.

Và người không thấy: Nghĩa là người ấy có khả năng thấy điều những người khác đã thấy và không thấy Khổ, Tập, Diệt, Đạo.

Người không thấy: Nghĩa là những người ấy không thấy Khổ, Tập, Diệt, Đạo. Không thấy những điều không thấy và đã thấy, nghĩa là người ấy không thấy những điều người khác không thấy và đã thấy Khổ, Tập, Diệt, Đạo.

Không làm hại Phạm chí
Lại cũng không nên bỏ
Nếu hại, hoặc từ bỏ
Đều bị bậc Trí trách.

---

[49] Già-tha: 伽他 Gāthā. Hán dịch là kệ hay cô khởi, phúng tụng. Kệ có loại bốn chữ, có loại năm chữ, bốn câu, sáu câu, tám câu... Kệ có khi hai câu, có mười sáu âm tiết, gọi là Thủ-lô-ca hay thông kệ. Có những loại kệ hai hàng có đến hai mươi hai âm tiết hoặc có đến hai mươi bốn âm tiết. (*Đại Tỳ-bà-sa luận 126, Đại chánh 27...*).

[50] Chương này nguyện nói đủ: Hán: Thử chương nguyện cụ thắng. 此章願具勝 (*Phát trí luận, tr 1029b, Đại chánh 26*).

Không nên hại Phạm chí: Nghĩa là Phạm chí là A-la-hán. Nghĩa là không nên dùng tay, đất đá, đao, gậy, hại bậc A-la-hán.

Lại cũng không nên từ bỏ: Nghĩa là đối với bậc A-la-hán, thì nên sử dụng y phục, ẩm thực, vật nằm ngồi, và những nhu yếu khác, cung kính cúng dường, không nên từ bỏ.

Nếu hại hoặc từ bỏ họ, đều bị những bậc có trí trong đời quở trách: Nghĩa là đối với bậc A-la-hán, nếu sử dụng tay, đất đá... gây tổn hại, hoặc lại xa rời mà không cung kính, đều bị những bậc có trí ở trong đời quở trách-chỉ trích.

Nghịch hại với cha mẹ
Vua hai bậc đa văn
Diệt nước và tùy hành
Không ngại, hơn Phạm chí.

Nghịch hại cha mẹ, vua, hai bậc đa văn: Mẹ, ví dụ cho sự thương ái, vì có khả năng sinh trưởng, như đức Thế Tôn dạy:

Sĩ phu do ái sinh
Do tâm, nên rong ruổi
Chúng sinh ở sinh tử
Khổ đau nỗi sợ lớn.

Cha là dụ cho nghiệp hữu lậu, vì có thể dẫn dắt, như đức Thế Tôn dạy: "Này các Tỷ-khưu! Chúng sinh là như vậy, tạo tác thiện hữu lậu, do tu tạo thành nghiệp, được sinh vào cõi ấy, thọ quả báo dị thục. Cho nên, Ta bảo rằng: Họ theo nghiệp mà đi".

Vua, chính là dụ cho hữu, thủ, thức, như đức Thế Tôn dạy:

Ý thức, vua tăng thượng
Khi nhiễm, nhiễm tự thủ
Không nhiễm mà có nhiễm
Ô nhiễm, gọi người ngu.

Lại nữa, đức Thế Tôn dạy: "Này các Tỷ-khưu, nên biết! Ta nói đến làm chủ thành, chính là hữu, thủ, thức". Hai đa văn, chính là dụ cho kiến thủ, giới cấm thủ. Như thờ tự, im lặng. Hai sĩ đa văn ở trong bụi uế, cùng làm hý luận. Hai thủ như vậy, bám chấp ở nơi pháp hữu lậu, cho là thượng thắng bậc nhất. Lại nữa, hoặc thanh tịnh, giải thoát, xuất ly, vứt bỏ, vĩnh viễn đoạn trừ ái nghiệp do thức bám lấy, nên gọi là nghịch hại.

Quốc là dụ cho phiền não, tùy hành là dụ cho tầm, tứ tương ưng với các loại phiền não. Tru, nghĩa là giết sạch. Khí xả là vĩnh viễn đoạn trừ tầm tứ hệ thuộc phiền não, nên gọi là tru.

Vô ngại: Ngại có ba chủng loại, gồm: Tham, sân, si. Người kia đối với ba chướng ngại này đã đoạn trừ và biến tri, nên gọi là không ngại. Quá, nghĩa là vượt khỏi vậy. Vì người ấy không còn có gì ngăn ngại, vượt ra khỏi ba cõi, vĩnh viễn loại trừ đối với pháp ác, nên gọi là Phạm chí.

Như đức Thế Tôn dạy:

> *Phật luôn sống chánh niệm*
> *Du hóa ở thế gian*
> *Diệt ác pháp, dứt kiết sử*
> *Nên gọi là Phạm chí*
> *Nghịch hại với cha mẹ*
> *Vua cùng hai đa văn*
> *Trừ cọp, oán thứ năm*
> *Người ấy, gọi thanh tịnh.*

Trong đây, ý nghĩa của nửa bài tụng ở trên, như trước đã nói. Cọp là dụ cho những trói buộc của sân hận. Như bản tính của cọp là bạo ác, hung hiểm, ăn thịt, uống máu. Sự trói do sân hận cũng là như vậy. Bạo ác, hung hiểm, hủy diệt đối với các thiện căn.

Oán đối thứ năm là dụ triền cái thứ năm ở trong năm triền cái, hoặc dụ cho kiết sử thứ năm, ở trong năm thuận phần kiết sử. Vĩnh viễn vứt bỏ đoạn trừ, nên gọi là trừ. Người ấy, vĩnh viễn đoạn trừ tham, sân, si, nên gọi là thanh tịnh.

> *Đã Thắng, không thắng nữa*
> *Đã thắng, không tùy thuộc*
> *Hạnh của Phật vô biên*
> *Không dấu, do gì đến?*

Đã thắng, nghĩa là các loại phiền não đã đoạn trừ và biến tri. Điều ấy, lại còn có thắng tiếp tục, có khi không thắng nữa.

Ai còn thắng trở lại? Nghĩa là đối với người phiền não đã đoạn, sau trở lại suy thoái. Ai không còn thắng trở lại? Nghĩa là đối với người phiền não đã đoạn, không còn suy thoái nữa.

Người thắng không còn trở lại nữa, nghĩa là đối với người tiếp tục thắng đã loại bỏ những dị biệt.

Người đã thắng thì không còn tùy thuộc, nghĩa là nếu phiền não chưa đoạn, chưa biến tri, chính là tùy thuộc ba cõi, lưu chuyển qua lại. Các loại phiền não đã đoạn trừ và biến tri, nên không còn tùy thuộc.

Hạnh của Phật vô biên, nghĩa là Phật, Thế Tôn với trí, kiến vô học, minh giác, bồ-đề, tuệ chiếu hiện quán, phát khởi thành tựu, nên gọi là Phật; bốn loại niệm trú gọi là hành của Phật. Bốn niệm trú này là hành tướng sở duyên, đều là không có giới hạn, nên gọi là vô biên.

Không có dấu tích, lấy gì mà đến: Tích, nghĩa là dấu bàn chân, chính là dụ cho phiền não. Nếu các phiền não chưa có đoạn trừ, chưa có biến tri, do những phiền não ấy, đưa đến chỗ xu hướng xấu ác ở trong ba cõi. Các loại phiền não đã đoạn và biến tri. Nên không có lý do để đến.

> *Các lưới không thể bủa*
> *Không ái, lấy gì nuôi*
> *Hạnh của Phật vô biên*
> *Không tích, do gì đến.*

Các lưới không thể bủa: Lưới chính là dụ cho ái, như đức Thế Tôn dạy: "Ta nói lưới ái, giăng bủa phủ cả rừng, hồ. Ái, nếu chưa đoạn, chưa biến tri, thời có thể là lưới bủa giăng đầy ba cõi. Đã đoạn, đã biến tri, nên không thể còn giăng bủa".

Ái không có, lấy gì nuôi? Nếu ái chưa đoạn, chưa biến tri, thì có thể để đi đến ở nơi ba cõi. Đã đoạn, đã biến tri, không còn có gì nuôi dưỡng đến. Nửa phần sau, trong bài tụng như trước đã nói.

> *Xe họại, dây đã đứt*
> *Dòng chảy và đi theo*

Vượt hào rãnh thế gian
Chỉ Phật, gọi Phạm chí.

Xe hoại dây đã đứt, dòng chảy và tùy hành: Xe là dụ cho ngã mạn. Dây là dụ cho ái. Ví như xe chở vật, do xe vốn cao, nên dùng dây ràng buộc, chỗ chạy đến lại xa. Chúng sinh cũng vậy, do kiêu mạn nên cao ngạo, bị ái buộc trói, lưu chuyển ở trong sinh tử. Dòng chảy chính là dụ cho tất cả phiền não. Tùy hành là dụ cho tầm, tứ tương ưng với các phiền não ấy. Đã đoạn, đã biến tri, nghĩa là tầm, tứ tương ưng với phiền não tùy hành với mạn và ái, gọi là đoạn hoại. Vượt qua hào rãnh, hào rãnh là dụ cho vô minh. Đã đoạn, đã biến tri gọi là vượt qua. Như đức Thế Tôn dạy: "Hội đủ điều gì gọi là vượt qua hào rãnh? Nghĩa là vô minh đã đoạn, đã biến tri". Ở trong thế gian, chỉ có Phật xứng gọi là Phạm chí. Phật cùng Phạm chí, ý nghĩa như trước đã giải thích. Ở trong thế gian chỉ có Phật được xứng gọi là Chân thật Phạm chí, Giác ngộ Vô thượng. Mới có khả năng diệt trừ vĩnh viễn mọi ác pháp.

Một gốc, hai dòng xoáy
Ba cấu, năm lưu chuyển
Biển lớn, mười hai, hiểm
Đấng Mâu-ni đã vượt qua.

Một gốc, dụ cho vô minh, vì là căn bản của sinh tử. Như đức Thế Tôn dạy:

"Có những hướng đi ác
Đời này và đời sau
Do vô minh là gốc
Tham dục thầm hỗ trợ".

Hai dòng xoáy, dụ cho danh và sắc, vì đối với chúng sinh khó có thể ra khỏi. Ba cấu nhiễm là tham, sân, si. Năm dòng lưu chuyển, dụ cho xu hướng đi đến, vì ở trong chúng sinh, luôn luôn lưu chảy. Biển lớn, dụ cho sáu nội xứ. Mười hai, dụ cho mười hai hành tướng, đây là dụ cho sáu nội xứ, sáu ngoại xứ. Hiểm là hầm hố, dụ cho các loại phiền não. Đấng Mâu-ni đã vượt qua. Mâu ni có hai loại, gồm: Hữu học, vô học. Hữu học là chính nơi những phiền não ấy đang vượt qua. Vô học là những bậc đã vượt qua các loại phiền não ấy.

Không tin, biết không ân
Đoạn mật, không chỗ dung
Luôn trông mong chuyển đổi
Là Trượng phu tối thượng.

Không tin, nghĩa là A-la-hán, các Ngài đối với Tam bảo, Tứ Thánh đế đều tự mình chứng tri, không tin lời nói từ người khác.

Biết không ân. Ân nghĩa là pháp hữu vi, vì còn có tác dụng. Niết-bàn là không còn có ân ái. Các vị A-la-hán có sự thấy của trí thù thắng, vì do biết Niết-bàn không còn hữu vi, nên gọi là biết không ân.

Đoạn mật: Mật nghĩa là tương tục. Nghĩa này có hai loại: Một, tương tục đối Dục giới, Sắc giới. Hai, tương tục đối với Sắc giới, Vô sắc giới. Các bậc A-la-hán ấy xả ly đối với những tương tục này, nên gọi là đoạn mật.

Không chỗ dung, nghĩa là vì bậc A-la-hán đã xả ly đối với mọi sự tương tục, ở trong ba cõi, không còn có xứ sở để sinh khởi.

Luôn trông mong chuyển đổi: Trông mong có hai loại. Một, trông mong tiền tài, địa vị. Hai, trông mong sống lâu. Những bậc A-la-hán ấy, đối với hai chủng loại trông mong này, đã đoạn trừ, đã biến tri, nên gọi chuyển đổi, chính là vứt bỏ ý nghĩa trông mong ấy.

Là Trượng-phu tối thượng, nghĩa là do vì bậc A-la-hán, đã đạt được công đức đệ nhất, tối thượng, tối thắng, như đã nói ở trước.

Ba sáu dòng chảy xiết
Do ý dẫn, tăng thạnh
Kẻ ác kiến điều xe
Phân biệt, vướng chỗ nương.

Ba mươi sáu dòng chảy xiết, dụ cho ba mươi sáu thuộc về ái hành. Do ý dẫn, nghĩa của ý là tích tập, do ý mà khởi hiện, đó là các chủng loại thuộc về ý. Tăng thạnh nghĩa là mãnh lợi tròn đầy cao nhất. Kẻ ác kiến nghĩa là các ngoại đạo điều khiển xe theo những ác kiến này, đến địa ngục, bàng sinh, ngạ quỷ, nên gọi là điều khiển xe. Phân biệt nghĩa là có ba loại phân biệt. Một, phân biệt do tham dục. Hai, phân biệt do sân nhuế. Ba, phân biệt do não hại. Vướng chỗ nương tựa. Vướng nghĩa là tham dục, sân huế, ngu si. Do nương tựa vào đây mà khởi lên những cái kia, nên gọi là vướng ở chỗ nương tựa.

Buông bỏ thân ác hành
Buông bỏ ngữ ác hành
Buông bỏ ý ác hành
Và những lầm lỗi khác.

Buông bỏ ác hành của thân, nghĩa là đoạn trừ ba hành thuộc về thân. Buông bỏ các ác hành thuộc về ngữ, nghĩa là đoạn trừ bốn ác hành thuộc về ngữ. Buông bỏ ác hành thuộc về ý, nghĩa là đoạn trừ ba ác hành thuộc về ý. Buông bỏ những lầm lỗi khác, nghĩa là đoạn trừ mười loại ác hành đã nói ở trên và các lầm lỗi khác.

Ngươi do chỗ thấy nghe
Chỉ có chỗ thấy nghe
Và ở nơi chỗ giác tri
Chỉ có chỗ giác tri.
Vì ngươi chỉ có vậy
Không này, kia xa, gần
Không hai bên, ở giữa
Liền đến khổ biên cương.

Như hai bài tụng, trùng tuyên hiển thị lại, lời dạy ở trong kinh rằng: "Đức Phật bảo Đại mẫu, chỗ thấy biết của ngươi, chỉ là có chỗ thấy, chỉ là ở chỗ nghe; ngươi ở nơi chỗ giác, chỉ có chỗ giác; ngươi ở nơi chỗ tri, chỉ có chỗ tri. Do đó, ngươi chỉ có chỗ thấy nghe... nên ngươi không có ở nơi này. Do ngươi không có ở nơi này, nên ngươi không có ở nơi kia. Do ngươi không có nơi kia, nên ngươi không có gần, không có xa; không có khoảng giữa đối với hai bên, đó là nhân duyên đi đến biên cương của khổ".

Trong đây sự liễu biệt đối với thọ là do nhãn thức, nên gọi là chỗ thấy. Có trường hợp ở nơi chỗ thấy, chỉ có ở chỗ thấy. Có trường hợp ở nơi chỗ thấy, không phải chỉ có chỗ thấy. Ai ở nơi chỗ thấy, chỉ có chỗ thấy? Nghĩa là ở nơi chỗ liễu biệt, đối với thọ là do ở nơi nhãn thức, không khởi sinh các phiền não.

Ai ở nơi chỗ thấy, chứ không phải chỉ có chỗ thấy? Nghĩa là ở nơi chỗ liễu biệt, đối với thọ là do ở nơi nhãn thức khởi sinh các phiền não.

Sự liễu biệt đối với thọ là do nhĩ thức, nên gọi là chỗ nghe. Có trường hợp ở nơi chỗ nghe, chỉ có ở chỗ nghe. Có trường hợp ở nơi chỗ nghe, không phải chỉ có chỗ nghe. Ai ở nơi chỗ nghe, chỉ có chỗ nghe? Nghĩa là ở nơi chỗ liễu biệt đối với thọ là do ở nơi nhĩ thức, không khởi sinh các phiền não.

Ai ở nơi chỗ nghe, chứ không phải chỉ có chỗ nghe? Nghĩa là ở nơi chỗ liễu biệt, đối với thọ là do ở nơi nhĩ thức, khởi sinh các phiền não.

Sự liễu biệt đối với thọ là do tỷ thức, thiệt thức, thân thức, nên gọi là chỗ giác. Có trường hợp ở nơi chỗ giác, chỉ có ở chỗ giác. Có trường hợp ở nơi chỗ giác, không phải chỉ có ở chỗ giác. Ai ở nơi chỗ giác, chỉ có chỗ giác? Nghĩa là ở nơi chỗ liễu biệt, đối với thọ là do ở nơi tỷ thức, thiệt thức, thân thức không khởi sinh các phiền não. Ai ở nơi chỗ giác, chứ không phải chỉ có chỗ giác? Nghĩa là ở nơi chỗ liễu biệt, đối với thọ là do ở nơi tỷ thức, thiệt thức, thân thức, khởi sinh các phiền não.

Sự liễu biệt đối với thọ là do ý thức, nên gọi là chỗ tri. Có trường hợp ở nơi chỗ tri, chỉ có chỗ tri. Có trường hợp ở nơi chỗ tri, không phải chỉ có chỗ tri. Ai ở nơi chỗ tri, chỉ có chỗ tri? Nghĩa là ở nơi chỗ liễu biệt đối với thọ là do ở nơi ý thức, không khởi sinh các phiền não. Ai ở nơi chỗ tri, không phải chỉ có chỗ tri? Nghĩa là ở nơi chỗ liễu biệt, đối với thọ là do ở nơi ý thức khởi sinh các phiền não.

Do ở nơi những kiến, văn, giác, tri ấy, chỉ có kiến, văn, giác, tri, không khởi sinh phiền não, nên không có nơi này. Nghĩa là không khởi lên mạn kiêu ngạo, tâm cao cử, tâm dõng dạt quyết đoán. Vì không có ở đây, nên không có ở kia. Nghĩa là không khởi lên tham, sân, si. Do vì không có ở nơi kia, nên không có gần, không có xa, không có khoảng giữa của hai bên. Nghĩa là đối với Dục giới, Sắc giới, Vô sắc giới không còn có chỗ sinh ra. Do lý như vậy, liền đến được chỗ giới hạn của khổ đau. Khổ nghĩa là năm thủ uẩn. Giới hạn của khổ này là buông bỏ tất cả chỗ nương tựa. Ái tận, xả ly ô nhiễm, vĩnh viễn diệt sạch, Niết-bàn.

Y-nê và mê-nê
Đạt-phô, đạt-diệp-phô

Đừng mong, nên hỷ, tịch
Biến, ly, đến khổ biên.

Một bài tụng như vậy, nhằm trùng tuyên phô diễn lại ở trong kinh, rằng: "Đức Phật, vì hai vị vua hộ thế mà phát ra ngôn ngữ Miệt-lệ-xa để diễn bày Tứ Thánh đế... khiến cho hai nhà vua lãnh hội được".

Y-nê là phô diễn về Khổ Thánh đế. Mê-nê là phô diễn về Tập Thánh đế. Đạp-phô là phô diễn về Diệt Thánh đế. Đạt-diệp-phô là phô diễn về Đạo Thánh đế. Đừng mong cầu, nghĩa là đức Phật khuyên hai nhà vua ấy, đừng mong cầu sinh ở Dục giới, Sắc giới, Vô sắc giới. Nên hỷ, khuyến khích hai nhà vua ấy, nên nghe pháp của đức Phật chứng ngộ bồ-đề thiện thuyết, do Tăng tu tập diệu hành, đối với sắc vô thường, đối với thọ, tưởng, hành, thức vô thường, khéo phô diễn về Khổ đế, khéo phô diễn về Tập đế, Diệt đế, Đạo đế, nên sinh tâm hoan hỷ. Nên tĩnh lặng, nghĩa là khuyến khích hai nhà vua, nếu mỗi khi khởi lên tham, sân, si, nên tĩnh lặng. Tĩnh lặng cao nhất, tĩnh lặng tuyệt đối. Nên biến ly, đức Phật khuyến khích tâm của hai nhà vua kia nên xả ly đối với Dục giới, Sắc giới, Vô sắc giới.

Đến chỗ giới hạn của khổ, nghĩa là đức Phật khuyên hai nhà vua kia, nếu có khả năng như vậy, thì liền đạt đến giới hạn của khổ. Giới hạn của khổ, như nghĩa ở trước đã nói.

Biết thân như tụ mạt
Cũng biết đồng dương diệm
Đoạn hoa ma, hoa nhỏ
Không thấy sứ vua chết.

Biết thân tụ tập như bọt nước, nghĩa là biết như thật đối với thân như bọt nước tụ tập, không có lực, hư huyễn, yếu kém, không thể nắm bắt. Cũng biết đồng dương diệm, nghĩa là biết như thật đối với thân, cũng giống như sóng nắng, do tác nhân từ sức nóng sinh ra, xoay chuyển không ngừng. Đoạn hoa ma, hoa nhỏ. Ma có bốn loại, gồm: Ma phiền não, ma của năm uẩn, ma chết, ma tự tại thiên.

Nên biết ở trong bài tụng này, đức Phật nói về ma phiền não. Do chứng kiến mà đoạn, nên gọi là ma hoa. Do tu tập mà đoạn, nên gọi là tiểu hoa. Đối với những loại ấy, vĩnh viễn đoạn trừ buông bỏ, nên gọi là đoạn. Không thấy sứ giả của vua chết, vô thường có khả năng tàn diệt, nên gọi là vua chết. Già bệnh rượt đuổi bức hại, gọi là sứ giả của vua chết.

> *Quán trú, biết gần xa*
> *Nên vui, không các nghiệp*
> *Biết đời có hưng suy*
> *Thiện tâm, giải thoát khắp.*

Quán trú nghĩa là nên quán sát, trú có ba loại, gồm: Không, Vô nguyện, Vô tướng. Biết gần xa. Giác nghĩa là giác tuệ, đầy đủ tất cả thông minh, đối với nội cảnh và ngoại cảnh, khởi sinh thích ứng với chân chính. Nên tùy hỷ, nghĩa là nếu nghe đức Phật dạy, pháp chứng ngộ bồ-đề là thiện thuyết, do Tăng tu tập diệu hành đối với sắc vô thường, thọ, tưởng, hành, thức vô thường, khéo phô diễn về Khổ đế, khéo phô diễn về Tập đế, Diệt đế, Đạo đế, nên sinh tâm hoan hỷ.

Không còn các nghiệp nghĩa là không thành tựu các năng lực có thể chiêu cảm thân nhiệp, ngữ nghiệp, ý nghiệp đời sau. Biết đời có hưng suy. Biết có nghĩa là liễu đạt, đời là năm thủ uẩn. Hưng suy nghĩa là sinh diệt. Nghĩa tùy quán đối với năm uẩn hữu lậu, nơi ý nghĩa phát khởi và hủy diệt.

Thiện tâm nghĩa là tâm quyết trạch, tâm thiện xảo, tâm nhu hòa. Giải thoát khắp nghĩa là đối với các xu hướng, các hữu, các sinh chủng, đã giải thoát, giải thoát khắp mọi nơi, giải thoát tuyệt đối.

> *Tuy thoát, còn rơi xuống*
> *Ham ăn uống, trở lại*
> *Được yên, vui tới vui*
> *Nương vui đến chỗ vui.*

Tuy giải thoát nghĩa là các ngoại đạo, tuy giải thoát ở Dục giới, mà vẫn còn rơi xuống. Nghĩa là những ngoại đạo kia đọa sinh ra ở Sắc giới, Vô sắc giới và đọa, lại thọ sinh lòng tham đối với cõi ấy. Ham ăn uống, trở lại nghĩa là ở những ngoại đạo ấy, đối với năm thuận hạ phần kiết sử, dù đoạn thiểu phần, nhưng vẫn còn có đa phần khác. Về sau chắc chắn tham phát khởi, trở lại sinh ra ở Dục giới.

Được yên nghĩa là thế giới của hữu dư y Niết-bàn. Các bậc A-la-hán đã chứng, nên gọi được. Nhưng từ vui tới vui. Vui nghĩa là thế giới Vô dư y Niết-bàn. Các bậc A-la-hán luôn luôn hân thích, ngưỡng mộ, nên gọi là vui. Nương vui đến chỗ vui, nghĩa là nương niềm vui của đạo, đến niềm vui của Niết-bàn.

Không căn, ở địa giới
Không lá, cũng không cành
Người hùng mạnh, thoát trói
Có ai lại chê bai.

Căn, dụ cho hữu, thủ, thức. Địa giới, dụ cho bốn thức trú. Như đức Thế Tôn dạy: "Năm chủng tử là hiển thị hữu, thức, trú". Địa giới là hiển thị bốn thức trú. Lá, dụ cho ngã mạn. Như đức Thế Tôn dạy: "Tại sao phải đốt lá? Nghĩa là ngã mạn đã đoạn trừ, đã biến tri". Cành, dụ cho ái. Như đức Thế Tôn dạy:

Năm diệu sắc cung nội
Nếu có ái cành sinh
Mâu-ni thấy sinh ấy
Dùng tuệ chóng đoạn trừ.

Các bậc A-la-hán ở trong bốn thức trú không có thức hữu, thủ dẫn dắt hiện hữu đời sau. Không có mạn, không có ái, nên nói là không có gốc ở địa giới, nên không có lá cũng không có cành. Người hùng mạnh ấy nghĩa là những bậc thành tựu A-la-hán là vì có khả năng thành tựu pháp hùng mạnh, nên cũng gọi là bậc hùng mạnh.

Thoát khỏi trói buộc. Trói buộc có ba nghĩa, gồm: Tham, sân, si. Những bậc A-la-hán từ nơi những trói buộc đã giải thoát, giải thoát tất cả mọi nơi, giải thoát tuyệt đối. Có ai lại chê bai nghĩa là chủng loại Bổ-đặc-già-la như vậy, chỉ có nên xưng tán, không nên chê bai. Nếu suy xét đến cùng, chê bai thâu hoạch tội báo vô biên, vì làm cho tổn hại phước điền chân thật của thế gian, như đức Thế Tôn dạy:

Nếu đáng chê mà khen
Và đáng khen mà chê
Miệng kia nhóm ương họa
Quyết không thọ an lạc.

Thuyết nhất thiết hữu bộ Phát trí luận, quyển hai mươi.

THƯ MỤC THAM KHẢO

Tạp A-hàm, Lưu Tống, Cầu-na-bạt-đà-la dịch, số ký hiệu 99, *Đại chánh 2*.

Tăng nhất A-hàm, Đông Tấn, Cù-đàm-tăng-già-đề-bà dịch, số ký hiệu 125, *Đại chánh 2*.

Đại trí độ luận, Long Thọ Bồ-tát tạo, Hậu Tần, Cư-ma-la-thập dịch, số ký hiệu 1509, *Đại chánh 25*.

A-tỳ-đạt-ma Tập dị môn túc luận, Tôn giả Xá-lợi-tử thuyết, Đường, Huyền Tráng dịch, số ký hiệu 1536, *Đại chánh 26*.

A-tỳ-đạt-ma Pháp uẩn túc luận, Tôn giả Đại-mục-kiền-liên tạo, Đường, Huyền Tráng dịch, số ký hiệu 1537, *Đại chánh 26*.

Thi thiết luận, Tống, Pháp hộ-Duy tịnh đẳng dịch, số ký hiệu 1538, *Đại chánh 26*.

A-tỳ-đạt-ma Thân thức luận, Đề-bà-thiết-ma tạo, Đường, Huyền Tráng dịch, số ký hiệu 1539, *Đại chánh 26*.

A-tỳ-đạt-ma Giới thân túc luận, Tôn giả Thế-hữu tạo, Huyền Tráng dịch, số ký hiệu 1540, *Đại chánh 26*.

Chúng sự phần A-tỳ-đàm luận, Tôn giả Thế-hữu tạo, Tống, Cầu-na-bạt-đà-la cộng Bồ-đề-da-xá dịch, số ký hiệu 1541, *Đại chánh 26*.

A-tỳ-đạt-ma Phẩm loại túc luận, Tôn giả Thế-hữu tạo, Đường, Huyền Tráng dịch, số ký 1542, *Đại chánh 26*.

A-tỳ-đàm bát kiền độ luận, Ca-chiên-diên-tử, tạo, Phù tần, Tăng-già-đề-bà cộng Trúc-phật-niệm dịch, số ký hiệu 1543, *Đại chánh 26*.

A-tỳ-đạt-ma Đại Tỳ-bà-sa luận, Ngũ bách đại A-la-hán tạo, Đường, Huyền Tráng dịch, số ký hiệu 1545, *Đại chánh 27*.

A-tỳ-đàm tâm luận, Tôn giả Pháp-thắng tạo, Đông Tấn, Tăng-già-đề-bà cộng Tuệ-viễn dịch, số ký hiệu 1550, *Đại chánh 28*.

Tát-bà-đa tông ngũ sự luận, Đường, Pháp-thành dịch, số ký hiệu 1556, *Đại chánh 28*.

A-tỳ-đạt-ma Câu-xá luận, Tôn giả Thế-thân tạo, Đường, Huyền Tráng dịch, số ký hiệu 1558, *Đại chánh 29*.

A-tỳ-đạt-ma Câu-xá thích luận, Bà-tẩu-bàn-đậu tạo, Trần, Chân Đế dịch, số ký hiệu 1559, *Đại chánh 29*.

A-tỳ-đạt-ma thuận chánh lý luận, Tôn giả Chúng Hiền tạo, Đường, Huyền Tráng dịch, số ký hiệu 1562, *Đại chánh 29*.

Du già sự địa luận, Di-lặc-bồ-tát thuyết, Đường, Huyền Trang dịch, số ký hiệu 1579, *Đại chánh 30*.

Thành duy thức luận, Hộ Pháp đẳng bồ tát tạo, Đường, Huyền Tráng dịch, số ký hiệu 1585, *Đại chánh 31*.

Bảo tạng luận, Hậu Tần, Tăng Triệu trước, số ký 1857, *Đại chánh 45*.

SÁCH DẪN[*]

---

[*] Quảng Hạnh Tuệ thực hiện.

Liên lạc HỘI ĐỒNG HOẰNG PHÁP

Hòa thượng Thích Như Điển, Chánh Thư Ký, HĐHP
Chùa Viên Giác, Karlsruher Str. 6, 30519 Hannover, Germany
Website: www.hoangphap.org; Email: hdhp.ctk@gmail.com;
Tel: + 49 511 879 630

Thượng tọa Thích Nguyên Tạng, Trưởng ban Báo Chí & Xuất Bản, HĐHP
Tu Viện Quảng Đức, 105 Lynch Road, Fawkner, Vic.3060 Australia
Website: www.hoangphap.org; Email: hdhp.bbc@gmail.com;
Tel: +61 481 169 631

Hòa thượng Thích Tâm Hòa, Trưởng ban Bảo Trợ, HĐHP
Trung Tâm Văn Hóa Phật Giáo Pháp Vân, Ontario, Canada
420 Traders Blvd E, Mississauga, ON L4Z 1W7, Canada
Website: www.phapvan.ca; Email: thichtamhoa@gmail.com
Tel: +1 905-712-8809